भारताच्या परराष्ट्र धोरणाचा पुनर्विचारः आव्हाने आणि नीती या पुस्तकावरील स्तुतिसुमने

राजीव सीकरी यांनी भारताचे अन्य जगाशी असलेले सांप्रत काळातील संबंध यांचा नेमका आढावा घेतला आहे. हा आढावा समीक्षा आणि सल्ला यांनी पूर्णपणे व्यापलेला आहे. या तज्ज्ञ शोधक वृत्तीमध्ये सखोलता आणि वेधकता यांचा उत्तम मिलाफ आढळून येतो.

एशिअन अफेअर्स

राजीव सीकरी यांच्या पुस्तकामुळे उपलब्ध साहित्यामध्ये मोलाची भर घातली आहे. भारताच्या परराष्ट्र व्यवहार मंत्रालयामध्ये सुमारे चार दशके कार्य केलेल्या राजनयिक अधिकाऱ्याचे हे लेखन .... भारताच्या परराष्ट्र धोरणाच्या समग्र लेखाजोख्यावर चर्चा करते ....

द इंटरनॅशनल स्पेक्टेटर

भारताच्या परराष्ट्र धोरणाचा पुनर्विचारः आव्हाने आणि नीती हे पुस्तक म्हणजे नेहरूंनंतरच्या कालखंडावरील उत्तम विवेचन आहे. सीकरी यांच्या बुद्धिमान मांडणी आणि शिफारसी यांमधून नेहरूंच्या कालखंडापेक्षाही भारताचा समकालीन आर्थिक विकास हा अमेरिकेशी संतुलन साधणारा घटक म्हणून पुढे येतो.

सर्व्हायवल

प्रस्तुत पुस्तक भारत हा कोणत्याही अन्य देशाच्या हातातील प्यादे होऊ नये याकरता राजनयिक कृतीचे स्वातंत्र्य आणि आत्मविश्वास यांचा आग्रह धरणाऱ्या धोरणात्मक विचारधारेचे मूल्य जोपासणारा आहे.

एशिया टाईम्स ऑनलाईन

प्रस्तुत पुस्तक भारताचे परराष्ट्र धोरण आणि त्याची उत्क्रांत होत जाणारी राजकीय, आर्थिक आणि धोरणात्मक व्याप्ती स्पष्ट करणारा उत्तम दस्तऐवज आहे ... भारताचे प्रत्येक देशाबरोबरचे व्यक्तिगत संबंध कसे आहेत, याची सौंदर्यपूर्ण कथात्म शैलीमध्ये येथे मांडणी केलेली आहे. ऊर्जा सुरक्षा, आर्थिक राजनय, संरक्षण आणि राजनय, तसेच भारताचे धोरणात्मक विकल्प यांचा स्वतंत्रपणे विचार केला आहे ... पुस्तकाच्या शेवटी दिलेली संदर्भग्रंथ सूचीही वेधक आहे. उत्कृष्ट निर्मितीकरिता सेज

प्रकाशनाचे अभिनंदन. पुस्तकात वापरलेली भाषा शब्दबंबाळ नसून सुगम आहे. हे पुस्तक मौलिक भर घालणारे ज्ञानभांडार आहे.

इंडिया क्वार्टरली

राजीव सीकरी यांचे भारताच्या परराष्ट्र धोरणविषयक पुस्तक हे भारताच्या परराष्ट्र धोरणासमोर असलेल्या आव्हानांचे समग्र आणि विचारगर्भ विश्लेषण देते ... भारताचे विविध देशांसमवेत असलेले संबंध, विशेषतः या संबंधांचा पाठपुरावा करत असताना नवी दिल्लीला असणाऱ्या मर्यादा आणि नवीन रूपरेषा विकसित करत असताना गमावलेल्या संधी याचे लेखकाने केलेले विश्लेषण हा या पुस्तकाचा महत्त्वपूर्ण भाग आहे ... सीकरी यांनी विविध देश, प्रांत आणि समस्या यांचा आढावा घेतला असल्याने, ज्या कोणाला भारताच्या परराष्ट्र धोरणविषयक अनिवार्यता समजून घ्यायच्या आहेत, त्याच्याकरता हे मौलिक पाठ्यपुस्तक ठरेल. [सदर पुस्तक] हे संशोधनावर आधारित, उत्तम पद्धतीने लिहिलेले आणि हेतुतः तर्कसंगत मांडणीवर आधारित आहे.

पीस ॲण्ड कॉन्फ्लीक्ट स्टडीज

चौकटीबाहेरच्या अनेक कल्पना आणि धोरणात्मक सूचना यांमुळे सदर पुस्तक हे राजनयिक मांडणी करणारा देश म्हणून भारताच्या प्रचलित परराष्ट्र धोरणावरील चर्चेमध्ये मोलाची भर घालत आहे ... भारतीय राजकारण, आंतरराष्ट्रीय संबंध, तसेच संरक्षण आणि सामरिक अभ्यास या विषयाच्या विद्यार्थ्यांना आणि भारताच्या परराष्ट्र धोरणामध्ये औत्सुक्य असणाऱ्या प्रत्येकाला हे पुस्तक एक महत्त्वपूर्ण माहितीचा खजिना आहे.

द ऑर्गनायझर

सदर पुस्तक ... आपल्या देशाच्या 'परराष्ट्र धोरणाबाबत पुनर्विचार' करावा असे स्पष्ट आव्हान करते ... सीकरी यांचे जोशपूर्ण विश्लेषण हे परराष्ट्र धोरण आणि संबंध यावरील साहित्यामध्ये स्वागतार्ह भर घालणारे आहे. देशाच्या परराष्ट्र धोरणाच्या निर्मितीमध्ये आणि तिच्या उपयोजनामध्ये अनेक वर्ष ज्यांचा अत्यंत जवळून आणि नजीकचा संबंध आला आहे आणि विशेषतः ज्याने विरोध दर्शविण्याकरता त्याग केला आहे, अशावेळी ज्यांना हा सर्व प्रसंग माहिती आहे त्यांच्याकरता विशेषतः हे पुस्तक लख्खपणे प्रकाश पाडणारे आहे.

फ्रीडम फर्स्ट

सीकरी यांचे पुस्तक भारताचे परराष्ट्र धोरण नेमके कुठे चुकले, त्याचबरोबर परराष्ट्र व्यवहार मंत्रालयाच्या तसेच देशातील इतर धोरणनिर्मिती करणाऱ्या संस्था यांच्या पातळीवर नेमके काय करणे आवश्यक आहे याची आठवण करून देते. प्रस्तुत पुस्तक ओघवत्या शैलीत लिहिले असून भारताचे परराष्ट्र धोरण समजावून घेण्यामध्ये ज्या कुणाला स्वारस्य आहे अशा प्रत्येकाकरता ते वाचणे अनिवार्य आहे.

फ्रंटलाईन

सर्व प्रकारच्या दर्जात्मक पातळ्यांवर, प्रस्तुत पुस्तक हे स्वातंत्र्योत्तर काळातील भारताचे परराष्ट्र धोरणाची पायाभूत मांडणी, तिची उत्क्रांती आणि त्यात होत गेलेले असंख्य सूक्ष्मातिसूक्ष्म बदल या विषयावरील अनेक पुस्तकांमध्ये पडलेली भर आहे. गद्य लेखनाचा उत्कृष्ट नमुना असलेले प्रस्तुत पुस्तक हे धोरणनिर्मिती करणाऱ्या शासनामधील आणि शासनाव्यतिरिक्त घटकांनी वाचणे अनिवार्य आहे.

युएसआय जर्नल्स

सीकरी हे भारताचे परराष्ट्र धोरण आपल्यासमोर सुगम आणि विश्लेषक निवेदनात्मक पद्धतीने सादर करतात. हा एक सखोल प्रतिबिंबात्मक अभ्यास आहे, ज्यामध्ये धोरणातील 'जरुरी आहे' आणि 'केलेच पाहिजे' यापेक्षा 'काय आणि कसे' या मुद्द्यांवर अधिक भर देण्यात आला आहे. धोरणकर्ते आणि विषय-विश्लेषक हे दोघेही याचे स्वागतच करतील.

मेनस्ट्रीम

राजीव सीकरी यांचे *आव्हाने आणि नीती* हे वाचनाचा आनंद देणारे पुस्तक ... भारताच्या परराष्ट्र धोरणापुढील आव्हाने यामध्ये सखोल स्वारस्य असणाऱ्या प्रत्येकाला उपयुक्त मार्गदर्शक आहे ... [प्रस्तुत लेखक] भारताच्या शेजारी राष्ट्रांमध्ये आणि त्या पलीकडे काय घडते आहे यावर औत्सुक्यपूर्ण प्रकाश टाकतो. भारत आपले हितसंबंध यशस्वीपणे कसे जपू शकतो याबद्दल तो अर्थपूर्ण कल्पना देतो.

द ट्रिब्यून

राजीव सीकरी यांच्या प्रस्तुत पुस्तकामध्ये भारताच्या परराष्ट्र धोरणनिर्मितीबाबत त्यांना असलेली चिंता प्रगट होताना त्या धोरणनिर्मितीमध्ये गुंतलेल्या उच्च नोकरशाहीचा कसा वरचष्मा कसा आहे याचे प्रतिबिंब पडते. त्याचबरोबर नवी दिल्लीतील बंद दरवाज्याआड होणाऱ्या बैठकींमध्ये झडणाऱ्या चर्चांची झलक वाचावयास मिळते.

एशिया पॉलिसी

सीकरी, भारताचा अन्य जगाकडे कशाप्रकारे पाहतो आणि त्याचे परराष्ट्र धोरणविषयक वर्तन या विषयावर महत्त्वपूर्ण प्रकाश टाकतो. व्यापक पाश्चात्त्य प्रक्षेत्राच्या संदर्भात, सीकरी जगाकडे, विशेषतः दक्षिण आशियाचा बिगरपाश्चात्त्य परिप्रेक्ष्यातून आढावा सादर करतात.

कण्टेम्पररी सिक्युरिटी पॉलिसी

सीकरी आपला भारतविषयक दृष्टिकोन स्पष्ट शब्दांत मांडतात. त्यांच्या मते, भारताच्या महत्त्वाकांक्षा साध्य होण्यामध्ये, त्याच्या नजीकच्या शेजारी राष्ट्रांबाबत असलेल्या हेतूंबाबत घेतला जाणारा संशय आणि चीनचा उदय हे अडथळे आहेत ... प्रत्येक प्रसंगी अगोदरच हजर असलेल्या एखाद्या कर्त्यामुळे भारताच्या महत्त्वाकांक्षा मारल्या जातात. हे लक्षात घेता, सीकरी अधिकारवाणीने सांगतात की, भारत ही जैसे थे स्थितीत राहू इच्छिणारी सत्ता नाही. जागतिक महासत्ता उलथवून टाकणे हा भारताचा उद्देश नसून, त्यात सामील होणे हा आहे.

फॉरेन अफेअर्स

प्रस्तुत पुस्तक हे भारताच्या परराष्ट्रविषयक धोरणाबाबत प्रखर टीका करण्याचा प्रयत्न करते. तसेच, भारताच्या आजच्या प्रमुख परराष्ट्रविषयक धोरणे विचारात घेता, त्यातील काही धोरणांशी फारकत घेणारे/वैचित्र्यपूर्ण पर्याय देते. या पुस्तकातील निरीक्षणे ही एका अनुभवी राजनयिक अधिकाऱ्याची, प्रखर राष्ट्रवादी प्रेरणेतून आलेली आणि एका विद्वान व्यक्तीच्या साक्षेपी आत्मप्रचितीतून नोंदविलेली आहेत.

स्ट्रेटेजिक ॲनालिसिस

सीकरी हे प्रचलित परराष्ट्रविषयक धोरण आणि त्या संदर्भातील धोरणकर्त्यांची मनोभूमिका, आकृतिबंध आणि कार्यरत संस्था आणि येत्या काळात त्यांना भेडसावणाऱ्या समस्या यांच्यातील गंभीर तफावत उघडकीस आणतात. सीकरी यांच्या विश्लेषणात परराष्ट्र धोरणातील सांस्कृतिक, पारंपरिक आणि संस्थात्मक अशा व्यापक समस्यांचा समावेश करण्यात आला आहे.

द बुक रिव्ह्यू

भारताच्या परराष्ट्र धोरणाचा पुनर्विचार

भारताच्या परराष्ट्र धोरणाचा पुनर्विचार

आव्हाने आणि नीती

राजीव सीकरी

प्रस्तावना: चिन्मय आर. घारेखन

SAGE | bhasha

Los Angeles | London | New Delhi
Singapore | Washington DC | Melbourne

Originally Published *in 2009,* in English by SAGE Publications India Pvt Ltd as *Challenge And Strategy: Rethinking India's Foreign Policy*

This edition published in 2017 by

SAGE | bhasha

SAGE Publications India Pvt Ltd
B1/I-1 Mohan Cooperative Industrial Area
Mathura Road, New Delhi 110 044, India
www.sagepub.in

SAGE Publications Inc
2455 Teller Road
Thousand Oaks, California 91320, USA

SAGE Publications Ltd
1 Oliver's Yard, 55 City Road
London EC1Y 1SP, United Kingdom

SAGE Publications Asia-Pacific Pte Ltd
3 Church Street
#10-04 Samsung Hub
Singapore 049483

Published by SAGE Publications India Pvt Ltd, Translation Project Coordinated by Sunidhi Publishers, Pune.

ISBN: 978-93-515-0715-4 (PB)

Translators: Vidhya Bhakay
SAGE Team: Sumona Kundu, Mahesh Sachane

ज्यांनी माझ्यामध्ये पुस्तक प्रेम रुजवले आणि
ज्यांनी भारतीय परराष्ट्र सेवेत रुजू होण्याकरता
मला प्रेरणा आणि प्रोत्साहन दिले ते माझे वडील
कै. बलदेव राज सीकरी यांना समर्पित

अनुक्रमणिका

प्रस्तावना चिन्मय आर. घारेखन द्वारा ix

विषयप्रवेश xiii

१. एकविसाव्या शतकातील जग १

२. भारत आणि दक्षिण आशिया १५

३. पाकिस्तान आणि अफगाणिस्तान ३६

४. बांगलादेश, म्यानमार आणि ईशान्य प्रांत ५६

५. श्रीलंका, नेपाळ आणि भूतान ७२

६. तिबेट व चीन ८८

७. 'पूर्वेकडे पाहा' धोरण १०६

८. पर्शियाची खाडी, पॅलेस्टाईन आणि इस्राइल १२३

९. रशिया आणि युरेशिया १४४

१०. अमेरिका आणि आण्विक मुद्दे १६३

११. ऊर्जेची सुरक्षा १८९

१२. अर्थविषयक मुत्सेद्देगिरी २०९

१३. सुरक्षा आणि राजनय २३१

१४. परंपरा आणि संस्था २४६

१५. भारताला असलेली निवडीची मुभा २६४

१६. भारताचा उदय होतो आहे का? २७८

संदर्भग्रंथ सूची २८८

लेखक परिचय २९४

प्रस्तावना

प्रत्येक देशाला आपले हित जपण्याकरिता व ते हितसंबंध पुढे नेण्याकरिता मिळालेले साधन म्हणजे त्या त्या देशाचे परराष्ट्र धोरण होय. आपल्या देशाचे हित किंवा स्वारस्य कशात आहे, यात राष्ट्राची सुरक्षा कायम ठेवणे, आंतरराष्ट्रीय व्यापार-उदिमातून नागरिकांचा जास्तीत जास्त आर्थिक फायदा होईल, हे पाहणे अशा अनेक घटकांचा समावेश होतो. संस्कृती ही एक भारताची जमेची बाजू आहे. तिचा चांगला उपयोग करून घेऊन जगात 'सौम्य प्रवृत्ती'चा म्हणून समजला जातो याचा वापर करणे. परराष्ट्र धोरण हे एक साधन म्हणून वापरताना त्याचा खुबीने उपयोग करायला हवा. त्यातून साम्यवादी किंवा धर्मप्रसारण करून किंवा आजच्या युगात लोकशाही निर्यात करून काही गोष्टी साध्य करून घेता येतात. त्यातून भारताची मतप्रणाली दाखवता येते. देशाच्या परराष्ट्र धोरणाचे लक्ष्य देशाचा विकास आणि आंतरराष्ट्रीय स्तरावर पुढे येणे हा असतो. यात जे धोरण ठरवणारे असतात त्यांची लवचिकता व व्यवहारचातुर्य दिसायला हवे.

पाल्मरस्टनने म्हटल्याप्रमाणे कोणत्याही देशाला कायमचे मित्र किंवा शत्रू नसतात. त्यांना फक्त कायमचा रस असतो पण ते कधीही आपली संपूर्ण कहाणी सांगत नाहीत. काही देशात मात्र मैत्री बऱ्यापैकी टिकून राहते. पाकिस्तान व चीन मधील मैत्री गेली पाच दशके टिकून आहे. पाकिस्तान सतत भारताला आपला कायमचा वैरी समजतो. उलटपक्षी भारताला मात्र पाल्मरस्टोनच्या म्हणण्याप्रमाणे कुणीही कायमचे मित्र किंवा शत्रू नाही. देश जितका दुर्बल तितकी त्याला मैत्रीची गरज, असे म्हणता येईल. उलट सबळ आणि आत्मविश्वासू देशांना कायमच्या मैत्रीची गरज नसते. आधुनिक काळात मात्र देशादेशांत मोक्याच्या संधी मिळवण्यासाठी संबंध किंवा मैत्री केली जाते. अशा प्रकारची मैत्री भारताची कमीत-कमी तीस देशांशी आहे. जोपर्यंत

राष्ट्रहित जपायचे आहे, तोपर्यंत या मैत्रीची गरज असते आणि राष्ट्रहित तर आजन्म जपायचे असते. त्यातील मुद्दे किंवा निकड मात्र वेळोवेळी व परिस्थितीनुसार बदलत जाईल. सरते शेवटी ज्या पक्षाचे सरकार आहे, त्यांनीच राष्ट्राला कशात रस आहे, ते ठरवायला हवे. त्यातदेखील जेव्हा सरकार बदलते, तेव्हा ते राष्ट्रहिताचेच कारण दाखवून पूर्वी घेतलेले निर्णय बदलू शकतात.

देशाचे परराष्ट्र धोरण हे देशाच्या अंतर्गत राजकारणाशी निगडित आहे असे म्हणतात, हे खरे आहे. राष्ट्राध्यक्ष आणि पंतप्रधान कोणत्या गोष्टी निर्यात करायच्या, हे ठरवताना आपले म्हणणे दामटतात; कारण त्या त्या उत्पादनाच्या उद्योजकांनी त्या त्या पक्षाच्या निवडणुका लढताना मदत केलेली असते. श्रीमती मागरिट थॅचरने जेव्हा वेस्टलॅन्ड हेलिकॉप्टर्स भारताला विकण्याकरिता मदत केली, तेव्हा त्याचे उत्पादन केंद्र त्यांच्या निवडणूक क्षेत्रात असल्यामुळे ते काम त्या करत होत्या व त्यांना त्याबद्दल कोणतीही अपराधाची भावना नव्हती.

आजच्या नवीन आणि निराळ्या जगात एक गोष्ट प्रकर्षाने जाणवते की, परराष्ट्र धोरणाचा ठसा कित्येक देशांतील अंतर्गत राजकारणावर उमटताना दिसतो. याचे एक व महत्त्वाचे उदाहरण म्हणजे भारत-अमेरिका आण्विक करार व त्यावरील सहकार्य हे होय. त्यावर झालेले जाहीर मतभेद देशातील कानाकोपऱ्यांत पोचले होते. कदाचित ती देशातली पहिलीच वेळ असेल जेव्हा सरकारला परराष्ट्र धोरणाच्या मुद्द्यावर विश्वासदर्शक ठराव मांडावा लागला. त्यामुळे यापुढे इतर आणखी गंभीर बाबींचा विचार काळजीपूर्वक करावा लागेल; कारण त्याचा प्रभाव देशाच्या अंतर्गत परिस्थितीवर पडतो आहे. आपल्या देशात परराष्ट्र धोरण आखताना खूप काळजी घ्यायला हवी. त्याचे नकारात्मक पडसाद देशातील शांतता आणि सुसंवाद बिघडवतो. आपल्या देशातील समाज हा बहु-धर्मीय, बहु-वांशिक आणि बहु-सांस्कृतिक आहे. त्यामुळे कोणतेही परराष्ट्र धोरण ठरवताना सगळ्या बाजूंनी विचार व्हायला हवा. सरकारने सतत सतर्क आणि समाजाच्या भावनांचा विचार करायला हवा. त्यातूनच आंतरराष्ट्रीय संबंध ठरतील.

शीतयुद्धानंतर दिल्लीतील अपल्या सरकारांनी वास्तविकता व व्यवहार चातुर्य वापरून परराष्ट्र धोरणे ठरवलीत. याचा अर्थ श्री. नेहरू परराष्ट्र धोरणांच्या बाबतीत ध्येयवादी व 'तत्त्वनिष्ठ' होते, असा नाही. १९४८ साली पाकिस्तान जम्मू आणि काश्मिरबाबत अडेलतट्टूपणाचे धोरण अवलंबित होते तेव्हा नेहरूंनी त्यांच्या विरुद्ध लढायची तयारी दाखविली होती; पण त्या वेळचे लष्करप्रमुख एक ब्रिटिश होते आणि त्यांनी ती कल्पना फेटाळून लावली. तो प्रश्न मार्गी लागण्याकरिता त्या वेळचे ब्रिटिश गव्हर्नर जनरल ऑफ इंडिया यांनी दबाव टाकून काश्मिरचा प्रश्न युनायटेड

नेशन्स मध्ये दाखल करायला लावला. भारत स्वतंत्र झाल्यानंतरच्या सुरुवातीच्या वर्षात त्यांना पॅलेस्टाईन सारख्या प्रश्नावर कठीण निर्णय घ्यावा लागला. त्यांनी तो मुद्दा हाताळताना त्यांच्यातील नवा गुण दिसला. ती स्थिती त्यांनी तत्त्वांना ताठरपणे, तरीही चातुर्याने हाताळली. यू.एन.मध्ये प्रश्न गेल्यानंतर त्यांनी काही वर्षे पॅलेस्टाईन व इस्राइलचे विभाजन टाळण्याकरिता त्याच्या विरोधातच मत नोंदवले. त्यांना पूर्ण कल्पना होती की, याचा परिणाम भारताच्या अंतर्गत घडामोडींवर कसा व किती होणार आहे. तसेच १९५६ साली त्यांनी हंगेरीत सोव्हिएत युनियनच्या कृतीवर केलेली टीका आणि १९६८ साली झेकोस्लोव्हाकियात केलेली स्पष्ट व प्रत्यक्ष टीका काही कमी नव्हती. त्यात असहकाराच्या तत्त्वांवरसुद्धा निर्भर्त्सना झाली. काहीही असले तरी श्रीमती इंदिरा गांधी जास्त व्यवहारचतुर होत्या.

गेल्या पंधरा वर्षांत भारतातील मोक्याच्या जागा मिळवणारे समाज/गट भारत जागतिक महासत्ता बनणार म्हणून उत्साहाने बोलत आहेत. आंतरराष्ट्रीय स्तरावर अर्ध्या डझनापेक्षा जास्त असणाऱ्या 'ध्रुवां'मधील एक भारत बनेल हेही सांगण्यात येते आम्हाला. जर आमच्या देशाचा उल्लेख केवळ प्रादेशिक ताकद म्हणून केला तर आम्हाला अपमानित झाल्यासारखे वाटते. भारताने अगदी निम्नपातळी पासून सुरुवात करून चांगली आर्थिक प्रगती साधली आहे. तरीही अजून भारतातले दारिद्र्य संपलेले नाही. जागतिक व्यापारात भारताचा हिस्सा जेमतेम १% आहे. चीनचा आर्थिक सत्तेवर जसा प्रभाव आहे, तसा अजून भारताचा पडायचा आहे. याशिवाय महासत्तेकरिता आणखी एका गुणाची आवश्यकता आहे. आजच्या आधुनिक काळाकरिता लागणारी महत्त्वाची शस्त्रास्त्रे बनवण्याची क्षमता देशात असायला हवी. त्यात बॉम्बफेकी विमाने लांब पल्ल्याच्या तोफा, रणगाडे, एडब्ल्यूएसीएस आणि शस्त्रास्त्रांनी युक्त हेलिकॉप्टर्स इत्यादींची आवश्यकता आहे. दुर्दैवाने आज स्वातंत्र्यानंतर साठ वर्षांनीसुद्धा आपण या महत्त्वाच्या गोष्टींच्या पुरवठ्याकरिता पूर्णपणे परदेशांवर अवलंबून आहोत. थोडीशी आण्विक शस्त्रे आणि क्षेपणास्त्रे आपल्याला जगातील महासत्ता बनवू शकत नाही. पाकिस्तान जवळसुद्धा ती आहेत. मुख्य संयुक्तिक प्रश्न हा आहे की, आपण स्वतःला महासत्ता म्हणून घेण्याकरिता इतके उतावीळ का झालो आहोत? त्याने आपल्याला बरे वाटेल का? की, आपण त्याचा उपयोग आपली पत सुधारण्यासाठी करतो आहोत का?

भारतात स्वतंत्र परराष्ट्र धोरण असावे, अशी खूप चर्चा झाली आहे. एखाद्या देशातील सरकार जर आपल्या लोकांच्या समस्या सोडवण्याऐवजी जर दुसऱ्या देशातील सोडवण्यात गुंतले, तर ते कोणत्याही देशातील नागरिकांना आवडत नाही. २००३ साली जेव्हा ब्रिटिश पंतप्रधान टोनी ब्लेअर यांनी इराकमध्ये मध्यस्थी करण्यात अमेरिकेचे राष्ट्राध्यक्ष जॉर्ज डब्ल्यू बुश यांना पाठिंबा द्यायचे ठरवले, तेव्हा

ब्रिटिश नागरिक अत्यंत दुःखी झाले होते. त्या वेळी ब्रिटिश नागरिकांना आपले स्वातंत्र्य व प्रतिष्ठा पणाला लागते आहे असे वाटले. भारतीय नागरिकसुद्धा आपल्या वारशाबद्दल अभिमानी आहेत. त्यामुळे त्यांची त्यांच्या नेत्यांकडून अपेक्षा असते की, परकीय देशांशी कोणताही करार करताना त्यांच्या भावना व इतर गोष्टींचा विचार व्हावा. कधीकधी परिस्थिती अशी उद्‌भवते की, तात्पुरती तडजोड करावी लागते. स्वतंत्र परराष्ट्र धोरण ठरवताना त्यात राष्ट्र हित जपणे, पारदर्शकता असणे व शेवटी जनतेच्या मताधिक्याने ती बाब पूर्ण कृतीत येते.

जरी परराष्ट्र धोरण हे सरकारच्या अखत्यारीत येत असले, तरी राजदूतांना ते पूर्ण करायचे असते. प्रत्यक्षात वेळोवेळी ते राजदूत धोरण ठरवण्यात भाग घेत असतात. पण मुख्यत्वेकरून ते दुसऱ्या राष्ट्रांतील प्रतिनिधींशी चर्चा मसलत करून तोडगा काढण्यात गुंतलेले असतात. राजनैतिकता पूर्ण अर्थाने वाढवायची असल्यास या राजदूतांना प्रत्येक समस्या व मुद्दे नीट समजले पाहिजेत. त्यांच्या पूर्ण करियरमध्ये त्यांना त्याच गोष्टींवर भर देऊन देशाची योजना दुसऱ्या देशांच्या प्रतिनिधींसमोर मांडायची असते. राजीव सीकरींचे पुस्तक या सर्व गुंतागुंतीच्या प्रश्नांवर प्रकाश टाकणारे व मार्गदर्शन करणार आहे. यातून भारतीय राजदूतांना नेमके काय करायला हवे त्यावर बोट ठेवले आहे. थोडक्यात, पण संपूर्ण माहिती देणारे व व्यावसायिक प्रयत्न पूर्ण करणारे, असे हे पुस्तक आहे. त्यांनी प्रांतीय तसेच उपप्रांतीय क्षेत्रांचे विश्लेषण करून सुंदर सांगितले आहे. त्यात कोणत्याही प्रकारे पूर्वग्रहदूषित निवाडा नाही. फक्त एकाच ठिकाणी ते अप्रत्यक्ष तिरके आहे. त्यांची प्राथमिकता देशाचे हित हीच आहे. परराष्ट्र धोरणाबद्दल सांगताना ते पूर्ण वास्तव्यातच आहेत. त्याचवेळी ते नीतिशास्त्राला न डावलता त्याच्यावर भर देतात. हे पुस्तक भारताच्या परराष्ट्र धोरणाची आव्हाने आणि संधी याकरिता खूप मोलाचे आहे. विषयाचा अभ्यास करण्याकरिता तसेच राजनैतिकतेत प्रत्यक्ष सहभाग करण्याकरितासुद्धा हे पुस्तक बरेच काही शिकवते.

चिन्मय आर. घारेखन

विषयप्रवेश

सिंगापूरच्या नॅशनल विद्यापीठात २००७ साली इन्स्टिट्यूट ऑफ साऊथ एशियन स्टडीज (ISAS) मध्ये मला सहभाग घ्यायला मिळाला, त्या वेळी या पुस्तकाची कल्पना मला सुचली. वीणा, माझी बायको आणि भारतीय परराष्ट्र सेवेतील माझी सहकारी, तिने मागे लागून हे काम माझ्याकडून करून घेतले.

एकविसाव्या शतकात भारताला मोठी भूमिका पार पाडायची आहे. त्यात भारतातील प्रत्येकाचा सहभाग असायला हवा. त्यात बुद्धिवादी, राजकारणी, शासकीय अधिकारी, उद्योगपती, व्यावसायिक, बुद्धिवंत किंवा सर्वसामान्य जागरूक नागरिक यांच्या एकत्रित प्रयत्नानेच ते पार पडेल. यात मुख्य घटक म्हणजे भारताच्या परराष्ट्र धोरणांची योजना करणारे आणि जनता यांना त्यासंबंधी माहिती असणे गरजेचे आहे. भारत-अमेरिका यांच्यात जेव्हा आण्विक करार झाला, तेव्हा त्यातील विरोध ही बाब जास्त प्रकर्षाने जाणवली. मला अशा आहे की, हे पुस्तक भारतीयांना परराष्ट्र धोरण व त्यातील आव्हाने समजण्यास मदत करील. एकविसाव्या शतकात भारतीयांना विशेषतः तरुण पिढीला परराष्ट्र धोरणासंबंधी चर्चा करण्याइतपत तरी जागृत करेल.

हे पुस्तक क्रमिक पुस्तक नाही किंवा राजनयिक अधिकाऱ्याच्या आठवणींचा संग्रहही नाही. हे पुस्तक सर्वसमावेशक आहे, असेही मी म्हणणार नाही. माझ्या सिंगापूरच्या वास्तव्यात मी एक अभ्यासपूर्वक पुस्तक लिहिले होते, 'येत्या दशकातील परराष्ट्र खात्याच्या धोरणातील अग्रक्रम'. त्याचा मला हे पुस्तक लिहिताना फायदा झाला. त्यातील काही भाग आणखी विस्ताराने लिहिलेत व काही नवीन पैलूंवर प्रकाश टाकला. मी भारताच्या राजनयिक संबंध आणि समस्या यांच्यावरच लक्ष केंद्रित करण्याचा प्रयत्न केला आहे. एखाद्या घटनेबाबत न लिहिता

मी परंपरेवर विवेचन केले आहे. एखाद्या देशाबद्दल न बोलता प्रांतांबद्दल बोललो आहे. दीर्घकालीन घटनांबद्दल चर्चा केली न त्यांचे सविस्तर विवरण दिले. काही नवीन कल्पना मांडण्याचा प्रयत्न केला; कदाचित त्यातून विरोध निर्माण होऊ शकतो. यातील मते पूर्णतः माझी आहेत. माझ्या शैक्षणिक पात्रतेवर आणि परराष्ट्र खात्यातील नोकरीच्या निमित्ताने मला आलेले अनुभव त्यावरच हे लिखाण झाले आहे. मी स्वतःला सर्वज्ञानी समजत नाही आणि त्यामुळेच मी कोणत्याही प्रकारे ठोस पर्याय देऊ शकत नाही.

बऱ्याच संस्था आणि व्यक्तींचे सहकार्य मला या वेळी झाले आहे. इथे विशेषतत्वाने मला श्री. गोपीनाथ पिल्ले आणि प्रोफेसर टॅन तई थाँग यांचा उल्लेख करायलाच हवा. ही मंडळी इन्स्टिटयूट ऑफ साऊथ एशियन (दक्षिण आशियाई अध्ययन संस्था) स्टडीजची असून त्यांची मदत खूप मोलाची आहे. त्यांच्या शिवाय हा प्रकल्प पूर्णच होऊ शकला नसता. माझी पत्नी वीणा हिने दिलेल्या कल्पना व दमदार सूचना, तसेच ती माझी नियंत्रक व टीकाकारही होती. माझे लिखाण वारंवार वाचून, संपादित करून तिने मला खूप मदत केली. माझे सहकारी, मित्र आणि इतर हितचिंतकांनी मला वेळोवेळी मोलाची मदत केली त्यांचे मी मनापासून आभार मानतो. शेवटी माझे आभार भारत सरकारला, विशेषतः परराष्ट्र खात्याच्या मंत्रालयाला जातात. माझे संपूर्ण करिअर परराष्ट्र खात्यात काम करण्यात गेल्याने मला त्यासंबंधींची, राजनैतिकतेची आणि तिथल्या कामाची खूप जवळून ओळख झाली. शेवटी मी म्हणेन की, जर भारत सरकारने दोन वर्षे वेळेपूर्वी जी परिस्थिती निर्माण केली, त्यामुळेच हे पुस्तक तयार झाले.

नवी दिल्ली — **राजीव सीकरी**

डिसेंबर २००८

प्रकरण १

एकविसाव्या शतकातील जग

गेली दोन दशके जगात बरेच बदल झाले आहेत. सन १९८९ मध्ये बर्लिनची भिंत पाडली गेली, जी दुसऱ्या जागतिक महायुद्धाचे पर्व संपल्याची ती खूणगाठ ठरली. या महत्त्वाच्या घटनेतून अनेक संकेत मिळाले. शीतयुद्धात सोव्हिएट युनियनचा पराभव झाला, सार्वभौम राष्ट्राचे विघटन झाले, जे अमेरिकेला स्वसंमतीने कारभार करण्यासाठी कारणीभूत ठरले. 'नवा सत्ताक्रम' जाहीर झाला होता. इतकी वर्षे अस्तित्वात असणारी जागतिक पातळीवरची, प्रत्येक देशाचे सार्वभौमत्त्व, दोन देशांमधील समानता व अन्य देशांच्या अंतर्गत घडामोडीत ढवळाढवळ न करणे, ही तत्त्वे 'मानवतावादी दृष्टिकोनातून निवाडा' किंवा 'समस्याग्रस्त राष्ट्रांचे' प्रश्न सोडवणे या नावाखाली बाजूला पडली. आंतरराष्ट्रीय करार अमेरिकेसाठी गैरसोयीचा असल्यास अमेरिका त्याकडे दुर्लक्ष करत होती. त्यामुळे पुढील १५ वर्षे (दीड दशक) सगळ्या जगाला फारच भोवली. अफगाणिस्तान व इराकमधील हाताबाहेर गेलेली परिस्थिती, इराणवर घोंगावत असलेली अणीबाणी याबरोबर जगभरात दहशतवाद आणि अमली पदार्थांचे लोण पसरलेले होतेच. फ्रान्सिस फुकुयामाने केलेल्या आत्मविश्वासपूर्ण भविष्यवाणीच्या अगदी विपरीत हे सगळे घडत होते. 'इतिहासाचा शेवट' कुठेच दृष्टिपथात नव्हता. उलटपक्षी रॉबर्ट कागनने दुःखाने जे म्हटले, 'इतिहासाची पुनरावृत्ती व स्वप्नांचा शेवट' अशीच ही परिस्थिती होती. 'बळी तो कान पिळी' या न्यायाने द्विराष्ट्रीय वर्चस्व संपून एकाधिकारशाही येऊ लागली आणि आता तर अनेक राष्ट्रांनी आपापले अस्तित्व इतरांना जाणवून द्यायलाही सुरुवात केली आहे. अमेरिकेच्या जागतिक वर्चस्वात काही बदल होणारच नाही असे नाही. जगातील उर्वरित देशही अमेरिकेचे कायमस्वरूपी नेतृत्व स्वीकारण्यास तयार नाहीत.

दुसऱ्या जागतिक महायुद्धानंतर आंतरराष्ट्रीय सत्ताक्रम हळूहळू पण निश्चितपणे लयास गेला आहे; परंतु नवीन स्थिर सत्ता-समतोल व आंतरराष्ट्रीय संबंधांचा नवा

आकृतिबंध उदयास आलेला नाही. दोन शतकांपूर्वी युरोपमध्ये जशी परिस्थिती होती अगदी तंतोतंत तशीच परिस्थिती आज जागतिक पातळीवर दिसते हा विलक्षण योगायोग आहे. १८१५ मध्ये काँग्रेस ऑफ व्हिएन्नात नवा युरोपीय सत्ताक्रम उदयाला येण्यापूर्वी १७८९ च्या फ्रेंच राज्यक्रांतीमुळे २५ वर्षे अस्थिरता, अनागोंदी कारभार, युद्ध व गोंधळाची परिस्थिती निर्माण झाली होती. त्याचप्रमाणे भूतकाळाचा विचार करता, जागतिक समतोलाचे सुयोग्य पुनर्नियोजन व्हायला आणि जगाच्या नव्या शोभादर्शकामध्ये देशांना योग्य स्थान मिळण्यास आणखी दहा वर्षे तरी लागतील.

२१ व्या शतकातील जगाबाबत, मग त्याचा आकृतिबंध, चौकट कुठली का असेना, हे जग अधिक खुले, अधिक एकात्म आणि अधिक परस्परावलंबी असेल, हे एक नक्की सांगता येईल. आपण ज्याची कल्पनासुद्धा केली नसेल, असे हे जागतिकीकरणातले जग असेल. जागतिकीकरणाबाबत अमेरिकेवर केलेली टीका चुकीची ठरली आहे. जागतिकीकरण ही काही पश्चिमी देशांची एकाधिकारशाही नाही. तंत्रज्ञानामुळे अनेक बदल घडत आहेत. अनपेक्षित घटना घडू लागल्या आहेत. काही महत्त्वाच्या क्षेत्रांमध्ये नव्या तंत्रज्ञानाचा वापर कसा करायचा व कसा टिकवून ठेवायचा, हा खरा प्रश्न आहे, कळीचा मुद्दा आहे. नव्या तंत्रज्ञानात कौशल्य मिळवणे, प्रभुत्व मिळवणे, तसेच नॅनो तंत्रज्ञान, जैवतंत्रज्ञान, माहिती तंत्रज्ञान या आधुनिक तंत्रज्ञानाच्या वापरावर जागतिक पातळीवर प्रत्येक देशाचे स्थान ठरणार आहे.

सर्वच देशांचे स्वरूप बहुसांस्कृतिक होत आहे. त्यामुळे केवळ आपल्याच देशात नव्हे, तर जगातदेखील गरीब-श्रीमंत ही दरी वाढते आहे. असमानता ही काही नवी बाब नाही. मात्र, जागतिकीकरणामुळे 'नाही रे'च्या मनात दुजाभाव व अपमानाची भावना प्रकर्षाने जाणवत आहे. असे असले, तरी थॉमस फ्रीडमनच्या मते या जगात, छोट्या देशातील, समाजातील कमकुवत वर्गालासुद्धा यापुढे आपण सबळ असल्याचे जाणवेल. जगभरात सामान्य माणसांची स्वतःच्या हक्कांविषयी जागरूकता अभूतपूर्व आहे. गेल्या शतकात (विसाव्या शतकात) समाजवादी व साम्यवादी तत्त्वज्ञानाने नेत्यांना व तरुणांना पुढे जाण्याचे बळ दिले, तसे आता होताना दिसत नाही. सध्याच्या राजकारणाने सामान्य जनतेचे पण डोळे उघडले आहेत व ते त्यात सुधारणा कशी होईल व त्यातून नवीन मार्ग कसा काढता येईल, याचा विचार करताना दिसतात. समाजाने सांस्कृतिक विभिन्नता लक्षात घेऊन जर राजकीय संस्था आणि सामाजिक दृष्टिकोन विकसित केले नाहीत, तर त्यांचा अतिशय वाईट परिणाम दिसून येईल. जगातील मूठभर लोक जे भौतिक सुखाच्या बाबतीत मागे आहेत ते मार्क्सच्या जुन्या 'धर्म ही अफूची गोळी आहे' या तत्त्वाकडे

झुकत आहेत. आधुनिक धर्मभाष्यकार दुर्दैवाने धर्माचा असहिष्णू व मूलतत्त्ववादी अर्थ सांगून लोकांचे शोषण करत आहेत आणि हे केवळ इस्लाम धर्मीयच करत नाहीत तर ख्रिश्चन, ज्यू, बौद्ध व हिंदूधर्मीय सुद्धा करत आहेत.

नवीन आंतरराष्ट्रीय शब्दकोशात प्रादेशिक व उपप्रादेशिक सहकार्य हे शब्द आता सर्रास वापरले जाऊ लागले आहेत. ही एक जागतिक घटना आहे, ज्याचा पहिला परिणाम म्हणजे जागतिकीकरण होय; परंतु यासाठी एकाधिकारशाही धोरणातून फक्त सरहद्दीवरच व्यापार व लोकांचे परस्परसंबंध असणे अशा परिस्थितीशी जागतिकीकरणाचा समेट घडवणे अशक्य आहे. दुसरा परिणाम म्हणजे शीतयुद्धामुळे गोठलेले संबंध परत प्रस्थापित करून व्यापाराला चालना मिळाली आहे. तिसरा, वसाहतवादानंतर परस्परांतील भिंती गळून पडल्यात व नव्याने स्वतंत्र झालेल्या देशांना विसाव्या शतकाच्या उत्तरार्धात आपले महत्त्व उमगले आहे. वसाहतवादी शक्तींमुळे अनावश्यक कुंपणं तयार झाली आणि त्यामुळे पारंपरिक, आर्थिक, सामाजिक, सांस्कृतिक आणि परस्पर नात्यांतील तेढ निर्माण झाली व ती शतकानुशतके कायम राहिली. वसाहतींना स्वातंत्र्य मिळत असताना त्यांनी आपल्या पूर्वीच्या साम्राज्यवादी मालकांशी हातमिळवणी केली. इथल्या शेजाऱ्यांपेक्षाही ते वरचढ ठरले. या साम्राज्यवाद्यांजवळ वसाहतींना पोसायला पुरेसे पाठबळ नव्हते, म्हणून वसाहतींचे महत्त्व हळूहळू कमी होत गेले. अनेक राष्ट्रांपुढे चांगल्या प्रकारे आर्थिक एकात्मता व सामाजिक विकास साधणे, हे एक मोठे आव्हान आहे. किमान त्यांना उपप्रांतीय सहकार्य करणे आवश्यक आहे. याच्या जोडीला देशाचे सार्वभौमत्व, स्वातंत्र्य आणि सन्मान राखणे ही राजकीय गरज आहे.

समकालीन आणि विसाव्या शतकातील परराष्ट्र धोरण व आव्हाने, धोरणे यांमध्ये आमूलाग्र फरक आहे. दुर्दैवाने सध्या अस्तित्वात असणारी मनोभावना आणि दुसऱ्या जागतिक महायुद्धानंतर स्थापन केलेल्या संस्था व त्यांचे काम, त्यांतील गुंतागुंत, जोश (वेगाने पुढे सरकणे) आणि समकालीन जगाच्या वृत्तीत होणारा बदल हे परस्परविरोधी असल्याचे सूचित करतात. विसाव्या शतकाच्या मध्यावर संतुलित सत्ता या तत्त्वाचा संयुक्त राष्ट्रांच्या सुरक्षा परिषदेवर जो प्रभाव होता, तो आता नाही. आजचे वास्तव हे आहे की, युनेस्कोचा परिणाम शून्य आहे. त्यामुळे शांतता आणि सुरक्षितता दोन्हीही ध्येये प्राप्त केली गेली नाहीत. त्याचे उत्तर पाश्चात्त्य देशांनी आणि विशेषतः अमेरिकेनेही शोधण्याचा प्रयत्न केलेला नाही.

किंबहुना अमेरिकेला वाटले की, संयुक्त राष्ट्रांच्या (UN) परवानगीशिवायही आपण 'मानवतावादा'च्या नावाखाली इतर देशांच्या अंतर्गत व्यवहारात ढवळाढवळ करू शकतो. १९९९ मध्ये युगोस्लाव्हिया, त्यानंतर दहशतवादाच्या नावाखाली

पुकारलेले २००१ मधील अफगाणिस्तान युद्ध, २००३ मध्ये इराकमध्ये लपवलेली शस्त्रास्त्रे शोधण्याच्या नावाखाली केलेली कारवाई आणि आज चालू असलेले स्वहद्दीबाहेरचे अफगाणिस्तानचे युद्ध ही त्याचीच काही उदाहरणे आहेत. या सगळ्यात अमेरिकेला स्वतःहून काहीही करायचे नाहीये. त्यातच शांत राहणारे युरोपीय संघ (EU) किंवा आज्ञाधारक नाटो (NATO) यांना यात सामील करून घेतले आहे. कोसोवोमध्ये संयुक्त राष्ट्रांवर असलेली जबाबदारी आता युरोपीय संघ घेत आहे. अफगाणिस्तानच्या शेजाऱ्यांना दूर ठेवून नाटोची अरेरावी सुरू आहे व त्यांनी अफगाणिस्तानची सूत्रे आपल्या हातात घेतली आहेत. 'बळी तो कान पिळी'चे तत्त्वज्ञान सर्वदूर जगभर एक प्रकारची असहाय्यता आणि अस्वस्थता निर्माण करते आहे.

अशाच प्रकारची अराजकता जागतिक अर्थव्यवस्थेत सुद्धा आहे. दहा वर्षांपूर्वी आंतरराष्ट्रीय नाणेनिधी (IMF) रशिया, अर्जेंटिना व आशियातील बऱ्याच देशांना आर्थिक गर्तेतून बाहेर काढण्याचा प्रयत्न करत होती. आंतरराष्ट्रीय नाणेनिधीचे काम अर्थव्यवस्था क्षीण झालेल्या देशांना मदत करणे हे होय. आंतरराष्ट्रीय नाणेनिधी आणि जागतिक बँक यांचे आजच्या आर्थिक स्थितीवर कुठलेच प्रतिबिंब दिसत नाही. गमतीची गोष्ट ही की, या संस्थेत चीन व भारत यांचा एकत्रित हिस्सा जर्मनीपेक्षा लहान असावा, अशी त्यांची धारणा आहे. जी-८ मध्ये जर भारत आणि चीनचा आर्थिक सहभाग नसेल, तर जी-८ प्रभावी ठरू शकेल का? व्यापाराच्या दृष्टिकोनातून जागतिक व्यापार संघटनेला पाश्चिमात्य देश नव्या चौकटीत आणू शकत नाहीत व जगातील इतर देशांवर आपला प्रभाव पाडू शकत नाहीत. त्यामुळे अमेरिका व युरोपीय देशांचे वर्चस्व संपत नाही. पाश्चिमात्य बहुराष्ट्रीय कंपन्यांचा जागतिक अर्थव्यवस्थेतला वाटा कमी कमी होत गेल्यामुळे जागतिक गुंतवणुकीवर त्यांचे वर्चस्व राहिलेले नाही. तेलाची निर्मिती करणाऱ्या देशांतील कंपन्या या पाश्चिमात्य 'स्वतंत्र' तेल कंपन्यांपेक्षा कितीतरी मोठ्या आहेत. 'द सेव्हन सिस्टर्स'ने कित्येक दशके तेलाच्या व्यवसायातील आपले वर्चस्व अबाधित राखले. जगातील संपत्तीचा मोठा हिस्सा भारत, चीन, रशिया, अरब देश, आशियातले इतर देश, लॅटिन अमेरिकेतील काही कंपन्या व व्यक्ती यांच्याकडेच आहे. या देशांच्या कंपन्या पाश्चिमात्य कंपन्यांवर ताबा मिळवू लागल्या आहेत. या देशांचे नागरिक आता जगातील अब्जाधीशांच्या रांगेत बसायला लागले आहेत.

जगाच्या असमतोल विकास आणि वाढीमुळे त्रासदायक परस्परविरोधी परिस्थिती निर्माण झाली आहे. नवनवीन छोटी-मोठी राज्ये पावसाळ्यात येणाऱ्या कुत्र्यांच्या छत्र्यांसारखी निर्माण होताहेत. त्यांना त्यांच्या सार्वभौमत्वाची आणि राष्ट्रीयत्वाची

जाणीव आहे. मात्र, त्यांचे भवितव्य आणि त्यांचे स्वत्व त्यांच्या हातातून निसटून जात आहे. त्यांना खड्ड्यासारखे बाजूला केले जात आहे. त्यांची लूट केवळ मोठी शक्तिशाली राज्ये करत नसून त्यात दहशतवादी, अमली पदार्थांचे तस्कर, समाजसेवी संस्था, बहुराष्ट्रीय कंपन्या आणि सर्वव्यापी, आक्रमक आंतरराष्ट्रीय प्रसारमाध्यमे हीदेखील करत आहेत. १९ व्या शतकात 'राष्ट्र-राज्य' ही संकल्पना युरोपात निर्माण झाली आणि तिला संपूर्ण जगाने मान्यता दिली. १९४५ मध्ये असलेली संयुक्त राष्ट्रांची ५१ सभासद संख्या आता १९२ वर पोचली आहे. आधुनिक राष्ट्र-राज्याच्या कार्यपद्धती आणि उद्देशांकरिता, स्थलांतरावर मर्यादा घालायलाच हव्यात. इतिहासात डोकावल्यास हे लक्षात येते की, पूर्वी स्थलांतर होतच होते. ते नैसर्गिक आहे. त्यामुळे आधुनिक काळात त्यावर घातलेल्या मर्यादा किती योग्य आहेत? जागतिकीकरणाचे जे तर्कशास्त्र आहे, त्यालाच याने छेद दिला जातो. पाश्चिमात्य देशातील, सध्याच्या मोठ्या प्रस्थापित राज्यांचे तुकडे करून सांस्कृतिक व मानववंशाचा विचार करून शुद्ध राज्यांना कायदेशीर मान्यता देणे यातील धोक्याचा विचार केला पाहिजे. स्वयंनिर्धाराचा हक्क या संकल्पनेचा असा अर्थ लावणे हे संयुक्त राष्ट्रांच्या तत्त्वात बसण्यासारखे नाही. स्वयंनिर्धार हे तत्त्व वसाहतवाद्यांच्या अमलाखाली असलेल्या राज्यांसाठी होते. मोठ्या राज्यांचे तुकडे करून नवी काल्पनिक सार्वभौम व न टिकणारी राज्ये निर्माण करणे, यासाठी मोठ्या राज्यांना (जशी आत्ताची कोसोवो आणि दक्षिण ऑसेटिया) मान्यता मिळू नये, अशी पद्धत सुरू होण्याने जे सहनशील व सामंजस्याने राहणारे देश आहेत, त्यांना त्यांचे आसन डळमळीत होत असल्याचे जाणवेल व सर्वांना सतत संघर्षाला तोंड देत राहावे लागेल. अशा प्रकारची धोरणे म्हणजे सॅम्युएल हटिंगटनच्या क्लॅश ऑफ सिव्हीलायझेशनचा सिद्धांत खरा ठरवण्यास खतपाणीच देतील.

जगातील अयशस्वी व कमकुवत राष्ट्रांना – ज्यांना आर्थिक - वित्तीय व जीवरक्षणासाठी मोठ्या राष्ट्रांकडून किंवा आंतरराष्ट्रीय संस्थांकडून मदत घ्यावी लागते, त्यांच्याबद्दल खोलात जाऊन विचार केला गेला नाही, ही दुर्दैवाची गोष्ट आहे. अशी मदत करणे हा कायमस्वरूपी मार्ग असू शकत नाही. अशी राज्ये म्हणजे धुमसता ज्वालामुखी होय. कधी त्याचा स्फोट होईल व तो आसपासच्या परिसराला होरपळून काढेल, हे सांगता येत नाही. या लहान राज्यांना पाणी, वीज, अन्न आणि हवामानातील बदल हे सतत भेडसावणारे प्रश्न आहेत. याशिवाय जागतिक पातळीवरचा दहशतवाद, अमली पदार्थ व शस्त्रास्त्रांची तस्करी हीदेखील त्यांची डोकेदुखी होऊ शकते या समस्यांमुळे कधीही युद्ध होऊ शकते. या परस्पर भिन्न गोष्टींपासून त्यांना वाचवणे, हेच नवीन स्थिर जागतिक व्यवस्थेचे मुख्य कार्य आहे.

अमेरिकेचे जागतिक वर्चस्व

येत्या दशकात तुलनेने स्वतःचा प्रभाव टिकवून ठेवण्यासाठी मोठ्या सत्ता व मोठे देश यांच्यात अस्थिरता असेल. प्रश्न असा आहे की, अमेरिका दीर्घ काळ आपले वर्चस्व टिकवून ठेवू शकेल का? अमेरिकेतील लेखक आणि विचारवंतांना अमेरिकेच्या हातातून जागतिक शक्ती निसटत असल्याची जाणीव आहे. फरीद झकेरियांनी 'अमेरिकेनंतरचे जग' यावर भाष्य केले आहे. अमेरिकेचे अधिकृत मूल्यांकन फार भयावह नसले तरी त्याचा रोख मात्र त्याच दिशेने आहे. अलीकडेच अमेरिकन शासनाने नॅशनल इंटेलिजन्स कौन्सिल रिपोर्ट यात *मॅपिंग द ग्लाबेल फ्युचर* (२००४), *नॅशनल डिफेन्स स्ट्रॅटेजी* (२००५), *क्वान्ड्रेनिअल डिफेन्स रिव्ह्यू रिपोर्ट* (२००६), *नॅशनल सिक्युरिटी स्ट्रॅटेजी* (२००६) आणि *नॅशनल डिफेन्स स्ट्रॅटेजी* (२००८) अमेरिका प्रबळ आणि असामान्य जागतिक शक्ती म्हणून टिकून आहे आणि अमेरिकेचा प्रभाव सर्वोच्च आहे असे दिसते. अमेरिकेचे मोठे सैन्य अफगाणिस्तान व इराकमध्ये सध्या चालू असलेली युद्धेही थांबवू शकले नाही, यावरून त्यांच्या सैन्यदलावरच्या मर्यादा सिद्ध होतात. असे असूनही त्यांची जगावरची पकड घट्टच आहे. जगातली सर्व राष्ट्रे मिळून जेवढा खर्च संरक्षणावर करतात त्याच्या पन्नास टक्के खर्च एकटा अमेरिका संरक्षणावर करते; परंतु अमेरिकेला रशिया व चीन यांच्या अंतराळातील वाढत्या वर्चस्वाची भीती वाटते. त्यांनी अमेरिकेच्या लष्कराचा फायदा न घेता तटस्थ राहावे. त्यात भर म्हणजे जागतिक स्तरावर अमेरिकेचे राजकारणातील महत्त्वही कमी होत आहे. रशियाने नेटाने प्रयत्न करून अमेरिकेची आव्हाने परतवून लावत आपल्या शेजारी राष्ट्रांशी सलोखा निर्माण केला आहे. अरबांमधील मोठे प्रस्थ असलेले सौदी अरेबिया- जे इतकी वर्षे अमेरिकेला बांधील होते, त्यांनीही आज्ञाधारक वृत्ती झुगारून देण्याची तयारी दाखवली आहे. तेलाच्या किमती नियंत्रित ठेवण्याचा अमेरिकेचा डाव त्यांनी हाणून पाडला व आता ते स्वतःचा पैसा अमेरिकेतून बाहेर काढण्याचा प्रयत्न वेगाने करत आहेत. 'ईस्ट रशिया समिट' (EAS) आणि 'शांघाय को-ऑपरेशन ऑर्गनायझेशन' (SCO) सारख्या आशियातील प्रमुख संघटनाही आता अमेरिकेकडे दुर्लक्ष करायला लागल्या आहेत. अमेरिकेचे परसदार समजल्या जाणाऱ्या लॅटिन अमेरिकेनेही स्वतःला त्यांच्या पकडीतून सोडवून घेण्याचेच धोरण आरंभले आहे.

अमेरिकेची आर्थिक परिस्थितीही काही फार चांगली नाही. हे खरे आहे की, जगातील चार मोठ्या राष्ट्रांची- जपान, जर्मनी, चीन व फ्रान्स- जेवढी संपत्ती आहे त्याच्या कितीतरी पटीने अमेरिकेची संपत्ती जास्त आहे. ती (३० लाख कोटी डॉलर्सपेक्षा जास्त = १३ ट्रिलीयन) (ट्रिलीयन = १० लाखांवर १८ शून्य)

आहे. आशियायी राष्ट्रांच्या आर्थिक विकासामुळे जागतिक स्तरावर अमेरिकेच्या हिश्श्याचे प्रमाण खाली आले आहे. आशियायी देशांनी परकीय चलनावर ठेवलेली पकड, आंतरराष्ट्रीय कारभार व तेलावर ठेवलेले नियंत्रण या सगळ्यांमुळे अमेरिकन डॉलर्सची पत जागतिक बाजारपेठेत कमी होण्याची शक्यता आहे. चीन आणि रशिया या भू-राजकीय शत्रूंच्या हातात (बँकेत) असणारी सार्वभौम संपत्ती आणि तेल निर्यातदार राष्ट्रांच्या संघटनेचे (OPEC) सभासद असणारे देश त्यांच्या हातातील भरपूर पेट्रोडॉलर्स ही परिस्थिती दुर्लक्ष करण्याजोगी नाही. वॉल स्ट्रीट (जगातला वायदे बाजार) वरच्या बँका व वित्तीय संस्था एकाएकी बंद झाल्यामुळे, नेहमीच वरचढ असणाऱ्या अमेरिकेच्या आर्थिक स्थितीला भगदाड पडायला लागल्याचे जाणवू लागले आहे. आता अमेरिका १० ट्रिलीयन डॉलर्सपेक्षा जास्त रक्कम कर्जाऊ देऊ शकत नाही व आर्थिक महासत्ता होऊ शकत नाही, हे साधे तर्कशास्त्र आहे, तरीही त्यांना केवळ ते सैन्यदलातील शक्तीच्या आधारे जागतिक महासत्ता व्हायचे आहे. अमेरिकेची 'बौद्धिक ताकद' आता कुणालाही आकर्षित करू शकत नाही. असे असले तरी, इतर देशांच्या तुलनेत अमेरिकेबद्दलचे कुतूहल व त्यांच्याबद्दल वाटणारा हेवा मात्र कायम आहे. पर्यावरणविषयक आव्हाने आणि हवामानातील बदल यांविषयी जागतिक स्तरावर जागरूकता वाढते आहे यामुळे बहुसंख्य लोकांना हे कळून चुकले आहे की अमेरिकेची जीवनशैली ही असाध्य व अशाश्वत आहे. ११ सप्टेंबर (९/११) ला घडलेल्या घटनेचाच हा परिणाम आहे. त्यातून अमेरिकावासियांची मनोवृत्ती स्पष्ट होते. त्यांना स्वसुरक्षेचे असलेले वेडच त्यांचे जागतिक स्थान कमकुवत करते आहे. यामुळे त्यांची जगात असलेली प्रतिमा बदललेली आहे. अमेरिका आपण इतरांकरिता एक आशेचा किरण कसे होऊ व जगातील विस्थापितांना स्वातंत्र्य कसे मिळेल आणि त्यांची भरभराट कशी होईल हे पाहण्याचे सोडून ती आपल्याच भोवती एक सुरक्षेची तटबंदी बांधून त्यात असुरक्षित व स्वतःतच मग्न असणाऱ्या समाजाला संरक्षण देण्यात गुंतली आहे. शीतयुद्धाचे वातावरण संपल्यावर इतर देश अमेरिकेचे वर्चस्व सहजासहजी मान्य करायला तयार नाहीत. अमेरिकेने स्वतःला जे नेतृत्व बहाल करून घेतले आहे त्यावर आता वेळोवेळी प्रश्नचिन्ह निर्माण होऊ लागले आहे. त्यांच्या लोकशाही व मानवतावादी हक्कांचे रक्षण या गुळगुळीत झालेल्या मुद्द्यांकडे जगातील लाखो लोक आता संशयास्पदरित्या व अविश्वासाने पाहताहेत.

अमेरिका स्वतःच्या देशहिताच्या दृष्टीने अशा रणनीतीच्या शोधात आहे की, ज्यायोगे जगात त्यांचे सर्वोच्च पद अबाधित राहील. या अस्वस्थ करणाऱ्या व अनिश्चित परिस्थितीतून बाहेर पडण्यासाठी ते इतर मार्ग शोधत आहेत. आपल्या

परराष्ट्र धोरणाची अंमलबजावणी करताना आपले जागतिक नेतृत्व, तेही राजकारण, लष्कर, अर्थशास्त्र, तंत्रज्ञान आणि संस्कृती या सर्वच क्षेत्रात टिकून राहण्यासाठी प्रयत्न करत आहे. अमेरिकेचा पडझडीचा काळ सुरू झाला आहे. हे भयंकर सत्य पचवायला अमेरिका जरी घाबरत असली तरी त्यांच्या ते लक्षात आले आहे. यापूर्वीच्या साम्राज्यांच्या विनाशाची प्रक्रिया रक्तरंजित व दीर्घ चालणारी होती. आपणसुद्धा एका पर्वाच्या सांगतेचे साक्षीदार आहोत.

चीनचा उदय होतोय का?

एकविसाव्या शतकात जगाचे आधिपत्य चीनकडे राहणार का? चीनची लक्षणीय वाढ होत आहे आणि वरवर पाहता विचलित न होता ही वाढ होत आहे; परंतु त्यांच्या आर्थिक वाढीचा चमत्कार मधेच खंडित होऊ शकतो. त्यांच्या आर्थिक विकासासाठी त्यांना कच्चा माल आणि उत्पादनासाठी लागणाऱ्या इतर वस्तू सतत उपलब्ध असाव्या लागणार आहेत. नैसर्गिक संपत्ती आज नाही तर उद्या संपणारच आहे. चीनच्या पुरवठ्याच्या वाढत्या मागण्यांमुळे अमेरिकेसारख्या उपभोक्त्यांशी टक्कर देण्याची त्यांच्यावर वेळ येईल. चीनची कोंडी अशी आहे की, चीनच्या कम्युनिस्ट पक्षाच्या राजकीय अधिमान्यतेतून मिळवलेली सत्तेची मक्तेदारी ही त्यांच्या अर्थव्यवस्थेच्या विकासाच्या क्षमतेवर अवलंबून आहे. यामुळे राजकीय व्यवस्था अस्थिर होते. चीनसारखा मोठा देश हा सातत्याने हुकूमशाही राज्यव्यवस्थेत राहून दीर्घ काळ मोठ्या प्रमाणात आर्थिक वाढ करू शकत नाही. ही बाब अत्यंत संशयास्पद आहे की, चीनने उच्च दर्जाचे व्यवस्थापन तंत्र विकसित केले आहे, जे इतर सर्व समाजाला चकवून आर्थिक विकासाचे असे प्रारूप तयार करेल, जे आर्थिक पेचातून यशस्वीपणे मार्ग काढेल. चीनच्या सगळ्याच व्यवस्था कमकुवत पायावर आधारित आहेत, असे म्हणण्यास भक्कम पुरावा आहे. त्यांची आर्थिक स्थितीच मुळी मोडकळीस आलेल्या वित्तीय व बँकिंग पद्धतीवर अवलंबून आहे. राज्याच्या हातात असलेले उद्योगधंदे तोट्यात आहेत. चीनच्या ग्रामीण भागात खदखदत असणारा राग, वाढती आर्थिक आणि प्रादेशिक दरी, पर्यावरणाचा ऱ्हास या सगळ्या गोष्टीच याला कारणीभूत आहेत. या सगळ्या नकारात्मक बाबीतूनही जर चीनने डोके वर काढले तर त्याचा त्रास भारतासह बऱ्याच देशांना होणार आहे.

विसाव्या शतकातील चीनचा राजकीय इतिहास पण त्यांच्या विरोधातच बोलतो. गेल्या शतकातील चीनमधले राजकीय बदलही घातक प्रवृत्तींतूनच निर्माण झालेत. तेथील राजकीय सत्ता कम्युनिस्ट पार्टी ऑफ चायना कडून जास्त विश्वासार्ह, अधिक

विस्तृत पाया असलेल्या, समान हितसंबंधी संयुक्त पक्षाच्या हातात देण्याची यंत्रणा नसल्याने सत्ता अस्थिरतेतून राजकीय हिंसा घडण्याचा धोका असतो. चीनला 'प्रेशर कुकरचा आजार' झालेला आहे. त्यातून संतापाची वाफ किंवा उष्णता निघू शकत नाही, कोणाला घाम आला तर कळत नाही, त्याची शिट्टी कुणाच्या कानापर्यंत पोहोचत नाही. अशाही परिस्थितीत त्यांनी ऑलिम्पिक स्पर्धांचे आयोजन थाटात केले व बीजिंगचा उजळ चेहरा जगाला दाखवला. गरीब, बेकार जनतेला त्यांनी बीजिंग व इतर महत्त्वाच्या शहरांपासून लांब नेऊन ठेवले. राजकीय पक्षांचे अस्तित्व कायम नसते, तशी लोकांची सहनशक्तीपण कधी ना कधी संपणारीच असते. आता लाल गालिचा गुंडाळला गेला आहे. चीनची सामाजिक, आर्थिक आणि राजकीय व्यंग उघडी पडताहेत. दुधातली भेसळ ही सर्व भ्रष्टाचारांची सुरुवात आहे. आणखी कैक गोष्टी येत्या काही महिन्यात व वर्षात उघडकीस येतील. चीनच्या या प्रेशर कुकरचा विस्फोट तर होणार नाही ना?

मार्च २००८ मधील तिबेटच्या वादामुळे निर्माण झालेली परिस्थिती काही काळासाठी मागे पडली असली, तरी तिबेटचा प्रश्न अजून संपलेला नाही. या संघर्षाला पुन्हा कधीही सुरुवात होऊ शकते. जवळ जवळ संपूर्ण तिबेटमध्ये चिन्यांबद्दल वाटणारा तिटकारा, तेढ ही लक्षात घेण्याजोगी आहे. शिंच्यांग मध्ये चिनी अधिकाऱ्यांनी तिबेटी नागरिकांवर केलेल्या दडपशाहीचा वचपा त्या लोकांनी ऑलिम्पिकच्या वेळी शिंच्यांग मध्ये चिनी सुरक्षारक्षकांवर हल्ला करून काढला. चिनी अधिकाऱ्यांना यामुळे काळजी वाटायला लागली आहे. परिस्थिती आटोक्याबाहेर जाईल की काय असेही त्यांना वाटायला लागले आहे. या हल्ल्यांमागे तिबेटवासी मोठे जमाव, उईघर सारखे इतर गट, जसे फालून गाँग यांचा हात होता. त्यांनी एकत्र येऊन चळवळी सुरू करणे हे चीनच्या दृष्टीने त्रासदायक आहे. चीनला खरी भीती तैवानपासून नसून ती तिबेट व शिंच्यांग पासूनच आहे. हॅन व चिनी कुटुंबातील वाद म्हणजे तैवान. याउलट तिबेट व शिंच्यांग हे प्रदेश हॅनेतरांच्या अधिपत्याखाली आहेत व ते चिनी शासनाने जोरजबरदस्तीने, हिंसक पद्धतीने आपल्या हुकमतीखाली ठेवले आहेत. विसाव्या शतकात, १९११ साली मांचू राजवट संपली व १९४९ मध्ये कम्युनिस्ट पार्टी सत्तेवर आली. त्या वेळी तिबेट व शिंच्यांग हे स्वतंत्र राज्य म्हणून अस्तित्वात होते आणि आसपासच्या राज्यांनीही त्यांना संमतीच दर्शविली होती. दुर्दैवाने चीन साम्राज्यवादी देश आहे. इतर साम्राज्यांची जशी वाताहत झाली, तशीच चीनची पण होणार, हे त्यांना माहीत आहे व ती टाळण्यासाठी त्यांनी शिंच्यांग, तिबेट, मांचुरिया आणि मंगोलियाचा आतील भाग यांचा ढालीसारखा वापर केला आहे. तिथले नागरिक – हॅन व हॅनेतर – यांना आपणही या साम्राज्याचे समभागधारक

आहोत, मांडलिक किंवा शासित नव्हे, हे कळायला हवे. या लोकांनी जर चीनवर अधिक दडपण आणले, तर चीनने सांगितलेल्या 'शांततापूर्वक उदय' या दाव्याची विश्वासार्हता कमी होईल.

रशियाचे पुनरुत्थान

शीतयुद्धात पराजय झाला आणि सोव्हिएट व पूर्व युरोपियन साम्राज्यांची शकले झाली, तरीही रशियाला एकविसाव्या शतकात कमी लेखले जाऊ नये. शीतयुद्धानंतरच्या काळात, पश्चिमेकडच्या देशांनी चुकीने का होईना, पण रशियाला बाजूला सारले. अमेरिकेच्या तुलनेत बरोबरीच्या असणाऱ्या सोव्हिएट युनियनचा पुनर्जन्मच झाला. राष्ट्रपती पुतीन यांच्या कार्यकालात रशिया पुन्हा स्वतःच्या पायावर उभा राहिला आहे. देशाची गेलेली पत व हरवलेला आत्मविश्वास त्यांनी परत मिळवला. तेलाच्या वाढलेल्या किमतीमुळे रशियाला पुन्हा आर्थिक सुबत्ता मिळाली व ती वाढलीही. देशाला कर्जातून पूर्णपणे मुक्त करून त्यांनी गंगाजळीत भरच टाकली. आज रशियाची वृत्ती लढाऊ, अहंकारी व संकुचित झाली आहे. शस्त्रदले शक्तिशाली करणे, त्यांची वाढ व त्यात आधुनिकता आणणे ही त्यांच्या समोरची मुख्य आव्हाने आहेत. त्यांचा प्रयत्न अमेरिकेला पूर्णपणे निष्प्रभ करून आपले वर्चस्व प्रस्थापित करणे हा आहे. ऑगस्ट २००८ मध्ये जॉर्जियाच्या विरोधात त्यांचे वागणे व ठासून बोलणे, रशियाचा नव्याने उदय होत असल्याचेच निर्देशित करतो. आजही रशिया प्रगत तंत्रज्ञानात आघाडीवर आहे. आपले स्थान टिकवून ठेवणे व शारीरिकदृष्ट्या आपण सक्षम आहोत हे दाखवत अमेरिकेला खाली पाहायला लावणे हे त्यांचे मुख्य ध्येय आहे. या कारणास्तव अमेरिकासुद्धा रशियाला गंभीरतेनेच घेत आहे. जागतिक पातळीवर स्थान मिळवायची भूक रशियात होती. ती त्यांनी ऊर्जाक्षेत्रामध्ये महासत्ता होऊन पूर्ण केली. त्यांना आता जी आव्हाने पेलायची आहेत त्यात त्यांची कमी होणारी लोकसंख्या, अंतर्गत संलग्नता व स्थिरता यांतील धोके व अपरिपक्व राजकीय व्यवस्था बदलणे या महत्त्वाच्या बाबी आहेत.

आशियाचा उदय

जागतिक राजकारण व अर्थकारण अव्याहतपणे आशियायी देशांकडे झुकते आहे. व्ही. एम. पण्णीकर यांच्या आशियाच्या इतिहासातील वास्को-द-गामा या पर्वाचा पाच शतकानंतर अंत होत आहे. येणारे शतक 'आशियायी शतक' नावाने ओळखले जाईल, यात कोणतीही शंका नाही. आता प्रश्न आहे, तो हा, किती वेगाने ते येणार?

काही वेळा प्रश्न निर्माण होतो की, आशियायी देशांमध्ये एकमेकांत थोडेफार साम्य आहे. मागे उरतो तो फक्त 'आशिया'. अशा पद्धतीने विचार करताना नवीच समस्या उभी ठाकते. युरोपात शतकानुशतके सुरू असलेल्या शत्रुत्वाच्या परंपरा आणि खडाष्टके असतानासुद्धा ते सुसंस्कृतपणाच्या पायावर जर एकता निर्माण करू शकतात, तर तोच नियम आशियालाही लागू का होत नाही? युरोपातील सुसंस्कृतपणा हा ग्रीक-रोमन परंपरांवर, ख्रिश्चन, ज्यूडाईझमसारख्या धर्मावर आणि लोकशाही व व्यक्तीचे हक्क या तत्त्वांवर आधारलेला आहे. तसेच आशियातील समाजाची मुळे हिंदू, बौद्ध, जैन आणि कन्फ्युशियन या धर्मांच्या अध्यात्म आणि परंपरागत तत्त्वज्ञानावर आधारित आहेत; ज्यात सामाजिक सौहार्द आणि व्यक्तीचे हक्क अबाधित ठरण्यावर भर दिला गेला आहे. मग इस्लाम धर्माचे काय? अरब जगत आशिया व युरोप या दोन्ही दगडांवर पाय ठेवणारे आहे. त्यामुळे त्यांच्या धर्मात दोन्हीकडच्या परंपरा व इतर सामाजिक बंधने आहेत व तीच त्यांच्या धर्मग्रंथांतही आहेत. तरीही त्यांना आशियायी देश जवळचे वाटतात. इथे एक गोष्ट ध्यानात घ्यायला हवी की, युरोपला जसा धर्मयुद्धाचा इतिहास आहे, तसा तो आशियाला नाही. इस्लामला अरब जगतात जी धार आहे, ती आशियातल्या दक्षिण आशिया, इंडोनेशिया आणि मलेशिया या मुस्लिम देशांत नाही. युरोपातील मतभेद व संघर्ष यांना इतिहास आहे. त्यामुळे त्यांना फुटीचे राजकारण करायला आवडते व जमतेही. त्यांनी आशिया आणि आफ्रिकेतसुद्धा जिथे जिथे वसाहती स्थापन केल्या, तिथे तिथे तेच धोरण अवलंबले व आजही ते तसेच सुरू आहे. याचा अर्थ आशियात मतभेद नाहीत किंवा कमी आहेत असा नव्हे किंवा आशियाने युरोपीय संघाची 'कार्बन कॉपी' व्हावे हाही हेतू नाही. समकालीन आशियाची ओळख होण्यासाठी निश्चित शोध सुरू आहे. ती ओळख एका विशिष्ट पायावर उभी राहील. त्यात सांस्कृतिक वारशातील आणि धार्मिक विचारातील साम्यस्थळे आणि वसाहतवाद्यांकडून मिळालेली वागणूक याचा विचार अग्रक्रमाने होणार. सन १९४७ च्या एशियन रिलेशन्स कॉन्फरन्स मध्ये आणि अगदी अलीकडच्या काळात ईस्ट एशिया समीट आणि एशिया को-ऑपरेशन डायलॉगसारख्या संस्थांनी आयोजिलेल्या परिषदेत हीच भविष्यवाणी केली गेली आहे.

भारताचे स्थान कुठे आहे?

एकविसाव्या शतकात भारताचे जागतिक पातळीवर स्थान हे भारत दिलेला शब्द पाळतो का, तसेच भारताचे सामर्थ्य, चीन स्वतःची अर्थव्यवस्था टिकवून ठेवू शकतो का, तसेच या दोन देशांचे एकमेकांशी असलेले संबंध यांवर अवलंबून आहे.

जपान, दक्षिण कोरिया, तैवान आणि हाँगकाँग यासारख्या पूर्व आशियातल्या देशांची आणि असोसिएशन ऑफ साऊथ ईस्ट नेशन्स म्हणून गणल्या जाणाऱ्या देशांची आर्थिक सुबत्ता व त्यांच्यातला जोश विसरून चालणार नाही. भारताच्या पूर्वेकडील हिमालयापासून पॅसिफिकपर्यंतचा पट्टा तथाकथित 'समृद्ध प्रदेश' समजला जातो. यात जगातली अर्धी लोकसंख्या येते. त्यांच्याकडे दृश्य स्वरूपातील आणि जागतिक व्यापारावर परिणाम करू शकणारी आर्थिक सुबत्ता आणि परकीय चलनांतील मोठा साठासुद्धा आहे.

भारताच्या पश्चिमेला एका अन्य प्रदेशाचा प्रभाव वाढतो आहे. त्याला तथाकथित 'ऊर्जेचा प्रदेश' म्हणतात. पर्शियन गल्फपासून सुरू होऊन कॅस्पियन समुद्रातून जात सैबेरिया आणि रशियाच्या अतिपूर्वेपर्यंतचा प्रदेश त्याने व्यापला आहे. जगातील एकूण साठ्यापैकी तीन चतुर्थांश तेल आणि वायूचे साठे या भागात आहेत. त्यामुळे हा मोक्याचा भाग समजला जातो. जागतिक स्तरावरच्या दोन प्रमुख शक्तींना या भागात विशेष रस असल्याने, त्या एकमेकांना इथे शह-काटशह देण्याचा प्रयत्न करतील किंवा त्यांच्यात चकमकही होऊ शकेल.

आशियातला तिसरा प्रदेश हा 'अस्थिरतेचा प्रदेश' आणि सर्वांत धोक्याचा असून भारतास चहूबाजूंनी वेढलेला आहे. पश्चिमेला पाकिस्तानमार्गे मध्यपूर्वेकडे स्फोटक परिस्थिती असणारा अफगाणिस्तान, इराण, इराक आणि पॅलेस्टाईन आहे. उत्तरेकडे नव्याने स्वतंत्र झालेले मध्य आशियातील देश आहेत. दक्षिण आशियात येणाऱ्या नेपाळ, बांगलादेश व श्रीलंका यांनीही त्याला वेढले आहे. हे कमी म्हणून की काय, भारतात अस्थिरता पसरवण्याकरिता देशातील मूलतत्त्ववादी डावे पक्ष भारतातील उपजाऊ प्रदेशही त्या कामी वापरायला कमी करत नाहीत. अमेरिका मात्र प्रत्येक मोक्याच्या जागी घट्ट पाय रोवून उभी आहे. आखातावर प्रभुत्व गाजवणे हे त्यांचे पारंपरिक धोरण आहे. त्यांचा जागता पहारा जमिनीवर आणि समुद्रावरही आहे. अमेरिकेच्या इथल्या अस्तित्वाने एक दरारा निर्माण झाला आहे. त्यांची शासन करण्याची एक पद्धत आहे. हा भाग आधीच भौगोलिक-राजकीयदृष्ट्या गुंतागुंतीचा झाला आहे. अगणित आंतरराज्यीय वाद व अस्थिरता आहेच. त्यात भर म्हणून भू-राजकीय हेतूने ऊर्जेचा वापर होतो आहे. त्यामुळे बरेच प्रश्न, ताण आणि संघर्ष यांचा भडिमार होत आहे.

सरतेशेवटी आहे 'दळणवळणाचा प्रदेश'. हिंद महासागराचा उत्तरेकडचा भाग हा आशिया आणि पूर्व आफ्रिकेला जोडणारा, वसाहतवाद्यांच्या काळातला महत्त्वाचा भाग होता. आज त्याचा उपयोग युरोप आणि आशियाला जोडणाऱ्या पर्शियन गल्फ व सी लाइन्स ऑफ कम्युनिकेशन्सच्या ऊर्जा वाहतुकीकरिता होतो व त्यावर त्यांचा

ताबा आहे. मोठ्या शक्ती - मोठे देश या भागात लक्ष घालू लागलेत. त्यामुळे हिंद महासागराची उत्तर बाजू, अरबी समुद्र आणि पर्शियन गल्फ आणि त्याच्यालगतचा मध्य आशियातील प्रदेश यांना सैन्यतळाचे रूप आले आहे. शीतयुद्धाच्या वेळी युरोपचा चेहरा जसा झाला होता तशीच काहीशी इथली आताची परिस्थिती आहे. 'हिंदुस्थाना'मुळे हिंद महासागराला नाव मिळाले. तो आशियाच्या अगदी मध्यभागी आहे. तिथूनच आशियातील इतर छोट्या-मोठ्या प्रदेशांना जोडणारे मार्ग आहेत. ही भौगोलिक परिस्थिती भारताला अडचणीत आणू शकते. हे चारही प्रदेश भारताला नदीतील भोवऱ्यात किंवा चक्रीवादळात ओढून घेतल्यासारखे वागतील. त्यांच्या ताकदीतला धोका स्पष्ट दिसतो आहे. या संपूर्ण परिस्थितीचा विचार करता भारताला आपले परराष्ट्रीय धोरण सतत परिस्थितीनुसार हलते, बदलते ठेवावे लागेल. त्यात त्यांना कल्पनाशक्ती, सहज वापरता येईल व लवचीक असे करावे लागेल. त्यासाठी भारताला आपले सैन्यदल, आर्थिक, ऊर्जा आणि पर्यावरण रक्षण यांची सुयोग्य काळजी घेऊन देशाची घडी विस्कटू देऊन चालणार नाही.

एकविसाव्या शतकात भारताला परराष्ट्रीय धोरणात आपले प्राधान्यक्रम ठरवावे लागतील. त्यानंतर जागतिक पातळीवर सत्ताक्रमात भारत कुठे असेल, हेही ठरवावे लागेल. आपले अंदाज अनिश्चिततेवर आधारित असतील, तर ते धोकादायक ठरू शकते. अमेरिकेसारखा बलाढ्य देशसुद्धा भविष्याबद्दल साशंक आहे. एखादी अवचित, नकळत घडणारी गोष्ट किंवा उत्पन्न होणारी बाब, जी अगदी क्षुल्लक वाटते तीच जागतिक स्तरावर ठिणगी बनू शकते. तिचा प्रभाव पुढे कित्येक घटकांवर पडतो आणि छोटे-मोठे देश त्यात भरडले जातात. कधीही विचारात न घेतलेल्या गोष्टी व त्यांचे दुष्परिणाम सर्वदूर जाऊ शकतात. सर्बियाचा आर्चड्यूक फर्डिनांडचा वध झाला आणि पहिल्या जागतिक महायुद्धाला तोंड फुटले. सोव्हिएट युनियनने अफगाणिस्तानवर हल्ला केला, तेव्हापासून अफगाणिस्तान शत्रुत्वाचा आंतरराष्ट्रीय अड्डा बनला, अस्थिरतेची दलदल झाला आहे. दहशतवाद व अमली पदार्थांचा व्यापार इथे वाढला. किंवा ९/११? गेल्या काही वर्षांपासून चाललेले इराक युद्ध - त्याबद्दल आताच काही निश्चितपणे सांगता येणार नाही किंवा कोसोवाला स्वतःच्या स्वांतत्र्याचा करायचा असलेला जाहीरनामा. इस्राइल किंवा अमेरिका इराणवर हल्ला करतील का? उत्तर कोरिया कधी स्थिरावणार? अफगाणिस्तान परत आपल्या तालिबानी कोशात जाईल का? पाकिस्तान कुठे असेल? नैसर्गिक आपत्ती व साथींचे काय? जागतिक आर्थिक पेचप्रसंगामुळे पाश्चिमात्य समाज बदलेल का? २००४ मधील आशियातील त्सुनामीने जर विकसित देशांना धक्का दिला असता, तर सगळ्या जगाला त्याचे हादरे बसले असते. भूतकाळ क्वचित भविष्याचा वाटाड्या बनू शकतो.

इतिहासाचा अभ्यास करताना काही गोष्टी स्पष्ट होतात. सध्याचे वास्तव व प्रवाह हे ढोबळमानाने भविष्याचे वाटाडे ठरू शकतात. कित्येक शतके युरोपने जगावर अधिराज्य गाजवले. त्यात युरोपियन शक्तीचे आपसात असलेले वैर व युरोपात दूर दूर असणाऱ्या वसाहतींमधील दुरावा यांचा ठसाही जगावर उमटलाच आहे. त्यांच्याकडे असणारी आर्थिक सुबत्ता सुद्धा त्यांचे वर्चस्व सिद्ध करत नाही. युरोपात शक्तिप्रदर्शन करता येण्यासारखी सशस्त्र दले नाहीत. ते भू-राजकीय पातळीवरही पुरेसे ठरत नाहीत. त्यांची मुत्सद्देगिरी त्यांचे स्वतःचेच प्रश्न सोडवण्यासाठी वापरावी लागत आहे. त्यांना युरोपीय संघाचे (EU) एकत्रीकरण आणि वाढ जशी हवी आहे, तसेच त्यांना पूर्वीचे दोष त्यात असू नयेत, असे वाटते.

जर जग बदलले आहे, तर भारतपण बदलला आहे. परराष्ट्रीय धोरणाच्या मुद्द्यावरून पहिल्यांदाच शासनाने विश्वासदर्शक ठराव जिंकला आहे. हा एक महत्त्वाचा टप्पा ठरला आहे; कारण देशाला परराष्ट्रीय धोरण ठेवायचेच नाही, अशी एक वेळ भारतात आली होती. अगदी आतापर्यंत भारताचे लक्ष्य केवळ देशांतर्गत घडामोडींवरच केंद्रित होते. परराष्ट्रीय धोरणाकडे विशेष लक्ष देण्याची गरज आहे किंवा यासाठी भारताला काळजीपूर्वक रणनीती आखायला पाहिजे, असे वाटत नव्हते. स्वातंत्र्यप्राप्तीनंतर देशांतर्गत धोरणाविषयी भारताने विकासाची साम्यवादी किंवा कम्युनिस्ट पद्धती स्वीकारावी? शेतीवर की उद्योगावर भर द्यावा? प्राथमिक शिक्षणापेक्षा उच्च शिक्षणाला महत्त्व द्यावे का? भावनिक वादविवाद होत असत. अशा प्रकारचे वादविवाद आंतरराष्ट्रीय धोरणाकरिता होत नव्हते. आंतरराष्ट्रीय पातळीवर त्याच्या भारताला फारसा वावपण नव्हता. भारत कमकुवत होता. भविष्याला काही निश्चित दिशा मिळालेली नव्हती. त्यातच परकीय सत्तेचा अंमलही बऱ्यापैकी होता. आता ५० वर्षांनंतर परिस्थिती बरीचशी सुधारली आहे. आता भारत बलशाली झाला आहे. त्याच्याकडे आत्मविश्वास आहे. भारत महत्त्वाकांक्षी बनला आहे. जागतिकीकरणातही तो सहभाग घेतो आहे. बाह्यशक्तींचा जरी दबाव येत असला, तरी आता भारत एक प्यादे राहिलेला नाही. भारत जरी प्रमुख स्पर्धकांच्या यादीत नसला, तरी पुढच्या दशकात त्याने मोठीच वाटचाल केलेली असेल. पुढे जाऊन एकविसाव्या शतकात हा फरक लक्षणीयरीत्या जाणवेल. भारताला कोणत्या धोरणांना प्राधान्य द्यायचे व आपले लक्ष्य गाठायचे, हे ठरवायला हवे. भारतातील नवीन पिढी 'कामचलाऊ गोष्टी' चालवून घ्यायला तयार नाही. त्यांना जागतिक नकाशावर भारताचे नाव हवे आहे. त्याकरिता येत्या काही वर्षांत भारताने परराष्ट्रीय धोरणात आवश्यक ते बदल करून सगळ्या प्रकारची आव्हाने पेलायला हवीत.

प्रकरण २

भारत आणि दक्षिण आशिया

भारताला आपल्या शेजारी राष्ट्रांबरोबर अनेक समस्या का आहेत? थोडक्यात सांगायचे झाल्यास हा विषारी राजकारणाचा परिणाम आहे. दक्षिण आशियाला स्वतःची भौगोलिक आणि सांस्कृतिक ओळख व स्वतंत्र स्थान आहे. यात त्यांचा इतिहास गुंफला गेला आहे, हे समजण्यात इतर राष्ट्रांना आलेले अपयश हे याचे कारण आहे. उत्तरेला हिमालय, दक्षिणेला हिंदी महासागर, पूर्वेला घनदाट जंगल आणि पश्चिमेला ओसाड जमीन यांमुळे वस्तुतः तो उर्वरित जगापासून तुटला आहे. त्यामुळे या भागातील रहिवाशांचा बाहेरच्या जगाशी फार कमी संबंध येतो. त्याचप्रमाणे मध्य भारतातील जंगले व पर्वत (यात विंध्य पर्वताचा उत्तर व दक्षिण भाग ज्याचा इतिहास काहीसा वेगळा आहे.) हे भौगोलिक अडथळे सोडल्यास या विस्तृत प्रदेशात भौगोलिक, सांस्कृतिक, आर्थिक आणि जैवविविधतेतील परस्परावलंबित्व सार्वत्रिक आहे. या सगळ्या परिस्थितीतून एका आगळ्यावेगळ्या संस्कृतीचा दक्षिण आशियात उगम झाला जो भाग आज भारत, पाकिस्तान आणि बांगलादेश म्हणून ओळखला जातो. या उपखंडाचा इतिहास एकसारखा असल्याने त्यांचा सांस्कृतिक विकास अद्वितीय ठरला आहे. मध्ययुगीन कालखंडात जगातील अन्य देश दूर-दूर असलेला हा भाग समुद्र व पर्वतरांगा यांमुळे सरंक्षित असल्याने या भागावर बाह्यसंस्कृतीचा प्रभाव पडलेला नाही. उपखंडाच्या परिघातील (श्रीलंका, मालदीव, नेपाळ, भूतान, बलुचिस्तान आणि उत्तर-पूर्व सीमा, पाकिस्तानचा आदिवासी प्रदेश आणि भारताचा उत्तर-पूर्व भाग) प्रदेशांचा स्वतंत्र विकास व वाढ झाली. त्यामुळे त्यांची संस्कृतीही भिन्न होती. या प्रदेशांचा मुख्य भागाशी संवाद होता आणि प्रभावही होता.

दक्षिण आशियातील सांस्कृतिक एकता

प्रत्येक व्यक्तीच्या व्यक्तिमत्त्वावर संस्कृतीचा पगडा असतो. जगातील बहुतेक सर्व देशांची राष्ट्रीय ओळखसुद्धा संस्कृतीवरूनच होते. हे दक्षिण आशियाला तर तंतोतंत लागू होते. इथल्या जमिनीत संस्कृती आणि परंपरा खोलवर रुजल्या आहेत. दक्षिण आशियातील निरनिराळ्या धर्मांतसुद्धा अशा प्रकारची समानता आहे. या समाजाला त्यांच्या रोजच्या आयुष्याचा एक भाग असणाऱ्या धर्माने सामूहिक चेहरा दिला आहे. हिंदू धर्माची उपशाखा असलेल्या बौद्ध धर्माने जातिभेदासारखी व्यवस्था टाकून दिली आहे; मात्र जे नैतिक नियम आहेत ते व त्या त्या धर्माच्या तत्त्वज्ञानांतील निवडक मूल्ये जरूर आचरणात आणली आहेत. हिंदू धर्मीय लोक बुद्धाला विष्णूचा *अवतार* मानतात. दक्षिण आशियात आचरणात आणल्या जाणाऱ्या इस्लाम धर्मावर उपखंडातील देशांची छाप पडली आहे. अरब राष्ट्रे, दक्षिण-पूर्व आशिया आणि आफ्रिका इथे आचरणात आणला जाणारा उपखंडातील इस्लाम धर्म बराच भिन्न आहे. त्याला हिंदू धर्माच्या अगदी जातिसंस्थेसकट परंपरांच्या पुढे जाता आलेले नाही. (त्यांनीही 'दलित मुस्लिम' अशी नवी श्रेणी निर्माण केली आहे.) यात आश्चर्य वाटण्यासारखे काही नाही. उपखंडातील जे मुस्लिम आहेत, ते मुळात हिंदूच होते. याच एका कारणाने दक्षिण आशियात ख्रिश्चनांमध्येही 'दलित' आहेत. जातिभेद नाही हे शीख धर्माचे मूलतत्त्व आहे; परंतु आता तर जातिसंस्था शीख धर्मातसुद्धा पोहोचली आहे. वास्तविक हिंदू आणि शीख धर्मात फरक नाही. हिंदू व शीख मुक्तपणे गुरुद्वारात व मंदिरात ये-जा करतात. त्यांची आपसात लग्नेही होतात. काही हिंदू कुटुंबात अशी श्रद्धा, रूढी आहे की, एक मुलगा शीख होईल व इतर हिंदूच राहतील.

दक्षिण आशियात स्वतंत्र राष्ट्रीय ओळख प्रस्थापित करण्यासाठी धर्म, वंश, भाषा, यांचा आधार घेतला जात नाही. याउलट त्यांचा पोशाख, खाण्यापिण्याच्या सवयी, विवाह पद्धती आणि सामाजिक रूढी यांत साधर्म्य आहे. विशेष म्हणजे यात धर्माला महत्त्व दिले जात नाही. दक्षिण आशियायी लोकांची विचार करण्याची पद्धतीही सारखीच आहे. क्रिकेटच्या खेळाचे वेड हा दक्षिण आशियायी देशांतील समान दुवा आहे. लोकप्रिय संगीत, चित्रपट, गाणी यांनी राजकीय सीमा पार केल्या आहेत. दक्षिण आशियातील सर्व देशांमध्ये एक विलक्षण समान अशी राजकीय संस्कृती आहे. लोकक्षोभ व्यक्त करण्यासाठी गाऱ्हाणी, तक्रारी यांची दखल घेतली जात नाही; तर *बंद, घेराव* या मार्गांचा अवलंब केला जातो. राजकारणात पिढीजातता, आनुवंशिकता आणि आप्तसंबंध यांना लोकांची मान्यता, स्त्रियांची राजकारणात

नेतृत्व करण्याची क्षमता आणि दुर्दैवाने राजकीय हिंसा हे इतर साधर्म्य आहेत. बहुधा जगाच्या इतर कुठल्याच भागात इतके राजकीय खून झाले नसतील. या सर्वांमध्ये दिसणारी समान बाब म्हणजे सांस्कृतिक व मानसिक बंध यांच्यात भावनिक एकता दिसते आणि हे सगळे कशामुळे तर त्यांच्या सुप्त मनात आपण दक्षिण आशियातील आगळ्यावेगळ्या संस्कृतीचा भाग आहोत, ही त्यांच्यातील जाणीव आहे.

परकीय लोकही भारताला मानतात, ते आधुनिक भारत देश म्हणून नाही, तर त्यात असलेले दक्षिण आशियातील भौगोलिक गुणधर्म व आगळीवेगळी संस्कृती यामुळे. भारताविषयीच्या कल्पित गोष्टींमध्ये वर्णन केल्याप्रमाणे त्यांनाही इथली सुबत्ता, संस्कृती, संपत्ती यांची भुरळ पडली व उत्सुकता, कुतूहल जागे झाले. सैनिक, व्यापारी, लुटारू, पर्यटक यांनी कायमच *भारतात* पोहोचण्यासाठी प्रयत्नांची पराकाष्ठा केली. त्या सगळ्यांना श्रीमंत भारत पाहायचा होता. त्यात मॅसिडोनियाहून आलेला अलेक्झांडर द ग्रेट होता. चिनी प्रवासी हुआन त्सांग आणि फाहेनही होते. अरब इब्न बत्तू होता. तुर्की आणि मंगोल मध्य आशियातून आले होते. जेव्हा १५ व्या शतकात स्पॅनिश आणि पोर्तुगिजांनी समुद्रामार्गे *भारत* शोधायला सुरुवात केली, त्यावेळी १४९८ मध्ये 'वास्को द गामा' हिंदुस्थानात पोहोचला होता. त्याच्या काही वर्षे आधी जेव्हा ख्रिस्तोफर कोलंबस अमेरिकेला पोहोचला, तेव्हा त्याला आपण *भारतातच* आलोत असे वाटले होते. ते मध्य आणि दक्षिण अमेरिकेतील 'माया' आणि 'इन्का' संस्कृतीतले 'इंडियन्स' किंवा 'रेड इंडियन्स' होते. वेस्ट इंडिज आणि ईस्ट इंडिज यांनापण नावे अशाच प्रकारे मिळालीत. भारतीय संस्कृतीचा इतका व्यापक प्रभाव होता. आधुनिक-पूर्व युगात युरोपियन लोकांची जगाच्या इतर भागांविषयी गफलत झाली होती. यातूनच ते भारताच्या संपर्कात आले. तत्पूर्वी भारतीय संस्कृती ही विकसित आणि भरभराट झालेली संस्कृती आहे, इतकेच ते जाणून होते. युरोपातील स्थलांतरित लोक मूळच्या अमेरिकन लोकांना अमेरिकन इंडियन्स, रेड इंडियन्स म्हणत असत किंवा मध्य व दक्षिण अमेरिकेतील मायन व इन्का संस्कृतीचे इंडियन्स मानत असत. हिंदी महासागराच्या किनाऱ्यावर असलेल्या देशांमध्ये भारतीय संस्कृती विस्तारत गेली. हिमालयापासून मध्य आशियापर्यंतच्या देशांना भारतीय संस्कृतीचे आकर्षण आहे. संपूर्ण इतिहासात परकीयांनी भारतीय संस्कृती जाणली व तिची प्रशंसा केली, याचे स्मरण करणे व ठासून प्रतिपादन करणे मोलाचे आहे; कारण इतिहास हेच सांगतो. जगभरात भारताबद्दलचे कुतूहल व औत्सुक्य हे त्याच्या संस्कृतीचे वेगळेपण व सुसंस्कृतपणा यामुळे होते.

एकसंध भारताच्या वसाहतवादी कालखंडात अभिजन संस्कृतीला ब्रिटिशांकडून काही गोष्टी प्रदान करण्यात आल्या. ब्रिटिशांचे विचार, वृत्ती आणि भाषा (स्थानिक

भाषा व इंग्रजीचे मिश्रण) या बाबी वसाहतींनंतरच्या काळात भारत, पाकिस्तान, बांगलादेश आणि श्रीलंका येथील अभिजनांमध्ये एकसारख्याच होत्या. त्याचप्रमाणे त्यांची कार्यपद्धती आणि कायदेसुद्धा सारखे होते. नेपाळ आणि भूतान या देशांमध्ये ब्रिटिशांचा थेट प्रभाव नसल्याने तिथले अभिजन मात्र भिन्न राहिले.

दक्षिण आशियातील देशांमध्ये विविध धर्म, भाषा व संस्कृती यांवर आधारित विभाजन कधीच नव्हते, असे इतिहासात आढळते. सर्व आधुनिक दक्षिण आशियाई देश बहुधार्मिक, बहुसांस्कृतिक समाज असलेले आहेत. त्यांची धार्मिक आणि सांस्कृतिक पाळेमुळेही या राष्ट्रांच्या सीमापार आहेत व त्यामुळे या प्रदेशात अनेक अतार्किक विसंगती व अडचणी आहेत. हिंदूंच्या पवित्र वेदांचे मूळ स्थान आजच्या पाकिस्तानात आहे. उपखंडातील मुसलमान संस्कृती आणि उर्दू भाषा, जी पाकिस्तानला त्याची सांस्कृतिक परंपरा आहे असे वाटते, तिची मुळं उत्तर प्रदेशांच्या पश्चिम भागात व दिल्लीतही पसरली आहेत. बौद्ध धर्माचे प्रभुत्व भूतान, श्रीलंका, उत्तर नेपाळमध्ये असले, तरी त्याच्या पवित्र जागा, धार्मिक स्थळे जिथे बौद्ध धर्मीयांची संख्या अल्प आहे, अशा भारतात आणि नेपाळमधील तराई भागात आहेत.

'गुरुनानक' यांचे जन्मस्थान 'नानकाना साहिब' हे सध्याच्या पाकिस्तानात आहे. 'हिंदुस्थान' या शब्दाचा अर्थच मुळी 'हिंदूंचे घर' असा होतो. हा शब्द 'हिंद' किंवा 'सिंध' या शब्दापासून आला आहे. जेव्हा आक्रमक घुसखोर खैबरखिंड ओलांडून आले, त्या वेळी हिंदू लोक या भूमीवर राहत होते. त्यांचा पहिला नैसर्गिक अडथळा सिंध किंवा इंडस नदी हा होता. पाकिस्तानने आपली नवीन स्वतंत्र ओळख निर्माण करण्याचा बराच प्रयत्न केला. त्यांचे पश्चिम व मध्य आशियाशी पुसट असलेले नातेसंबंधही दाखवण्याचा त्यांनी प्रयत्न केला. त्याचवेळी दक्षिण आशियातील उपखंडात खोल रुजलेले ऐतिहासिक, सांस्कृतिक आणि इतर संबंध नाकारायचा त्यांनी प्रयत्न केला; परंतु ते सगळे व्यर्थ ठरले. शतकानुशतकांचा सांस्कृतिक वारसा असा एका झटक्यात खुडून टाकता/तोडता येत नाही.

सांस्कृतिक ओळख ही केवळ तात्त्विक चर्चा नसून, व्यावहारिक संदर्भ असतात. याचा परिणाम दक्षिण आशियाच्या राजकारणावर झाला आहे. देशांतर्गत व देशादेशातील संबंधात तो जाणवतो आहे. सांस्कृतिक मतभेदांमुळे सगळ्याच देशांच्या प्रगतीत अडथळा आला आहे. पाकिस्तानची निर्मिती हे सांस्कृतिक विभाजनाचे व्यक्त स्वरूप होते. त्याची भारतात असलेली सांस्कृतिक मूळं, तत्त्व नाकारणे हेही होते. दक्षिण आशियातील इतर देशांतसुद्धा सांस्कृतिक ओळख याला राजकारणात फार वरचे स्थान आहे. १९७१ मधील बांगलादेशाचे 'मुक्तियुद्ध' काय सांगते? त्यांनाही पश्चिमी पाकिस्तानची सांस्कृतिक ओळख नको होती. त्यात त्यांना

पंजाबी भाषा, राजकारण आणि अर्थकारणावरचा त्यांचा वरचष्मा नको होता. त्यांनी बंगाली भाषेलाच महत्त्व देताना अन्य सांस्कृतिक व सामाजिक गटांना दूर लोटले. त्यात आदिवाशी (आदिवासी), चकमा व गारो या जमातींना दूर ठेवले गेले. गेल्या काही वर्षांत त्यांच्या बंगालीला पश्चिम बंगालमधील भाषेमुळे खालचा दर्जा मिळाला. इस्लामला मात्र वरचा दर्जा मिळाला. आतापर्यंत नेपाळ आपल्या हिंदू राजाचे गोडवे गात होता. त्याच्यामुळे एकसंध असल्याची भावना होती. त्यांची वेगळी प्रमाणवेळ, झेंड्याचा आकार आगळा आणि वेशभूषा वेगळी यामुळे ते निराळे उठून दिसत होते. भूतानची भूमिका निराळी होती. त्यांना सर्वांपासून दूर, आपल्याच कोषात राहायचे होते. त्यांना त्यांच्या संस्कृतीची ओळख कायम ठेवायची होती. श्रीलंकेतील संघर्षाची ठिणगी सिंहला समाजाने टाकली. सिंहला व बौद्ध धर्माचे लोक एकत्र येऊन त्यांनी तमिळ लोकांना खड्यासारखे वेचून दूर केले. मालदीव मुख्य प्रदेशापासून दूर राहिला. भारत, श्रीलंका तसेच पर्शियन आणि अरब जगताच्या त्यांच्यावर झालेल्या प्रभावाची प्रतिक्रिया म्हणजे मालदीवने स्वतःची स्वतंत्र राष्ट्रीय ओळख निर्माण केली. १९९७ च्या घटनेप्रमाणे माजी अध्यक्ष गयूम यांनी मालदीवचा धर्म इस्लाम आहे व इतर धर्मीयांना त्यांच्या धर्माप्रमाणे वागता येणार नाही, असा फतवा काढला. परिणामी असहिष्णू कट्टरपंथीयांचा समूह तिथे निर्माण झाला.

सामायिक वारसा विरुद्ध आधुनिक ओळख

दक्षिण आशियात उदयाला आलेली आधुनिक राष्ट्रे व त्यांची स्वतंत्र ओळख गेल्या सहा दशकांतली आहे. या प्राचीन भूमीच्या इतिहासाचा विचार करता हा काळ अगदीच छोटा आहे. या स्वतंत्र व सार्वभौम राज्यांनी राजकीय आणि वैधानिक अशी आपली नवीन ओळख करून दिली आहे. त्यांनी प्रगतीचे नवे मार्ग चोखाळले आहेत. त्यांनी आपली ओळख ठळकपणे दिसावी म्हणून सांस्कृतिक परंपरेवर भर दिला आहे. या गोष्टी जर त्यांनी केल्या नाहीत, तर त्यांच्या उदयाला अर्थच उरणार नाही. दक्षिण आशियातील नेते जे सतत गरिबी दूर करायची व जनतेचे कल्याण करायचे, असे ओरडून सांगतात, याच त्या देशांपुढील मुख्य समस्या आहेत. सर्वप्रथम सर्वच देशांनी दक्षिण आशिया इतकी वर्षे इतका मागासलेला का राहिला, याचे विश्लेषण करायला हवे. साधनांची कमतरता किंवा इथल्या लोकांमध्ये कौशल्य नव्हते किंवा परिश्रम करण्यात ते मागे होते, ही त्याची कारणे नक्कीच नाहीत. इथे जेवढा भरपूर सूर्यप्रकाश व पाणी आहे, तेवढा जगात इतरत्र कुठेही नाही. जे दक्षिण

आशियातून परदेशात स्थलांतर करतात, ते तिथे आपली भरभराट करत असतात. दक्षिण आशियाने स्वतःची जितकी प्रगती करायला हवी होती, तितकी झाली नाही. कारण, इथल्या लोकांनी आपण एकाच देशाचे नागरिक या नव्या ओळखीला महत्त्व दिले आणि सांस्कृतिक वारसा व परंपरा यांच्या देवाण-घेवाणीला आवश्यक तेवढे महत्त्व दिले नाही. दक्षिण आशियायी देशांची ही शोकांतिका आहे की, तिथल्या लोकांचे सुरुवातीला वसाहतवाद्यांनी आणि नंतर राजकीय अभिजनांनी जात, धर्म आणि संस्कृती या मुद्द्यांच्या आधारे विभाजन केले.

दक्षिण आशियाई देशांसमोर, या उपखंडातील देशांमध्ये त्यांची वेगळी अशी आधुनिक राजकीय ओळख राखून, त्याचबरोबर त्यांच्या सांस्कृतिक वारशात सलोखा व एकोपा कसा साधायचा, हे एक मोठे आव्हान आहे. प्रश्न असा आहे की, देशाची स्वतःची कृत्रिमरीत्या तयार केलेली ओळख जी भूतकाळातील निवडक घटकांवर भर देऊन व इतरांना जाणूनबुजून दूर ठेवून निर्माण केली आहे, ती किती काळ टिकणार? शतकातील जुन्या परंपरा दशकातील परंपरांपेक्षा कमी महत्त्वाच्या आहेत का? प्रांतीय किंवा सांस्कृतिक ओळखीपेक्षा धार्मिक ओळख जास्त महत्त्वाची आहे का? जुन्या वारशांपेक्षा आधुनिक अनुभव सयुक्तिक आहे का?

ज्या प्रकारे दक्षिण आशियात परिस्थिती हाताळली जात आहे, त्यावरून तिथली संस्कृती विभाजन करणारी व समाजाला दुर्बल करणारी ठरते आहे. कदाचित तसे नसेलसुद्धा. दक्षिण आशियातील सामान्य सांस्कृतिक वारशाने एकता, सुसंवाद आणि परस्पर प्रगती कशी होईल याचा विचार करायला हवा. खरे तर तशी त्यांची दीर्घ परंपराच आहे. सामाजिक एकता आणि शांततापूर्ण साहचर्य ही गोष्ट आज अनेक शतके निदान वसाहती निर्माण होईपर्यंत अखंड होती. राज्यकर्ते भडक माथ्याचे होते; पण दक्षिण आशियात कधी रक्तपात झाला नाही किंवा धार्मिक युद्धेही भडकली नाहीत. मध्ययुगीन युरोपमध्ये जी युद्धे झाली किंवा कॅथॉलिक व प्रोटेस्टंट यांमधले वैर उफाळले तसे इथे काहीही घडले नाही. दक्षिण आशियात जी नवीन राष्ट्रे उदयाला आली ती २० व्या शतकाच्या उत्तरार्धात आणि याच काळात या भागात भयंकर हिंसाचार व हत्या झाल्या आहेत.

आधुनिक दक्षिण आशियाच्या राजकीय सीमा नैसर्गिक नसून, ज्या वसाहतवाद्यांनी घालून दिल्या होत्या, त्याच आहेत. दक्षिण आशिया राजकारणात कधीच एकजिनसी नव्हता; परंतु इतिहासात हा प्रदेश कधीच अयोग्यपणे विभागलाही गेला नाही. दक्षिण आशियात एक धर्म, एक भाषा, एक संस्कृती या तत्त्वांवर एकजिनसी राष्ट्रे असणे शक्य नाही. १९४७ साली ही कल्पना पाकिस्तान निर्माण करताना वापरली गेली; परंतु त्यात अपयश आले. तमिळ लोकांच्या संघर्षात सिंहला व बौद्ध

लोक श्रीलंकेला स्थैर्य देऊ शकत नाहीत, हे लक्षात आले. नेपाळमधील अभिजन राज्यकर्ते तराईमधील मधेसी लोकांनी येथून जावे अशी अपेक्षा करू शकत नाहीत; कारण नेपाळची अर्धी लोकसंख्या याच लोकांची आहे. दुर्दैवाने बऱ्याच दक्षिण आशियाई देशांनी आपले राष्ट्रीय ध्वज काही प्रमाणात कृत्रिम, धर्माधिष्ठित किंवा वंशाच्या आधारावर तयार केले आहेत. यातच दक्षिण आशियायी देशांच्या राजकीय व आर्थिक प्रश्नांचे मूळ आहे. दक्षिण आशिया हे बऱ्याचशा तथाकथित अपयशी देशांचे माहेरघर असण्याची कारणे मुळातच दक्षिण आशियाची राष्ट्रीयत्वाची कल्पना चुकीची होती दक्षिण आशिया हा जगातला सगळ्यात गरीब प्रदेश आहे का, या प्रश्नांत आहेत. कारण इथल्या नेत्यांनी जाणूनबुजून इथल्या प्रदेशाचे परस्परावलंबित्व, परस्परपूरकत्व आणि सामायिकत्व याला महत्त्वच दिले नाही. त्यांना सामायिक, सांस्कृतिक वारसा व नैसर्गिक ऊर्जा आणि वसाहतवाद्यांनी सुरू करून दिलेल्या संस्था यांचा एकत्रित उपयोग करून जगासमोर येणे आवश्यक होते. त्याउलट ते एकमेकांविरुद्ध काम करून विभाजनात भरच घालत आहेत. सामाजिक परंपरा, एकत्रित काम करण्याची ताकद व आपले नाणे खणखणीत ठेवून त्या जोरावर पुढे येण्याऐवजी, ते आपापसांतली भांडणे व हेवेदावे यांमुळेच कमकुवत झाले आहेत.

भारतापुढील आव्हाने

या घडामोडीत बदल कसा करता येईल? भारताला यात पुढाकार घेतल्याशिवाय गत्यंतर नाही. आव्हाने कठीण आहेत. भारताच्या आकारामुळे शेजाऱ्यांना वाटणारी भीती, प्रत्येक देशावर - थोडक्यात सबंध भागावर असलेला भारताचा प्रभाव यामुळे त्यांच्या मनात शंका येणे किंवा त्यांना मत्सर वाटणे हे साहजिक आहे. म्हणूनच ते राजकीय आणि सुरक्षेसबंधी गोष्टीत पूर्णपणे सहकार्य करत नाहीत. भारतीयांची रानटी, इतरांवर सक्ती करणारे आणि दुसऱ्यांना तुच्छ लेखणारे अशी या शेजारच्या देशात ख्याती झाली आहे. त्यामुळे दक्षिण आशियात समतोल राखण्यासाठी ते अन्य उपाय शोधत असतात. त्यात कधी कधी हिंसक उपायही असतात. त्यामुळे आर्थिक विकास ठप्प होतो हे त्यांना जाणवत नाही. (उदाहरणार्थ बांगलादेशाने ईशान्य भागातील लोकांना तात्पुरता परवानाही द्यायला नाही म्हटले किंवा नेपाळने जलविद्युत प्रकल्प उभारणीला अनिच्छा दर्शविली.) राजकीय घडामोडीत (बाहेरच्या शक्तींची मदत घेऊन भारताला पेचात पकडणे व भारताने आखलेल्या धोरणांवर त्याचा परिणाम निश्चित पडेल असे वागणे) हे नित्याचेच झाले आहे. भारताच्या शेजाऱ्यांना भारताशी मैत्रीचे संबंध नको आहे, याचे मुख्य कारण त्यांना आपण

भारतीय नाही हे दाखवायचे आहे व ते भारताच्या जवळ आल्यास त्यांची ओळख अंधूक होईल, असे त्यांना वाटत असावे. आता कोड्यात टाकणारी समस्या अशी आहे की, त्यांना भारताकडून आपल्या अस्तित्वाला धक्का बसेल असे जरी वाटत असले, तरी त्यांच्या (फक्त पाकिस्तान व काही प्रमाणात बांगलादेश सोडून) सुरक्षेची देखभालही हाच भारत करेल असेही त्यांना वाटते.

गेल्या ६० वर्षांतील भारताची शेजाऱ्यांबाबतची धोरणे खूप काही यशस्वी झालेली नाहीत. त्यामुळे त्यात बदल करणे खूप गरजेचे आहे. भारताला पडलो तरी नाक वर ही वृत्ती बदलायला हवी. जरी भारताचा आर्थिक वाढीचा दर वार्षिक ८-९ टक्के इतका गेल्या काही वर्षांत सुधारला असला तरी तो टिकवून ठेवण्यासाठी त्यांना लहान शेजाऱ्यांना बरोबर घेऊन दीर्घकालीन वाढीचे नियोजन करावे लागेल. शेजारी देश दारिद्र्यात खितपत पडलेले असताना भारताला समृद्ध होण्याची आशा करता येणार नाही. भारतातील आर्थिक वाढीच्या संधीमुळे वैध व अवैध मार्गाने दक्षिण आशियातील गरीब भागातील लोक इकडे येतच राहणार. नेपाळसारख्या देशाची सीमा खुली ठेवल्यामुळे नेपाळी लोक बांगलादेशातून अवैध मार्गाने सतत भारतात येतात. त्यांची संख्या २० दशलक्षच्या घरात सहज पोहोचली आहे. त्यांनी आपली सीमेवरील राज्ये पश्चिम बंगाल, त्रिपुरा, आसाम व दिल्लीच्या लोकसंख्येचे आकडेच बदलून टाकलेत. अवैधरीत्या चालू असणारी घुसखोरी भारताच्या सुरक्षेवर मोठे प्रश्नचिन्ह निर्माण करते आहे. त्यामुळे भारतात बरेच दहशतवादी गट तयार झालेले आहेत. भारताला स्वतःभोवती भक्कम तटबंदीत निर्माण करता येणे अशक्य असल्यामुळे हे उपद्रवी घटक सतत त्रास देत राहतात. भारत पाकिस्तान सीमारेषेवर कुंपण घालण्यात आले; कारण, तिथे लोकवस्ती नाही; पण भारत-बांगलादेश सीमेवरच्या कुंपणाचा म्हणावा तसा फायदा होत नाही. अवैधरीत्या भारतात घुसणारे भरपूर लोक आहेत. यात आश्चर्य वाटण्यासारखे काही विशेष नाही. अमेरिकेसारखा बलाढ्य, विशाल देश, ज्यांच्याकडे फार वरच्या श्रेणीची उपकरणे व तंत्रज्ञान आहे, त्यांनासुद्धा मेक्सिकोतून अवैध घुसणाऱ्यांना थांबवता आले नाही. जिथे लोकसंख्या विरळ आहे, नदीचे पात्र कोरडे पडलेले आहे, या जागा घुसखोरी करणाऱ्यांना फायद्याच्याच ठरतात. भारताच्या सीमेजवळ दाट लोकवस्ती आहे, जंगल आहे, तरीही अवैध मार्गाने येणाऱ्या लोकांना भारत थांबवू शकत नाही. त्याच वेळी सीमापार असणारे देशसुद्धा आपल्या समस्या कमी करण्याकरिता त्यांना थांबवत नाहीत.

भारताला आता आपल्या धोरणात बदल करणे अत्यावश्यक आहे. आपल्या शेजारील राष्ट्रांसमवेत दृढ विश्वास आणि भरवसा वाढविण्याकरिता भारताने विशेष वेळ दिला पाहिजे, त्यावर भर दिला पाहिजे. उच्चस्तरीय बोलणी, नियमितपणे दूरध्वनी

संवाद संभाषण आणि अनौपचारिक भेटीगाठी व्हायला हव्यात. अनौपचारिक खासगी भेटीगाठी, धार्मिक यात्रेनिमित्त एकमेकांच्या देशात जाणे, विचारांचे आदान-प्रदान करणे, व्यक्तिगत दृष्टिकोन समजावून घेणे आवश्यक आहे व प्रत्येकाने आपला अहंपणा बाजूला ठेवणे, प्रश्न सोडविण्यावर भर देणे हे गरजेचे आहे. अशी बोलणी ही फक्त द्विपक्षीय नसावीत. तर त्यात उपखंडाशी संबंधित व जागतिक पातळीवरील समस्यांचाही ऊहापोह व्हायला हवा. यातून एक निश्चित गोष्ट इतर देशांना सांगितली जाईल की, भारत आपल्यालाही विचारविनिमय करायला आमंत्रित करतो आहे आपले मत फक्त प्रांतीयच नाही तर जागतिक पातळीवरही महत्त्वाचे आहे, असे त्यांना वाटू शकते. जर भारताने त्यांना कमी लेखले, तर ही बाब सुधारण्याऐवजी बिघडू शकते व चिघळूही शकते.

शेजारील राष्ट्रांची आर्थिक परिस्थिती सुधारण्यासाठी भारताला अत्यंत उदार भूमिका घ्यावी लागेल आणि अशा विचारांना चालना द्यावी लागेल. आपल्या देशाची प्रगती व समृद्धी व्हावी, असे वाटत असल्यास त्यांना आपणहून यात भाग घ्यावा लागेल. शेजाऱ्यांची सार्वभौमता, स्वातंत्र्य आणि त्यांच्या भावना कायम ठेवण्याकरिता भारताला ते आपलाच एक भाग आहेत, अशा वृत्तीने त्यांच्याबरोबर काम करायला हवे. तेव्हाच आर्थिक सुबत्ता नांदू शकते. सध्या भारताने त्या दिशेने टाकलेले पाऊल म्हणजे त्यांच्या आर्थिक, तंत्रज्ञान व गुंतवणुकीत दिलेले सहकार्य हे आहे. त्या देशात मोठे प्रकल्प सुरू करायला हवेत. त्यामुळे तिथल्या सामान्य जनतेच्या आयुष्यात फरक पडायला हवा. फक्त आपला (भारताचा) फायदा जर होणार असेल, तर त्याच्यावर टीका होणार, हे निश्चित. तसेच भारत सरकारने आपल्या देशातील काही राज्यांना जसे फायदे मिळवून दिलेत, तसेच शेजारील छोट्या देशांनाही द्यावेत. भारतातील खासगी उद्योगधंद्यांनी त्यांची औद्योगिक प्रगती होण्याकरिता तिथे गुंतवणूक करावी. त्यामुळे तिथे नोकऱ्या उपलब्ध होतील व मूल्यवर्धित वस्तूंचे उत्पादन होईल; जे भारतात किंवा इतर देशात निर्यात करू शकतील. यामुळे वैध किंवा अवैधरीत्याही भारतात येणाऱ्यांची संख्या कमी होईल. तसेच भारताने शेजारी देशातील उद्योजकांना इथे उद्योगव्यवसाय करायला परवानगी द्यावी. त्यामुळे तेथील अभिजनांचा भारताच्या सुदूर वाढीला, स्थैर्याला व समृद्धीला हातभारच लागेल. शेवटी भारताला उदार व निश्चित धोरण आखावे लागेल. त्यातून सीमावासीयांशी व्यापारउदीम चालू होईल. भारताचे याबाबतीतले धोरण स्वच्छ व स्पष्ट नसल्यामुळे (शेजारील राष्ट्रांच्या उन्नतीचे) भारताव्यतिरिक्त इतर देश - चीन, अमेरिका, इंग्लंड व इतर पश्चिमात्य देश चंचूप्रवेश करीत आहेत. त्यांना आर्थिक वर्चस्वातून सहजपणे इथल्या राजकारणात प्रभाव निर्माण करता येईल.

सार्कचे भवितव्य

जगभरातील बहुतेक सर्व देशांचे आपल्या शेजारील देशांबरोबर चांगले व्यापारी संबंध आहेत; परंतु दक्षिण आशियाबाबत ही स्थिती वेगळी आहे. दक्षिण आशियातील प्रदेश परस्पर सहकार्य करण्यात अपयशी ठरले, जे इतर देशांच्या तुलनेत अपवादात्मक आहे. अपुरी राजकीय इच्छाशक्ती व गरज नसताना परस्परांवर असलेला अविश्वास यामुळे या देशांची एकात्मिक वाढ व विकास खुंटला आहे. सहकार, असंख्य संस्थांबरोबर कार्य आणि कायमचे सचिवालय या बाबी मान्य केलेल्या असूनही सार्कने प्रादेशिक सहकार्यासाठी अर्थपूर्ण काम केलेले नाही. शिखर परिषदाही वेळेवर भरत नाहीत. २३ वर्षांत सार्कच्या फक्त १५ परिषदा पार पडल्यात. सार्कची निर्मिती झाल्यानंतर त्यापैकी चार परिषदा १९८५ ते १९८८ मध्ये दरवर्षी संपन्न झाल्या. भक्कम सहकार्याची गरज असताना ते मिळालेच नाही. त्यात नको त्या विषयावर भर देणे, गोड बोलून आपले म्हणणे दुसऱ्यांच्या गळी उतरवण्याचा प्रयत्न करणे, औपचारिकता, यातील सीमारेषा सततच्या दिखाऊपणाने झाकोळल्या गेल्या आहेत. त्यामुळे सध्या तरी सार्क म्हणजे बोलघेवड्या लोकांचा गट किंवा एक सल्लागार समिती आहे; जी कोणतेही भरीव काम करून दाखवत नाही. यातली चांगली गोष्ट म्हणजे या भागात असणारे व्यापार व आर्थिक घडामोडींना भविष्यात वाढण्यास बराच वाव आहे. त्याचा परिणाम म्हणून नोकऱ्या उपलब्ध होतील व मोठ्या प्रमाणावर आर्थिक परिस्थिती सुधारेल.

सार्कमध्ये असणारे दक्षिण आशियातील तीन मुख्य देश म्हणजे भारत, पाकिस्तान व बांगलादेश. या परिस्थितीला तेच जबाबदार आहेत. सार्कमधील इतर पाच देश भौगोलिक, आर्थिक आणि लोकसंख्येच्या दृष्टीने लहान असल्याने तुलनेने त्यांचे महत्त्व कमी आहे. श्रीलंका आणि मालदीव ही बेटे आहेत. नेपाळ, भूतान व अफगाणिस्तान चारी बाजूंनी बंदिस्त आहेत (चारी बाजूला जमीन आहे). या छोट्या देशांपासून भारताला काही गंभीर समस्या निर्माण होणार नाहीत. उलट भारताचे शेजारी असल्याचा व इथल्या आर्थिक परिस्थितीचा लाभ घेण्यासाठी ते उत्सुक आहेत. बांगलादेशचे तत्कालीन राष्ट्राध्यक्ष झिआ-ऊर-रेहमान यांनी १९८० मध्ये सर्वप्रथम सार्कची कल्पना मांडली. तेव्हा त्यात प्रादेशिक सहकार्याची मनापासूनची इच्छा नव्हती, तर त्यांना छोट्या देशांना भारताविरुद्ध एकत्र आणायचे होते. त्यामुळे भारताला काही सार्कमध्ये रस नव्हता. सार्कला उघड उघड विरोध करता आला नाही, तरी त्यापासून दूरच राहणे भारताने पसंत केले. भारताने ज्या सार्कच्या परिषदांमध्ये हजेरी लावली, तिथे त्याला फक्त पाकिस्तानशी चतुराईने

बोलायचे, वागायचे होते किंवा तो आपला शत्रू आहे, हे सांगायचे होते किंवा आमच्या शेजाऱ्यांमुळे आम्ही दुःखी, कष्टी आहोत हे दाखवायचे होते. सार्कच्या बाबतीत पाकिस्तानही तितकाच जबाबदार देश आहे. दक्षिण आशियातील मुक्त व्यापार (SAFTA) वरचा करारनामा आणि काश्मिरचा प्रश्न यांची सांगड घालायचा प्रयत्न पाकिस्ताननेपण केला. बांगलादेश काही धुतल्या तांदळासारखे स्वच्छ नव्हते. बांगलादेश यापूर्वी पाकिस्तानचाच भाग होता हे विसरता येत नाही. त्यामुळे त्यांचे शासन, त्यांची सशस्त्र सेना या सगळ्यांवर पाकिस्तानचा पगडा अजूनही आहे. या दोन्ही देशांची समस्या ही आहे की, त्यांची मनोवृत्तीच सत्य मानायला तयार नाही. पाकिस्तानची भावना तर 'समानता' म्हणजे सहकार्याची नसून ईर्षेची आहे. भारतापेक्षा आपण कमी आहोत, याची जाणीव पाकिस्तानला आहे; परंतु हे मान्य करण्यापेक्षा ते भारताला कमी लेखण्याचा प्रयत्न करतात.

सार्कमध्ये मूलभूत चुका आहेत ज्याचा सदस्य देशांना त्रास होतो. या संस्थेतील सर्व देश जेव्हा एका सामान्य विचारसरणीला अनुसरून वागतील, तेव्हाच या भागाची सर्व अर्थाने वाढ होईल. युरोपीय संघ आणि असोसिएशन ऑफ साऊथ ईस्ट एशियन नेशन्स (ASEAN) ही प्रांतीय आर्थिक सहकार्याची उत्तम उदाहरणे आहेत. परस्परांवर असलेला विश्वास आणि सदिच्छा यामुळे यातील सभासदांमध्ये समान राजकीय विचारधारा आहे. पाकिस्तान आणि बांगलादेश यांच्या दहशतवादाने भारत व भारतातील लोकांना पिडले आहे, अशी स्थिती युरोपीय संघ किंवा असोसिएशन ऑफ साऊथ ईस्ट एशियन नेशन्समध्ये नाही. आश्चर्य या गोष्टीचे वाटते की, सार्क २० वर्षांपेक्षा जास्त काळ अडखळत पुढे जात आहे. भारताचा वरचष्मा कायम राखण्याचा अट्टाहास नडला. सार्कमधला कुठल्याच देशाच्या सीमा सार्कच्या सभासद देशांशी जोडल्या गेल्या नाहीत. (अफगाणिस्तान - सार्कमध्ये आल्यावर ते बदलले.) भारताने प्रांतीय सहकार्यावर मानसिक दडपण आणायचा प्रयत्न केला. सार्कने कुठल्याही साध्या माणसाला काही मार्ग दाखवला नाही किंवा त्यांनी सभासदांसाठी काही घटना तयार केली नाही.

आता परिस्थिती बदलत आहे. एप्रिल २००७ मधील नवी दिल्ली येथे झालेली आणि २००८ मध्ये कोलंबोला झालेली परिषद यामुळे सार्क आता प्रत्यक्ष कृती करणारी कृतिशील संस्था होईल, अशी आशा निर्माण झाली आहे. (पण ही फक्त आशाच आहे) सार्क स्थापन झाल्यापासून आता अफगाणिस्तान नव्याने सभासद झाल्यामुळे सभासद संख्यापण वाढली आहे. अफगाणिस्तान सभासद झाल्यामुळे आता सार्क फ़क्त दक्षिण आशियातीलच आहे, असे म्हणून घेऊ शकत नाही; कारण अफगाणिस्तान मध्य आशियात तसेच दक्षिण आशियात येतो. दुसरी महत्त्वाची

घडामोड म्हणजे जगातील तसेच आशियातील प्रांतांतील अन्य बलाढ्य देशही आता सार्कच्या कामकाजावर लक्ष ठेवणार आहेत. त्यात चीन, जपान, दक्षिण कोरिया, अमेरिका आणि युरोपीय संघ ही राष्ट्रे येतात. भारताच्या शेजाऱ्यांमध्ये मोक्याच्या जागी असणारे देश म्हणजे इराण, म्यानमार, मॉरिशस आणि ऑस्ट्रेलिया हेदेखील सार्क देशांवर लक्ष ठेवणाऱ्यांत समाविष्ट झाले आहेत. सार्कने आता दक्षिण आशियाच्या पलीकडे पाहायला सुरुवात केली आहे व जगानेसुद्धा सार्कची गांभीर्याने दखल घ्यायचे ठरवले आहे. जगातील मोठ्या शक्ती ज्यांनी सार्कमध्ये लक्ष घालण्यास सुरुवात केलेली आहे, त्यांना सार्क देशांच्या प्रगतीत रस आहे व त्यांच्या अनुभवाचाही फायदा हवा आहे. त्यातील बहुतेक सर्व देश भारताशी सलोखा प्रस्थापित करण्यात गुंतले आहेत. काही भारताला आपलेसे करून घेण्याच्या प्रयत्नात आहेत; तर काही आहे त्या संबंधांवर समाधान मानायला तयार आहेत. दक्षिण आशियाने जागतिक स्तरावर दीर्घ कालखंडात काम केले आहे. त्यावरून जगाला सार्कच्या भविष्यामध्ये रस घ्यावासा वाटतो. कदाचित बाहेरच्यांचे सतत असणारे लक्ष आणि टीका यांमुळे सार्कमधील देशांनी समजूतदारपणे आणि जबाबदारीने काम करण्याकडे त्यांचे लक्ष वळवले आहे. भारत आणि त्याच्या शेजारी राष्ट्रांशी असलेले सहकार्याचे, विश्वासाचे आणि सामंजस्याचे जे नाते आहे त्यामुळे दक्षिण आशियाची होणारी भरभराट व समृद्धी नुसत्या याच भागाला नव्हे, तर सबंध जगाला उपयोगी पडणारी ठरेल. दक्षिण आशियातील देश सार्कमुळे जे मिळवू शकतील ते द्विपक्षीय वातावरणात होणार नाही.

भारताने आपला सार्कबद्दलचा पूर्वीचा दुराग्रह सोडला, म्हणूनच सार्कला आपली उपयुक्तता सिद्ध करता आली. भारताचा सार्कबद्दलचा दृष्टिकोन बदलला कारण, भारताला आपल्या पारंपरिक दृष्टिकोनाची जाणीव झाली; जो शेजारी राष्ट्रांशी चांगले संबंध ठेवण्यात प्रभावी ठरला नाही. या परंपरागत दृष्टिकोनामुळे भारताचा फायदा होण्यापेक्षा नुकसानच होण्याचा संभव जास्त होता. तसेच जागतिकीकरण आणि भारताची स्वतःची वाढती समृद्धी याचाही परिणाम आहे. भारताकडे आत्मविश्वास, खुले व्यापारधोरण, परराष्ट्रीय धोरणातील विविधता व व्यवहारचातुर्य आहे. भारताने खुल्या दिलाने इतर देशांना सार्कमध्ये सामावून घेतले पाहिजे. ज्याप्रमाणे भारताचे इतर अनेक संस्थांत असणारे सभासदत्व- त्यात ईस्ट एशिया समिट (EAS), द शांघाय को-ऑपरेशन ऑर्गनायझेशन (SCO) आणि एशिया-युरोप मीटिंग (ASEM) याचे सभासदत्व येते. भारताला नेहमी G-8 (जी-८) परिषदांना आमंत्रित केले जाते. जागतिक व्यापार संघटनेच्या वाटाघाटीत भारताचा मुख्य सहभाग होता. भारताचे त्रिदेशीय सभासदत्वही या गोष्टींसाठी महत्त्वाचे आहे. त्यात रशिया-भारत-चीन

(RIC) आणि भारत-ब्राझील-दक्षिण आफ्रिका (IBSA) हे देश आहेत. प्रांतीय आणि जागतिक स्तरावर जर भारताला बलाढ्य शक्ती म्हणून पुढे यायचे असेल, तर संयुक्त राष्ट्र सुरक्षा परिषदेचे कायम सभासदत्व घ्यायला हवे. भारताचा संकुचित दृष्टिकोन अडथळे निर्माण करणारा व असुरक्षित आहे, अशी इतर देशांची समजूत होता कामा नये.

सार्कमधील सर्वांत मोठा देश म्हणून भारतावर विशेष जबाबदारी आहे. त्यामुळे भारताने आपण सगळ्यांना एकत्रित घेऊन पुढे जायचे आहे व म्हणून पुढारी आहोत व आम्ही शेजाऱ्यांवर जुलूम-जबरदस्ती करणारे नाही हे स्पष्ट दाखवायला हवे. त्याकरिता आपल्या कार्यात निश्चिती हवी. दक्षिण आशियातील मुक्त व्यापाराकरिता साफ्ता करार पुरेसा नाही. आयात मालावरील जकात अगदीच नाममात्र (० ते ५ टक्के) आहे. त्याला दिलेला अवधी बराच मोठा आहे. जकातीतून सवलत मिळालेल्या वस्तूंची यादी मात्र बरीच मोठी आहे. जकात न लागणाऱ्या सीमा यातून वर्ज्य केल्या आहेत. गुंतवणूक व सेवा याविषयी मुक्त व्यापारात तरतूद नाही. पाकिस्तान भारताला साफ्ता कराराकडून मिळणारे फायदे घेऊ देत नाही. त्यांच्या मते, भारताला अत्यंत आवडीचा देश (Most Favoured - Nation MFN) अशी वागणूक मिळते. साफ्ताकडून मिळणाऱ्या मुक्त व्यापाराच्या मानाने दक्षिण आशियातील इतर देशांना मिळणाऱ्या लाभाकरिता त्यांच्या मागे लागावे लागते. ही चौकट जागतिक व्यापार संघटनेने घालून दिलेली आहे. भारताला याची जाणीव आहे.

सार्कमधील जे (अप्रगत) किमान प्रगत देश (Least Developed Countries - LDCs) आहेत, त्यांना जकातीतून मुक्तता द्यावी. त्याचा फायदा बांगलादेशाला मिळेल. नेपाळ व भूतानला जकातमुक्तता आधीच दिलेली आहे. भारत व अफगाणिस्तानला हा फायदा मिळणार नाही. या दोन देशांना जेव्हा पाकिस्तान जाण्यायेण्याचा परवाना देईल, तेव्हाच ते शक्य होईल. जेव्हा या 'असमानतेची जबाबदारी' घेणे स्वीकारार्ह होईल व पाकिस्तानचा साफ्ताच्या करारामध्ये सामील न होण्याचे बंधन दूर होईल, तो सुदिन. भारताने मात्र या दिशेने एक पाऊल टाकले आहे. मात्र, याचा पिच्छा पुरवला गेला पाहिजे. भारतच सार्कला नवी दिशाः घोषणा ते अंमलबजावणी यातून मार्ग दाखवू शकतो. व्यापारात भारताच्या शेजारच्या राष्ट्रांना सूट देणे ही भारतातील व्यापाराच्या दृष्टीने फार मोठी बाब नाही. तरीही कापड, तयार कपडे, चहा, रबर वगैरे गोष्टींवर त्याचा परिणाम होईल. तरीही आर्थिक फायदे नसताना काही गोष्टी करायलाच हव्यात. त्यात शेजारी देशातील शासनकर्ते अभिजन आणि सामान्य जनता यांच्या मानसिकतेचा विचार व्हायला हवा. त्यातून होणारे फायदे आर्थिक फायद्यापेक्षा जास्त असतील. भारताला आता

राजकीयदृष्ट्या दूरदृष्टीचा अवलंब करून व्यापारात नुकसान झाले, तरी राजकीय व व्यावहारिक डावपेचांचा विचार करायला पाहिजे.

सार्कच्या दृष्टीने सध्या सर्वांत महत्त्वाचा विषय म्हणजे आपापसातील संबंध आणि त्यातच तो कमी पडतो आहे. त्या त्या क्षेत्रातील, पण विविध देशातील लोक जर एकमेकांबरोबर काही संबंधच ठेवत नसतील, त्यांच्यात कोणत्याच बाबतीत आदान-प्रदान होत नसेल, तर अर्थपूर्ण प्रांतीय सहकार्य कसे निर्माण होईल? म्हणूनच माणसा-माणसांतील संबंध खूप गरजेचा आहे. दक्षिण आशियातील देशांना जाणूनबुजून फायद्याच्या आर्थिक व्यवहारापासून मुद्दाम दूर ठेवले गेले आहे. यात आंतरदेशीय व्यापार, पर्यटन याचा समावेश होतो. त्यामुळे व्यक्तिशः व कौटुंबिक संबंध दुरावले आहेत. मोठ्या प्रमाणात लोकांचे एकमेकांना भेटणे जोपर्यंत होत नाही, तोपर्यंत त्यांच्यातील गैरसमज, काळजी, भीती संपणार नाही. हे जोपर्यंत होत नाही, तोपर्यंत प्रांतीय सहकार्य निर्माण होऊ शकत नाही. सार्कमधील देशांच्या राजधान्यांना जोडणारी थेट हवाईसेवा सुरू झाली आहे. हे एक चांगलेच लक्षण आहे; पण त्या बरोबरीने रस्तेवाहतूक असावी. सुदैवाने भारत, पाकिस्तान व बांगलादेश यांनी तशी पावले टाकली आहेत. खरी आव्हाने येतील जेव्हा भारतातून अफगाणिस्तानात जाताना पाकिस्तानातून जायची वेळ येईल किंवा भारताच्या ईशान्येकडच्या राज्यात जाताना बांगलादेशमधून जावे लागेल तेव्हा.

सार्कने आपली ओळख दक्षिण आशिया अशीच ठेवायला हवी व वेगाने पुढे कसे जाता येईल याचा विचार करायला हवा. सार्कच्या सभासद देशांमधील असलेले मतभेद विसरून त्यांनी समान हितसंबंधांचा विचार करायला हवा. यात पर्यावरणातील बदल, साथीच्या आजारांचे नियमन, अमली पदार्थांच्या तस्करीवर निर्बंध, स्त्रिया व मुले यांची व्यापारबंदी या संदर्भात परस्पर सहकार्य केले पाहिजे. या सगळ्यांपेक्षा दक्षिण आशियायी देशांची समान हितासंबंधीची बाब म्हणजे पिण्याच्या पाण्याचे स्रोत व परस्पर सहकार्य. दक्षिण आशियातील उपखंडात बरीच मतमतांतरे आहेत. जगातील इतर देशात अशाच प्रकारच्या समस्या आहेत; परंतु उपखंडातील देश जगातील इतर देशांपेक्षा परस्परांना बरेच सहकार्य करतात. 'सिंधू नदीच्या पाण्याचा करार' हा भारत-पाकिस्तान यांच्यामध्ये असून, 'गंगेच्या पाण्याचा करार' हा भारत-बांगलादेश यात आहे. पुढील सहकार्यासाठी सुरुवात करण्याकरिता ही दक्षिण आशियातील सर्व देशांनी एक गोष्ट ध्यानात ठेवायला हवी की, ज्या नद्या तिबेटमधून येऊन उपखंडातून वाहतात, त्यांना कोणत्याही प्रकारे अडवणे योग्य नाही. यात फक्त मोठ्या नद्या- सिंधू, सतलज, कर्नाली/घागरी आणि ब्रह्मपुत्रा येत नाहीत, तर बऱ्याच लहान नद्याही आहेत. उत्तर भारतातील नदीकिनारी राहणाऱ्या लोकांना तिबेटमधून येणाऱ्या

नद्यांमुळे बराच त्रास सहन लागतो. उदाहरणार्थ सन २००० मध्ये हिमाचल प्रदेशातील बराच भाग सतलजच्या पुराखाली गेला. २००४ मध्ये पारेचू नदीनेही असेच घाबरवले होते. अशा प्रकारच्या पुरांपासून जसा भारताला धोका आहे, तसाच तो पाकिस्तान व बांगलादेशालाही आहे. खरा धोका तर चीनकडून आहे. त्यांना तिबेटमधून वाहणाऱ्या नद्या उपखंडातून वळवून घ्यायच्या आहेत. चीनच्या कोणत्याही बेजबाबदार वागण्याने तिबेटमधील हिमनद्या आक्रसायला लागतील आणि हवामानात बदल घडेल. त्यामुळे दक्षिण आशियातील हजारो-लाखो लोकांवर वाईट परिणाम होतील. बांगलादेश किंवा मालदीव बेटे जी आधीच जमिनीच्या नीचतम पातळीवर आहेत त्यांचे अस्तित्वच धोक्यात येईल. अशा प्रकारची घटना जर चीनकडून घडली तर सबंध दक्षिण आशियातील देशांनी त्यांना आपल्याविरोधी म्हणूनच ठरवायला हवे. त्यामुळे दक्षिण आशियातील सर्वच देशांना चीनशी या मुद्द्यांवर चर्चा हवी आहे. भारताने त्यांच्याशी बोलणी सुरू केली आहेत. पाण्याशी संबंधित माहितीच्या आदानप्रदानावर एकमत झाले आहे; पण भारत, पाकिस्तान व बांगलादेश या तिघांनी जर एकत्रितपणे चीनशी चर्चा केली तर ते अधिक प्रस्तुत होईल. दक्षिण आशियातील इतर देश ज्यांना चीनकडून याच प्रकारचा त्रास होणार आहे, त्यांनीसुद्धा त्यांच्याशी संवाद साधायला हवा. रशिया आणि कझाकिस्तान पण चीनशी बोलणी करत आहेत. त्यांच्या देशात वाहणाऱ्या दोन मुख्य नद्या इर्निश व इली या चीनमधूनच येतात. कंबोडिया, लाओस, म्यानमार आणि व्हिएतनाम यांना आधीच मेकाँग व सालवीन नद्यांवर चीनने बांधलेल्या धरणांमुळे त्रास होतो आहे.

सन २००७-२००८ मध्ये भारत जेव्हा सार्कचे प्रमुखपद सांभाळत होता तेव्हा त्याने 'विश्वासाची उडी' हा प्रकार अवलंबून इतर देशांनाही सहभागी करून घेतले होते. सार्ककडून त्यावेळी सगळ्यांना आशा होती की, सार्कला महत्त्व येईल. त्याच वेळी पाकिस्तान, बांगलादेश, नेपाळ आणि श्रीलंकेत अराजक माजले होते. भारतातही काही वेगळी परिस्थिती नव्हती. त्यामुळे योजलेल्या महत्त्वाच्या मुद्द्यांवर पुढे जाणे अवघड होत गेले. सार्कला जर 'समृद्धीमध्ये वाटेकरी' व्हायचे असेल, तर काही उपयुक्त, फायद्याचे प्रांतीय प्रकल्प लगेचच सुरू करायला हवेत. दहशतवाद बंद करायचा असल्यास नरमाईच्या धोरणांचा उपयोग होणार नाही. जगातील बलाढ्य देशांचे सार्कबरोबर असणे याचा आनंद भारताच्या शेजारील राष्ट्रांना होतो आहे आणि ते समाधानी आहेत. भारताने या मोठ्या राष्ट्रांना सार्कपासून दूर ठेवायला हवे. ते सार्कमध्ये बऱ्याच मोठ्या प्रमाणात रस घेताहेत. तो सार्कच्या प्रगतीकरिता त्रासदायक आहे. भारताने हे मुळापासूनच खोडून टाकायला हवे. प्राथमिक अवस्थेत असणारा आर्थिक मुद्दा दूर ठेवून सार्कचे जे लक्ष्य आहे, त्यापासून त्याने दूर जाता

कामा नये. काही लहान राष्ट्रांची चीनला सार्कमध्ये सामावून घ्यावे, अशी इच्छा आहे यामुळे सार्कला चाकोरीतून बाहेर काढणे कठीण होईल. जोपर्यंत या विचारात बदल होत नाही, तोपर्यंत सार्कची नुसतीच पोकळ बडबड चालू राहील. काहीतरी चांगले घडेल अशी आशा करू.

सार्क ज्या चौरस्त्यावर आला आहे, तिथे भारताचे शेजारी पाकिस्तान व बांगलादेश यांना मूलभूत आव्हानांना कडवा प्रतिकार करायचा आहे. भारतापासून दूर अंतरावर असणाऱ्या देशांनी दीर्घमुदतीचे डावपेच आखून भारताची होणारी वाढ रोखण्याचा प्रयत्न चालवला आहे. अशा वेळी भारताच्या शेजारी राष्ट्रांनीसुद्धा त्याच प्रकारचा विचार करावा, असा साधा तर्कशास्त्रीय समज आहे. भारताबरोबर सलोख्याचे संबंध प्रस्थापित करून ते जागतिक स्तरावर स्पर्धा करू शकतात. त्यांना त्याकरिता भारताचे शेजारी असल्याने मदतच होईल. कच्चा माल, मोठी बाजारपेठ, कमी खर्चात मोठ्या प्रमाणावर उत्पादन करणे, यातून ते जागतिक स्तरावर स्पर्धा करू शकतात. त्यांना भारताची सखोल माहिती आहे. महत्त्वाच्या लोकांशी त्याचे संबंध आहेत. त्यांना खरोखर मनापासून प्रामाणिकपणे काही प्रश्नांची उत्तरे द्यायला हवीत. त्यांना भारताच्या विजयात सहभागी व्हायचे आहे का? आणि जगातील वजन वाढवायचे आहे का? ते जर भारताच्या आर्थिक धोरणात सामील झाले, तर पाकिस्तान व बांगलादेशाची जागतिक स्पर्धात्मकता सुधारेल का? त्या देशांना असे का वाटते? त्यांची वाढ, प्रगती आणि समृद्धी आपोआप त्यांच्यामुळेच वाढेल? काही पर्यायांची त्यांना कल्पना आहे. म्हणूनच भारताचे छोटे शेजारी – भूतान, नेपाळ, मालदीव आणि श्रीलंका यांना पाकिस्तान, बांगलादेश व भारताच्या आर्थिक एकत्रीकरणात रस आहे. त्यांच्या वैचारिक चौकटीत प्रांतीय सहकार्य येते. त्यांना द्विपक्षीय स्तरावर काहीही नको आहे. संख्या हेच त्यांचे मुख्य सुरक्षा कवच आहे. दक्षिण आशियातील सगळ्या देशांनी अस्तित्वात असणारे पूर्वग्रह मागे टाकून एकत्रितपणे जागतिकीकरणाचा विचार करायला हवा. सध्या जग प्रचंड वेगाने बदलते आहे. त्यांना जर मागे राहायचे नसेल, तर त्यांना अधिक वेगाने पुढे सरकायला हवे.

दक्षिण आशियातील लोकशाही

कधी कधी लोकशाही व्यवस्थेच्या समस्येमुळे भारताचे त्याच्या शेजारी राष्ट्रांशी असलेले संबंध गुंतागुंतीचे होतात. भारत एक धर्मनिरपेक्ष देश आहे. या पायावर तो चांगला स्थिरावला आहे; पण त्याचे शेजारी तसे नाहीत, ही समस्या आहे. शेजाऱ्यांच्या अंतर्गत राजकारणात जरी हे बोलले जात नसले, तरी त्यांच्या मनात

ते खदखदत असते. थोडीफार तशीच स्थिती भारतातही आहे. काही का असेना, पण भारताच्या लोकशाहीचा शेजारी देशांच्या राजकारणावर चांगलाच प्रभाव आहे. नेपाळ, बांगलादेश, पाकिस्तानात नुकत्याच घडलेल्या घटनांद्वारे हेच सूचित होते की, तेथील जनता मनापासून लोकशाहीची वाट पाहत आहे. पाकिस्तानातील मुशर्रफचे पदच्युत होणे, नेपाळमधील राजेशाहीचा शेवट, बांगलादेशातील वाढत्या सैन्यदलाविरुद्धचे अभियान या सगळ्या घटना हेच सांगतात की, दक्षिण आशियात दीर्घमुदतीची हुकूमशाही चालत नाही. हे बदल लक्षात घेऊन भूतान राजेशाही एक घटना करण्याच्या बेतात आहे. मालदीवमध्ये बहुपक्षीय लोकशाही आणण्याचा प्रयत्न सुरू आहे. भारताच्या दृष्टीने हा बदल खूपच सकारात्मक आहे. भारतालापण आपल्या शेजारी देशांत लोकशाही यायला हवी आहे. त्याचा फायदा म्हणजे, तेथील शासन लोकांनी निवडून दिलेले असल्याने व लोकांकडे उत्तरदायित्व असल्याने या देशांचे भारताशी मित्रत्वाचे व सहकार्याचे संबंध असतील. दक्षिण आशियात सामान्य माणसांच्या अपेक्षा सारख्याच आहेत; परंतु अभिजनांचे तसे नाही.

दक्षिण आशियातील लोकशाहीची सरकारे जास्त स्थिर होण्याची शक्यता आहे. दक्षिण आशियाच्या इतिहासातून स्पष्ट होते की, बहुवंशीय आणि बहुधर्मीय दक्षिण आशियातले देश शांतता आणि सुसंवाद साधू शकतील, जेव्हा त्यांचे अंतर्गत आणि एकमेकांबरोबरचे संबंध चांगलेच असतील. जिथे खऱ्या अर्थाने लोकशाही आहे आणि तक्रारीची दखल घेतली जात आहे. सर्व धर्मांविषयी व अल्पसंख्याकांविषयी आदर व सहिष्णूता आहे. लोकशाही नसणारी सरकारे एक राजकीय पोकळी निर्माण करतात : जी धर्मांध, अतिरेकी आणि मूलतत्त्ववादी भरून काढतात. दक्षिण आशियातील देशांत विरोधी मतप्रवाह, संप, हिंसाचार, हत्या या गोष्टी आर्थिक कारणासाठी न होता सांस्कृतिक कारणांवरून होत आहेत. भारतातही आता जातीयवादावरून भडका उडतो आहे. भारतीय राजकारणात हिंदू-मुसलमान (व आता ख्रिश्चन्ससुद्धा) यांच्यातील जातीयवाद बऱ्याच समस्या निर्माण करतो आहे. धर्मनिरपेक्ष विरुद्ध जातीयवादी पक्ष, हिंदुत्वाच्या विरोधातील प्रचार, दलित आणि इतर मागासवर्गीयांना हिंदूंमधील उच्च जातींप्रमाणे सांस्कृतिक दर्जा न देणे, या गोष्टी घडायला लागल्या आहेत. पाकिस्तानचे तुकडे झाले; कारण ते बंगाली लोकांना आपल्या व्यवस्थेत सामावून घेऊ शकले नाहीत. पाकिस्तानात पंजाबी सुन्नी मुसलमानांचा राजकीय, आर्थिक आणि सांस्कृतिक वरचष्मा असल्याने शिया व सुन्नी पंथात हिंसाचार होतात. बलुचिस्तान व सिंध प्रांतात विभाजनावर चळवळी होताहेत. श्रीलंकेची स्थिती खिळखिळी होण्यामागचे कारण म्हणजे तेथील वांशिक वाद, जो तमिळीवरून सुरू झाला व दोन दशके चालू राहिला. नुकताच नेपाळमध्ये

तराई येथे झालेला हिंसाचार हा तराईतील वांशिक – सांस्कृतिक होता. मधेसी लोकांवर पर्वतीय लोकांचा असलेला दबाव नामंजूर होता. दक्षिण आशियात जातीय हिंसाचार, सांप्रदायिक संघर्ष, पंथीय संघर्ष व मूलतत्त्ववाद टाळण्यासाठी, शांती, समृद्धी व स्थिरता येण्याकरिता लोकशाही राज्यव्यवस्था हा एकमेव उपाय आहे.

भारताच्या शेजारी राष्ट्रांच्या दडपशाही कारभारामुळे भारतात अंतर्गत अडचणी निर्माण होतात व भारत मागे पडतो, ही एक काळजीची बाब आहे. विशेषतः जेव्हा सांस्कृतिक आणि कौटुंबिक संबंध सीमेपार असलेल्यांशी असतात, तेव्हा हा प्रश्न फारच नाजूक बनतो. दक्षिण आशियातल्या एकापेक्षा जास्त देशात वांशिक, धार्मिक आणि भाषिक गट बरेच आहेत. त्यामुळे एका देशाचे पडसाद दुसऱ्या शेजारी राष्ट्रावर अगदी सहज पडतात. जेव्हा जातीयवादात दोन गट निर्माण होतात व त्यांना आपली ओळख प्रस्थापित करायला त्रास होतो, तेव्हा ती समस्या फक्त त्या देशाची राहत नाही. भारतातील तामिळनाडू राज्यात, श्रीलंकेच्या तमिळी लोकांकरिता खूप सहानुभूती आहे. तमिळनाडूत श्रीलंकेतून पळून आलेले बरेच तमिळ निर्वासित आहेत. दुसरे उदाहरण म्हणजे १९७१ मध्ये लाखो बांगलादेशी भारतात निर्वासित म्हणून आले आहेत. हे अवैधरीत्या आलेले निर्वासित आज आसाम व भारतातील इतर ठिकाणी राहताहेत. श्रीलंकेतून आलेल्या तमिळींचीपण तीच कथा आहे. भूतानने हाकललेल्या नेपाळींमुळे आज पश्चिम बंगाल व नेपाळमध्ये समस्या निर्माण झाल्या आहेत. नेपाळच्या तराईमधील मधेसी लोकांच्या तक्रारी समजून घेऊन जर नेपाळच्या नव्या घटनेने त्यावर राजकीय समाधानकारक उत्तरे शोधली नाहीत, तर या समस्येची झळ भारतालाही बसणार हे निश्चित.

भारत लोकशाहीचा उपयोग शेजाऱ्यांना मारून मुटकून वठणीवर आणण्यासाठी करत नाही. भारताला लोकशाही निर्यात करायची नाही, तर भारताच्या शेजारील राष्ट्रांमध्ये असलेल्या व जगातील देशांमध्ये असलेल्या सरकारशी व्यवहार करायची इच्छा आहे. नैतिक निवाड्याला समंजसपणा व राजकारणातील खरेपणाची जोड मिळायला हवी. कधीकधी देशाला एकसंध, सुरक्षित व स्थिर ठेवायचे असल्यास कडक धोरण अवलंबिणे जरुरीचे आहे. तरीही ज्या देशात सशस्त्र सेना राज्यकारभार चालवते, तिथे ते स्वतःपेक्षा जनतेचा जास्त विचार करतात. सैन्याच्या कारभाराला कायद्याचा व देशातील जनतेचा पाठिंबा हवा. ज्या देशात लोकशाही आहे, तिथे सैन्यावर नागरी नियंत्रण असते. लोकशाही आहे तिथे सैन्याला दुय्यम स्थान मिळते किंवा लोकांनी सैन्याला विनातक्रार स्वीकारलेले असते. भारतात लोकशाही आहे म्हणून त्याने आपल्या शेजाऱ्यांजवळ त्याच भूमिकेतून बोलले पाहिजे. शेजारील राष्ट्रेसुद्धा त्यामुळे सहकार्य करणारी व कमी हिंसक होत आहेत. याच्या उलट

परिस्थिती दडपशाहीत असते. भारताच्या शेजारील देशात ज्या सामाजिक व राजकीय समस्या आहेत त्यांचा उपाय लोकशाही व्यवस्था हाच आहे.

भारताने त्याच्या शेजाऱ्यांच्या अंतर्गत बाबींमध्ये ढवळाढवळ करू नये : पण त्याच वेळी आपल्या जबाबदाऱ्याही त्याने झटकायला नकोत. शेजारील राष्ट्रांना त्यांच्या समस्यांवरचे उपाय सुचवून काही तोडगा निघतो का, ते पाहायला हवे; कारण त्याचा परिणाम भारतावरही होण्याची शक्यता आहेच, याला पर्याय नाही. त्यावर नजर ठेवणे, खोलात जाऊन राजकीय प्रवाहाचे विश्लेषण करून, त्यांच्या अंतर्गत राजकारणावर प्रभाव टाकणे हा एक उपाय आहे. गेल्या सहा दशकांत भारताने राजकीय संघर्षावर कित्येकदा निर्णायक भूमिका घेतली आहे. त्यात १९७१ मधील बांगलादेशातला अंतर्गत राजकीय संघर्ष, १९८७ मधील श्रीलंका नेपाळ (१९५०-५१ व २००५-२००८) आणि १९८८ मध्ये मालदीव याचा समावेश आहे. भारतापुढचे आव्हान आहे ते हे की, ज्या समस्यांमधून सन्मानपूर्वक व सुरक्षितपणे बाहेर पडणे कदाचित शक्य नसेल, अशा समस्यांमध्ये न अडकता त्याच वेळी देशांतर्गत समस्यांवर सहमती घेणे.

भारताचे बरेच शेजारी देश सध्या अंतर्गत राजकारणाच्या कठीण स्थित्यंतरातून जात आहेत. फेब्रुवारी २००८ मधील पाकिस्तानातील ऐतिहासिक निवडणुका, ज्यात मुशर्रफ यांचा पराभव झाला. नवीन नागरी राजवट पाकिस्तानचा कारभार नीट चालवू शकेल का? बांगलादेश अशी संधी साधून आपले राजकीय जीवन स्वच्छ बनवणार का? तिथे सशक्त लोकशाही येणार, की सैन्याने दाखवलेली लालूच घेऊन त्यांची सत्ता कार्यरत होऊ देणार? श्रीलंकेत तमिळ संघर्षावर काही राजकीय तोडगा निघतो आहे का? नेपाळमध्ये स्थिर लोकशाही येईल का? भूतानचा नवा राजा लोकशाही सरकारवर होणारे हल्ले कसे परतवणार आहे? या प्रश्नांच्या उत्तरावरून त्या देशांची भारताबद्दलची धोरणे स्पष्ट होतील. जर भारताच्या शेजारील देशांनी लोकशाहीचा स्वीकार केला तर प्रांतीय सहकार्य वाढीला लागेल आणि स्वार्थी राज्यकर्त्यांपेक्षा जनतेच्या हिताला अशी सरकारे जबाबदार असतील. उदाहरणार्थ बांगलादेशाने लोकशाहीत झालेली आर्थिक वाढ अनुभवली आहे. ती हुकूमशाहीच्या काळातल्यापेक्षा जास्तच होती.

भावी यश

शांततामय, सुसंवादी शेजाऱ्यांची अपेक्षा करणे वाईट नाही; परंतु भारताची हीच दीर्घकालीन महत्त्वाकांक्षा असू शकत नाही. जर दक्षिण आशिया संघटित व सक्रिय असता तर दक्षिण आशियाचे जे शेजारी आहेत, उदाहरणार्थ पर्शियन गल्फ (आखात),

मध्य आशिया आणि आग्नेय आशिया यांच्यापर्यंत पोहोचणे व आपला प्रभाव पाडणे या गोष्टी भारताला सहज जमल्या असत्या. इतिहास सांगतो या भागांवर भारताचा दबदबा होता. तो गेल्या ६० वर्षांत कमी झाला आहे. दक्षिण आशिया आता दोन भागात विभागला गेला आहे. त्यातच अन्य मोठ्या शक्ती अडथळे आणत आहेत. दक्षिण आशियातील सगळेच देश, विशेषतः भारत, पाकिस्तान आणि बांगलादेश यांना पर्शियाच्या आखाताबद्दल जरा जास्तच आत्मीयता वाटायला लागली आहे. ते तिथल्या ऊर्जेवर अवलंबूनही आहेत. एक तर या सगळ्या देशांची मिळून ४५० दशलक्ष मुस्लिम लोकसंख्या आहे. त्यांचे आपापसांतील भावनिक व सांस्कृतिक धागे पक्के आहेत. याच भागात त्यांची धार्मिक मक्का, मदिना, नजफ आणि करबला ही पवित्र स्थळे येतात. स्वदेशाचा त्याग करून मोठ्या प्रमाणात येथे येणाऱ्या लोकांची आर्थिक स्थिती चांगली नाही. त्यांचे गल्फ को-ऑपरेशन कौन्सिलच्या सभासद राज्यांकडून आर्थिक शोषण झाले. त्यामुळे ते प्रचंड दुखावले गेले आहेत. भारताचा भविष्याकडे पाहण्याचा दृष्टिकोन जर दक्षिण आशियातील इतर देशांना समजला असता, तर लक्षणीय फरक पडला असता. हिमालयापासून पॅसिफिकपर्यंत आपण जर संघटित राहिलो असतो, तर ते भारताच्या मागे पडले नसते. भारत मात्र पूर्व आशियाशी संघटन वाढवत राहिले असते. जर सबंध दक्षिण आशिया पूर्व आशियाशी संलग्न झाला, तर सगळेच पक्ष (देश) भारतासह दक्षिण आशियातील इतर देश आणि पूर्व आशियातील देशांचा खूप फायदा होईल. पूर्व आशियाशी आर्थिक व्यवहार व भारताचा आर्थिक विकास यात यश मिळविण्यासाठी बांगलादेशाचे सहकार्य अपेक्षित आहे. तसेच भारत व दक्षिण-पूर्व आशिया यात जमिनीवरून दळणवळण सुरू करण्यासाठीही हे आवश्यक आहे.

या प्रकल्पात भारताबरोबर सहकार्य, भागीदारी करायची बांगलादेशाची इच्छा आहे का? जर 'हो' असे उत्तर असेल, तर बांगलादेशाने ही संधी सोडू नये. तसेच पाकिस्तानने जर मध्य आशियाबरोबर आपली पारंपरिक मानसिकता बदलली, तर भारत-अफगाणिस्तानचे दुरावलेले संबंध पुन्हा प्रस्थापित करता येतील. दक्षिण आशियातील पूर्वीचे चांगले संबंध जे आता कमकुवत बनले आहेत, त्यांचा चेहरामोहरा बदलेल आणि मध्य आशियाशी सलोख्याचे संबंध निर्माण होतील. सध्या इराण सार्कमध्ये निरीक्षकाचे काम करतो आहे. इराण, पाकिस्तान, भारत अशी हवी असणारी तेलाची पाइपलाइन जर फलद्रूप झाली, तर इराणसुद्धा या प्रादेशिक सहकार्याचा भाग बनू शकतो.

दक्षिण आशियातील उपखंड आपले विभाजन सोडून एकत्र येऊ शकतील का? कदाचित नाही, बहुधा नाही आणि त्याची गरजही नाही. दक्षिण आशियातील लोक

युरोपच्या उदाहरणावरून आशा करू शकतात व स्फूर्ती घेऊ शकतात. युरोपियन देशांनी एकत्र येण्याच्या उद्देशाने त्यांच्यातील राजकीय सार्वभौमत्व, त्यांच्या नसानसांत असणारा वैरभाव सोडून शांतता व सहकार्याच्या पायावर उभे असणारे संबंध स्थापन करण्याचा मनापासून प्रयत्न केला. दुसरे जागतिक महायुद्ध लढलेल्यांच्या स्वप्नातही आले नसते की, त्यांची पतवंडे जिथे आता सीमा, कुंपणं नाहीत व एकच चलन आहे अशा युरोपात जन्मतील. दक्षिण आशियातील नेत्यांचे कौतुक करायला हवे की, किमान ते आता एकमेकांना भेटायचे व समानता राखायचे तरी प्रयत्न करताहेत. २००७ मधील सार्कची १४ वी शिखर परिषद नवी दिल्लीत भरली होती, तेव्हा त्यांनी काही महत्त्वाकांक्षी लक्ष्य ठेवली होती व ती पूर्ण करायची ग्वाहीही दिली होती. त्यात दक्षिण आशियातील कस्टम्स युनियन, दक्षिण आशियातील इकॉनॉमिक युनियन व दक्षिण आशियातील समाज यांचा समावेश होता. ही लक्ष्य पार करायला वेळ लागेल. युरोपियन इकॉनॉमिक कम्युनिटीची स्थापना १९५७ मध्ये रोमच्या तहाखाली झाली. त्यानंतर ३५ वर्षांनी युरोपियन्सना 'युरोपीय संघा'ची निर्मिती करणे जमले. ती १९९२ मध्ये मासट्रीक्टच्या तहाखाली झाली.

नाट्यमय आणि अनपेक्षित प्रगती कधीही होऊ शकते, हे इतिहास शिकवतो. तीच प्रगती दक्षिण आशियातही का घडू नये? दीर्घमुदतीत कदाचित भारताला प्रांतीय संघटन अपेक्षित असेल. त्यात युरोपीय संघासारखे कुंपण विरहित सीमा, लोक, सामान आणि भांडवलाची खुली ने-आण करण्यात येईल, अशी चौकट हवीशी वाटत असणार. दक्षिण आशियातील कृत्रिम राजकीय हेतूच मुळी ढासळून टाकायचा आहे. त्यात फाळणीपूर्वीचा एकसंध भारत निर्माण व्हायला हवा. ही फार दूरची गोष्ट आहे. कदाचित आताची दक्षिण आशियातील तरुण पिढी, ज्यांना पूर्वीच्या कटू आठवणी नाहीत, वैरभाव नाही, तो द्वेष नाही, तेच नवीन पद्धतीने राजकीय सत्ता चालवू शकतील.

प्रकरण ३

पाकिस्तान आणि अफगाणिस्तान

पाकिस्तानची क्लेशदायक प्रतिमा

पाकिस्तान हा देश भारताचा सर्वांत त्रासदायक शेजारी देश आहे. दक्षिण आशियातील इतर शेजारी देशांशी जसे व्यवहार केले जातात, तसे पाकिस्तानला हाताळता येत नाही. त्याची कारणेही बरीच आहेत. पाकिस्तानची मनोभूमिका, जगातील इतर बलाढ्य देशांशी असलेले त्यांचे संबंध, त्यात त्यांचे मोक्याचे भौगोलिक स्थान, त्यांची सशस्त्र सेना, आण्विक आणि क्षेपणास्त्र तयार करण्याची व वापरण्याची त्यांची सक्षमता आणि त्यांचा भारताबरोबर काश्मिरबद्दल असणारा वाद ही ती मुख्य कारणे आहेत. आणखी एक महत्त्वाचे कारण, जे भारतीय राजकारणीही मान्य करायला तयार नाहीत, ते म्हणजे पाकिस्तान व भारत आणि भारत व त्याचे इतर शेजारी देश यांच्याशी असलेले संबंध यांत फरक आहे. भारताचे पाकिस्तानशी संबंध हा देशांतर्गत व परराष्ट्रीय धोरणांशी संबंधित मुद्दा आहे. पाकिस्तानचे एकच तुणतुणे चालू आहे, ते म्हणजे भारतासारख्या हिंदूबहुल देशात मुस्लिमांना जगणे आणि त्यांचा विकास हे कदापि शक्य होणार नाही. भारताची विचारसरणी अगदी याउलट आहे आणि पाकिस्तान ज्यावर भर देत आहे, ते सिद्ध करण्याची जबाबदारी त्याच्यावर आहे. यामुळे भारतामध्ये तथाकथित 'धर्मनिरपेक्षता' जी संकल्पना मध्ययुगीन युरोपात, चर्चच्या विरोधात सुरू झाली, तीच भारतीय मातीत एका नव्या अवतारात रुजली, ज्यात राजकारणाचा भाग जास्त व धर्माचा नगण्य आहे. यावरच राजकीय वादविवाद सुरू आहे. भारतात लोकांच्या आयुष्यात श्रद्धा आणि धर्म यांना प्रमुख आणि मध्यवर्ती स्थान आहे. त्यामुळे राज्याने सर्व धर्मांना समान वागणूक देणे आवश्यक आहे. राज्याने कोणत्याही धर्माबद्दलची उदासीनता झटकून त्याऐवजी नागरिकांना प्रत्येक धर्माच्या तत्त्वाचे शिक्षण देण्यात सक्रिय भूमिका

घेतली पाहिजे. भारतात धर्मनिरपेक्षता हा राजकीय फुटबॉल झाला आहे. भारतात धर्मावर आधारित विभाजन होत नाही, तर विनाशकारी आणि माणसाच्या मनामध्ये खोलवर रुजलेली जात ही त्यांना विभाजित करते. दुर्दैवाने या विभाजनाला राजकीय पक्ष प्रोत्साहन देतात व जातीच्या नावाखाली लोकांचे शोषण करतात. परिणामी, भारत आणि पाकिस्तान यांच्या संबंधातील गुंतागुंत वाढणे अपरिहार्य झाले आहे. पाकिस्तान, भारताची सुरक्षा कमी लेखण्याकरिता धोरणे बनवतो आहे. त्यात भारतीय मुस्लिमांच्या हक्कांचे आणि हिताचे आपणच रक्षक आहोत, असे भासवून त्याची अरेरावी सुरू आहे.

स्वातंत्र्योत्तर सहा दशकांनंतरही पाकिस्तान आपली 'भारतीय नसणारे' याव्यतिरिक्त निश्चित, तसेच पत निर्माण करणारी, विश्वसनीय प्रतिमेच्या शोधात आहेत. कोणत्याही बाबतीत आम्ही भारतापेक्षा अधिक श्रेष्ठ नसलो, तरी किमान समान आहोत, असे दाखवण्यासाठी पाकिस्तानच्या राज्यकर्त्यांची सतत धडपड सुरू असते. त्यांच्या अभिजन राज्यकर्त्यांच्या गुंतागुंतीच्या मानसिकतेवर त्यांच्या सैन्याचा पगडा आहे. उदाहरणार्थ पाकिस्तानने त्यांच्या क्षेपणास्त्रांना शेकडो वर्षांपूर्वी भारतावर व आताच्या पाकिस्तानवर जी परकीय आक्रमणे झालीत, त्यात ज्या हल्लेखोरांनी भारताचा विध्वंस केला, त्यांचीच नावे दिली आहेत. विशेषतः आज साडेतीन दशकांनंतरही सन १९७१ मध्ये बांगलादेशच्या निर्मितीमध्ये भारताचा हात होता ही सल व त्यांच्या झालेल्या नामुष्कीच्या पराभवाचा 'सूड' कसा घ्यायचा, याच्या शोधात पाकिस्तानी सैन्य आहे. सध्याच्या अभिजन राज्यकर्त्यांची मनोवृत्ती म्हणजे उद्दामपणा, आत्मप्रौढी यांचे एक मिश्रण आहे. त्यातच भर पडली आहे, ती मूलतत्त्ववादाची. याची परिणती म्हणजे भारताप्रती असलेले अखंड, सततचे वैर ज्याचे कधी कधी संघर्षात रूपांतर होते. पाकिस्तानी अभिजन राज्यकर्त्यांनी त्यांच्या प्रांतातील सीमा व जगातील स्थाननिश्चिती करताना जी धोरणे अनुसरली आहेत, त्यामुळे त्यांच्या देशाची आर्थिक व सामाजिक प्रगती तर झालीच नाही, उलट संपूर्ण दक्षिण आशियाची प्रगती खुंटली आहे. पाकिस्तानच्या अपायकारक वागण्यामुळे भारत-पाकिस्तान यांच्या संबंधात कृत्रिम अडथळे निर्माण होताहेत. असे अडथळे सातत्याने राखण्याकरिता मोठ्या प्रमाणावर वेळ, शक्ती, ऊर्जा यांसारखे स्रोत खर्च केले जात आहेत. भारत-पाकिस्तान यांच्यात असणारे तणाव आणि युद्धे यांनी दक्षिण आशियातील एकूणच वातावरण दूषित झाले आहे. दुःखाची बाब ही आहे की, जगातील इतर बलाढ्य देश, त्यांच्या स्वतःच्या स्वार्थासाठी किंवा इतर कारणांमुळे पाकिस्तानला चिथावणी देत आहेत. पाकिस्तानला पैसा, शस्त्रास्त्रे आणि तंत्रज्ञान पुरवून ते भारताविरुद्ध पाकिस्तानचे सतत आक्रमक आणि हिंसक धोरण टिकून राहावे यासाठी प्रोत्साहन देत आहेत.

पाकिस्तानबाबत भारताची धोरणे लंबकासारखी हेलकावे (दोलायमान) खात आहेत. या दोन्ही देशांत दक्षिण आशियात सैनिकी युद्धे, जगभरात राजनयिक युद्धे आणि खेळाच्या मैदानावर क्रिकेट युद्धेही लढली गेली आहेत. राजनयिक चर्चा, परिवहन आणि इतर घटना यातून निर्माण झालेला परस्परसंवाद वेळोवेळी बिघडला आहे. त्याच वेळी राजीव गांधी, इंद्रकुमार गुजराल यांपासून ते अटलबिहारी वाजपेयी आणि मनमोहन सिंग यांच्यापर्यंतच्या भारतीय पंतप्रधानांनी पाकिस्तानबाबत काल्पनिक भावनाप्रधानता दाखविली. भारताला युद्धात पाकिस्तानवर कधीही निर्णायक विजय मिळवता आला नाही. मग ते १९४७-४८ मधील काश्मिर युद्ध, ज्याच्या न्यायनिवाड्यासाठी संयुक्त राष्ट्रांच्या सुरक्षा समितीकडे दाद मागावी लागली असो, १९६५ च्या युद्धाची १९६६ साली ताश्कंदमध्ये असह्य अशा शांतता करारात परिणती झाली. १९७१ च्या युद्धाकरिता १९७२ मध्ये अनिर्णित सिमला कराराची वेळ आली. २००२ मध्ये मात्र भारताने आपल्या संपूर्ण सामर्थ्यानिशी पाकिस्तानला आक्रमण करण्यापासून थोपवून धरले.

या सगळ्या घटनांदरम्यान भारताला परिस्थिती चिघळावी असे वाटत नव्हते, पण भारताच्या समंजसपणाचा, भारत दिसायला मोठा बलाढ्य असला तरी दुबळा आहे, असा त्याचा अर्थ पाकिस्तानने लावला. अशा परिस्थितीत पाकिस्तानकडून दोन्ही देशांपुढील प्रश्न सोडवताना समजूतदारपणा दाखविला जाईल अशी अपेक्षा करणेच चूक ठरले. त्यामुळेच जम्मू-काश्मिरचा प्रश्न अधिकच गुंतागुंतीचा आणि भावनिक होत गेला. गेली तीन वर्षे दोन्ही देशांचे अधिकारी सतत हा प्रश्न सोडवण्याकरिता निकराचे प्रयत्न करत आहेत; परंतु त्यात यश मिळणे दुरापास्त झाले आहे. नोव्हेंबर २००८च्या शेवटी पाकिस्तानमधून आलेल्या अतिरेक्यांनी मुंबईवर केलेल्या अतिरेकी हल्ल्यामुळे ज्या थोड्या फार आशा शिल्लक होत्या, त्याही उद्ध्वस्त झाल्या. भारताने आपला संयम सोडता कामा नये. पाकिस्तानविषयक या समस्यांवर कोणताही झटपट इलाज नाही. सर्वांत मोठी वास्तविक आशा म्हणजे दोन्ही देश आपापसांत ते प्रश्न हाताळू शकतात. ज्याप्रमाणे जर्मनी व व्हिएतनाम यांच्यामध्ये बराच काळ चाललेले विभाजन आपोआप सुटले, त्याप्रमाणे योग्य वेळ येईल तेव्हा उपाय समोर दिसेल.

अलीकडच्या काळातील आशादायी विचारप्रवाह

साधारणपणे पाकिस्तानच्या आजपर्यंतच्या आत्मघातकी चुकीचे धाडस ठरलेले कारगिल युद्ध आणि विशेषतः ९/११ या दोन घटनांनंतर गेल्या दशकापासून पाकिस्तानच्या भारताबद्दलच्या दृष्टिकोनात चांगलाच फरक पडल्याचे दिसून येत

आहे. काश्मिरविषयक अधिक सूक्ष्म धोरणातील मुद्दे व भारताशी असलेले संबंध यामुळे संयुक्त राष्ट्रांशी करार आणि काश्मिर प्रश्न सोडविण्यासाठी सार्वत्रिक मतदान घेण्याचा आग्रह पाकिस्तानने पूर्णपणे सोडून दिला आहे. माजी राष्ट्राध्यक्ष मुशर्रफ यांनी पाकिस्तानची भूमी भारताच्या विरोधात लढणाऱ्या अतिरेक्यांना वापरू द्यायची नाही, अशी ठाम भूमिका घेतली आहे. काश्मिर विवादावर पाकिस्तानातच अंतर्गत चर्चा करून नवे पर्याय शोधायचे ठरवले होते आणि काश्मिर प्रश्न सोडविण्यासाठी मुशर्रफ यांनी 'पठडीबाहेर'चे मार्ग शोधण्याचा प्रयत्न केला आहे. २००३ मध्ये युद्धबंदीची घोषणा झाली; पण त्याला २००८ च्या मध्यापासून हळूहळू तडे जायला लागले आहेत. २००४ पासून नियमितपणे परराष्ट्रसचिव पातळीवरील द्विस्तरीय चर्चेच्या जोडीला उच्चस्तरीय राजकीय पातळीवरील संवादाला सुरुवात झाली आहे. भारत आणि पाकिस्तान यांच्यामध्ये इराणमधून इंधनवायू आणण्याकरिता पाइपलाइन टाकण्यावर गंभीररीत्या विचारविनिमय सुरू आहे. त्याच वेळी तुर्कमन वायू अफगाणिस्तान व पाकिस्तानातून भारतात आणण्याचेही घाटत आहे. काही वर्षांपूर्वी अशा प्रकारचा पुढाकार हा विचारांच्याही पलीकडे होता. सार्वजनिक पातळीवर पाकिस्तानी नागरिकांमध्ये भारताप्रती असणारा पारंपरिक वैरभाव लयास गेला आहे. अत्यंत अनपेक्षितपणे सन २००४ च्या सुरुवातीला पाकिस्तान दौऱ्यावर गेलेल्या भारतीय क्रिकेट चमूचे त्यांनी पहिल्यांदाच अतिशय स्नेहपूर्ण स्वागत केले. त्यानंतर त्यांनी भारत-पाकिस्तानातील क्रिकेट सामने म्हणजे जणू काही सैन्यात झालेले युद्ध, अशी विचारसरणी अनुसरली जात नाही. पाकिस्तानातील समाज-पत्रकार, विद्वान, कलावंत आणि व्यावसायिक- यांनी भारताशी सुरळीत आणि अधिक दृढ संबंध ठेवण्याबाबत उत्साह आणि आत्मविश्वास दर्शविला आहे. पूर्वापार हिंसक वृत्ती, युद्ध आणि दीर्घकाळ चर्चेचा अभाव या पार्श्वभूमीच्या विरुद्ध या सर्व उत्साहवर्धक घटना आहेत. हे घडत असतानाच भारताला त्रास देणे ही पाकिस्तानची नैसर्गिक प्रवृत्ती असल्याने बांगलादेश व नेपाळ यांच्या कुरापती काढल्या गेल्या. या सर्व घटना एकत्रितपणे, भारत हीच आपली दुखरी नस आहे, हे पाकिस्तानने सुप्तपणे ओळखले आहे आणि कदाचित पाकिस्तान पाकव्याप्त काश्मिरवर आणि उत्तरेकडील क्षेत्रावर नियंत्रण मिळविण्यासाठी भारताची मूकसंमती व कायदेशीर ताबा मिळविण्यासाठी प्रयत्न करत आहे, असे सुचवतात.

पाकिस्तानच्या मनोवृत्तीत काही प्रमाणात झालेला बदल हा काही कमी महत्त्वाचा नाही. अशी पावलेही आशेचा सावध किरण दाखवितात. पाकिस्तानचा आपली मुळे शोधायचा प्रयत्न चांगलाच आहे. त्यांना द्विराष्ट्र सिद्धांतावर आधारित नव्हे तर स्वातंत्र्यपूर्व काळातील भारतातील मुसलमान लोकांची आर्थिक आणि

धार्मिक असुरक्षित वाटण्याची कारणे यात हा शोध घ्यायचा आहे. त्यांना बॅ. जिनांच्या 'धर्मनिरपेक्षते'चा अर्थ जाणून घ्यायचा आहे; जो जिनांच्या ११ ऑगस्ट १९४७ च्या भाषणात सतत येत होता. अल्पसंख्याकांनाही बहुसंख्याकांप्रमाणे हक्क आहेत, असा कायदा संमत करण्यात आला. फेब्रुवारी २००८ च्या निवडणुकांत इस्लामी पक्षांचा फारसा प्रभाव पडला नाही. त्यातून पाकिस्तानी जनतेचा जिहादी विचारांना 'पाठिंबा' आहे, असा जो आवडता युक्तिवाद होतो, तो किती खोटा आहे हे जाणवते. पाकिस्तानचे दुसरे सेनाप्रमुख जनरल कयानी यांनी लष्करात राजकारण येणार नाही यासाठी काही पावले उचलली. त्यामुळे फेब्रुवारी २००८ च्या निवडणुकांत लष्कराने ढवळाढवळ केली नाही. त्या वेळी लष्कराच्या अधिकाऱ्यांना राजकारण्यांना भेटण्याची बंदी घातली गेली होती. ज्या लष्करी अधिकाऱ्यांनी मुलकी पदे भूषविली होती, त्यांना परत लष्करात बोलावले गेले. फ्रंटियर वर्क्स ऑर्गनायझेशन आणि स्पेशल कम्युनिकेशन्स ऑर्गनायझेशन यासारख्या विकास संस्थांमधील लष्कराचा सहभाग संपुष्टात आणण्याकरिता पावले उचलण्यात आली. पाकिस्तान पीपल्स पार्टी (पीपीपी) चे अध्यक्ष असीफ झरदारींनी २००८ च्या सुरुवातीला जेव्हा काश्मिर मुद्दा गौण आहे असे म्हटले, हा भारतीयांना आश्चर्याचा सुखद धक्का होता. ऑक्टोबर २००८ मध्ये '*वॉलस्ट्रीट जर्नल*'ला दिलेल्या मुलाखतीत काश्मिरी अतिरेकी हेच दहशतवादी आहेत, 'भारताकडून पाकिस्तानला कधीच कोणता धोका नव्हता' आणि पाकिस्तानला आपली आर्थिक स्थिती सुधारायची असेल, तर त्यांनी सर्वप्रथम आपल्या शेजाऱ्यांशी व्यापार वाढवला पाहिजे, असे ते म्हणाले. अशी विधाने अपेक्षेनुसार नाकबूल केली, तरी सकृद्दर्शनी अशी विधाने केली गेली, ही वस्तुस्थिती लक्षणीय आहे.

पाकिस्तानात वाहणारे हे बदलाचे वारे काय सांगत आहेत? भारत आणि पाकिस्तानकडे आण्विक शक्ती आहेत. त्यामुळे दोन्ही देशांत पूर्वी लढली गेली, तशी पारंपरिक युद्धे ही कालबाह्य ठरली आहेत. कारगिलसारख्या स्थानिक पातळीवरील युद्धानंतर २००२ मध्ये पुन्हा एकदा भारत-पाकिस्तान युद्ध पेटणार, अशी स्थिती होती. भारताला आपला वरचढपणा काही महिनेच टिकवता आला. त्याला आपल्या फौजांना माघारी बोलवावे लागले. कारगिलच्या नामुष्कीमुळे भारताला स्थानिक पातळीवरील युद्धातही हरवणे सहजासहजी शक्य नाही, हे पाकिस्तानला कळून चुकले. याशिवाय भारत व पाकिस्तान या दोन्ही देशांवर असलेला आंतरराष्ट्रीय दबाव वाढू लागल्यामुळे परिस्थिती चिघळण्यापूर्वीच ताब्यात आली. राजनयिक पातळीवर गेल्या काही वर्षांत पाकिस्तानला नेहमीच्या काश्मिर मुद्द्यावरून सहानुभूती मिळाली नाही. सन २००७ मधील युरोपियन पार्लमेंटचा या विषयावरील अहवाल

हे याचे सर्वांत ताजे उदाहरण होय. त्यावरून जगात पाकिस्तान हा देश जागतिक दहशतवादाचा केंद्रबिंदू, इस्लामिक मूलतत्त्ववादी आणि अणुशक्तीचा प्रसार करणारा देश आहे, अशी त्याची प्रतिमा झाली आहे.

पाकिस्तानमध्ये लष्करशाही पुनःप्रस्थापित करण्याचा विचार चालला आहे त्याचे मुख्य कारण म्हणजे जिहादींनी पाकिस्तान राज्यव्यवस्थेला लक्ष्य केले आहे. जिहादींना शेखी मिरविणाऱ्या लष्कराला धडा शिकवायचा आहे. ही सेना पाकिस्तानच्या सर्व भागांचे संरक्षण करायला लायक नाही, सक्षम नाही, असे त्यांचे मत आहे. पाकिस्तानची पश्चिम सीमा - (NWFP), वायव्येकडचा भाग, आदिवासी पट्टा आणि अफगाणिस्तान - यांच्याकडूनच आज पाकिस्तानला सर्वांत जास्त असुरक्षित वाटते. त्यामुळेच त्यांना भारताबरोबर असणारे ताणतणाव कमी करायचे आहेत हे पटण्याजोगे आहे. गेल्या चार दशकांत, पाकिस्तानातील नागरिकांमध्ये असलेली पाकिस्तानी लष्कराची चमक-धमक कमी झाली आहे. त्यांना आता पोकळ घोषणांनी लोकांना फसवता येणार नाही. गेल्या ६० वर्षांत पाकिस्तानने घेतलेले प्रयास पाहता, आर्थिक विकास, राजकीय संस्थांमध्ये आलेली परिपक्वता किंवा जगातील अन्य देशांशी झालेले व्यवहार या क्षेत्रात झालेली भारताची प्रगती लक्षात घेता भारत पाकिस्तानच्या खूपच पुढे गेला आहे. पाकिस्तानचे यापूर्वीचे भारताशी बरोबरी करण्याचे प्रयत्न निष्फळ आणि पोकळ ठरले आहेत. त्यामुळे भारतापेक्षा पाकिस्तानला अधिक हानी पोहोचली आहे. अखंड भारताच्या फाळणीमुळे - भारत, पाकिस्तान व बांगलादेश हे सर्व दुखावले गेले आहेत, अशी भारतीय उपखंडातील लोकांमध्ये वाढती भावना आहे. आपापसातील मतभेद बाजूला सारून दोन्ही देशांनी परस्परांच्या फायद्यासाठी सहकार्य करणे ही काळाची गरज आहे, अशी सार्वत्रिक भावना निर्माण झाली आहे. याचाच परिणाम म्हणजे आज पाकिस्तानातील जास्तीत जास्त लोकांना भारतापासून आपल्याला धोका आहे या काल्पनिक भीतीमुळे आपल्याला कोणताच अपाय होणार नाही याची खात्री वाटत आहे. पूर्वापार पाकिस्तानी लष्कराने भारतापासून धोका आहे, असे भासवून स्वतःला अनेक अधिकार आणि सोयीसुविधा घेतल्या आणि सत्तेचा गैरवापर केला व देशाची लूट केली. त्याचीच काळजी पाकिस्तानला वाटत आहे.

या सगळ्या चांगल्या सुधारणा होत असल्या तरी अजून मोठा पल्ला गाठायचा आहे. जुलै २००८ मध्ये जम्मू-काश्मिरमधील अमरनाथ यात्रेच्या वेळी ज्या पवित्रस्थानाच्या जागेवरून सुरू झालेला वाद यावेळी ही गोष्ट विशेष प्रकर्षाने जाणवली. काबूलमधील भारतीय वकिलातीवर बॉम्बहल्ला झाला, बंगळूरु, अहमदाबाद, जयपूर, दिल्ली व अगदी अलीकडील मुंबई ही दहशतवादी हल्ल्यांची मालिका, काश्मिरमध्ये नियंत्रण

रेषेजवळ युद्धविराम कराराचे केलेले उल्लंघन ही सर्व वस्तुस्थिती समोर आली. या घडामोडींमुळे अगोदरच तणावाखाली असलेली शांतता प्रक्रिया सन २००८ मध्ये मुंबईवर झालेल्या अतिरेकी हल्ल्याचा शोध घेण्याबाबत पाकिस्तानचे असहकार्य आणि या घटना ज्यांच्यामुळे घडल्या त्या व्यक्ती आणि संस्था यांना ते दोषी ठरवत नसल्यामुळे संपूर्णपणे कोलमडली आहे. याचा परिणाम म्हणून पाकिस्तानमध्ये २००७ व २००८ साली गोंधळाची राजकीय परिस्थिती उद्भवल्यामुळे फेब्रुवारी २००८ मधील ऐतिहासिक निवडणुका घ्याव्या लागल्या; ज्यात पाकिस्तानी लष्कर जरी दबावाखाली आले, तरी त्यांची सत्ता संपुष्टात आली नाही. परिस्थिती शांत झाली की, त्यांचे लष्कर जुने मार्ग कदाचित अवलंबेल. पाकिस्तानात ज्याच्याकडे प्रभावी सत्ता आहे, अशा खऱ्या अर्थाने लोकशाही सरकार येण्यापासून बराच दूर आहे. त्यांची अंतर्गत रस्सीखेच चालूच आहे. पाकिस्तानचे मुलकी सरकार कुचकामी आहे हे दाखविण्याकरिता भारताविरुद्ध दहशतवादी कृत्ये आणि विघातक कारवाया केल्या जातात, हे नाकारता येत नाही. भारतात पाकिस्तानचे मुलकी सरकारच्या निष्कपटपणबद्दल संशयाचे वातावरण निर्माण केले जात आहे आणि पाकिस्तानी लष्कराला पाकिस्तानच्या राजकारणात आपल्या पुनःवर्चस्वाकरिता मार्ग मोकळा करून दिला जात आहे.

भारताचा दृष्टिकोन

भारताने पाकिस्तानातील नव्या मुलकी शासनाशी अत्यंत काळजीपूर्वक व्यवहार करणे आवश्यक आहे. त्यांच्या धोरणातील सूक्ष्म अनुबंध ओळखता आले पाहिजेत. भारताचा दृष्टिकोन हा यथायोग्य व्यूहरचना दर्शविणारा असावा. त्यासाठी भारत सरकारने देशातील मुख्य राजकीय पक्षांशी विचारविनिमय करायला हवा. त्यामुळे भारतातच व्यापक राजकीय एकमत तयार होईल, तसेच दबाव तंत्राबरोबरच मन वळवणे, उत्तेजन देणे व बक्षीस देणे या तिन्हींचा सुयोग्य वापर व्हायला हवा. पाकिस्तानच्या धोरणात बदल होण्यास वेळ द्यावा लागेल आणि त्याकरिता संयम दाखवावा लागेल, ही वस्तुस्थिती भारताने जाणून घेतली पाहिजे. त्यात बरेच अडथळे आहेत, पण ते तात्पुरते असतील, अशी आपण आशा करू. भारताने आपले लक्ष फक्त ज्या गोष्टी पाकिस्तान सरकार करू शकेल अशा गोष्टींवर केंद्रित करायला हवे. पाकिस्तानचा इतिहास पाहता त्यांच्या लष्कराला विशेषतः जनरल मुशर्रफना तेथील लोकांनी आधी वर्दी उतरवायला लावली, नंतर त्यांचे राष्ट्राध्यक्षपद काढून घेतले. आता पाकिस्तानी लष्कराच्या तुलनेत मुलकी प्रशासनाचे हात बळकट करणे हे

सर्वांत महत्त्वाचे काम आहे. या संदर्भात त्यांच्या सरकारने आखलेली नवी व्यापार धोरणे स्वीकारायला हवीत; ज्यात भारतातून आयात मुक्त करणे, पाकिस्तानातील निवडक प्रकल्पांकरिता आर्थिक मदत देण्यासाठी प्रयत्न करणे याचा समावेश होतो. भारत व पाकिस्तानचे एकमत होणारा आणखी एक मुद्दा म्हणजे पाकिस्तानातून जिहादींची हकालपट्टी करणे. पुढचा टप्पा म्हणजे पाकिस्तान व अफगाणिस्तानातून परकीय सेना कमी करणे. आज तसे होईल असे वाटत नाही; पण अफगाणिस्तान नक्कीच सहकार्याची भूमिका घेईल.

काश्मिरची चिघळती जखमसुद्धा इलाज करून बरी करायला हवी. २००७च्या मध्यापर्यंत मागील दाराने जनरल मुशर्रफशी बोलणी होत होती. त्यातून दोन्ही देशांना स्वीकाराहार्य असे उपाय निघतील, असे वाटले होते. जरी या बैठका अगदी गुप्त होत्या, तरी त्यातील बातम्या निरनिराळ्या माध्यमांपर्यंत पोहोचत होत्या. सीमेत बदल नाही, सौम्य सीमा, जम्मू-काश्मिरमध्ये स्वायतत्ता व स्वतंत्र राज्यकारभार, नियंत्रण रेषेपलीकडे चर्चेला सुरुवात करणे, दोन्ही देशांतील संबंधित राज्ययंत्रणांनी शांतता प्रस्थापित करण्याचे प्रयत्न करून सीमेपार होणारा दहशतवाद कमी करणे, यांचा या चर्चांमध्ये समावेश होता. छुपेपणाने चाललेला संवाद लष्कराच्या हुकूमशाहीसाठी योग्य होता. यात तोटा असा होता की, या बाबींवरचा उपाय दोन्ही देशांच्या पसंतीस उतरण्याच्या दृष्टीने या त्रासदायक व भावनिक मुद्द्यांवर आपल्या सूचना आणि प्रतिक्रिया नोंदवून लोकमत व राजकीय मत निर्माण होण्याकरिता योग्य वातावरण नव्हते. भारतासारख्या देशात जिथे संपूर्ण लोकशाही आहे आणि सध्या मिश्र सरकार आहे, अशा परिस्थितीत कोणतेही परराष्ट्रीय धोरण यशस्वी व्हायचे असेल, तर त्यावर व्यापक राजकीय एकमत असणे गरजेचे आहे. अपेक्षेप्रमाणेच नवीन पाकिस्तानी मुलकी सरकारने मुशर्रफ यांनी केलेल्या घोषणा पाळल्या नाहीत.

जम्मू-काश्मिरच्या प्रश्नावर सध्या 'जैसे थे' परिस्थिती आहे. काही तोडगा सहज निघेल, अशी कल्पना करणे चुकीचे आहे. जम्मू-काश्मिरमधील परिस्थिती बरीच सामान्य व सुरळीत होत असतानाच अमरनाथ तीर्थक्षेत्राच्या जमिनीचा वाद काढून चालू गाड्याला खीळ घालण्याचे काम झाले आहे. त्यात स्वतंत्र काश्मिरची मागणी करणाऱ्यांचा गट आणि काश्मिरमधील तथाकथित राजकीय पक्षांनीच हा उद्योग आरंभिला आहे. काश्मिरात अलगतावादी भावनेला भारत खतपाणी घालू शकत नाही. तार्किकदृष्ट्या भारत आणि पाकिस्तानने जम्मू-काश्मिरच्या विभाजित लोकांच्या हालअपेष्टांची काळजी करण्याचे कारण नाही. यापेक्षा उपखंडातील विभाजित समाज, बंगाल, पंजाबसारख्या प्रांतातील पाकिस्तानातील मोहाजिरी आणि त्यांचे भारतातील आप्त किंवा राजस्थानच्या सीमेकडील भागात विभाजित झालेला समाज

यांचा विचार करावा. सुरक्षिततेच्या आणि राजकीयदृष्ट्या जम्मू-काश्मिर आणि पाकव्याप्त काश्मिर मधील सीमा 'सौम्य' होऊ शकत नाही. भारत-पाकिस्तानच्या सीमेवर इतरत्र कुंपण घातले आहे. आणखी एक गोष्ट लक्षात ठेवायला हवी, ती म्हणजे भारताने घटनेच्या ३७० व्या कलमानुसार १९४७ पासून जम्मू-काश्मिरमधील लोकांना संरक्षण बहाल केलेले आहे. ही स्थिती पाकव्याप्त काश्मिरमध्ये नाही. तिथे मोठ्या प्रमाणावर पंजाबमधून स्थलांतर केलेले निर्वासित लोक आहेत. शेवटी १९४७ च्या पूर्वी असणारे जम्मू-काश्मिरचे संस्थानिक राज्य हे फक्त प्रशासकीय कारभार पाहत होते. तिथे सुसंगत राजकीय व्यवस्था नव्हती. या राज्यात जम्मू, काश्मिरचे खोरे, लडाख, पाकव्याप्त काश्मिर आणि उत्तरेकडचा काही भाग हे पाच प्रमुख भाग येतात. भारताने इतर राज्यांच्या सीमेबाबत दाखविली नाही इतकी काळजी फक्त स्वातंत्र्यापूर्वीच्या जम्मू-काश्मिरच्याच सीमेबाबत का दाखविली? पंजाब, उत्तर प्रदेश, बिहार, आसाम, मध्य प्रदेश आणि इतर काही भारतीय राज्यांची राजकीय आणि प्रशासकीय कारभारासाठी अत्यंत त्वरेने फेररचना करण्यात आली होती. स्वतःबद्दलची खात्री आणि आत्मविश्वास असणारा पाकिस्तान जर स्वातंत्र्यापूर्वीचे भारतातील इतर राज्यांप्रमाणेच एक राज्य म्हणून जम्मू-काश्मिरकडे पाहत असेल, तर ते भारताकरिता चांगलेच आहे. त्यामुळे या दोन देशांमध्ये द्विपक्षीय संबंध सुधारतील. जर भारतातच जम्मू-काश्मिर मुद्द्यावरून विभाजन व्हायची वेळ आली, तर कोणताच साकव काम करू शकणार नाही. त्यावेळी जम्मू-काश्मिर एक नवे राज्य व लडाख केंद्रशासित प्रदेश म्हणून अस्तित्वात येईल. दोन्ही देशात कितीही मतभेद असले तरी त्यांना काश्मिरचे स्वतंत्र राज्य म्हणून अस्तित्व नको आहे. त्यातून दोन्ही देशांच्या सुरक्षेला बाधा येऊ शकते.

दूरदृष्टिकोनातून विचार करता दोन्ही देश एकत्र आल्यास ते दक्षिण आशियातील मोठी ताकद म्हणून जगात गणले जातील. यावर भारताने पाकिस्तानचे एकत्र विचारविनिमय करण्याकरिता मन वळवले पाहिजे. भारत-पाकिस्तानमधील कडव्या विरोधाचा बाह्य शक्तींना फायदा होत आहे. अमेरिका, चीन व सौदी अरेबिया हे पाकिस्तानला मदत करणारे प्रमुख परकीय देश आहेत. हे देश आणि पाकिस्तान यांचे एकमेकांशी हितसंबंध गुंतले आहेत आणि त्याला अनुसरून ते आपली धोरणे तयार करतात. यातील एका किंवा अनेक देशांना भारत-पाकिस्तानात तणाव आणि संघर्ष असणे सोयीचे आहे, ही वस्तुस्थिती लक्षात घेतली पाहिजे. ४ जानेवारी १९४८च्या प्रार्थना सभेत गांधीजींचे जे भाषण झाले होते, ती एक भविष्यवाणीच ठरली आहे. ते म्हणाले,

> चुका दोन्ही बाजूंनी झाल्या होत्या. त्यात मला अजिबात शंका नाही. मात्र, याचा अर्थ हा नाही की, आपण पुनःपुन्हा त्याच त्या करत राहाव्या. याचा शेवट आपापसांतल्या युद्धात आपण दोन्ही देश नष्ट होऊ व हा उपखंड कोणत्या तरी तिसऱ्याच शक्तीच्या हाती. अशा प्रकारच्या भविष्याचा विचारही करवत नाही. तो विचार जर मनात आला, तर माझा थरकाप उडतो.

भारत आणि पाकिस्तान या दोन्ही देशांनी याबाबत काळजीपूर्वक विचार करायला हवा. अर्थात, भारताने पाकिस्तानच्या परदेशी पाठीराख्यांचे मन वळवणे क्रमप्राप्त आहे. या देशांनी पाकिस्तानमध्ये स्थिर लोकशाही निर्माण होण्याकरिता व भारताबरोबरचे संबंध सुधारण्याकरिता आपल्या प्रचलित दृष्टिकोनात बदल करणे गरजेचे आहे. आजचे राजकारण पाहता याला फळ रूप येईल असे वाटत नाही. भारताने एका हातात रसाळ गाजर आणि एका हातात दंडुका ठेवून आपले पाकिस्तानविषयक स्वतंत्र धोरण आखले पाहिजे.

पाकिस्तानच्या विरोधात वापरायची तरफ

पाकिस्तानवर दबाव आणण्यासाठी भारत काय करू शकतो? पाकिस्तान समस्येवर लष्करी कारवाई करणे हा उपाय भारताने नाकारला पाहिजे. सन २००२ मध्ये पाकिस्तानला युद्धाची धमकी देणाऱ्या भारताला काही महिन्यांतच आपल्या सैन्याला माघारी बोलवावे लागले होते. किंबहुना, अणुशक्तीच्या 'दहशतीचा समतोल' हा मुद्दा उद्भवला होता. त्याहीपुढे २००२ प्रमाणेच अमेरिकेचा पुढाकार असलेला जागतिक समूह आण्विक शस्त्रे बाळगणाऱ्या दोन देशांमध्ये युद्ध होऊ नये, याकरिता आटोकाट प्रयत्न करेल. अमेरिकेचे कितीतरी तळ भारताच्या सीमेशेजारी आहेत. पोखरण-दोनच्या घटनेपासून अमेरिकेने भारताच्या लष्करी हालचालींवर लक्ष ठेवण्याच्या आपल्या क्षमतेत सुधारणा केली आहे व ते आता बेसावध असणार नाहीत. आंतरराष्ट्रीय पातळीवर भारताबद्दल अमेरिकेने असा विचार केला पाहिजे का? भारत पाकिस्तानविरुद्ध सैनिकी कारवाई करण्याचा गंभीरपणे विचार करते आहे, असे आंतरराष्ट्रीय समूहाला वाटते का? तसे झाल्यास ते भारतावर मोठ्या प्रमाणावर आर्थिक किंवा इतर दबाव आणतील. तसेच भारताने पाकिस्तानातील लष्करी किंवा लष्कर प्रभावित राजवटीशी आपणहून उचललेल्या 'विश्वासार्ह पावलांचा' (सिंधू नदीच्या पाण्याचा करार, सिमला, लाहोर, आग्रा) उपयोग झाला नाही. माजी पंतप्रधान अटलबिहारी वाजपेयींचे एप्रिल २००३ मध्ये श्रीनगर येथे झालेले भाषण हे अशा प्रकारचे सर्वांत अलीकडच्या काळात उचललेले पाऊल होय. त्याचा परिणाम

५ वर्षे टिकला, त्यातून काही बदलांना सुरुवात झाली; पण पुढे ते काळाच्या ओघात वाहून गेले. पाकिस्तानातील लष्करी राजवटीसमवेत कोणतेही टिकाऊ स्वरूपाचे व्यवहार करण्याची अत्यल्प शक्यता आहे. पाकिस्तानात खऱ्या स्वरूपातील टिकावू लोकशाही उदयास यावी हे भारताचे आणि पर्यायाने पाकिस्तानचेही दीर्घमुदतीचे लक्ष्य असायला हवे. लष्करशाही संपवून जर राज्यपद्धतीत बदल करण्याची पाकिस्तानने तयारी दर्शविली, तर भारतानेही आपले अपेक्षित उद्दिष्ट साध्य करण्याचा लष्करी मार्गाशिवाय इतर मार्ग वापरण्याचा विचार केला पाहिजे.

भारताच्या हातात पाकिस्तानच्या विरोधात वापरता येतील असे मुद्दे अगदीच मर्यादित आहेत. त्यातील एकच मुख्य म्हणजे सिंधू नदीचे पाणी, जे भारतातून पाकिस्तानात वाहत जाते. भारताच्या बाहूंना बळ देणारी ही बाब भारताने काळजीपूर्वक वापरायला हवी. अनेक विद्वान आणि इतिहासकारांनी असे निदर्शनास आणून दिले आहे की, इतर कोणत्याही बाबींपेक्षा सिंधू आणि तिच्या उपनद्यांच्या जम्मू-काश्मिरमधून वाहणाऱ्या पाण्यावर नियंत्रण मिळवण्याची इच्छा ही पाकिस्तानच्या काश्मिर बळकावण्याच्या मुळाशी आहे. भविष्यात पाणी हा भारत-पाकिस्तान यांच्यातील संघर्षाचा मुद्दा होऊ शकतो. पाकिस्तानच्या सीमेलगत असणाऱ्या भारतातील राज्यांना पाण्याच्या उपलब्धतेचा प्रश्न भेडसावतो आहे. पाकिस्तानच्या दृष्टीने ही परिस्थिती अधिक गंभीर आहे. दुर्दैवाने १९६० मध्ये सिंधू नदीच्या पाण्यावर जो करार झाला तो एकतर्फी झाला. आता भारत वैधरित्या त्यात बदल करू शकत नाही किंवा तसा प्रयत्नही करू शकत नाही. तसे केल्यास भारतावर आंतरराष्ट्रीय समुदायाचे खूपच दडपण येईल. आता प्रश्न उरतो की, जर भारताने हा करार बदलण्याचा प्रयत्न केला, तर त्याचे चीनबरोबरचे संबंध कसे राहतील? भारतातून वाहणाऱ्या सतलज, ब्रह्मपुत्रा आणि कर्नाली/घागरा या तीन मुख्य नद्यांच्या उगमावर चीनचे नियमन आहे. म्हणूनच भारताने सिंधू नदीच्या पाण्याचा करार रद्द करायचा किंवा आहे तीच परिस्थिती स्वीकारायची, याचा सरधोपटपणे विचार न करता, त्यामुळे होणारे सूक्ष्म फरक लक्षात घेऊन सौजन्यपूर्ण पद्धतीने हाताळायला हवा.

सिंधू नदीच्या पाण्याच्या कराराप्रमाणे भारताला पूर्वेकडून वाहणाऱ्या सतलज, बियास आणि रावी या तीन नद्यांचे पाणी वापरायचा हक्क आहे. या नद्यांचे भरपूर पाणी पाकिस्तानात जाते, ज्यावर त्यांचा अजिबात हक्क नाही. याचे कारण म्हणजे भारताने पूर्वेकडील नद्यांवरील इंदिरा गांधी कालवा, सतलज-यमुना जोड कालवा आणि थेन धरण यासारखे अनेक नियोजित प्रकल्प अद्याप पूर्ण केलेले नाहीत. हे प्रकल्प आता युद्धपातळीवर पूर्ण करायला हवेत. आपापले मतभेद बाजूला सारून पाकिस्तानला

हे पाणी वापरू द्यायचे नाही, हे या प्रकल्पाशी संबंधित राज्यांना पटविण्याकरिता राजकीय पातळीवर पुढाकार घेणे आवश्यक आहे. हे प्रकल्प झाल्यावरसुद्धा जर पाकिस्तानला पाणी मिळत असेल, तर नव्या योजना व प्रकल्प आखले पाहिजेत. किंबहुना, इंदिरा गांधी कालवा पुढे दक्षिणेकडे राजस्थान आणि गुजरातपर्यंत वाढवता येऊ शकेल. जास्त पाणी उपलब्ध झाले, तर गुजरातही पंजाब आणि हरियानाप्रमाणेच धान्याचे कोठार बनेल. अर्थातच या सगळ्याला मोठ्या प्रमाणावर निधीची गरज भासणार आहे. मात्र भारत पाकिस्तानविरोधात लष्करी कार्यवाहीवर जे कोट्यवधी रुपये खर्च करीत आहे त्यामानाने हा खर्च खूपच कमी आणि अधिक प्रभावी ठरणार आहे. पूर्वेकडून वाहाणाऱ्या नद्यांचे पाणी पूर्णपणे वापरण्यासाठी प्रकल्पांच्या कामाचा वेग वाढविण्याची केवळ घोषणा केली, तरी पाकिस्तानी राज्यकर्त्यांना धडकी भरेल. भारत प्रत्यक्षात पूर्वेकडून वाहणाऱ्या नद्यांच्या पाकिस्तानात वाहणाऱ्या सध्याच्या प्रवाहात अगदी कमीत कमी १० ते २० टक्क्यांनी कमी करू शकला, तर तेथील बलाढ्य शेतकरी संघटितपणे लष्करशाहीच्या विरोधात उठतील. हे नुसते म्हणण्याचाच अवकाश. ही एक महत्त्वपूर्ण मानसिक खेळी होऊ शकेल. अशी चाल खेळल्यामुळे तेथील लष्करशाहीला हे सांगणे सोयीचे होईल की, भारत हा बिनदाताचा वाघ नाही. सिंधू नदीच्या पाणी करारातील अटींच्या अधीन राहून भारताला पूर्वेकडून वाहणाऱ्या नद्यांचे पाणी पूर्णपणे वापरता येते. त्यामुळे आंतरराष्ट्रीय समुदायाला कायद्याच्या पातळीवर कोणतीही हरकत घेता येणार नाही.

पश्चिमी नद्या ही भारताच्या धोरणामधील आणखी एक टोचणी आहे. भारताने आम्हाला सिंधू पाणी करारावर पुन्हा वाटाघाटी करायच्या आहेत, असे पाकिस्तानला औपचारिकपणे सांगायला हवे. ही मागणी करण्यापासून भारताला कोणीही रोखू शकणार नाही (अमेरिकेने असेच ABM कराराबद्दल केले होते). भारताचे या बाबतीतले प्रतिपादन मूलभूत असून ते साधारणपणे खालील मुद्द्यांना धरून असावे.

भारत व पाकिस्तानमधील सिंधू नदी पाणी करार हा पाणी वाटपाचा जगातील एकमेवाद्वितीय करार आहे. यात नदीकाठचा खालचा भाग हा नदीकाठच्या वरच्या भागापेक्षा अधिक उदार असतो, याची भारताला जाणीव होती. भारताने अत्यंत जागरूकपणे भारतातील लोकांच्या भल्याचा विचार न करता पाकिस्तानबरोबर सर्वसाधारण चांगले हितसंबंध जोपासण्यासाठी, तसेच काश्मिर प्रश्नही सुटावा यासाठी मोठा त्याग केला. जम्मू-काश्मिरमधून वाहणाऱ्या नद्यांचे पाणी देताना कोणताही संभाव्य अडथळा न येण्याची खात्री पाकिस्तानला मिळावी आणि काश्मिर प्रश्नावर कायमस्वरूपी तोडगा मिळण्यास मदत व्हावी अशी अपेक्षा होती. दुर्दैवाने भारताच्या दानशूर वृत्तीला पाकिस्तानकडून कोणताच दुजोरा मिळाला नाही.

उलट, त्यांनी मुद्दामहून भारताला अस्थिर करण्याचे आणि आर्थिकदृष्ट्या धक्का पोहोचविण्याचे धोरण आखले. पाकिस्तानने सिमला करारासारख्या गंभीर अटींचा अनादर केला. दोन्ही देशांदरम्यान कायमस्वरूपी शांततामय, स्थिर व सहकार्यपूर्ण संबंध प्रस्थापित होतील, या आशेने युद्धात विजयी झालेल्या भारताने पूर्ण पाडाव झालेल्या पाकिस्तानशी हा उदारतेने केलेला करार होता.

भारताविरुद्धचा पाकिस्तानपुरस्कृत दहशतवाद हे फक्त द्विपक्षीय करार किंवा भारताशी केलेल्या चर्चांच्या आणि संयुक्त राष्ट्रांची तत्त्वे व आंतरराष्ट्रीय कायदे विरुद्ध आहे असे नव्हे, तर त्यांनी विश्वासघात केला आहे. त्यांची सततची हिंसक वृत्ती, युद्धाची खुमखुमी ही ते कधीही युद्ध पुकारू शकतील हेच दर्शविते. दुसरे असे की, भारताची स्वतःची जम्मू-काश्मिर राज्यातील पाण्याची मागणी वाढली आहे. त्या राज्याचे लोक सतत आणि त्यांचे निर्वाचित लोकप्रतिनिधी जम्मू-काश्मिरमधून पाकिस्तानात वाहणाऱ्या नद्यांच्या पाण्यावरील अधिकाराचा उपयोग करण्याची मागणी करत आहेत. जम्मू-काश्मिरची आर्थिक प्रगती वेगाने व्हावी, असे भारताला वाटते. जम्मू-काश्मिरच्या लोकांच्या कल्याणासाठी आणि प्रगती व्हावी याकरिता भारताने कोणतीही पावले उचलली तरी, आम्हाला तिथल्या लोकांची काळजी आहे, असे भासविणारा पाकिस्तानमधील राज्यकर्ता वर्ग त्याला विरोध करणार नाही, अशी भारताला खात्री आहे.

सरकारने काश्मिरबाबत अशा प्रकारची पावले उचलणे, हे राजकीय दृष्टीने महत्त्वाचे आहे. याला केंद्र व जम्मू-काश्मिरमधील कोणत्याच राजकीय पक्षाला विरोध करणे कठीण होईल. यामुळे पाकिस्तान बचावात्मक पवित्रा घेईल आणि किंबहुना त्यामुळे पाकिस्तान व पाकिस्तानसमर्थक काश्मिरी यांच्यात दरी निर्माण होईल. अर्थात, वरील मुद्द्यांना अनुसरून पाकिस्तानला भारताने सुचवलेले उपाय आवडतील, याची शक्यता फारच कमी आहे; पण यामुळे भारताला पाकिस्तानच्या तुलनेने आपली राजनयिक बाजू मांडण्याची संधी मिळेल आणि त्याचबरोबर जम्मू-काश्मिरच्या लोकांपर्यंत पोहोचता येईल. भारताने पाकिस्तानशी चर्चा करताना सिंधू पाणी करार हा भारतासाठी खूप महत्त्वाचा मुद्दा म्हणून वारंवार मांडावा. भारत आणि पाकिस्तान यांच्यामध्ये काश्मिर हाच 'कळीचा मुद्दा' आहे, असे पाकिस्तान म्हणतो. जर असे असेल तर काश्मिर प्रश्नावर चर्चा करताना जम्मू-काश्मिरच्या लोकांच्या हिताच्या दृष्टीने आवश्यक भाग असलेल्या सिंधू पाणी करारावर पुन्हा चर्चा व्हायला हवी, असा भारताचा प्रतिवाद असायला हवा.

नुसती बोलणी किंवा चर्चा न करता भारताने पूर्वेकडे वाहणाऱ्या नद्यांबाबत कृती करणे आणि सिंधू पाणी करारांतर्गत पश्चिमवाहिनी नद्यांच्या पाणी वापराविषयी

असलेल्या परवानगीच्या अंतर्गत ते पाणी भारताने वापरणे, यामुळे पाकिस्तानावर दबाव येईल. सप्टेंबर २००८ मध्ये बागलिहार धरण भरण्याकरिता भारतातून पाकिस्तानात जाणाऱ्या चिनाब नदीवरील पाण्याच्या प्रवाहात भारताकडून अडथळे निर्माण झाल्यामुळे पाकिस्तानात अस्वस्थता निर्माण झाली. यातून भारतातून पाकिस्तानात जाणाऱ्या नद्यांच्या पाण्यावर ताबा ठेवणे, हे एक मोठे अस्त्र भारताच्या हातात आहे, हे सिद्ध झाले. सिंधू पाणी कराराच्या अंतर्गत भारताला जेवढे पाणी वापरायची परवानगी आहे, तेवढे सिंधू नदीचे पाणी पूर्णपणे वापरण्याच्या दृष्टीने भारताने दीर्घ मुदतीचे धोरण आखायला हवे. याशिवाय, भविष्यात कधीही सिंधू पाणी करारात बदल करणे किंवा तो रद्द करण्याबाबतचे निर्णय घेण्याचे अधिकार आपल्याला राहतील अशी परिस्थिती भारताने निर्माण करावी. सन २००७ मध्ये भारताचे पंतप्रधान मनमोहन सिंग यांनी जम्मू-काश्मिरच्या जमिनीच्या आणि पाण्याच्या सामाईक वापराबाबत केलेली आगाऊ सूचना भारताची अतिशय तर्कसंगत, शक्य असलेली रास्त मागणी होती.

हे प्रश्न सोडविण्यासाठी आता आपल्याला कठोर पावले उचलण्याशिवाय पर्याय नाही असे भारताला वाटू नये, याकरिता पाकिस्तानातील विद्वान मंडळी तेथील लोकमन वळविण्याचा प्रयत्न करतील, अशी आशा करायला हरकत नाही. पाकिस्तानात लष्करशाही आहे आणि ते भारताविरुद्धची भांडकुदळ वृत्ती सहजासहजी सोडून देणार नाहीत, हे स्पष्ट आहे. भारताबरोबर प्रत्यक्ष किंवा अप्रत्यक्ष मार्गाने सर्वसामान्य संबंध प्रस्थापित झाले, तर आपल्याला भारतीय धोका आहे, ही जाणीव निघून जाईल आणि कारभार सुरळीत चालेल. त्यानंतरच पाकिस्तानी जनतेला वाचा फुटेल. ते लष्करावर खर्च होणाऱ्या प्रचंड रकमेवर व लष्कराला मिळणाऱ्या सुखसुविधा याबद्दलही जाब विचारू शकतील. सातत्याने एकमेकांशी भांडत राहणे व कडवा प्रतिकार करत राहणे, हेच भारत आणि पाकिस्तानच्या नशिबात आहे का? हे मोठ्या प्रमाणावर पाकिस्तानात लष्कर राजवटीचा कधी कायमस्वरूपी अंत होईल का, यावर अवलंबून आहे. हे प्रामुख्याने पाकिस्तानच्या जनतेलाच ठरवावे लागेल आणि भारताला जे कुणी प्रभावी सरकार स्थापन करेल, त्याच्याशी व्यवहार करावा लागेल. भारताने पाकिस्तानी सैन्याला, ज्यांचा मुख्य उद्देश भारतात दहशतवादी कारवाया घडवून आणण्यासाठी चिथावणी देणे आणि भारताला कमकुवत करून सतत त्रास देणे, दुर्बल करणे याकरिता डावपेच आखणे हा आहे, त्यांच्या वैधतेला कोणत्याही प्रकारे मान्यता आणि पाठिंबा देऊ नये. पाकिस्तानातील जनतेचा भारत हाच खरा मित्र आहे. भारतातून पाकिस्तानात जाणारा कोणीही प्रवासी तेथील सामान्य जनतेकडून मिळणारी मित्रत्वाची भावना व आदरातिथ्य यांनी भारावून जातो. पाकिस्तानमध्ये जे लोकशाहीसाठी संघर्ष करीत होते, त्यांना राजकीय पक्ष आणि

नागरी समाज यांच्या विरोधात असलेल्या राष्ट्राध्यक्ष मुशर्रफ यांना भारताचा अव्यक्त पाठिंबा पाहून, सखेद आश्चर्य वाटले. भारताने अत्यंत नाखुशीने आणि कालांतराने आपली धोरणे बदलली आहेत. पाकिस्तानात लोकशाहीसाठी संघर्ष करणाऱ्या लोकांची भारताने निराशा करू नये, कारण त्यातच भारताचे हित आहे.

भारताचे अफगाणिस्तानमधील स्वारस्य

सन १९४७ मध्ये पाकिस्तानची निर्मिती होईपर्यंत भारत व अफगाणिस्तान हे भौगोलिकदृष्ट्या एकमेकांचे शेजारीच होते. शतकानुशतके ज्या भूभागातून परकीय हल्लेखोरांनी भारतावर आक्रमणे केली, त्या वेळी अफगाणिस्तानने भारताचे रक्षण करण्यात अत्यंत महत्त्वाची भूमिका बजावली. उत्तर भारतातील उत्तरोत्तर सर्वच राज्यकर्त्यांनी पूर्व आणि दक्षिण अफगाणिस्तानवर ताबा मिळवायचा प्रयत्न केला. पाकिस्तानशी परस्पर शत्रुत्व असल्याने १९४७ नंतर अफगाणिस्तान व भारत आपोआप एकमेकांच्या जवळ आले आहेत. सन २००१ मध्ये तालिबान्यांची हकालपट्टी झाल्यानंतर भारताने अफगाणिस्तानला पुनर्बांधणी व राष्ट्रनिर्माणाच्या इतर क्षेत्रात प्रगती करण्याकरिता भरीव मदत केली (एकूण १०२ कोटी बिलियन्स अमेरिकन डॉलर्स). अफगाणिस्तानच्या मुख्य प्रांतात भारताचा सहभाग होताच. भारताने जलालाबाद, कंदहार, हेरात आणि मझार-ए-शरीफ या ठिकाणी परराष्ट्र खात्याच्या दूतावासांची सोय केली. याशिवाय भारताने अफगाणिस्तानच्या नैर्ऋत्येकडून जवळजवळ पूर्ण अफगाणिस्तानाला वेढा घालून इराणमध्ये झाहिदानपर्यंत पोहोचणारा झरांज-देलाराम रस्ता अफगाणिस्तानला बांधून दिला. यासारखे अनेक प्रकल्प भारताने हाती घेतले आहेत.

अफगाणिस्तान हा देश सार्वभौम, स्थिर, संघटित आणि परकीय प्रभावांपासून पूर्णपणे स्वतंत्र असण्यात भारताला औत्सुक्य वाटते. भारत आणि पाकिस्तान यांच्यात शत्रुत्व असल्याने अफगाणिस्तानने पाकिस्तानच्या विशेष प्रभावाखाली येऊ नये असे भारताला वाटते. त्यामुळे तालिबान्यांचे पुनरुज्जीवन होणे याबद्दल भारताला खूप काळजी वाटते आहे. अफगाणिस्तानातील घडामोडींचा भारतातील सुरक्षा यंत्रणांवर खोलवर परिणाम होतो. भारताची अडचण अशी आहे की, तो अफगाणिस्तानचे संरक्षण करण्यात प्रत्यक्ष सहभागी झालेला नाही. अफगाणिस्तानच्या संरक्षणमंत्र्यांनी एप्रिल २००८ मध्ये दिलेल्या भारतभेटीनंतर बदलांना सुरुवात होताना दिसत आहे. या भेटीत, अफगाणिस्तानातील बंडखोरांचा बीमोड करणे, अफगाण वैमानिकांना प्रशिक्षण देणे आणि अफगाणिस्तानच्या हेलिकॉप्टरच्या ताफ्याची देखभाल

करण्यास मदत करणे याबाबत त्यांनी भारताच्या सहयोग व सहकार्याची अपेक्षा व्यक्त केली. अफगाणिस्तानमधील भारताचा वाढता प्रभाव पाहून तालिबानी व त्यांचे पाकिस्तानातील पोषणकर्ते यांनी जुलै २००८ मध्ये काबूल येथे भारतीय वकिलातीवर आत्मघातकी मोटार बॉम्बहल्ला केला. भारताची वक्रदृष्टी केवळ पाकिस्तानचा अफगाणिस्तानावर प्रभाव पडणार नाही, एवढ्यावरच भारत नजर ठेवून नाही. भारताला अफगाणिस्तानवर परकीयांचा दबाव नको, असे इतिहास सांगतो. आजदेखील त्यांच्या सीमेजवळ दीर्घकाळ तैनात असलेले नाटोचे सैन्य भारताच्या हिताचे नाही. नाटोच्या सैन्यापासून आज नाही तरी उद्या भारताला त्रास होऊ शकणार नाही, असे नाही.

अमेरिकेने आज तालिबान्यांना पदच्युत केले, ही अत्यंत कौतुकास्पद बाब आहे; परंतु या आधीही अफगाणिस्तानात घडलेल्या घडामोडी लक्षात घेता भविष्यात ते कधीही त्यांचे अस्तित्व दाखवू शकतात. अमेरिकेने गेली सात वर्षे दहशतवादविरोधी जे तथाकथित जागतिक युद्ध सुरू केले, त्यातून त्यांच्या अपेक्षेप्रमाणे प्रश्न सुटण्याऐवजी वाढतच गेला आहे. अल कायदाच्या कारवायांचे प्रमाण कमी झाले असले, तरी अजून त्यांच्यावर नियंत्रण मिळविता आलेले नाही. अफगाणिस्तानावरील तालिबान्यांची पकड आणि प्रभाव पुन्हा डोके वर काढत आहेत आणि तिथे अमली पदार्थांची तस्करी जोरात सुरू आहे. दहशतवादाला लगाम घालण्याच्या प्रयत्नांबाबत पाकिस्तान दाखवत असलेली असहाय्यता किंवा त्यांची सहकार्य न करण्याची वृत्ती किंवा दोन्हीमुळे अमेरिकेचा राग आणि हताशा वाढत आहे. त्याच वेळी अमेरिकेचे लष्कर आणि नाटोच्या सहकार्याने व आंतरराष्ट्रीय संरक्षण सहाय्य संघटना (आयएसएएफ) यांच्या मदतीने अफगाणिस्तानातील दुर्व्यवस्थेवर लष्करी उपाययोजना यशस्वी होणे असंभव आहे. पाश्चिमात्य फौजांचा अफगाणिस्तानात सततचा असलेला वावर यामुळे तिथे शांतता प्रस्थापित करणे, सलोखा घडवून आणणे, स्थैर्य आणणे यात मोठा अडथळा येत आहे. अफगाणिस्तानातील परकीय फौजा स्वतंत्र अफगाण लोकांचे जनजीवन अधिक चांगले करण्यापेक्षा त्यांच्यात राष्ट्रवादी विचार अधिक तीव्र बनवत आहेत. पाश्चिमात्यांनी कृत्रिमरीत्या केलेली पश्तूंचे वर्चस्व असलेल्या अफगाणिस्तानची पुनर्निर्मिती ही डावपेचातील त्रुटी आहे. २००१ मध्ये तालिबानचा झालेला पराभव म्हणजे पश्तूंचा बिगरपश्तू वांशिक गटांकडून झालेला पराभव होता. या बिगरपश्तू वांशिक गट म्हणजे ज्याचे प्रतिनिधित्व उत्तरी आघाडीकडे, अर्थात अमेरिकी लष्कराकडे होते. तार्किकदृष्ट्या आणि समंजसपणाने विचार केला तर करझाई सरकारने जसे केले त्याप्रमाणे बिगरपश्तू गटाला सत्तेमध्ये वाटा देण्यापासून वंचित ठेवणे आणि दूर ठेवणे योग्य नव्हते. पूर्वीच्या पश्तूंचे वर्चस्व असलेल्या

अफगाणिस्तानची पुनर्निर्मिती करणे अशक्य आहे. जे अफगाणिस्तानातील सर्व वांशिक गटांच्या हिताची काळजी घेईल, अशा संघराज्याची किंवा संघराज्यसदृश राज्याची स्थापना करणे हे शक्य आहे. प्रचलित अनिर्मितीक्षम धोरण अखंडितपणे अमलात न आणता अमेरिकेने, पाकिस्तानने मनःपूर्वक सहकार्य करावे, पाकिस्तानातून अफगाणिस्तानात होणारा शस्त्रपुरवठा थांबवावा, दहशतवादाचे प्रशिक्षण देणारे पाकिस्तानातील अड्डे बंद करावेत, अमली पदार्थांची तस्करी, ज्यातून तालिबानला अर्थसहाय्य मिळते, यावर ताबडतोब निर्बंध घालावेत याकरिता पाकिस्तानसंदर्भात अतिशय कठोर भूमिका घेतली, तर ती दहशतवादाच्या समूळ उच्चाटनात अधिक यशस्वी होईल. या उपायांमुळेच अफगाणिस्तानात स्थिरता येण्याची आशा निर्माण होईल. अमेरिका आणि आयएसएएफला अफगाणिस्तान सोडून जाण्याची घाई दिसत नाही. हे केवळ या भागात अल-कायदाच्या कुरापती वाढतील, याची काळजी वाटते म्हणून नव्हे. अफगाणिस्तानच्या मोक्याच्या भौगोलिक स्थानाने अमेरिकेला अनेक वर्षे तळ ठोकण्यास भुरळ घातली आहे. अमेरिकेला टेहळणीसाठी हा तळ हवा आहे; कारण इथून त्यांना या संपूर्ण प्रदेशातल्या हालचालींवर पाळत ठेवता येईल आणि काही कारणाने जर अफगाणिस्तानच्या शेजाऱ्यांवर दबाव आणायचा असेल तर तेही अमेरिकेला शक्य होईल.

मूळ समस्या हाताळणे

जर सद्यःस्थिती निर्माण होण्यामागची मूळ कारणे समजावून घेतली नाहीत आणि ती दूर केली नाहीत, तर अफगाणिस्तान कधीच स्थिर होऊ शकणार नाही. अफगाणिस्तानमधील युद्धखोर जमाती, वांशिक वैविध्य आणि त्यांच्यातील भांडणे यांव्यतिरिक्त अफगाणिस्तानची ओळख म्हणजे भारत, इराण आणि मध्य आशियातील वाळवंटे आणि आमू दरिया नदीच्या पलीकडे असलेला थंड गवताळ प्रदेश यामधील मोक्याचे भौगोलिक स्थान, ही आहे. त्याच्या मोक्याच्या भौगोलिक स्थानामुळे अफगाणिस्तान हा स्वतःच एक आकर्षक लक्ष्य असतानाही, आजूबाजूच्या प्रदेशांनी आपली स्वतःची सुरक्षा अबाधित ठेवण्याकरिता अफगाणिस्तानला नेहमीच आपल्यात सामावून घेतले होते, त्याच्या कलाकलाने घ्यायला शिकले होते. भारत आणि इराणमधील बलाढ्य साम्राज्ये, मोगल आणि सफाविद यांनीसुद्धा अफगाणिस्तानांशी स्पर्धा केली होती. जेव्हा तेच कमजोर बनले, तेव्हा अफगाणांनीच त्यांच्यावर हल्ला केला. १९ व्या शतकात रशियाची झार राजवट दक्षिणेकडे ढकलली जाऊन या सत्ता समीकरणात आणखी एक खेळाडूची भर पडली. ऐतिहासिक कालखंडात

अफगाणिस्तान तरून गेले, ते त्याच्या भौगोलिक स्थानामुळे. भारत आणि उर्वरित जग यांच्यातील जमिनीवरून चालणाऱ्या व्यापारासाठी तो अविभाज्य दुवा ठरला. म्हणूनच एक राज्य म्हणून वर्तमान राजकीय सीमा असणारा अफगाणिस्तान हा तुलनेने अलीकडचा एक घटक आहे.

आज अफगाणिस्तानची जगात निर्माण झालेली प्रतिमा हीच त्याची समस्या आहे. अफगाण नागरिकांच्या व्यक्तिमत्त्वामध्ये स्वभावतःच ते मूलतत्त्ववादी, दहशतवादी किंवा अमली पदार्थांची विक्री करणारे आहेत, असे म्हणण्यासारखी परिस्थिती नाही. अफगाणिस्तान पुढे जाण्यासाठी प्रयत्न करत आणि दलदलीत पडला आहे; कारण त्याच्या आर्थिक व्यवहाराची मुळे पाकिस्तानच्या धोरणामुळे कमकुवत झाली आहेत. पाकिस्तानला अफगाणिस्तानचा उपयोग आपल्या आर्थिक धोरणांसाठी परसदार म्हणून करायचा असल्याने पाकिस्तानने अफगाणिस्तानची आर्थिक, सांस्कृतिक परिस्थिती आणि भारताशी असलेला लोकसंपर्क यांवर बंधने आली आहेत. आता, पूर्वीप्रमाणेच अफगाण मुख्यत्वेकरून आपल्या उपजीविकेचे साधन म्हणून भारताच्या मोठ्या आणि समृद्ध बाजारपेठेकडे पाहत असे. आर्थिकदृष्ट्या काही प्रमाणात का होईना स्वावलंबी होण्यासाठी अफगाणिस्तानकडे उत्पन्नाचे कोणतेही स्रोत नाहीत. संपूर्ण ऐतिहासिक कालखंडात ज्या पूर्व आणि दक्षिण अफगाणिस्तानचे अफगाणच्या एकूण राजकीय आणि आर्थिक जीवनावर जे वर्चस्व आहे, त्याच्या आर्थिक नाड्या भारतीय उपखंडाच्या हातात आहेत. एकदा का हे दुवे परत जोडले गेले की, अफगाणिस्तानमध्ये आमूलाग्र बदल घडून आलेले दिसतील. २१ व्या शतकात अफगाणिस्तानातील त्यांचे स्वमालकीचे महत्त्वाचे जलविद्युत आणि खनिजे यांचे स्रोत भारतालाही उपलब्ध होतील. त्यांना पर्यटनस्थळ म्हणूनही आणि मध्य आशियातून भारताला ज्या वायू आणि तेल कंपनीद्वारे वायू व तेलही पुरविले जाते ज्यात वाहक देश होऊन, तसेच भारत व युरोपसह पश्चिमेकडील इतर देश इराण, तुर्कस्तान, मध्य आशियातील गणराज्ये, रशिया यांच्यातील व्यापारासाठी अफगाणिस्तान दुवा होऊन मोठ्या प्रमाणावर पैसा कमवू शकतो.

भारत–पाकिस्तानमधील सहकार्य तेही अफगाणिस्तानात?

पाकिस्तानच्या सहकार्याशिवाय अफगाणिस्तानातील समस्या सोडवता येणार नाहीत. त्याच वेळेस अफगाणिस्तान व पाकिस्तान यांच्यातील सततचे संघर्ष व संशयाचे वातावरण आणि पाकिस्तानची अफगाणिस्तानला आपल्या वर्चस्वाखाली ठेवायची प्रवृत्ती लक्षात घेता, ना अफगाण जनता, ना भारत किंवा ना उर्वरित जग

पाकिस्तानला अफगाणिस्तानात मनमानी करू देणार नाही. भारताच्या दृष्टिकोनातून पाहायचे झाल्यास, त्यात काही तात्कालिक फायदे आहेत. सद्यःस्थितीत आजपावेतो पाकिस्तानला आपल्या पश्चिम सीमेवरील संरक्षणाच्या प्रश्नावर जास्त लक्ष द्यायलाच हवे, ज्यामुळे भारतावरचा ताण थोडाफार कमी झाला आहे. मात्र, दीर्घकाळचा विचार करता, पाकिस्तानमध्ये गोंधळ माजू देणे उचित नाही, कारण पाकिस्तान ही त्याच्या पश्चिमेकडच्या प्रक्षुब्ध प्रदेशांपासून सबंध भारतीय उपखंडाचा बचाव करणारी ढाल आहे. एकदा का अमेरिकी आणि इतर परकीय सैन्यदले अफगाणिस्तान सोडून गेली, जे एक ना एक दिवस होईल यात शंकाच नाही, त्या वेळी पाकिस्तान व भारत यांना एकत्रितपणे उपखंडाच्या सुरक्षिततेचा प्रश्न संयुक्तपणे हाताळावा लागेल. सुरक्षिततेचा हा प्रश्न अफगाणिस्तानातील गोंधळाच्या परिस्थितीमुळे राजकीय किंवा बाह्य शक्तींना त्यावर नियंत्रण ठेवल्याने निर्माण होईल, त्याचबरोबर तालिबानसारख्या इस्लामी मूलतत्त्ववादी प्रवृत्ती या दोन्ही देशांमधील सामाजिक सलोखा आणि स्थिरता यांना आव्हान देतील.

अफगाणिस्तान सीमेवरच्या सुरक्षिततेच्या प्रश्नाने पाकिस्तानला मगरमिठी मारली आहे. भारत आणि पाकिस्तान यांचे अफगाणिस्तानसमवेत असलेले समान हितसंबंध लक्षात घेता पाकिस्तान कायद्याच्या चौकटीत राहून अधिक जबाबदारीने वागण्याची शक्यता आहे. भारताकडे असलेली ताकद आणि विविध क्षमता त्याला अफगाणिस्तानमध्ये उपयोगी पडू शकतात. सर्वप्रथम पाकिस्तानला आपल्या 'अघोरी डावपेचांच्या' मनोवृत्तीत बदल करावा लागेल. भारतीय विमानांच्या माऱ्याच्या टप्प्यात असणारी त्यांची विमानतळे त्यांनी दूर नेल्यास हा बदल अधिक उठून दिसेल. किंबहुना, आज दोन्ही देशांकडे क्षेपणास्त्रे असल्याने हा विचार समयोचित ठरणार नाही. जर भारत व पाकिस्तान यांनी अफगाणिस्तानातील आपले परस्पर सहकार्य वाढवले तर अफगाणिस्तानमध्ये लवकरच स्थैर्य पुनःप्रस्थापित होण्याची शक्यता अधिक प्रमाणात वाढेल. याकरिता पाकिस्तानने प्रथमतः भारताला अफगाणिस्तानात जा-ये करण्यासाठी त्यांच्या भूप्रदेशाचा वापर करू देण्यासाठी आपला मनोदय केला पाहिजे. भारताने आपल्या बाजूने पाकिस्तान अफगाणिस्तानमध्ये ज्या सुरक्षेच्या उपाययोजना करत आहे, त्याबद्दल भारताला कदर आहे, असा त्याला भरवसा दिला पाहिजे. परस्पर विश्वासाचे नाते दृढ करण्याच्या उद्देशाने भारत जलालाबाद किंवा कंदाहारमधील आपल्या वकिलाती बंद करण्याचा विचार करू शकतो आणि त्या अनुषंगाने अफगाणिस्तानच्या पुनर्बांधणीमध्ये भारत जी महत्त्वपूर्ण भूमिका निभावत आहे, त्याला पाकिस्तानने हरकत घेणे सोडून देणे शक्य आहे. प्रांतीय चौकटीत राहून ही सहकार्याची भावना जोपासली गेली, तरच पाकिस्तानला भारताच्या

अफगाणिस्तानमधील अस्तित्वाची भीती सुसह्य होईल. कोणत्याही परिस्थितीत अफगाणिस्तानमध्ये शांतता आणि स्थिरता प्रस्थापित करायची असेल, तर इराण, तुर्कनेमिस्तान, ताजियास्तान आणि उजबेकिस्तान, त्याचे इतर शेजारी यांचापण सहभाग तितकाच गरजेचा आहे. या देशांचे अफगाणिस्तानशी अंतर्गत हितसंबंध आहेत. यात रशियाला अलग ठेवता येणार नाही. एक शतकापूर्वी ब्रिटिशकालीन भारताबरोबर अफगाणिस्तानला स्थान मिळवून देण्यात रशियाने निर्णायक भूमिका बजावली होती. ३० वर्षांपूर्वी रशियाने अफगाणिस्तानवर केलेला हल्ला आणि त्यातून उद्भवलेले अनेक प्रसंग हेच अफगाणिस्तानच्या आजच्या परिस्थितीला कारणीभूत ठरले आहेत. चीनचा सुद्धा यात सहभाग घ्यायला हवा. आधुनिक जगात, अफगाणिस्तानमध्ये अधिमान्य हितसंबंध असणारी त्याची शेजारील राष्ट्रे व इतर सत्ताधीशांनी अफगाणिस्तानचे स्वित्झर्लंडसारखे तटस्थ राष्ट्रात रूपांतर करणे यात सगळ्यांचे भले आहे आणि कोणालाही धोका नाही. जागतिक महासत्ता असलेल्या अमेरिकेचे तसे करण्याकरिता मन वळवायला हवे. कारण अफगाणिस्तानमध्ये अमेरिकेचे लष्करी आणि इतर नियंत्रक अस्तित्व आहे, तसेच पाकिस्तानमध्येही त्यांचे लक्षणीय अस्तित्व आणि प्रभाव आहे. या व्यापक डावपेचात्मक आखणीमध्ये अतोनात नुकसान सोसत असलेल्या भारताने याकरिता पुढाकार घ्यावा आणि त्याने दक्षिण आशियाच्या चौकटीमध्ये अफगाणिस्तान व पाकिस्तानच्या नव्या मांडणीतून आपला फायदा करून घ्यावा. यात अमेरिकेलाही अनेक लाभ होतील. यामुळे केवळ या भागात स्थैर्य प्रस्थापित होईल, हेच नव्हे, तर या प्रदेशातून खुद्द अमेरिकेलाच असलेली असुरक्षिततेची थेट बोच संपुष्टात येईल. येत्या काही महिन्यांत भारतात व अमेरिकेतही नवीन सरकार स्थापनेची तयारी सुरू होईल. पाकिस्तानात नुकत्याच निवडून आलेल्या नागरी सरकारने एक नवा आशावाद जागवला आहे. अमेरिका, पाकिस्तान आणि भारत यांच्यासह केवळ अफगाणिस्तानच नव्हे, तर इराणलासुद्धा सामावून घेऊन एक 'मोठ्या वाटाघाटी' करण्यास ही उत्तम संधी आहे. हे सर्व अमेरिकेमुळे घडते आहे, हा विचार दूर होईल. कचेऱ्या सुरू करतील. एक ना एक दिवस आर्थिकदृष्ट्या इराण व अफगाणिस्तान दक्षिण आशियाशी जोडले जातील, असा विचार करणे गैर आहे का?

प्रकरण ४

बांगलादेश, म्यानमार आणि ईशान्य प्रांत

भारताचा खास शेजारी

बांगला देश हा भारताचा केवळ एक शेजारी देश नाही; तर अनेक कारणांमुळे तो भारताचा एक वैशिष्ट्यपूर्ण शेजारी आहे. भौगोलिकदृष्ट्या भारत आणि बांगलादेशाची ललाटरेषा एकमेकांत गुंतलेली आहे व पुढेही राहील. भारताचा नकाशा माणसाच्या देहासारखा जर दिसत असला, तर जम्मू-काश्मिरचे राज्य म्हणजे डोके आणि ईशान्येकडची राज्ये म्हणजे पसरलेले हातपाय आहेत. त्याच बेचक्यात बांगलादेश आहे व त्यामुळेच आपली ईशान्येकडची राज्य उर्वरित भारताला जोडली गेली आहेत. शरीरातील जोडअवयवांप्रमाणे भारत आणि बांगलादेशाने एकमेकांना धरून ठेवले आहे. भारताची भौगोलिक रचना, स्थान आणि आकार यांमुळे बांगलादेशाला भारताने वेढून टाकले आहे, असा समज निर्माण होतो. भारताच्या ईशान्येकडील राज्यांतील लोकांनाही असे वाटते की, त्यांना बांगलादेशाने वेढले आहे. भारताच्या ईशान्य भागातील राज्यांचा विचार करता, बांगलादेश हा भारताचा खूपच महत्त्वाचा शेजारी आहे. त्याच्याकडे भारताला दुर्लक्ष करून चालणार नाही. बांगलादेश काही ना काही कारण काढून भारताला ये-जा करायला मनाई करतो. यात ईशान्येच्या राज्यांची फारच पंचाईत होत आहे.

बांगलादेश हा भारताचा शेजारी राष्ट्र असून, तो सहकार्याने न वागता सतत काही ना काही समस्या निर्माण करत असतो. अशा प्रकारचा त्रास जगभरातील बऱ्याच अन्य देशांना होतो. दक्षिण आशियात बांगलादेशाची समस्या वेगळीच आहे. श्रीलंका व मालदीव ही बेटे असल्यामुळे ते समुद्रातून येऊन भारताला त्रास देत नाहीत; परंतु भारत भूपृष्ठाद्वारे ज्या दोन देशांशी जोडला गेला आहे, अशा नेपाळ व

भूतान यांच्या सीमा मुक्त आहेत. पाकिस्तानबरोबर सीमापार अगदी थोडी हालचाल आहे व त्यासाठी जास्त कडक नियमही आहेत. बांगलादेश खूप मोठ्या लोकसंख्येचा देश आहे. भारताशी त्याची जवळ जवळ ४००० कि. मी. लांबीची सामाईक सीमा आहे; जी बंदिस्त नाही. वैध मार्गाने जेवढे लोक भारतात येतात, त्यापेक्षा कितीतरी जास्त अवैध मार्गाने येतात. जवळ जवळ ५ लाख बांगलादेशी लोक अधिकृत मार्गाने दरवर्षी भारतात येतात. यापेक्षा कितीतरी पटीने अवैध मार्गाने येतात. भारत बांगलादेशावर ज्या मुद्द्यांबाबत अवलंबून आहे, यापैकी नैसर्गिक जलस्रोतांचा नीट उपयोग करणे, अवैध मार्गाने येणाऱ्यांना थांबवणे आणि दहशतवादाचा बीमोड करणे, हे काही आहेत. उपप्रांतातील भारताच्या पूर्वेकडचे आणि ईशान्येकडचे सत्तासमतोल आणि बांगलादेशातील सत्तासमतोल समप्रमाणात आहे.

दक्षिण आशियातल्या व्यापाराकरिता बांगलादेश हा भारताचा सर्वांत मोठा भागीदार आहे. यात अनौपचारिक व्यापाराचा विचार केलेला नाही. तो नियमांना धरून असणाऱ्या व्यवहारापेक्षा खूपच जास्त आहे. भारत व बांगलादेश परस्परांवर खूपच अवलंबून आहेत. आजसुद्धा बांगलादेश भारतावर सुताकरिता अवलंबून आहे. वास्तविक त्या देशाचा तयार कपडे निर्यात करण्याचा मोठा उद्योग आहे. तसेच त्यांच्या सिमेंटच्या प्रकल्पाकरिता त्यांना मेघालयातून येणारी चुनखडी आयात करावी लागते. ईशान्य भागासाठी, विशेषतः त्रिपुराला बांगलादेश अगदी जवळ आहे. त्यामुळे कच्चा माल व तयार उत्पादन वाजवी दरात खरेदी-विक्री तिथे करता येते; परंतु ईशान्य भागाच्या बाहेरून तयार उत्पादन, कच्चा माल जास्त वाहतूक खर्चाने मागवावा लागत असल्याने त्याची किंमत वाढते. हे दोन देश परस्परांवर अवलंबून असल्यामुळे १९४७ मध्ये एक करार झाला. जनरल ॲग्रीमेंट ऑन टेरिफ ॲंड ट्रेड (GATT) हा करार झाला. जागतिक व्यापार संघटनेला जाणवणारी आणि पुढे महत्त्वपूर्ण ठरणारी ही विशेष योजना आहे (आर्टिकल/कलम २४.११). या योजनेत भारत आणि विभाजनापूर्वीचा पाकिस्तान यांच्यासाठी पुढीलप्रमाणे विशेष तरतूद केली आहे.

> हे लक्षात घ्यायला हवे की, काही अपवादात्मक परिस्थितीत भारत आणि पाकिस्तान स्वतंत्र देश आहेत. त्यामुळे त्यांच्या काही गोष्टी प्रस्थापित करायला हव्यात. हेही लक्षात ठेवायला हवे की, त्यांच्यात आधीपासूनच आर्थिक बाबींवर घटनात्मक बंधने (कायदे) लागू होतात. हा करार ज्या पक्षांमध्ये झाला आहे, त्यांना कोणीही दोन देशांमधल्या होणाऱ्या व्यापार करारापासून रोखू शकत नाही. त्यांचे परस्परांतील व्यापारी संबंध हे निश्चिततेच्या पायावरच आधारित आहेत.

दुर्दैवाने भारत व बांगलादेशाला नेहमीसारखे व्यापारी संबंध ठेवता आले नाहीत. मग विशेष व्यवस्थेबद्दल काय बोलायचे?

बांगलादेशींचे मन

बांगलादेशाला समजावून घेताना बांगलादेशीयांची मने इतकी गुंतागुंतीची का आहेत, हे आधी जाणून घ्यायला हवे. त्यांना आपल्या विविध ओळखचिन्हांमध्ये सुसूत्रता आणायची आहे; पण त्यांची विवेकशून्यता आणि द्विधा मनःस्थिती तसे न होऊ देण्यास कारणीभूत आहे. बांगलादेशातील लोकांना आपण बंगाली असल्याचा आणि तेजस्वी बंगाली इतिहास, संस्कृती आणि परंपरा यांचे वारसदार असल्याचा अभिमान आहे; परंतु त्यांच्यावर इस्लाम धर्माचाही तितकाच पगडा आहे. जो मागच्या शतकापासून अधिक तीव्र झाला आहे. इंग्रजी राजवटीत बंगालमधील मुस्लिमांची फारशी भरभराट झाली नाही, पण हिंदूंची मात्र झाली : कारण हिंदूंनी त्यांचे कायदे, नियम, शिक्षण लवकर आत्मसात केले. त्यामुळे तिथला बंगाली समाज जमीनदार व शिक्षित बनला. या लक्षात येणाऱ्या फरकामुळे बंगालमधील मुस्लिम समाज अपमानित व उद्विग्न झाला. त्यामुळे १९०५ च्या बंगालच्या फाळणीला पोषक परिस्थिती निर्माण झाली. त्यामुळे बंगाली हिंदू व मुस्लिम या दोन्ही समाजांतली दरी वाढायला लागली. त्यांच्या एकमेकांत अविश्वास निर्माण झाला. बंगालची फाळणी देशाची फाळणी व्हायला कारणीभूत होती. साडेतीन दशकांनंतर जातीच्या आधारावर ती घडवली गेली. भारताचे विभाजन कधीच झाले नसते; मात्र १९४५-४६ च्या निवडणुकांत बंगालमध्ये मुस्लिम लीग जिंकून आले. त्यातून 'प्रत्यक्ष कृती दिवस' ठरवून, त्या दिवशी बंगालमध्ये दंगली घडवून आणल्या गेल्या. याचाच परिणाम देशभरात जातीय हिंसाचार भडकला. बंगालमधील मुसलमानांनी इस्लाम धर्मीयांची बाजू घेतली आणि त्याचाच परिणाम म्हणजे १९४७ मध्ये पाकिस्तानची निर्मिती झाली. २५ वर्षांनंतर त्यांना आपण बंगाली असल्याचा साक्षात्कार झाला आणि ती नवी ओळख कायम राखत त्यांनी पाकिस्तान उद्ध्वस्त केले. खरे तर त्यांच्याच या चमत्कारिक विचारसरणीमुळे पाकिस्तान अस्तित्वात आला होता.

बांगलादेश म्हणून जे नवे राष्ट्र उदयाला आले, त्यामागे शेख मुजीबबुर रेहमान यांचा महत्त्वाचा वाटा होता. त्यांनी तो धर्मनिरपेक्ष राहावा म्हणून प्रयत्न केले होते. त्यांच्या हत्येनंतर झिआ-उर-रेहमान आणि हुसेन मोहम्मद इर्शाद या दोघांनीही इस्लाम धर्मीय म्हणूनच बांगलादेशची ओळख वाढवली व धर्मनिरपेक्ष देशाकडून त्याला इस्लामधर्मीय राष्ट्र बनवले. सांस्कृतिकदृष्ट्या बंगाली लोक बांगलादेशीय बनलेत.

जेव्हा बांगलादेश (पूर्वीचा पूर्व पाकिस्तान) आणि पाकिस्तान (पश्चिम) एकत्र होते, तेव्हा त्यांच्या अभिजन राज्यकर्त्यांमध्ये, विशेषतः लष्करातील अधिकाऱ्यांत खूपच ऐक्य आणि उठबस होती. समान हितसंबंध होते. नंतर त्यांनी एकदम पाठ फिरवली. १९७१ मध्ये रक्तरंजित लढाई होऊन पश्चिम पाकिस्तानापासून पूर्व पाकिस्तान वेगळा झाला. म्हणजेच आत्ताचा बांगलादेश होऊनही त्यांचे आपापसातील समान दुवे आणि समान विचारसरणी मात्र कायम आहे. असे असूनसुद्धा त्यांचा सांस्कृतिक आणि भाषिक ओढा त्यांना भारतातील पश्चिम बंगालच्या जवळ आणतो. बांगलादेशाला असे वाटते की, त्यांची सांस्कृतिक ओळख पाकिस्तानमुळे व धार्मिक ओळख भारतामुळे निर्माण झाली आहे. जरी ते स्वतःला सांस्कृतिक आणि बौद्धिक पातळीवर मोठे समजत असले, तरी त्यांच्यापेक्षा पाकिस्तान बलाढ्य आहे. त्यांना भारतापेक्षा लहान देश असण्याचा न्यूनगंड आहे व त्यातून असुरक्षितही वाटते. यातूनच ते ईशान्य भागातील राज्यांवर दडपशाही करतात; जणूकाही त्यांचे इथे वास्तव्य आहे. साठच्या दशकात बांगलादेशी भारतीय होते, नंतर पाकिस्तानी व आता बांगलादेशी आहेत. या अर्थाने बांगलादेशातील बऱ्याच सत्ताधाऱ्यांची पाकिस्तानी मनोवृत्ती बदललेली नाही. यामुळे बांगलादेशींचे व्यक्तिमत्त्व अधिकाधिक गुंतागुंतीचे झाले आहे. तेथील अभिजनांनी स्वतःच्या फायद्यासाठी बांगलादेश मुस्लिम राष्ट्र असल्याचे दर्शविले व ते मन राखले. काही झाले, तरी येथील प्रत्येक व्यक्ती धार्मिक, सहनशील आणि धर्मनिरपेक्ष दृष्टिकोन असणारी आहे. कोणत्याही काळातल्या निवडणुकांत बांगलादेशातील इस्लामी पक्षाला १२% पेक्षा जास्त मते मिळाली नाहीत.

शेवटी, बांगलादेशाला याचे दुःख व जाणीवही आहे की, त्याच्यावर भारताचा महत्त्वपूर्ण आणि चिरकाल टिकणारा प्रभाव आहे. १९७१ च्या लढ्यात भारताने जी लष्कराची ताकद दाखविली, त्यामुळे त्यांना कळून चुकले आहे की, ते भारताच्या विरोधात तोंड देऊ शकत नाहीत. भौगोलिकदृष्ट्या बांगलादेश चहूबाजूने भारताकडून वेढला गेला आहे. त्यामुळे त्याची स्थिती नाजूक आहे, हे त्याला कळले आहे. म्हणूनच भारताशी चांगले संबंध ठेवणे, त्यांची सदिच्छा आणि पाठिंबा त्यांना मिळणे गरजेचे आहे. बांगलादेशाच्या निर्मितीत भारताचा हात आहे हे उघडपणे ते मान्य करत नाही. आपण असुरक्षित आहोत, हे त्यांना दडवायचे आहे. त्यांना भारताकडून भीती आहे अशी खोटी बतावणी मात्र ते करीत आहेत. ते नेमकेपणाने एक गोष्ट टाळत आहेत की, एके काळी (१९७१ मध्ये) भारताच्या लष्कराने बांगलादेश काबीज केला होता; पण मोठ्या मनाने त्यांना तो तसाच परत केला. भारताला ईशान्य भागात जाण्या-येण्यासाठी ते सहकार्यच करत नाहीत. अशा प्रकारे वागणे म्हणजे आपली भारतावर हुकूमत राहते, असे त्यांना वाटते आहे. त्यातच

ते भारतापासून विलग झालेले आणि दहशतवादी गट यांना आसरा देऊन भारतावर दडपण आणण्याचा प्रयत्न करतात. बांगलादेशाला भारतापेक्षा कमकुवत वाटत असल्याने त्यांना भारतापेक्षा इतर देशांचा प्रभाव अधिक असावा, असे वाटते. यात चीनची प्रमुख भमिका आहे. तो बांगलादेशाचा व्यापार-उद्योगातील सर्वांत मोठा हिस्सेदार आहे. त्यांच्याकडून बांगलादेशाला प्रगती करण्याकरिता मोठी मदत मिळते. सर्वांत महत्त्वाचे म्हणजे त्यांना लष्कराची सामग्री व प्रशिक्षण मिळते. त्यामुळे बांगलादेशाला चीन संरक्षणाच्या समीकरणात वरचढ वाटतो. त्यांची ही मदत करणे फक्त भारताच्या विरोधात आहे, हे स्पष्ट दिसते. भारताला कमजोर बनवणे हे एकमेव ध्येय बांगलादेशाचे आहे. त्यामुळे पूर्वीचे वितुष्ट विसरून ते पाकिस्तानलाही सहकार्य करायला तयार आहेत, हे स्पष्ट होते.

भारताचे बांगलादेशाकडे झालेले दुर्लक्ष

सन १९४७ पासून भारताने बांगलादेशाबरोबर अनेक बरे-वाईट अनुभव घेतले आहेत. १९७१ पर्यंत बांगलादेश हा पाकिस्तानचाच एक भाग होता. भारताचे संबंध पाकिस्तानबरोबरही काही फारसे चांगले नव्हते. बांगलादेश स्वतंत्र झाल्यानंतर द्विपक्षीय संबंधात बरीच सुधारणा झाली. ते मैत्रीपूर्ण नात्याने खूपच जवळचे झाले. गेल्या काही दशकांत जरी व्यक्ती-व्यक्तींत संबंध प्रस्थापित झाला, तरी व्यापार आणि परस्पर सहकार्य वाढले, तरी म्हणण्यासारखी प्रगती किंवा जवळीक दोन्ही देशांत झाली नाही. बांगलादेशाच्या निर्मितीमुळे हे झाले. बांगलादेशाच्या राज्यकर्त्यांनी भारताला स्वारस्य असणारे विषय जाणीवपूर्वक दूर ठेवलेत. ज्या प्रश्नांवर वरचेवर बोलणी, चर्चा व्हायला हवी, ते कामही त्यांनी कित्येक महिने, कधी-कधी कित्येक वर्षे लांबणीवर टाकले. जेव्हा या चर्चा झाल्यात, तेव्हा त्यातून काहीच निष्पन्न झाले नाही. रोजचे भाजी-भाकरीसारखे महत्त्वाचे प्रश्न जे सीमेच्या व्यवस्थापनावर आणि पाण्याच्या स्रोतांवर होते, तेसुद्धा पुढे सरकले नाहीत. भारताला ईशान्येकडे जाण्यासाठी त्यांच्या भूमीचा वापर करू द्यायचा की नाही, या विषयावर चर्चाच झाली नाही.

गेली तीनहून अधिक वर्षे बांगलादेशला राजकीय हिंसा आणि अस्थिरता यांनी कमकुवत केले आहे, गिळून टाकले आहे. त्यामुळे भारताचे त्या देशाशी असणारे संबंध काही प्रमाणात खुंटले आहेत. जानेवारी २००७ च्या राजकीय बंडांनी राजकीय प्रक्रियाच थांबवून टाकली. त्यामुळे दोन वर्षे निवडणुका झाल्या नाहीत. त्यात त्या देशाचे दोन मुख्य पक्ष- आवामी लीग आणि बांगलादेश नॅशनल पार्टी यांना राजकीय

मंचाच्या बाहेरच ठेवले. या वेळी बांगलादेशाचे लष्कर पडद्यामागून सूत्रे हलविण्याचे काम करत होते. त्यांच्या देशातल्या सद्यःस्थितीमुळे भारत चिंताग्रस्त आहे. त्यांच्या लष्कराचे आणि पाकिस्तानच्या आयएसआयचे व इस्लामिक पार्टीचे चांगले संबंध आहेत आणि त्यांचा एककलमी कार्यक्रम आहे, तो म्हणजे भारताच्या विरोधातील कारवाया करणे. जानेवारी २००७ मध्ये बांगलादेशाच्या लष्कराने राजकारणात यावे, असा मुद्दा पुढे येत होता. त्यांचे लष्कर मात्र नाखूश होते. लष्कराला पश्चिमात्य देशांकडून प्रोत्साहन मिळत होते. त्यांचे हेतू भारतविरोधी होते, हे स्पष्ट कळत होते. भारताने त्यांच्या देशात लोकशाही प्रस्थापित व्हावी, असेच भारताला वाटते, हे सर्वतोपरी त्यांना सांगण्याचा प्रयत्न केला. तेही शांततेच्या मार्गाने, स्वतंत्र, न्यायपद्धतीने निवडणूक झाली, तरच बांगलादेशाला स्थिर, शांततामय आणि लोकशाहीचे सरकार मिळेल. सध्याचे जे लष्करप्रणीत काळजीवाहू सरकार आहे, त्यांनी आखलेले व्यवहार पुढेही चालूच राहतील. २००८ मध्ये ठरवलेल्या निवडणुका पार पडायलाच हव्यात, असे भारताला वाटते. विशेषतः त्यात बांगलादेशातील जे प्रमुख पक्ष आहेत, त्यांनी त्यात भाग घ्यायलाच हवा. पाकिस्तानप्रमाणे बांगलादेशातील लोकही भारताचे मित्र आहेत. त्यांना पाठिंबा देणे अत्यंत गरजेचे आहे. आता बांगलादेशाला स्वतःमधील स्वारस्य एकाएकी जाणवू लागले आहे. ते खऱ्या अर्थाने बाहेर यायला हवे असल्यास त्यांना लष्करशाही नव्हे, तर लोकशाही शासनाची जरुरी आहे.

बांगलादेशाचे बऱ्याच मुद्द्यांवर भारताशी वागणे विवेकशून्य आणि भाष्य करण्यापलीकडे आहे. भारत-बांगलादेश यांच्यातील वाईट संबंधांस भारतही तितकाच जबाबदार आहे. त्या वेळी भारताच्या सुरक्षेला एका बाजूने बांगलादेशाकडून (१९७१) तर दुसऱ्या बाजूने पाकिस्तानचे विभाजन होऊन बांगलादेश निर्माण झाल्यामुळे भीती निर्माण झाली. त्या वेळी भारताची अप्रतिम मुत्सद्देगिरी आणि लष्कराने मिळवलेला विजय या गोष्टींमुळे सगळ्या गोष्टी सुरळीत पार पडल्या. त्या वेळचे भारतातील राज्यकर्ते व अभिजनांनी बांगलादेशाबरोबरचे गुंतागुंतीचे आणि नाजूक संबंधांना जवळजवळ काहीच महत्त्व दिले नाही. भारतातील निर्णय घेणारे हे पूर्णपणे विसरले की, १९७१ च्या लढाईत भारत स्वतःला सुरक्षित ठेवण्याकरिता उतरला. बांगलादेशाने भारताशी कृतज्ञता व्यक्त केली नाही याचाच या राजकर्त्यांना राग आला. काळाबरोबर वैतागलेल्या भारतीय अभिजनांनी बांगलादेशाबद्दल पूर्वग्रहदूषित व तिरस्कारयुक्त मत बनवले. भारताने बांगलादेशाबद्दलची अढी कायम ठेवून त्यांच्याकडे दुर्लक्ष करण्याचे ठरवले. भारताच्या या क्रियेमुळे बांगलादेशाची चिडचिड वाढली. भारताने हे लक्षात घ्यायला हवे की, मानसिक स्तरावर ही पद्धत गैरलागू आहे. यामुळे चिडलेला बांगलादेश आणखी जोर करून भारतावर

तुटून पडेल. यामुळे भारताचा हेतू साध्य होणार नाही. भारताची ईशान्येकडची राज्ये दिल्लीवर राजकीय प्रभाव पाडू शकत नाहीत. त्यामुळे त्यांच्यापासून होणारा फायदा किंवा तोटा याला काहीच महत्त्वाचा नाही. ईशान्येकडच्या राज्यांचा देशाच्या राजकारणात म्हणावा तसा सहभाग नाही. गेली तीन दशके पश्चिम बंगालध्ये केंद्रात सत्ता असलेल्या पक्षाच्या विरुद्ध पक्षाचे लोक किंवा केंद्रात आघाडी असलेल्या पक्षांचे लोक राज्य करीत होते. भारतातील बंगाली समाजाने दिलेले सल्ले किंवा त्यांच्या दृष्टीने त्यांनी दिलेली महत्त्वाची माहिती याला पूर्वग्रहदूषित नजरेने पाहिले जाते. या सगळ्याचा एकत्रित परिणाम म्हणजे भारताचे बांगलादेशाप्रती तर्कसंगत, सुसंगत असे धोरण निर्माण झाले नाही.

भारतातील बहुतेक निर्णयक्षम अधिकाऱ्यांना सुरक्षेच्या दृष्टीने बांगलादेशाकडून धोका आहे, याची कल्पना नाही. हे धोके छुपे आणि ओळखता न येण्याजोगे आहेत. ते दीर्घकालीन व विनाशकही आहेत आणि ते पाकिस्तानकडून असणाऱ्या धोक्यापेक्षा स्पष्ट जाणवणारे आहेत. गेल्या काही वर्षांत याबाबत जागरूकता वाढत आहे; कारण भारतात दहशतवादी कारवाया करणारे बांगलादेशी आहेत आणि त्यांचा संबंध पाकिस्तानातील आयएसआय या संघटनेशी असल्याचे भारताला कळून चुकले आहे. पाकिस्तान या हिंसक व विघातक गोष्टींमध्ये आपला हात नसल्याचे भासविण्यासाठी बांगलादेशाचा उपयोग करत आहे. भारताच्या बांगलादेशातील सीमा मजबूत नाहीत. त्यामुळे वर्षानुवर्षे या मुलखात राहणारे कट्टर धर्मवेडे, दहशतवादी, तस्कर, शस्त्रास्त्रांची विक्री करणारे, अमली पदार्थ विकणारे व इतर सर्व प्रकारचे गुन्हेगार यांची या भागातून ये-जा वाढली आहे; कारण भारत-बांगलादेश सीमेवर भारताचे काहीही नियंत्रण नाही. मूलतत्त्ववादीसुद्धा याच मार्गाने भारतात आले. ते त्यांचा प्रचार आणि प्रसार पश्चिम बंगालमध्ये करताहेत. २००७ मध्ये बांगलादेशी लेखिका तस्लिमा नसरीन यांना कलकत्ता सोडायला सांगण्यामागे याच लोकांचा हात असण्याची शक्यता आहे. सध्याच्या बांगलादेशातील सत्ताधाऱ्यांना अशा कारवायांना थांबवण्याची राजकीय इच्छाशक्ती नाही. म्हणूनच भारतीय गुन्हेगारांना ते आसरा देताहेत. भारतीय दहशतवाद्यांना फूस लावताहेत. तरीही ते अशा घडामोडी आमच्या भूमीतून होतच नाहीत, हे अगदी छातीठोकपणे सांगतात,

भारतीय राज्यकर्तेही या सगळ्याला तितकेच जबाबदार आहेत. त्यांना राष्ट्राचे भवितव्य पाहण्यापेक्षा स्वतःचे फायदे बघण्यातच रस आहे. एक गठ्ठा मते मिळवण्याचे राजकारण, केंद्र आणि राज्य सरकारचा गलथानपणा यांतून त्यांनी बांगलादेशातून अवैधरीत्या भारतात येणाऱ्या स्थलांतरितांकडे काणाडोळा केला. उत्तर भारतात पक्षा-पक्षांतील हेवेदावे, स्वतःचे फायदे या सगळ्यांमुळे भारतातून

मोठ्या प्रमाणात जनावरे तस्करी करून पाठवली गेली. त्याचप्रमाणे इतर बऱ्याच प्रकारचे सामानसुद्धा बांगलादेशात पाठवले गेले. याउलट भारत बांगलादेशाचा तरफेसारखा उपयोग करून घेऊ शकला असता. बांगलादेशामध्ये जनावरे पाठवली गेली नसती, तर बांगलादेश कदाचित शाकाहारी देश म्हणून राहिला असता. बांगलादेशाने सीमाप्रश्नाचे व्यवस्थापन, पाण्याचे स्रोत, व्यापार, वाहतूक आणि आर्थिक सहकार्य हे बांगलादेशाचे संवेदनशील राजकीय मुद्दे असल्याचे सांगणे थांबवावे, यासाठी भारताने आग्रह धरावा. हा पवित्रा जर त्यांना आवडला नाही, तर या असहकाराची आणि असयुक्तिक वृत्तीची बांगलादेशाला किंमत मोजावी लागेल. याकरिताच बांगलादेशाशी राष्ट्रीयदृष्ट्या सहकार्याचे द्विपक्षीय संबंध हवेत. भारताची किमान ५ राज्ये (पश्चिम बंगाल, आसाम, मेघालय, त्रिपुरा आणि मिझोराम), ५ शासकीय खाती (परराष्ट्र, गृह, जलसंधारण, उद्योग आणि ईशान्य प्रांतांची विकास खाती) चार सुरक्षा आणि गुप्तहेर खाती (इंटेलिजन्स ब्यूरो (IB), रिसर्च ॲण्ड ॲनालिसिस विंग (RAW), डिफेन्स इंटेलिजन्स एजन्सी (DAI), सीमा सुरक्षा दल (BSF)) या सगळ्यांच्या हातात बांगलादेशाच्या नाड्या आवळण्याचे अधिकार आहेत; जे त्यांनी वापरायला हवेत. एक समन्वयक यंत्रणा असायला हवी; ज्यायोगे बांगलादेशाशी संबंध प्रस्थापित करता येतील. जसे चीनने एक अभ्यास गट नेमून चीनबरोबरच्या संबंधांवर लक्ष ठेवले जाते, त्याप्रमाणे आपलाही एक गट किंवा योजना तयार असायला पाहिजे.

म्यानमार, कमी लेखलेला शेजारी

म्यानमार (पूर्वीचा ब्रह्मदेश) हा काहीसा कमी लेखलेला भारताचा शेजारील देश आहे. वास्तविक पाहता तो भारतासाठी खूपच महत्त्वाचा आहे; कारण भारताच्या ईशान्य भागातील शांतता व सुव्यवस्था कायम राहण्यासाठी म्यानमारच्या सहकार्याची गरज आहे. या भागात बंडखोरांचे बरेच गट आहेत, जे म्यानमारचा आश्रय घेतात. भारताच्या ईशान्येकडील राज्यांच्या प्रगतीसाठी म्यानमार मदत करू शकेल. विशेषतः बांगलादेश या भागात भारताला दळणवळण व वाहतुकीसाठी अजिबात सहकार्य करत नाही. म्हणून म्यानमारची मदत घ्यावी लागते. उशिरा का होईना, पण भारताच्या 'पूर्वेकडे पाहा' या धोरणाला गती मिळाली. म्यानमारचे भौगोलिक स्थान अतिशय महत्त्वाचे आहे. त्यांना हेही जाणवते की, भारत व असोसिएशन ऑफ साऊथ ईस्ट एशियन नेस्टमध्ये जर वाहतूक, दळणवळण करायचे असले, तर त्यांच्याशिवाय इतर पर्याय नाही. म्यानमार भारताचा एकमेव शेजारी आहे;

ज्याच्याशी भारताचा अतिरिक्त व्यापार आहे. म्यानमार शेतमाल आणि डाळी भारताला निर्यात करतात. भारतानेसुद्धा म्यानमारमध्ये पायाभूत सुविधांसाठी ज्यात वाहतूक आणि ऊर्जेची क्षेत्रे येतात, बरीच गुंतवणूक केली आहे. त्यांनाही त्यांची सुरक्षा राखणे आवश्यक झाले आहे.

भारताचे म्यानमारसंबंधी धोरण हे चीनशी संबंधित आहे. जर म्यानमार चीनच्या बाजूला झुकला आणि त्याने चीनची आर्थिक आणि इतर धोरणे आत्मसात करायचे ठरवले, तर भारताच्या सुरक्षेला भविष्यकाळात खूपच मोठा धोका संभवतो. चीनने इरावती नदीच्या पश्चिमेला आणि राखीने समुद्रकिनाऱ्यावर आपले वर्चस्व प्रस्थापित केले आहे. त्यामुळे चीनने भारतावर बंगालच्या उपसागरातील मोक्याच्या जागी आपले प्राबल्य वाढवून भारताच्या धोरणांशी तटस्थता आहे. उत्तर म्यानमारच्या कचिन प्रांतावर चीनने कबजा केला आहे. या प्रांताची सीमा भारताच्या अरुणाचल प्रदेश या भूभागाशी जोडली गेली आहे. त्यामुळे चीन हा प्रदेश आपला आहे, असा दावा करत आहे. या चीनच्या हालचालींना वेळीच आवर घालायला पाहिजे. जर उशीर झाला, तर चीन या भागात वर्चस्व निर्माण करेल आणि त्याच्या आर्थिक आणि लष्करी जुलमाखाली अरुणाचल प्रदेश जाईल. म्यानमारची जी सीमा भारताशी जोडली आहे, त्याच भागात चीनचादेखील हस्तक्षेप सध्याच्या काळात वाढला आहे. त्यामुळे म्यानमारच्या या भागात त्यांचा (चीनचा) दबदबा वाढतो आहे. ही भारतालगतची सीमा असल्यामुळे ते काही वेळा बंडखोरांना प्रोत्साहित करू शकतात चीनने अगोदरच बांगलादेशातील चितगाव या ठिकाणी आपला जम बसविला आहे. चीन हा म्यानमार आणि बांगलादेश यांच्यातला दुवा भारताच्या उंबरठ्यावर पोहोचणार आहे. त्यामुळे चीन भारताला पूर्वेकडून वेढण्याचे काम करेल. सुदैवाने म्यानमारलाच चीनला त्यांच्याविषयी वाटणारी आपुलकी आणि चीनचा वाढता प्रभाव हे संशयास्पद वाटू लागले आहे. म्यानमारला भारताशीच जवळीक करावी असेच सतत वाटते आहे. चीनने म्यानमारचा भूभाग बळकावण्याच्या इराद्याला हा पर्याय होऊ शकतो. यामुळे विशेषतः म्यानमारच्या कचिन व शान प्रांतात चीनला पाऊल ठेवता यायचे नाही.

भारत आणि म्यानमार यांच्यात १९ व्या आणि २० व्या शतकात जे संबंध होते, ते आता जरा जास्तच गुंतागुंतीचे आणि नाजूक बनत चालले आहेत. वसाहतवादाच्या पूर्वी ब्रह्मदेशाला भारताबद्दल प्रेम व सांस्कृतिकदृढता होती, असेच वाटत होते; परंतु इंग्रजांच्या राजवटीत बरेच बदल घडले आहेत. १९ व्या शतकात बरेच भारतीय इंग्रजांच्या पलटणीत होते व ते तीन वेळा झालेल्या अँग्लो-बर्लीन युद्धात, त्याचा परिणाम म्हणजे १८८६ मध्ये ब्रह्मदेश इंग्रजी साम्राज्यात सामील झाला. नंतर इंग्रजांनी

याच सैनिकांचा उपयोग देशावर स्वतःचे नियंत्रण करण्याकरिता केला. ब्रह्मदेश व भारत हे दोन्ही देश इंग्रजी साम्राज्याखाली होते. १९३७ मध्ये वेगळ्या वसाहती होण्यापूर्वी इंग्रजांनी ब्रह्मदेशाला इंग्रजी भारताचाच एक परगणा बनवला होता. २० व्या शतकाच्या सुरुवातीच्या चार दशकांत इंग्रजांनी भारतीयांना मोठ्या प्रमाणावर ब्रह्मदेशात स्थलांतर करायला प्रोत्साहन दिले होते. याचा परिणाम म्हणजे दुसऱ्या जागतिक महायुद्धाच्या अगोदर, ब्रह्मदेशात भारतीयांची संख्या २ दशलक्ष (२० लाख) इतकी झाली होती. तीही प्रामुख्याने यांगून आणि मंडाले इथे होती. त्यामुळे भारतीयांनी ब्रह्मदेशाची नागरी सेवा, पोलिस दल आणि तेथील व्यापार व उद्योगधंदे यांवर बऱ्याच प्रमाणात वर्चस्व निर्माण केले. त्याच वेळी इंग्रज वसाहतवाले व ब्राह्मी लोक यांच्यात मध्यस्थाचे कामही त्यांनी केले. भारतीयांनी ब्रह्मदेशाला दाबण्याचा प्रयत्न केला; कारण प्रशासक व पोलिस म्हणून ते काम करत होते. त्यांनी ब्रह्मदेशाच्या आर्थिक क्षेत्रावर स्वतःचा दबदबा निर्माण केला. त्यात जमीनदार, मजूर, कामगार, उद्योगधंद्यांचे मालक, सावकार या सर्वच क्षेत्रांत प्रभाव ठेवून असल्याने बर्मातील स्थानिक लोकांच्या मनात भारतीयांविरुद्ध तिरस्कार निर्माण झाला.

असे असताना जेव्हा भारत व ब्रह्मदेश काही महिन्यांच्या अंतराने स्वतंत्र झाले, तेव्हा दोन्ही देशांतील परस्परसंबंध चांगलेच होते. त्याचे प्रमुख कारण, दोन्ही देशाच्या पंतप्रधानांचे जवाहरलाल नेहरू व यूनू परस्पर संबंध चांगले होते. भारताने ब्रह्मदेशाला स्वतंत्र झाल्यानंतर सुरुवातीची काही वर्षे मोठ्या प्रमाणावर लष्करी आणि आर्थिक मदत खूप केली. १९६२ च्या लष्करी बंडामुळे कठीण समस्या उद्भवल्या, त्या वेळी यूनू आणि इतर ब्रह्मी नेत्यांना भारतात आश्रय घ्यावा लागला. बऱ्याच मोठ्या प्रमाणात भारतीयांना ब्रह्मदेश सोडून भारतात परतावे लागले. त्यांची तिथली मालमत्ता या बंडखोरांनी गिळंकृत केली होती. असे असूनसुद्धा बऱ्याच भारतीयांनी तिथेच राहणे पसंत केले. त्यांना आजतागायत कोणत्याही प्रांताचे रहिवासी म्हणून राहता आले नाही. त्यानंतरची तीन दशके भारताचा ब्रह्मदेशाशी अगदी कमी संबंध होते. १९८८ मध्ये लोकशाहीसाठी लढणाऱ्यांच्या चळवळीला भारताने आपला पाठिंबा दिला. त्यामुळे भारत-म्यानमार द्विपक्षीय संबंध आणखीच खालच्या स्तरावर गेले.

गेल्या १५ वर्षांत भारताने म्यानमारला परराष्ट्रीय धोरणात आवश्यक असणारे महत्त्व दिले. त्याच्यावर त्यांचा हक्क होताच. ही स्थिती १९९० पर्यंत कायम होती. भारताच्या म्यानमारबद्दलच्या धोरणात फरक पडला, तो आंगसान सूक्यी यांना दिलेल्या पाठिंब्यामुळे. त्यांचे भारताबरोबर बऱ्याच वर्षांपासून संबंध होते. त्यांची आई भारतामध्ये राजदूत होत्या. त्या स्वतः भारतात शिकल्या. नंतर त्यांना आंतरराष्ट्रीय अनौपचारिक कराराबद्दल जवाहरलाल नेहरू पारितोषिक देऊन सन्मानित केले गेले.

एवढे सगळे असतानासुद्धा चीनने म्यानमारमध्ये रस्ते निर्माण करण्यात पुढाकार घेतला व त्यामुळे भारत अस्वस्थ झाला. १९९२ मध्ये या धोरणाचा परत नीट विचार केला गेला आणि नव्याने भारताने म्यानमारच्या लष्कराशी जमवून घ्यायचे ठरवले. तेव्हापासून भारत म्यानमारशी व्यावहारिक धोरण अवलंबित आहे. आगंरिक सानवर आणि यांगूनमध्ये लष्करावर प्रभाव पाडण्यासाठी केलेले प्रयत्नही आता बऱ्याच प्रमाणात कमी केले आहेत. भारताने म्यानमारमधील फुटीर, पण लोकशाहीला पाठिंबा देणाऱ्यांशी हातमिळवणीच केली आहे. म्यानमारमधून येणाऱ्या कित्येक निर्वासितांना भारतात स्थायिक होण्यास संधी दिली आहे. या सगळ्या गोष्टी यूएनचे अंडर सेक्रेटरी जनरल गॅम्बरी यांच्याशी वेळोवेळी होणाऱ्या चर्चांमुळे घडले. त्यांनीच म्यानमारमध्ये लोकशाही येण्याकरिता पाठिंबा देऊन उत्तेजन दिले. आंग सान स्यूकीचे नेहरू, गांधी घराण्याशी व कॉंग्रेस पक्षाशी असलेले संबंध शंका निर्माण करत होते. जेव्हा यूपीएचे सरकार आले, तेव्हा हे धोरण पुढे चालू राहील की नाही, असे वाटायला लागले. मात्र, धोरण बदलले नाही व चांगल्याच गोष्टी घडत गेल्या. सन २००० नंतर विशेषतः गेल्या ५ वर्षांत दोन्ही देशांमध्ये उच्च स्तरावर वरिष्ठ दर्जाच्या लष्करी अधिकाऱ्यांच्या परस्पर भेटी घडत आहेत. त्यामुळे त्यांच्यात विचारांचे आदानप्रदानही चालू आहे. २००३ मध्ये उपराष्ट्रपती शेखावत म्यानमारला गेले आणि २००४ मध्ये म्यानमारचे वरिष्ठ जनरल थानश्वे भारतभेटीवर आले. याला उत्तर म्हणून तत्कालीन राष्ट्रपती डॉ. कलाम २००६ मध्ये म्यानमारला गेले. २००७ मध्ये त्या वेळचे परराष्ट्रमंत्री प्रणव मुखर्जी तिथे गेले असताना त्यांनी दोन्ही देशांची सरकारे एकमेकांना साहाय्य करतील व आम्ही तुमच्यावर लोकशाही लादणार नाही, अशी भारताकडून खात्री दिली. मार्च २००८ मध्ये उपवरिष्ठ जनरल मॉंग आये भारतात आले, तेव्हा कालादानमधील वाहतूक प्रकल्पावर शक्य तेवढी मदत करण्याचे आश्वासन देऊन स्वाक्षऱ्या झाल्या. त्यामुळे उच्चस्तरीय चर्चा पुढे जायला मदत झाली.

गेल्या १५ वर्षांत म्यानमार आणि भारताचे संबंध हळूहळू सुधारतच आहेत. भारताची विचारसरणी जरी बरोबर असली, तरी त्याने म्यानमारमध्ये घेतलेला सहभाग वाढवायला हवा. आता भारताने वेळ न दवडता म्यानमारला विशेष प्राधान्य द्यायला हवे. भारताने ज्यायोगे भारतातील अनेकांचे हितसंबंध जपले जातील, असे सुसंगत धोरण म्यानमारबरोबर आखायला हवे. भारताच्या सर्व शेजारील राष्ट्रांपैकी म्यानमार हा नवी दिल्लीतील निर्णय घेणाऱ्या व ठराव करणाऱ्यांकडून अत्यंत दुर्लक्षित राहिला आहे. भारताच्या ईशान्य सीमेवरील राज्ये ही राजकीयदृष्ट्या फारशी प्रबळ नसल्याने आणि त्यातील गुंतागुंत राज्यकर्ते व शासकीय अधिकाऱ्यांना कळली नसल्याने या राज्यांबाबत त्यांनी बेफिकिरी दाखविली आहे. म्यानमारपेक्षा

अफगाणिस्तानला मिळणारी मदत व लक्ष खूपच जास्त आहे. हे एक उदाहरण झाले. आता म्यानमारलासुद्धा पुरेसे साहाय्य भारताकडून मिळायला लागले आहे. अफगाणिस्तानला मिळणारी १.२ बिलियन डॉलर्सच्या अर्धी जरी मदत म्यानमारला मिळाली, तरी भारत आपला वरचष्मा तिथे राखू शकेल. तसेच आणखी एक गोष्ट न विसरता लक्षात घ्यायला हवी की, भारत बुद्धांची भूमी आहे आणि त्याचे प्रतिबिंब म्यानमारमध्ये सांस्कृतिक व धार्मिक वृत्तीवर पडते. त्यात राज्यकर्ते व सामान्य जनतेचा समावेश आहे. ईशान्येची राज्ये व म्यानमारवर उच्चस्तरीय पातळीवरून लक्ष ठेवले जाईल, अशी आशा बाळगावायला हवी. त्याचा परिणाम म्हणजे ईशान्य राज्ये बांगलादेश व म्यानमार यांच्यासाठी बहुव्यापी धोरण आखले जाईल.

भारताच्या परराष्ट्र धोरणात ईशान्येकडील राज्यांचे स्थान

ईशान्येकडच्या राज्यांची व्यवस्थित प्रगती होणे, हा भारतासाठी राजकीय, आर्थिक आणि सामाजिकदृष्ट्या विशेष महत्त्वाचा मुद्दा आहे. हे पराराष्ट्र धोरणातील अत्यंत अवघड आव्हान आहे. भारताचा ईशान्य भाग हा बांगलादेश, भूतान, तिबेट आणि म्यानमार यांनी वेढला गेला आहे. भारताची ९८% त्याची सीमा या चार देशांना लागून आहे. तसेच बांगलादेशातून भारताकडे निसर्गतः येत असलेला सोपा व जवळचा मार्ग येतो; जो बांगलादेशाच्या आडमुठेपणामुळे भारताला उपलब्ध होऊ शकत नाही. या भागाची प्रगती व्हायला हवी असेल, तर संपूर्ण भारताशी आणि जगाशी त्यांचा व्यापार व संबंध सुधारायला हवेत, ते वाढायलाही हवेत. जेव्हा स्थानिक लोक आर्थिकदृष्ट्या स्थिरावलेले असतात, तेव्हा अंतर्गत बंडखोरी उचल खाऊ शकत नाही. वाढते उद्योग आणि सुधारित दळणवळणाच्या सोयी झाल्या, तर त्यांचे आयुष्य सुकर होईल. सध्या तिथे असलेला चहाचा उद्योग हा त्या प्रांताच्या बाहेर राहणाऱ्या मालकांनाच फक्त फायदा करून देतो आहे. ईशान्य भागातील उद्योगधंद्यांचा विकास करायचा असेल तर यांचा जगाशी संबंध यायला हवा; पण ते वाटते तितके सोपे नाही. त्यासाठी सुसंगत विचार करणे व राजकीय धोरण बदलण्याची प्रबळ इच्छा हवी. मगच उर्वरित भारत व हा भाग एकमेकांशी जोडले जातील. हे त्यांच्या विषयाच्या सदिच्छेपोटी करायचे; ते वेगळे आहेत हे दाखविण्यासाठी नाही.

यावर सगळ्यात सोपा उपाय म्हणजे बांगलादेशाने प्रवास व वाहतुकीसाठी परवानगी द्यायला हवी. ती मिळवण्याचा भारताने सतत प्रयत्न करायला हवा. ती मिळेपर्यंत प्रयत्नशील राहावे. त्यात बांगलादेशाचाही फायदा आहे, हे त्यांना

पटवून द्यावे. भारताची व ईशान्येकडील प्रांतांची प्रगती व भरभराट बांगलादेशाच्या हिताची आहे. बांगलादेशाचा या बोलण्यावर विश्वास बसेल का? ईशान्य प्रांत अगदी मागासलेला आहे. उलटपक्षी बांगलादेशने त्यांच्या भौगोलिक स्थितीचा फायदा करून घेऊन, त्यांची जमीन जर भारताला ईशान्य प्रांतासाठी ये-जा करायला दिली, तर भारताकडून मोठा महसूल वसूल करता येईल. दोन्ही देश, पूर्वेकडचा व ईशान्येकडचा प्रांत उपखंडाच्या मानाने बराच मागे पडला आहे. स्वातंत्र्यपूर्व काळातील भारतात या उपखंडातील पूर्वेकडचा भाग, ज्यात आजच्या भारताचा पूर्व भाग, बांगलादेश आणि ईशान्येकडचा भारत इत्यादींचा समावेश होतो, ते नेहमी राजकीय, आर्थिक आणि सांस्कृतिकदृष्ट्या एकमेकांना जोडलेले होते. भारताच्या औद्योगिकीरणात हेच भाग अग्रेसर होते. कदाचित त्या काळात तेच देशातले सर्वात श्रीमंत व भरभराटीस आलेले प्रदेश होते. एके काळी कलकत्ता व ढाका ही शहरे व्यापारउदिमामध्ये तेजीत असलेली आर्थिक केंद्रे होती. तीच आज उपखंडात, दक्षिण आशियात व या भागातील इतर शहरांपेक्षा खूपच मागे पडली आहेत. त्याचे मुख्य कारण या भागाच्या विकासात समन्वय नाही. या भागाची जर पूर्वीसारखीच भरभराट व्हावी असे वाटत असेल, तर भारत आणि बांगलादेश यांनी गांभीर्याने व दृढनिश्चयाने या दोन्ही देशांतील आर्थिक, सांस्कृतिक, ऐतिहासिक, भाषिक तसेच या प्रदेशातील मुक्त नैसर्गिक साधनसंपत्ती आणि मनुष्यबळ यातील साधर्म्याचा फायदा करून घ्यायला पाहिजे. कदाचित यामुळे हा प्रांत पुन्हा एकदा राजकारण, आर्थिक विकास व बौद्धिक चर्चा यांत महत्त्वाची भूमिका राष्ट्रीय पातळीवर बजावेल. बांगलादेशाने भारत आपल्याला मुक्तपणे ईशान्य प्रांतात आर्थिक सत्ता प्रस्थापित करू देईल.

दुर्दैवाने बांगलादेशाला भारताला सहकार्य करावेसे वाटत नाही, कारण त्यांना भारताचा ईशान्येकडील भाग आपल्या कबजात यावा, असे वाटत असावे. त्याकरिता दुसरा मार्ग म्हणजे म्यानमारला जवळ करणे. ईशान्य प्रांतासाठी नवीन धोरण ठरवण्याचा हा दुसरा मुद्दा आहे. व्यापार व चलनाकरिता घातलेल्या ताठर अटी हा सीमेपारचा व्यापार होऊ देत नाहीत. जो व्यापार मोठ्या प्रमाणात व्हायला हवा तो अगदीच मर्यादित स्वरूपाचा आहे. सध्या मणिपूरमध्ये असलेले मोरेह हे गाव सीमापार व्यापाराकरिता पुरेसे नाही. त्याकरिता जास्त जागा खुल्या करायला हव्यात. जेणेकरून ईशान्येकडच्या मिझोराम, मणिपूर, नागालँड आणि अरुणाचल प्रदेश या राज्यांची प्रगती होईल. त्यांना म्यानमारशी व्यापार करायला मिळणे, ही खूप मोठी संधी आहे. याचा मेळ प्रगतीकरिता लागणाऱ्या पायाभूत सुविधांशी घालायला हवा. काही वर्षांपूर्वी भारताने सीमेपार रस्ता बांधला. मणिपूरमधल्या तामूपासून म्यानमारमधील केलेम्यो आणि कलेवापर्यंत मिझोराम ते म्यानमार पर्यंतचे रस्ते

बांधण्याच्या योजना आहेत. दोन्ही बाजूच्या सीमेकडचे रस्ते पूर्णपणे तयार नाहीत. त्यावर बरेच काम करायचे बाकी आहे. नुकत्याच एका करारावर सह्या झाल्यात. त्यात नदी व रस्त्याने मिझोराम आणि म्यानमारमधील सित्तव्वे बंदरापर्यंतची योजना आहे. कालादान ही नदी मिझोराममधून म्यानमारपर्यंत वाहते. त्यातून दळणवळण सुरू झाले, तर उत्तमच आहे. अशा प्रकारची आणखी योजना काही प्रगती होण्यासाठी व्हावी, अशी इच्छा आहे. भारताने आधीच उशीर झालेला त्रिदलीय महामार्ग प्रकल्प सुरू करायला हवा. तो भारत-म्यानमार मधून थायलंड असा नवीन मार्ग होईल. त्याच वेळी भारत-म्यानमारमध्ये रेल्वे वाहतूकही सुरू व्हायला हवी. चांगल्या दळणवळणाच्या साधनांमुळे भारतीय वस्तूंना बाजारपेठ उपलब्ध होऊन व्यापारी दरवाजे उघडतील. सध्या चीनने म्यानमारमध्ये आपले पाय पसरले आहेत.

ईशान्येकडचा भारताचा तिसरा शेजारी आहे, तो तिबेट. भारताला ईशान्य भागाच्या विकासाकरिता तिबेटशी संबंध जोडायला हवेत. तिबेटबाबत भारताला सतत काळजीच वाटत आहे. त्यांच्याकडून राजकीय आणि सुरक्षेसंबंधी समस्याच निर्माण होताहेत. सध्या तिबेटवर चीनची सत्ता आहे. ते अरुणाचल प्रदेश आपलाच आहे म्हणून हक्क सांगत आहेत. चीनच्या आर्थिक झंझावातात ईशान्य प्रदेश पूर्णपणे ओढला जाऊ नये, असे भारताला वाटत आहे. ईशान्येकडच्या प्रांतात आधीच चीनच्या वस्तूंनी बाजारपेठ भरली आहे. ईशान्येकडच्या लोकांनासुद्धा चीनबरोबरचा सीमापार व्यापार वाढला, तर अमली पदार्थ, शस्त्रास्त्रे आणि उद्भवणारे नवनवीन आजार वाढतील, अशी भीती वाटते आहे. त्याने आगीत तेल ओतल्यासारखे होणार आहे. सध्याच जिथे प्रेम आणि समाधान नाही, त्यात वाढ मात्र होणार. म्हणूनच भारताचा ट्रॅक II किंवा कुतमिंग इनिशिएटिव्ह किंवा बांगलादेश-चीन-भारत-म्यानमारला विरोध आहे. यात बांगलादेश, चीनमधील युनान प्रांत, भारत आणि म्यानमार यांचा अधिकाऱ्यांचा एक गट आयोजित करण्याचा बेत आहे.

बे ऑफ बेंगॉल इनिशिएटिव्ह फॉर मल्टीसेक्टरल टेक्निकल अ‍ॅण्ड इकॉनॉमिक को-ऑपरेशन (बीआयएमएसटीईसी)

या डावपेचाचा अंतिम उद्देश म्हणजे ईशान्य भागाचा प्रांतिक सहकार्याच्या चौकटीतून विकास करणे होय. यातून कदाचित भारताला बांगलादेशाचे सहकार्य मिळू शकेल. सुदैवाने बे ऑफ बेंगाल इनिशिएटिव्ह फॉर मल्टीसेक्टरल टेक्निकल अ‍ॅण्ड इकॉनॉमिक कॉर्पोरेशनकडे आधीच या प्रकारचा आराखडा, चौकट तयार आहे. त्यामुळेच बंगालच्या उपसागराच्या आसपास असलेल्या श्रीलंका, भारत,

नेपाळ, भूतान, बांगलादेश, म्यानमार आणि थायलंड या देशांना एकत्र आणता येईल. ईशान्येकडचा प्रदेश हा बीआयएमएसटीईसीच्या मधोमध आहे. सार्कपेक्षा बीआयएमएसटीईसी हा वेगळा आहे. बीआयएमएसटीईसी हा भौगोलिकदृष्ट्या संलग्न असलेल्या देशांचा तर्कसंगतपणे केलेला गट आहे. यात सत्तासमतोल राखलेला आहे. भारताच्या ईशान्येकडील प्रांताचे बांगलादेश व म्यानमारवरचे अवलंबित्व भारताचे बीआयएमएसटीईसीमधील प्राबल्य कमी करते. बीआयएमएसटीईसीमुळे भारताला बांगलादेशाबरोबरचे संबंध लवचीकतेने हाताळण्यासाठीचे व्यासपीठच माध्यम आहे.

बांगलादेशाला द्विपक्षीय चर्चा नको आहे; पण राजकीयदृष्ट्या नाजूक असलेल्या व्यापार, दळणवळण ऊर्जेबद्दल सहकार्य करणे, या मुद्द्यांवर बोलायला तयार आहेत. यावरून त्यांना प्रांतीय चौकटीत राहून भारताबरोबर चर्चा करणे सुरक्षित वाटते. बीआयएमएसटीईसीने भारताला आणखी एक आराखडा दिला आहे; ज्यायोगे भारताचे म्यानमारबरोबर असलेले संबंध, ते वाढवणे आणि त्यांच्यावर प्रभाव पाडणे हेही करता येईल. अन्यथा म्यानमार चीनच्या आर्थिक आणि राजकीय प्रभावाखाली येईल.

बीआयएमएसटीईसीमुळे दक्षिण आशिया आणि पूर्वेकडील शेजारी यांना जोडणारा, प्रत्यक्षात व्यवहार्य, इच्छित वाटणारा पूलच निर्माण होऊ शकतो. पुढील काळात ईशान्येकडचा प्रदेश व बांगलादेश गरिबीतून वर येऊ शकतील. दक्षिण आशियाच्या उपखंडात चंचुप्रवेश करून आर्थिक व सांस्कृतिक स्थान मिळवणे व वाढवणे याकरिता भारत व आग्नेय आशियाशी जोडले जाऊ शकतात. बीआयएमएसटीईसीमुळे भारताला संबंध राखता येतील व वाढवता येतील. म्यानमार आणि थायलंड हे दोन्ही देश बीआयएमएसटीईसीचे सभासद आहेत. ते देश आसिआनचे पण सभासद आहेत. सार्कच्या अनिश्चिततेमुळे भारत जर दक्षिण आशियात सामील झाला, तर त्यांना वाऱ्यावर सोडल्यासारखे होईल, अशी भारताच्या छोट्या शेजाऱ्यांना भीती वाटायला लागली होती. बीआयएमएसटीईसीमुळे इतर देशांना आशा वाटायला लागली की, बांगलादेश व भारताचे इतर दक्षिण आशियातले शेजारी यांनी जर भारताची पाठ सोडली नाही तर त्यांनाही दक्षिण आशियापासून आर्थिक आणि इतर फायदे मिळतील. यामुळे बांगलादेशाचे भारतावर विसंबून राहणे कमी होईल व त्यांची भारताबरोबर असलेली मानसिकता बदलेल. त्यांना भारताशी सहकार्य करायची प्रबळ इच्छा होईल. दक्षिण आशियातील धोरणांबरोबर राहताना भारताच्या परंपरागत शेजाऱ्यांना जो संशय होता, तोही कमी होण्याचा उद्देश सफल होऊ शकेल. 'पूर्वेकडे पाहा' हा भारताचा नारा भारताच्या छोट्या शेजाऱ्यांना भरपूर फायदा मिळवून देईल. ते आशियाई देशाच्या मोठ्या चौकटीत सामावले जातील.

बीआयएमएसटीईसी ही अलीकडे स्थापन झालेली संघटना आहे. त्यांची पहिली परिषद जुलै २००४ मध्ये बँकॉकला भरली. गेल्या २ वर्षांत तिचे कार्य नीट होऊ शकले नाही; कारण सभासद राष्ट्रे देशांतर्गत समस्येमध्ये व्यस्त होती. भारत सरकारचा अध्यक्ष असल्यामुळे सार्कवर लक्ष केंद्रित करत होता. बीआयएमएसटीईसीच्या कामकाजाला परत गती मिळाली आहे. त्यांची दुसरी परिषद नोव्हेंबर २००८ मध्ये नवी दिल्ली येथे पार पडली. थायलंडच्या अंतर्गत राजकीय लाथाळ्यांमुळे या परिषदेतून काही भरीव निर्णय झाले नाहीत.

प्रकरण ५
श्रीलंका, नेपाळ आणि भूतान

श्रीलंकेचे वांशिक विभाजन

श्रीलंकेचे भारताशी असलेले संबंध हे श्रीलंकेला १९४८ मध्ये स्वातंत्र्य मिळाल्यापासूनच असलेल्या वांशिक विभाजन व न सुटलेला संघर्ष यांवर आधारित आहेत. भारताला श्रीलंकेत रस घेण्याचे कारण म्हणजे तिथे सिंहलींची लोकसंख्या जास्त असली, तरीही तमिळ लोकसंख्याही बरीच मोठी आहे व त्यांचे भारतातील तमिळ लोकांशी भावनिक, सांस्कृतिक व ऐतिहासिक संबंध आहेत. तामिळनाडूमधील लोकांनाही श्रीलंकेतील तमिळ लोकांविषयी सहानुभूती वाटते. नवी दिल्लीतील सरकार त्यांच्या प्रश्नांकडे दुर्लक्ष करू शकत नाही, कारण केंद्रातील युतीच्या सरकारमध्ये तामिळनाडूतील प्रादेशिक प्रश्नांचा प्रभाव आहे. वास्तविक तमिळ व सिंहली एकाच बेटावर शतकानुशतके शांततेने नांदत आहेत; परंतु ब्रिटिश वसाहतवादींच्या धोरणामुळे अल्पसंख्याक तमिळ लोकांना प्रशासनात नोकऱ्या देऊन सिंहली लोकांना डावलल्याने सिंहलीमध्ये चीड व अपमानाची भावना निर्माण झाली. श्रीलंकेला स्वातंत्र्य मिळाल्यानंतर या सगळ्याचा अतिरेक झाला. सिंहली नेत्यांनी श्रीलंकेला सिंहला बौद्ध देश करण्याचा शासकीय धोरण असल्यासारखा घाट घातला, तेव्हा श्रीलंकेत राहणाऱ्या तमिळ लोकांना आपण इथले मूळचे नागरिक नाही, असे वाटू लागले.

श्रीलंकेच्या तमिळ लोकसंख्येचे दोन जाणवणारे घटक आहेत. पहिला तमिळ लोकांचा मोठा गट आहे; जो श्रीलंकेतील तमिळ म्हणूनच वर्षानुवर्षे राहत आहे. ते साधारणतः श्रीलंकेच्या उत्तरेकडच्या व पूर्वेकडच्या भागात राहतात. दुसरा गट श्रीलंकेतील तमिळ, जे स्वतःला मुस्लिम तमिळ म्हणवून घेतात. गेल्या काही

दशकांत त्यांनी हळूहळू स्वतःची निराळी राजकीय व सांस्कृतिक ओळख निर्माण केली आहे. हा दुसरा छोटा गट जे स्वतःला भारतीय तमिळ म्हणवून घेतात, त्यांना प्रत्यक्षात इंग्रज वसाहतवाल्यांनी भारतातून मजूर म्हणून नेले होते. ते श्रीलंकेतील चहा व रबराच्या मळ्यात काम करत असत. तमिळ लोकांमधली वर्गवारी ही खरी असो किंवा त्यांच्यावर लादली गेलेली असो, ते मात्र भारतापासून दुरावत गेले. श्रीलंकेच्या स्वातंत्र्यानंतर ही समस्या उद्भवली. श्रीलंकेने नागरिकत्वाचे नियम १९४८ व १९४९ मध्ये बनवलेत. त्याखाली भारतीय तमिळांना कोणत्याच राज्याचे नागरिकत्व मिळाले नाही. याचा फायदा घेऊन श्रीलंकेने त्यांना भारताकडे परत पाठवायचा निर्णय घेतला.

जवाहरलाल नेहरूंनी श्रीलंकेच्या या मागणीचा काळजीपूर्वक विचार केला आणि जे तमिळ लोक भारताच्या घटनेने भारतीय ठरतील, त्यांनाच परत घेण्याचे कबूल केले. पंतप्रधान लालबहादूर शास्त्री व इंदिरा गांधी यांनी द्विपक्षीय करारावर अनुक्रमे १९६४ आणि १९७४ मध्ये श्रीलंकेबरोबर सह्या केल्या. या करारामुळे भारतीय तमिळांची जबाबदारी श्रीलंका तसेच भारत या दोघांचीही आहे. त्याच वेळी ठरलेल्या संख्येचे भारतीय तमिळ भारतात परत पाठवले जातील, असेही त्या करारात उद्धृत केले होते. या करारामुळे भारत-श्रीलंका संबंधातील तिढा थोडा कमी झाला; परंतु भारतीय तमिळ लोकांचा प्रश्न पूर्णपणे सुटलेला नाही. मोठ्या संख्येने तेथील तमिळ भारतात परत यायला उत्सुक नाहीत व ते तिथेच परत एकदा कदाचित राज्यविरहित होतील. त्याच वेळी भारताचा याबाबतचा दृष्टिकोन व हाताळली गेलेली परिस्थिती यांतून श्रीलंकेचे सरकार व श्रीलंकेतील तमिळ लोकांना मिळालेल्या संदेशातून, झालेल्या जाणिवेतून दीर्घ मुदतकालीन समस्या निर्माण होऊ शकतात. एका बाजूला अति देशप्रेमी सिंहलीमध्ये भारतीय व श्रीलंकेतील तमिळ या दोघांची जबाबदारी श्रीलंकेची नाही, तर भारताची आहे, असा संदेश देणे; तर दुसऱ्या बाजूने श्रीलंकेतील तमिळ लोकांमध्ये ते तामिळनाडूतील लोकांची सहानुभूती मिळवून भारताला स्वतःच्या बाजूने अनुकूल करून घेऊ शकतात. १९७१ मधील बांगलादेशाच्या स्वातंत्र्यामुळे अनेक श्रीलंकेच्या तमिळ नेत्यांच्या मनात ही भावना प्रबळ झाली की, बांगलादेशाच्या धर्तीवर भारत श्रीलंकेतील तमिळ लोकांना स्वतंत्र करण्यासाठी मध्यस्थी करेल. १९७१ च्या बांगलादेश मुक्तिसंग्रामात भारताने त्यांना मदत केली. तशीच मदत ते श्रीलंकेतील तमिळ लोकांच्या 'सुटके'साठी करतील, अशी आशा श्रीलंकेतील तमिळ नेत्यांना वाटली.

१९८० च्या सुरुवातीला भारताने इंदिरा गांधींच्या नेतृत्वाखाली जे धोरण अवलंबिले, ते श्रीलंकेतील तमिळ राजकीय प्रश्न व तमिळ मिलिटंट गट यांना

यादृष्टीने पाठिंबा देणारे होते. १९८३ मध्ये जेव्हा श्रीलंकेत तमिळांच्या विरोधात हिंसाचार झाला, त्या वेळी तमिळ लोकांना अमानुष वागणूक दिली गेली. त्या वेळी मोठ्या संख्येने तमिळ लोक निर्वासित झाले व भारतात आश्रयाकरिता आले. अशा परिस्थितीत राजीव गांधींच्या नेतृत्वाखाली भारताने श्रीलंकेच्या सरकारला काहीतरी उपाय शोधायला उद्युक्त केले, ज्यामुळे श्रीलंकेतील तमिळ लोकांना दिलासा मिळेल. त्या वेळी भारताने श्रीलंका सरकार व निरनिराळे गट आणि पक्ष यांच्यात बोलणी करण्यासाठी पुढाकार घेतला. त्यात लिबरेशन टायगर्स ऑफ तमिळ ईलम (LTTE) यांचा समावेश होता. ही बोलणी १९८५-८६ मध्ये थिम्फू (भूतान) मध्ये व इतर ठिकाणीही झाली. दुर्दैवाने ही बोलणी फिसकटली आणि श्रीलंकेत नागरी युद्ध सुरू झाले.

भारताची सुरक्षेबद्दलची काळजी

श्रीलंकेबद्दल भारताला वाटणारी दुसरी काळजी म्हणजे श्रीलंकेत स्थैर्य व एकजूट असावी. त्यात कोणत्याही परकीयांचा हस्तक्षेप नसावा. भारताला श्रीलंकेमध्ये वेगळे तमिळ राज्य नको आहे. त्यामुळे भारतातील तमिळींच्या भावना दुखावल्या जातील. नुकताच मलेशियात भारतीयांविरुद्ध ज्यात तमिळ जास्त आहेत, असा भेदभाव केला गेला. या घटनेतून तमिळ राष्ट्रीयत्वाला प्रोत्साहन मिळाले. त्यामुळे भारत दुसऱ्या देशात तसे व्हावे म्हणून कदापिही प्रोत्साहन देणार नाही. श्रीलंकेमध्ये जर स्वतंत्र तमिळ राज्य झाले, तरी त्यांच्या त्या राज्याला तग धरून राहण्यासाठी, जगण्यासाठी इतर देशांवर अवलंबून राहावे लागण्याची शक्यता आहे. श्रीलंकेसारख्या मोक्याच्या जागी असणाऱ्या एकसंध शेजारी देशात परकीयांचे असणे म्हणजे त्रासाला आमंत्रण देण्यासारखेच आहे. भारतीय द्वीपकल्पात ज्या अणुशक्ती अंतराळ आणि सुरक्षा देणाऱ्या संस्था आहेत, त्यामुळे त्यांना धोका संभवतो. भारताच्या श्रीलंकेकडे पाहण्याच्या दृष्टिकोनामुळे त्यांना भारताप्रती संवेदनशीलता वाटते.

१९८० च्या सुरुवातीला व मध्यावर जेव्हा श्रीलंकेत नागरी युद्ध सुरू झाले आणि त्यांचा पाकिस्तान व चीनशी वाढता लष्करी संबंध यायला लागला, तेव्हा भारताची काळजी वाढली. त्यातच भर म्हणजे श्रीलंकेने पश्चिमेच्या देशांकडून मदत घ्यायला सुरुवात केली. विशेषतः त्यांनी जेव्हा अमेरिकेला 'व्हॉईस ऑफ अमेरिका' त्याचे शक्तिशाली केंद्र आपल्या देशात स्थापना करायला परवानगी दिली, तेव्हा भारताची चिंता मोठीच होती. तेव्हा भारताला वाटत होते की, हे केंद्र भारतातील विद्युत परमाणूंवर (इलेक्ट्रॉनिक) चालणाऱ्या संस्थांवर नजर ठेवेल.

याशिवाय सिंगापूरस्थित अमेरिकन कंपनीला 'ट्रिंको माली' बंदरात मोक्याच्या जागी तेलसाठा करणाऱ्या टाक्यांना परवानगी दिली. मग या भयापोटी १९८७ मध्ये भारताने एक पाऊल सुरक्षा व वांशिक समस्या सोडविण्याचा प्रयत्न केला. त्यासाठी कडक उपाय योजिले. याचा परिणाम म्हणजे जून १९८७ मध्ये श्रीलंकेच्या उत्तरेकडे जाफनावर जे लष्कराचे कडे घातले होते, ते उठवण्याकरिता भारताने नाट्यमय पद्धतीने हवाई कारवाई करून मदत व सहकार्य देऊ केले. एक महिन्यानंतर म्हणजे जुलै १९८७ मध्ये भारत व श्रीलंका स्वेच्छा करारावर सह्या झाल्या. हा स्वेच्छा करार चालू राहण्यासाठी भारताने श्रीलंकेत शांतिसेना (IPKF) पाठवली. त्यामुळे व्हॉईस ऑफ अमेरिका या रेडिओ केंद्रावर, परकीय लष्कर आणि तंत्रज्ञान व कंपन्यांना त्रिकांमाली बंदरातून दूर करणे या आणि अशा गोष्टींवर लक्ष ठेवण्यासाठी शांतिसेना तैनात केली गेली. त्यासाठी भारत-श्रीलंकेत गोपनीय पत्रव्यवहार झाला. भारत-श्रीलंका स्वेच्छा करारावर सह्या झाल्यात. श्रीलंकेच्या सरकारने १३ वी घटनादुरुस्ती करून श्रीलंकेच्या उत्तर व पूर्व भागात राहणाऱ्या तमिळींकरिता एकाधिकार दिला; परंतु भारताच्या या नीतीचा काही फायदा झाला नाही. कारण एलटीटीई व श्रीलंकेचे सरकार यांच्यात अविश्वास कायम राहिला व दोघांचाही भारतावरचा विश्वास उडाला. जरी करार झाला होता, तरी प्रत्येकजण दुसऱ्याविरुद्ध कट रचत होता. आता भारताने एलटीटीईपासून अंग काढून घ्यायचे ठरवले; पण इतकी वर्षे एलटीटीईने तामिळनाडूकडून मिळणारी आर्थिक मदत व पाठिंबा त्यांनी उपभोगलाच होती. श्रीलंकेने भारताला एलटीटीईशी लढण्याकरिता आमंत्रण दिले; पण ते एलटीटीईला शस्त्रपुरवठा करून भारताच्या लष्कराशी लढायला लावत होते. भारताने पाठवलेल्या शांतिसेनेचा उद्देश शांतता राखली जावी, हा होता; पण तो फार काळ टिकला नाही. १३ वी घटनादुरुस्ती ना कधी वापरली गेली, ना श्रीलंकेचे सैन्य माघारी गेले, ना एलटीटीई निःशस्त्र झाली. ही स्थिती टिकून राहणार नव्हती व त्याचा परिणाम म्हणजे घाई-गर्दीने शांतिसेनेला १९९० मध्ये परत बोलावले गेले. याचा राग एलटीटीईला आला व १९९१ मध्ये त्याचा वचपा त्यांनी राजीव गांधींची हत्या करून काढला.

श्रीलंकेतील संघर्ष चिघळत चालला आहे. ९/११ नंतर दहशतवादाविरुद्ध तथाकथित जागतिक युद्ध पुकारले गेले आणि एलटीटीईवर आंतरराष्ट्रीय संघटनांचा दबाव वाढत गेला. त्यातच एलटीटीईला पश्चिमात्य व इतर देशांतून कारवाया करणे व पैसा जमवण्यावर बंदी घातली गेली. त्यांनीही आपल्या कामाच्या पद्धतीत बदल करायला सुरुवात केली. त्यांनी फेब्रुवारी २००२ मध्ये शस्त्रसंधीला मान्यता देऊन श्रीलंकेच्या सरकारबरोबर बोलणी करायला तयार झाले. २००२ मधील शस्त्रसंधी

व नंतरच्या चर्चेच्या फेऱ्या यांसाठी भारताच्या परवानगीने नॉर्वेच्या काही लोकांना मध्यस्थ म्हणून नेमले गेले. २००५ च्या नोव्हेंबरमध्ये महिंद्रा राजपाक्षे श्रीलंकेचे राष्ट्राध्यक्ष म्हणून आले आणि तो करार मागे पडत चालल्याचे जाणवते. शेवटी जानेवारी २००८ मध्ये श्रीलंकेच्या सरकारने शस्त्रसंधी करारात बदल केला. त्यामुळे श्रीलंकेवर लक्ष ठेवण्याचे कार्य मोडीत निघाले. यातील मुख्य समस्या ही आहे की, श्रीलंकेचे सरकार किंवा एलटीटीई- दोघांनाही राजकीय तोडगा काढायचाच नाही. दोन्ही पक्षांना वाटते की, लष्करी वृत्तीनेच विजय मिळेल. गेली २५ वर्षे त्यांच्यातील हा वाद व पद्धत चालूच आहे. श्रीलंकेच्या सरकारच्या मते, त्यांचे एलटीटीईवर वर्चस्व आहे. एलटीटीईच्या हातातून पूर्वेकडचा प्रांत निसटला, तरी त्यांना परत लढण्याची खुमखुमी आहे. त्यात ते उत्तरेकडेही हरलेत. श्रीलंकेतील तमिळ लोकांच्या तक्रार निवारणासाठी सर्वसमावेशक राजकीय उपाय म्हणजे विश्वसनीय स्वाधीन केले पाहिजे. या वांशिक संघर्षाचा गंभीरतेने विचारच अजूनपर्यंत केला गेला नाही.

भारताने श्रीलंकेला शांतिसेना पाठवून लष्करी आणि राजनैतिक मुत्सद्देगिरीचा बोजवारा उडाला. आता तोंड पोळल्यामुळे भारताने श्रीलंकेच्या अंतर्गत संघर्षात पडायचे नाही असे ठरवले. श्रीलंकेच्या सरकारच्या सततच्या विनवण्या आणि तमिळ पक्षांचा संघर्ष संपवण्याकरिता भारताने भूमिका घ्यावी, असे वाटत असले तरी पेच सुटला नाही. आता भारत फक्त श्रीलंकेवर, तिथल्या घडामोडींवर सतत लक्ष ठेवून आहे. आता भारताला कितीही वाटले, तरी श्रीलंकेतील वांशिक संघर्ष संपवण्याकरिता प्रत्यक्ष सहभाग घेता येत नाही. राजीव गांधींच्या हत्येमुळे भारताचे हात बांधलेले आहेत. राजकीयदृष्ट्या एलटीटीईशी कोणतेही संबंध ठेवता येत नाही. त्यांच्यावर भारतातही बंदी आहे. भारत प्रत्यक्षपणे श्रीलंकेच्या सरकारला लष्करी मदत पुरवू शकत नाही. यावरून हे स्पष्ट होते की, भारत श्रीलंकेबरोबर संरक्षण सहकार्य करारावर सही करायला, तसेच श्रीलंकेतील नियोजित उच्चस्तरीय संरक्षण प्रकल्प स्वीकारायला आणि कुठलाही कार्यक्रम हाती घ्यायला नाखूश आहे. आता भारताने सगळ्यांकरिताच रान मोकळे सोडले आहे. त्यात इतर बलाढ्य देशही सहभागी होऊ शकतात. त्यात नॉर्वे, जपान, युरोपीय संघ (EV), चीन, पाकिस्तान आणि अर्थात अमेरिकासुद्धा आहे. हे प्रबळ देश आता श्रीलंका सरकारला व एलटीटीई यांच्यात नुसती बातचीत घडविणेच नव्हे, तर लष्करी व आर्थिक घडामोडीतसुद्धा भाग घेऊ शकतात. आता भारतालाही आपली चूक कळली आहे. भारत कितीही काळाकरिता श्रीलंकेचे धोरण वाऱ्यावर सोडू शकत नाही. सुदैवाने राजीव गांधींच्या हत्येनंतर तामिळनाडूत एलटीटीईबद्दलचे मत विरुद्ध बाजूला झुकू लागले आहे. अजूनही एलटीटीईचा पगडा तामिळनाडूच्या राजकारणात राहावा, असा प्रयत्न करत आहे.

भारतसुद्धा आता हळूहळू लष्करी सहकार्य श्रीलंकेला करू लागला आहे. त्यात परस्परांच्या देशातील नेत्यांच्या भेटीगाटी, प्रशिक्षण देणे, गुप्तचर संस्थांच्या कामात सहभाग, दोन्ही देशांतील नौदलाचे एकत्रित सराव व असंहारक लष्करी सामग्रीचा पुरवठा यांचा समावेश आहे. भारतीय शांतिसेनेचा अनुभव गाठीशी असतानाही श्रीलंकेच्या लोकांना भारतीय लष्करापासून धोका वाटत नाही. तामिळनाडूतील राजकारणींचा भारताच्या श्रीलंकेबाबतच्या धोरणावर असलेला प्रभाव आणि तमिळ लोकांचे एलटीटीईविषयीचे मत यामुळे श्रीलंकेतील सरकारने तामिळनाडूबाबत कानावर हात ठेवले आहेत. गेल्या दोन वर्षांपासून श्रीलंका सरकारने एलटीटीईबाबत कडक धोरणे स्वीकारल्याने निर्वासितांचे लोंढे भारतात येण्याचे प्रमाण वाढले आहे.

आर्थिक संबंध आणि लोकांचे परस्परसंबंध

श्रीलंकेतील वांशिक संघर्ष सोडविण्यासाठी केंद्रवर्ती भूमिका घेण्यासाठी भारत झगडत आहे. व्यापाऱ्यांची वेगाने होणारी वाढ, भारत-श्रीलंका यात गेली दहा वर्षे असलेले आर्थिक संबंध, लोकांचे परस्परसंबंध यांतून भारत-श्रीलंका संबंधांना चांगले भवितव्य असल्याचे भाकीत करता येईल. श्रीलंका पहिला देश आहे की, ज्याने फ्री ट्रेड ॲग्रीमेंट मुक्त व्यापार करार (FTA) भारताबरोबर १९९८ मध्ये केला. या कराराचा चांगला परिणाम म्हणजे श्रीलंकेला निर्यात करण्यासाठी आणि भारतीय व परदेशी गुंतवणूकदारांना श्रीलंकेकडे आकर्षित करता आले आणि श्रीलंकेला एक बहुव्याप्त, सर्वसमावेशक आर्थिक भागीदारीचा करार करण्याविषयी श्रीलंकेला सुचविले गेले; ज्यावर बोलणी, चर्चा चालू आहेत. त्यामुळे त्यावर सह्या व्हायच्या आहेत. हवाई वाहतुकीत शिथिलता आल्यामुळे मोठ्या प्रमाणात भारतीय श्रीलंकेला भेट देत आहेत. ट्रींकोमालीतला तेलसाठा हा लंका इंडियन ऑईल कॉर्पोरेशनने दीर्घमुदतीसाठी भाडेतत्त्वावर घेतला आहे; ज्याला पूर्णतः श्रीलंकेतील इंडियन ऑईल कॉर्पोरेशनकडून साहाय्य मिळते. भारताबरोबर आर्थिक एकतेसाठी सावध पवित्रा घेतला आहे, तो केवळ श्रीलंकेला आर्थिक फायदे मिळावेत यासाठी नाही; तर खासगी व सरकारी क्षेत्रांत भारताची तिथे असलेली गुंतवणूक, जी श्रीलंकेला आर्थिक फायदा तर देईलच; परंतु दीर्घमुदतीत एलटीटईबरोबर लढण्यासाठी राजकीय फायदा होईल. दोन्ही देशांतील संबंध सुधारावेत, असे श्रीलंकेलाही वाटते; म्हणून त्यांना दोन्ही देशांना जोडणारा पूलही हवा आहे. त्यांनी सुचवलेला व भारताने नाकारलेला प्रकल्प म्हणजे सेतू समुद्रम कालवा प्रकल्प. यात त्यांचे काही छुपे इरादे असावेत, असे भारताला वाटते. भारताला दीर्घकालीन स्वारस्य भारत आणि

श्रीलंकेला जोडणारा पूल होणे, हे असायला हवे. ज्याप्रमाणे जगातील अशाच भौगोलिक स्थानातील सदेशांनी हे केले आहे.

पाकिस्तान आणि बांगलादेशाला भारताबद्दल भीती वाटते, कारण त्यांनीच तशी परिस्थिती ओढवून घेतली आहे. नेपाळ व भूतानला त्यांच्या छोट्या आकारामुळे व ते चारी बाजूंनी वेढले गेल्यामुळे त्यांनाही धोका वाटतो. श्रीलंका मात्र भारताच्या इतर शेजाऱ्यांपेक्षा वेगळा आहे. श्रीलंका भारतापेक्षा लहान आहे. त्यांनाही असुरक्षितता वाटत असते. भारत काही बागुलबुवा नाही, भीती वाटायला. भारताच्या इतर शेजाऱ्यांसारखाच श्रीलंका आहे. श्रीलंका हिंदमहासागराच्या मध्ये असून, त्यांच्याकडे नैसर्गिक संपत्तीपण भरपूर आहे. त्यामुळे श्रीलंकेला विश्वास वाटतो आहे की श्रीलंकेतील लोक दीर्घायुषी आहेत. दक्षिण आशियातील इतर देशांच्या मानाने श्रीलंकेतील श्रीमंत लोक शिक्षित असून, श्रीमंत आहेत. त्यांचा इतिहास, संस्कृती जरी भारताशी मिळतीजुळती असली, तरी ते पुरेसे स्वावलंबी आहेत. श्रीलंकेची भरभराट खूप जोरात आणि जोमाने व्हायला हवी होती; पण आज दक्षिण आशियातला सर्वांत जास्त लष्करी बाण्याने जगणारा आणि वांशिक संघर्षात विदीर्ण झालेला म्हणून ख्याती झाली आहे. हे गेल्या २५ वर्षांपासून चालू आहे. याचा दोष मुख्यत्वेकरून तिथल्या लोकांचाच आहे. या संघर्षावर उपाय म्हणजे जेव्हा सिंहली नेत्यांच्या हातात सत्ता येईल, तेव्हाच त्यांना अल्पसंख्यांक असण्याची भीती राहणार नाही; पण ही जाणीव व्हायला हवी. असे झाले तर एलटीटीईचा प्रमुख प्रभाकरचे तिथून जाणे आणि भारताचा प्रत्यक्ष सहभाग, जेणेकरून देशाचे भले पाहिले जाईल, न की केवळ तामिळनाडूचे राजकारण.

नेपाळ: महत्त्वाचे शेजारील राष्ट्र

भारताच्या अंतर्गत व परराष्ट्रीय धोरणाकरिता नेपाळशी उत्तम संबंध ठेवणे हे महत्त्वाचे परिमाण आहे. अशा बऱ्याच बाबी आहेत की, ज्यांच्यामुळे परिस्थिती गंभीर आहे. यात व्यक्ती-व्यक्तींचा आपापसांतील संबंध, धर्म, संस्कृती, दोन्ही देशांतील आर्थिक दुवे, खुल्या सीमा यामुळे भारताला सुरक्षिततेचा प्रश्न निर्माण झाला आहे. भारतीय चलन नेपाळमध्ये सहज रूपांतरित करता येते. भारतीय लष्करातील गुरखांचे असणे, लाखो नेपाळी येऊन काम करतात. मोठ्या व मुख्य नद्यांचे पाणी नेपाळमधून भारतात वाहत येणे. या सगळ्या गोष्टींचा विचार करायला हवा. नुकत्याच नेपाळमध्ये झालेल्या निवडणुकांमुळे व तिथे स्थापित झालेल्या सरकारने नद्यांच्या पाण्याला राजकीय रंग दिला आहे. त्यामुळे भारताच्या मुत्सद्देगिरीला त्यांनी आव्हान

दिले आहे. परंपरागत चालत आलेली व त्यांची खूण असणारी साम्राज्यशाही व सार्वभौमता आता नाही. त्यांचा राजा हिंदू होता. आता ते प्रजासत्ताक व धर्मनिरपेक्ष राष्ट्र म्हणून ओळखले जाते. राजा व अभिजनांचे नेपाळच्या राजकारणात, लष्करात व आर्थिक दृष्टीने असणारे महत्त्व खूपच कमी झाले आहे. परंपरेने राजकारणात प्रभाव टाकणारे नेपाळ काँग्रेस आता बाजूला पडले आहे. त्यांना माओवाद्यांकरिता जागा करून द्यावी लागली आहे. माओवादी जवळ जवळ १० वर्षे राजकारणापासून बहिष्कृत केले होते. त्यांना नेपाळी व भारतीय संस्थांनी जेरीस आणले होते. *पहाडी* नेपाळच्या डोंगराळ भागात राहणारे लोक जे आजपर्यंत अनेक दशके राजकारणात वरचष्मा राखत होते, त्यांना आता *मधेशी*बरोबर सत्ता भोगावी लागणार. तराई-भारताशी लागलेल्या सीमेवरील प्रांतात राहणार आहेत. त्यांना विशिष्ट प्रकारच्या संघराज्याचे वेध लागले आहेत. त्यावर चर्चा नवीन निवडून आलेल्या संसदेबरोबर करायची त्यांची इच्छा आहे. राष्ट्राध्यक्ष व उपराष्ट्राध्यक्ष दोघेही *मधेसी* आहेत, हे लक्षात घ्यायला हवे. निवडणुकानंतरचा अत्यानंद राजकीय पक्षांमधील दुरावा दूर ठेवण्याचे काम करतो आहे. आधीच गुंतागुंतीच्या असलेल्या नेपाळ-भारत संबंधात नवीन घटनांनी अनिश्चितता निर्माण केली आहे.

१९५० मध्ये भारत-नेपाळ संबंध 'शांती व मैत्रीचा तह' या कराराने नियमित केला गेला. त्यानुसार दोन्ही देशांत असे ठरले की, परस्परांच्या देशातील नागरिकांना स्वतःच्याच देशासारखे वागवले जाईल. यात नोकऱ्या करणे, व्यापारधंदा सुरू करणे, जमीनजुमला विकत घेणे व त्यात गुंतवणूक करणे या सर्व गोष्टींचा समावेश केला गेला. त्याकरिता सीमा खुल्या केल्या गेल्यात आणि भारतीय चलन नेपाळमध्ये मुक्त केले गेले. फायदे नेपाळ आणि तेथील लोक यांनाच मिळाले. भारताची मोठी बाजारपेठ व उच्च दर्जाचा विकास यांचा फायदा नेपाळला व तिथल्या नागरिकांना झाला. भारतीयांना नेपाळकडून तशीच वागणूक मिळावी, अशी अपेक्षा होती. गोपनीय पत्राद्वारे हे सगळे ठरले होते; पण प्रत्यक्षात तसे घडले नाही. तरीही काही भारतीयांनी, विशेषतः मारवाडी व्यापाऱ्यांनी तिथे आपले चांगले बस्तान बसवले. १९२३ मध्ये नेपाळ व ब्रिटनमध्ये जो तह झाला होता, त्याचीच नक्कल १९५० मधील भारत-नेपाळ करार यांत फरक नव्हता व तो अस्तित्वात आला नाही. त्यात दोन्ही देशांत यशस्वी होईल, असे काहीही नव्हते. नैसर्गिक भौगोलिक सीमा जर नसत्या, तर सगळेच अशक्य झाले असते. आर्थिकदृष्ट्या मोठे संकट आले असते. मग सीमा एकतर बंद कराव्या लागल्या असत्या किंवा त्यांच्यावर पहारा ठेवून त्या सुरळीत कराव्या लागल्या असत्या.

या करारातील सुरक्षेची कलमे लक्षात घेण्याजोगी आहेत; पण आता त्यातही वाद उत्पन्न झाला आहे. १९५० मध्ये करारावर सह्या झाल्यात, कारण चीन तिबेटवर

केव्हाही हल्ला करू शकत होता. १९४९ मध्ये चीनमध्ये साम्यवादी सरकार आल्यामुळे संकट अगदी तोंडाशी आले होते. भारताला नेपाळच्या सुरक्षेची जबाबदारी आपलीच आहे, असे वाटत होते. ते कायम ठेवण्याकरिता नेपाळबरोबरचा नवा करार केला गेला. नेपाळने सुरक्षेसाठी भारतावर अवलंबून राहायचे मान्य केले. गोपनीय पत्रांची देवघेव दोन्ही देशांत झाली. जर कोणी परकीयांनी दोघांपैकी कोणावरही आक्रमण केले, तर दोन्ही सरकारांनी मिळून त्यातून योग्य तो मार्ग काढायचा. नेपाळने आणखी एक गोष्ट मान्य केली, ती म्हणजे भारताच्या परवानगीशिवाय शस्त्रास्त्र दारूगोळा व इतर लष्करी सामग्री आयात करणार नाही. १९५० च्या करारानुसार नेपाळ-तिबेट सीमेवर दोन्ही देशांकडून पहारा राहील. नेपाळमध्ये भारतीय सैन्यदल तैनात केले होते.

राणाचे राज्य सुरू झाले. याला भारताची मूक संमत्ती होतीच. त्याच वेळी लोकशाहीचे वारे वाहत होते. इंग्रजांनी भारत सोडायची ती वेळ होती. नेपाळच्या अंतर्गत राजकारणात भारत कोणते व कसे पाऊल उचलते, यावर सगळे अवलंबून होते. राजा त्रिभुवनला भारताने आश्रय देणे व १९५१ मध्ये राजेशाही पुन्हा मिळवून देण्याचे प्रयत्न करणे, ही याचीच उदाहरणे आहेत. नेपाळमधील लोकशाही चळवळ व या चळवळीतले राजकीय पक्ष यांना त्यांच्या राजकीय कामासाठी भारताने पाठिंबा दिला व सवलतीही दिल्या. भारताने केलेल्या आर्थिक पिळवणुकीमुळे नेपाळला १९८९-९० मध्ये बहुपक्षीय प्रणाली सुरू करावी लागली किंवा अगदी अलीकडे म्हणजे २००५ मध्ये माओवादी व सात पक्षांची युती असणाऱ्या सरकारने ऐतिहासिक १२ कलमी करार केला. त्याचा परिणाम म्हणजे मागील पानावरून पुढे चालू असा झाला. २००८ च्या निवडणुकांकरिता नवीन राजकीय योजनांची आखणी सुरू झाली. या वेळी भारताचे तळ्यात मळ्यात चालू होते. भारतच त्यांच्या अंतर्गत राजकारणात एक सक्रिय खेळाडू होता. नेपाळच्या राजकीय पक्षांनीसुद्धा भारताच्या राजकारणात ढवळाढवळ करायचा प्रयत्न केला; पण त्यांना तो फार महागात पडला. बी. पी. कोईराला आणि नेपाळी काँग्रेसने जेव्हा १९७० मध्ये जयप्रकाशांच्या चळवळीला पाठिंबा दर्शविला, तेव्हा त्यांना इंदिरा गांधींचा राग ओढवून घ्यावा लागला होता. त्यानंतर १९७५ मध्ये कुप्रसिद्ध आणीबाणी घोषित केली गेली. भारताला नेहमीच नेपाळमधले माओवादी आवडले नाहीत. भारत माओवाद्यांपासून कायमच सावध राहिला, कारण नेपाळमधील माओवाद्यांचे भारतातील नक्षलवादी, माओवादी व इतर बंडखोरांशी संबंध असल्याची भीती आहे व भारताची याबाबतची भीती अतिशयोक्ती वाटेल, कारण असा संबंध असल्याचे पुरावे मिळाले नाहीत; परंतु माओवाद्यांनी गरज नसताना भारतातील राज्यांशी शत्रुत्व घेतलं.

भारतीयांचा दुसरा चेहरा

सर्वसाधारणपणे भारतीयांनी नेपाळला गृहीत धरले. भारतीयांचा नेपाळप्रती दुर्लक्षित दृष्टिकोन राहिला. भारत सरकारने आणि भारतातील लोकांनी नेपाळी लोकांचे वेगवेगळेपण आणि स्वाभिमान यांबद्दल पुरेशी संवेदनशीलता दाखवली नाही. दक्षिण आशियातील नेपाळ हा एकच देश आहे, जो ब्रिटिशांशी लढला, तरीही ब्रिटिश साम्राज्याचा भाग बनला. त्यांनी देशाचे विस्तारीकरण केले व नेपाळ हा हिमालयातील पारंपरिक महाशक्ती आहे, असा त्याचा समज आहे. नेपाळमध्ये जाणारे राजदूत स्वतःला व्हॉईसरॉयच समजत असत. भारतीय जनता, राजकीय नेते कोणालाच त्याची स्वतंत्र आणि सार्वभौमत्वाची भूमिका कळलीच नाही. नेपाळला भारतीयांनी भारताचेच राज्य म्हणून थोडेसे वेगळे पाहिले. नेपाळमधील व नेपाळच्या सत्ताधाऱ्यांमधील गुंतागुंत समजून घेण्याचा फार थोडासा प्रयत्न केला. मूठभर भारतीय जे त्यांच्याशी चर्चा करायचे त्यांच्यावरच जरा जास्तच विश्वास ठेवला. यात बिहारचे राजकारणी, शासकीय अधिकारी किंवा पूर्वीचे भारतातील संस्थानांचे प्रमुख, ज्यांचा नेपाळच्या राज्यकर्त्यांच्या अभिजनांशी आज संबंध आहे.

नेपाळसारखा देश जो चारी बाजूंनी वेढला आहे आणि त्याची नाळ भारताशीच जोडली गेली आहे. नेपाळ भारतावर बऱ्याच अंशी अवलंबून आहे. तरीही ते स्वतःला स्वतंत्र, अभिमानी वृत्ती असणारे, भारतापेक्षा वेगळे असल्याचा दावा करतात. नेपाळची राष्ट्रभक्ती ही भारतीयांच्या विरोधाच्या पायावर उभी आहे. त्यांना असे जे वाटते, त्याला भारतच कारणीभूत आहे. भारताने ज्या प्रकल्पांना प्राधान्य दिले, त्यामुळे भारताच्या नेपाळच्या विकासापेक्षा भारताच्या सुरक्षेच्या व इतर गरजा पूर्ण झाल्या. याचा परिणाम म्हणजे नेपाळींमध्ये भारताविषयी अविश्वास व शत्रुत्वाची भावना निर्माण झाली. तसेच १९६० मध्ये कोसी आणि गंडक नद्यांवरच्या प्रकल्पाचे काम निष्काळजीपणे केले. त्यामुळे भारताने नेपाळला फसवले, असा संशय निर्माण झाला. त्यामुळे नेपाळमधील बहुसंख्य लोकांमध्ये भारताविषयी नकारात्मक भावना उत्पन्न झाल्या. याचा परिणाम म्हणजे जलसंसाधन प्रकल्पासाठी ते सहकार्य करत नाहीत. नेपाळच्या सीमेवरील भारतीय राज्ये तुलनेने गरीब व मागासलेली आहेत. या भारताच्या प्रतिमेला या कृत्यामुळे दुजोरा मिळत नाही. वस्तुतः सीमेपलीकडचे तराई प्रांतात राहणारे भारतीय हे मधेसी लोकांचे आप्तसंबंधी आहेत. मधेसी लोक, ज्यांचा नेपाळच्या सत्तेत महत्त्वाचा वाटा आहे, त्यांचा कल तेढ निर्माण करण्याकडेच आहे. नेपाळमधील सत्ताधारी भारताला क्षुल्लक मानतात; परंतु त्याला फारसा अर्थ नाही.

सुरक्षेचे मुद्दे

नेपाळसंबंधित खऱ्या समस्या भारताला नक्कीच आहेत. भारताची मुख्य तक्रार अशी आहे की, नेपाळची भारताकडची बाजूची सीमा खुली, मोकळी आहे. त्यामुळे सुरक्षिततेचा प्रश्न निर्माण झाला आहे. त्याबाबत नेपाळ पुरेशी संवेदनशीलता दाखवत नाही. त्यातच डिसेंबर १९९९ मध्ये इंडियन एअरलाइन्सच्या काठमांडू ते दिल्लीच्या विमानाचे नाट्यमयरीत्या अपहरण झाले त्यामुळे भारताला अनेक दशके डोकेदुखी होणार आहे. भारताविरुद्ध गुप्तचर्चा कारवाया, घातपात करण्याची इच्छा असणारे परकीय मोठे व छोटे देश सगळ्यांनाच नेपाळ ही एक महत्त्वाची जागा झाली आहे. या दोन्ही देशांच्या खुल्या सीमा असल्याने त्यात गुप्तहेरांना पाठवणे, नकली चलन भारतात पाठवणे, शस्त्रास्त्रे व अमली पदार्थांचे हस्तांतरण, मूलभूत तत्त्ववाद्यांचे गट व चळवळींना पाठिंबा देणे व दहशतवादी कारवाया करत राहणे, या गोष्टी सोप्या झाल्या आहेत. नेपाळमधील चीनसकट परकीय शक्तींचे, प्रदेशांचे अस्तित्व आणि कारवाया या भारताच्या धोरणाशी निगडित आहेत. त्यांना भारताचा पिच्छा पुरवायला आवडेल.

गेल्या साठ वर्षांत नेपाळने तिबेटजवळ असल्याने आपले स्थान भारताच्या बरोबरीने स्थान मिळवले. भारताचा आता पूर्वीसारखा प्रभाव राहिलेला नाही, जो एके काळी नेपाळमध्ये होता. त्यातच नेपाळचे पंतप्रधान प्रचंड यांनी आपली पहिली परदेशवारी ऑलिम्पिक गेम्सच्या समारोपाच्या निमित्ताने चीनला केल्याची एक पूर्वी न झालेली कृती घडली. नेपाळ भारतावर अवलंबून आहे; परंतु त्याने आता परकीय संबंध व संपर्क वेगळ्या दिशेला वळवले आहेत.

नेपाळ सारखा १९५० चा करार सुधारण्याची मागणी करतो आहे. भारताने एकापेक्षा जास्त वेळा सगळ्यांसमोर करारात सुधारणा करण्याची इच्छा व्यक्त केली; पण नेपाळ मुद्दामच तसे करण्याची टाळाटाळ करतो आहे. माओवाद्यांनी १९५० चा करार बंद करावा, भारत-नेपाळमधील सीमा बंद कराव्यात, भारतीय सैन्यात गुरख्यांची भरती करू नये, अशी मागणी करणारे आता निवडणुकीनंतर सावध पावले टाकत आहेत. माओवाद्यांचे नेते आणि आताचे पंतप्रधान प्रचंड म्हणतात, 'सर्व मार्ग खुले ठेवून चर्चा करू. भारताबरोबर नवा करार करताना दोन्ही बाजूंच्या नेत्यांनी बसून चर्चा करायला हवी.' सीमाप्रश्नाबद्दल बोलताना ते म्हणतात की, नेपाळला सीमा बंद करण्याची गरज नाही; पण अधिक चांगल्या प्रकारे व नियमित करायला हवी. भारतीय सैन्यदलात गुरखा भरतीबद्दल बोलताना हा खूप नाजूक मुद्दा आहे, तेव्हा इतर पक्षांशी चर्चा केल्यावरच निर्णय घेणे बरे होईल. त्यांच्या मते, नेपाळला

चीनवर लक्ष ठेवायला हवे. चीनने कोणत्याही बाबतीत भारताशी भागीदारी घेऊ नये व तिथे प्रवेश करू नये. वस्तुस्थिती अशी आहे की, नेपाळचे भारताशी जशा प्रकारचे संबंध आहेत, तसेच संबंध नेपाळ चीनशी प्रस्थापित करू शकत नाही. हे सर्व समजण्यासारखे आहे; पण महत्त्वाची बाब ही आहे की, खुल्या सीमा नेपाळकरिता गंभीर दुखणे बनू शकते. आपल्याकडचे सामाजिक दबाव, तणाव कमी करण्यासाठी कमी बेकार लोकांना भारतात पाठवले जात आहे. नेपाळचा कोणताच शहाणा नेता चालू असलेली व्यवस्था बदलणार नाही, कारण तीच त्यांच्या फायद्याची आहे. काठमांडूतील नेत्यांकडून अधूनमधून भारतविरोधी विधाने केली जातात; परंतु त्याला राजकारणात फारसा अर्थ नाही.

नेपाळने निश्चितच राजकारणात आता एक नवी दिशा घेतली आहे. राजसत्तेचे आणि अगोदरच्या सत्ताधारी शिष्टजनांचे भूतकाळातले पूर्वग्रह असले, तरीही द्विपक्षीय संबंधांमध्ये नव्याने सुरुवात करायची संधी आहे. दोन्ही देशांना आपण परस्परांवर अवलंबून आहोत, याची जाणीव आहे. या संबंधांना अनेक पैलू आहेत व त्याची मुळे पण खोलवर गेली आहेत. भारताने आकाराने मोठा शेजारी असल्यामुळे नेपाळला एकतर्फी आर्थिक सवलत द्यावी आणि त्यांच्या संवेदनशीलता व असुरक्षिततेच्या भावनेचा विचार करावा. भारताने नेपाळला आग्रहाने सांगायला हवे की, त्यांच्या नव्या राजकीय संचरनेत नेपाळमधील सर्व वर्गांच्या हिताचा विचार केला गेला पाहिजे. त्याशिवाय नेपाळ संघटित, शांत व स्थिर राहू शकणार नाही. नेपाळला जर एकत्र, शांततेत आणि स्थिर राहायचे असेल, तर त्यांनी संपूर्ण नेपाळी समाजाचे भले होईल, असे धोरण ठेवायला हवे. त्याकरिता त्यांना जे राजकारण करायचे आहे त्यावर भारताचा प्रभाव राहील, हे त्यांना खणखणीत भाषेत सांगायला हवे. त्याच बरोबर भारताने आपल्या सुरक्षेत अजिबात तडजोड करायची नाही. नेपाळला नव्याने सांगण्याची गरज आहे की, दोन देश जेव्हा यशस्वीपणे सीमा खुल्या ठेवतात, तेव्हाच सुरक्षा कायम राहते. भारत आणि नेपाळ यांनी सीमेवर नियंत्रण ठेवण्यासाठी युरोपीय संघाने जशा यंत्रणा वापरल्या आहेत, तशाच यंत्रणा वापरल्या पाहिजेत. त्यामुळे दोन्ही देशांना फायदा होऊ शकतो. द्विपक्षीय संबंधांसाठी नवा नमुना आराखडा तयार करणे हा हेतू असायला पाहिजे; ज्यात दोन्ही देशांच्या हिताचा, संवेदनशील मुद्द्यांचा विचार केला पाहिजे. येत्या काही महिन्यांत आणि वर्षांत भारताच्या मुत्सद्देगिरीबाबत नेपाळ आव्हानात्मक भूमिका घेईल. त्याची दोन प्रमुख कारणे आहेत. एक भारत-नेपाळ खुली सीमा; ज्यामुळे भारताच्या सुरक्षेला धोका पोहोचतो. दुसरे नेपाळचे सहकार्य हवे; ज्यामुळे नदीकाठचे वरचे भाग जिथे नदीचे पाणी वीज, उत्पादन, पाणी, वीज, सिंचन, पूर नियंत्रण आणि पर्यावरण हे प्रकल्प होऊ शकतात. तसेच नेपाळमधून वाहत

येणाऱ्या नद्यांवर भारतातील सखल प्रदेशातील लाखो लोकांचे जीवन अवलंबून आहे. म्हणून त्यांच्याकडून सहकार्याची अपेक्षा आहे.

भूतान: एक सावध पवित्रा

भूतान नेपाळप्रमाणे कधीच इंग्रजांच्या अधिपत्याखाली नव्हता व इंग्रजांना पण करावेसे वाटले नाही. भूतानचे महत्त्व हे तटस्थ राष्ट्र म्हणून व नंतर तिबेटबरोबर मध्यस्थीसाठी उपयोगी पडणारे राष्ट्र असे आहे. इंग्रजांना भूतानने हीच भूमिका बजावावी, असे वाटत होते. त्यांनी दोआर प्रांतावरच प्रभाव कमी केला व आसामात जाण्याचा मार्ग खुला झाला तर ते इंग्रजांच्या पथ्यावरच पडत होते. ब्रिटिशांनी आपणहून भूतान सोडले. ब्रिटिशांकडून वारशांत मिळालेले संबंध कायम राखण्याची भूमिका भारत पार पाडत होता. १९४९ मध्ये भारत–भूतान मैत्री करार हा १९१० मध्ये ब्रिटन–भूतानमध्ये झालेल्या कराराची नक्कल होती. त्या करारात ब्रिटन भूतानचा परराष्ट्रीय धोरणाकरिता मार्गदर्शक राहील; पण त्यांच्या अंतर्गत बाबीत ढवळाढवळ करणार नाही असे ठरले. १९५० मध्ये भारत–नेपाळ करारात सुरक्षेबद्दलची जी कलमे होती ती ब्रिटनच्या भूतानबरोबरच्या करारातूनच आलेली होती; पण त्यात एक संदिग्धता होती की, भारतावर भूतानच्या सुरक्षिततेची जबाबदारी आहे की नाही, हे स्पष्ट नव्हते. त्याच वेळी म्हणजे १९५० मध्ये चीनच्या लष्कराने तिबेटमध्ये शिरकाव केला. त्या वेळी नेहरूंनी जेव्हा ठासून सांगितले की, हिमालय भारताचे रक्षण करायला समर्थ आहे. त्या वेळी भूतानला खूप बरे वाटते.

१९५८ मध्ये जवाहरलाल नेहरूंनी याक आणि तट्टूवरून खूप परिश्रमपूर्वक प्रवास केला व भूतानला पोहोचले. तेव्हा भूतान हळूहळू स्वतःच आपल्या कवचातून बाहेर यायला लागला. चीनने १९५९ मध्ये तिबेट आपल्या ताब्यात घेतला होता. त्यामुळे भूतानला काळजी वाटणे साहजिक आहे. त्यांनी आपली तिबेटकडची सीमा पूर्ण बंद केली. तिबेट हा त्यांचा व्यापारातील मुख्य भागीदार होता. त्यामुळे त्यांचा मुख्य व्यापार भारताबरोबर सुरू झाला. भारतसुद्धा यासाठी त्यांच्या मागे लागला होता. भारतानेसुद्धा कंबर कसली व पहिली १० वर्षे भूतानच्या विकासाकरिता आर्थिक मदत दिली. रस्ते बांधणे, वीजनिर्मिती केंद्रे स्थापन करणे, शेतीकरिता तंत्रज्ञानात मदत, स्वास्थ्य, शिक्षण आणि विविध क्षेत्रांत प्रशिक्षण देणे या गोष्टी ताबडतोब सुरू केल्या. भारत–भूतान व्यापार खुला व विकसित केला. आता भूतानचा ९०% पेक्षा जास्त व्यापार भारताबरोबर आहे.

भारत आणि भूतानमध्ये सशस्त्र व सुरक्षितता या क्षेत्रात खूप सहकार्य आहे. भारताने भारतीय लष्करी प्रशिक्षण गट (IMTRAT) भूतानमध्ये कायमचा ठेवून

त्यांच्या रॉयल भूतान आर्मीला प्रशिक्षण दिले जात आहे. भूतानच्या रक्षणाची जबाबदारी भारताने घेतली आहे आणि त्या बदल्यात भूतान भारताला कोणत्याही प्रकारे धोका पोहचणार नाही, याबद्दल दक्षता घेतली जाते. जरी भूतान स्वतःच आपल्या सीमाबाबत चीनशी बोलत असला तरी तो भारताचा सल्ला जरूर घेतो. २००३ मध्ये भूतानने युनायटेड लिबरेशन फ्रंट ऑफ आसाम (ULFA) आणि बोडो या दोन दहशतवादी गटांना आपल्या देशातून हुसकावून लावून भारताला मोठेच सहकार्य केले. त्या दोन्ही गटांकडून भारत व भूतानला धोका होता. भूतानचा मूळ मुद्दा आपले वेगळेपण, संस्कृती यांचे रक्षण करणे हे आहे. कोणतीही व्यक्ती किंवा गट स्वतःची राजकीय किंवा सामाजिक विकास करण्याच्या नावाखाली संघर्ष, विरोध किंवा मतभेद करून त्या देशाची घडी विस्कटत असेल तर त्याला माफी नाही.

अनुकरणीय परराष्ट्रसंबंध

भारताने भूतानच्या पायाभूत सुविधांमध्ये, विशेषतः ऊर्जानिर्मिती क्षेत्रात खूप मोठी गुंतवणूक केली आहे. त्यांच्या मुख्य तीन जलविद्युत योजना आहेत. त्यात चुखा, कुरिछू आणि ताला या येतात. जलविद्युत प्रकल्प २००६ मध्ये पूर्ण झाला. त्याकरिता लागणारे सहकार्य कराराच्या चौकटीत बसणारे होते. २०20 पर्यंत ५००० मेगावॉट्स तयार होणारे विद्युत प्रकल्प पूर्ण करण्याचे लक्ष्य आहे. भूतानला मिळणारी जास्तीची वीज भारताला विकून चांगला फायदा कमावता येतो. दक्षिण अशियात भूतान हा एकच देश आहे ज्याचे दरडोई उत्पन्न जास्त आहे. त्यांनी भारतावर अवलंबित्व कमी केले आहे. भारतानेही नीट अभ्यास करून भूतानशी रेल्वेने जोडले जाण्याची शक्यता किती आहे, हे पडताळून पाहणे चालू आहे.

भारताच्या दृष्टिकोनातून भूतानशी असलेले संबंध अगदी आदर्श आहेत. दोघांनाही अगदी एकमेकांचे अनुकरण करावेसे वाटते. भारताने भूतानशी संबंध ठेवताना पूर्ण लक्ष व सौजन्य पाळले आहे. भूतानची स्वतःची ओळख, त्यांचे स्वातंत्र्य यांना काहीही इजा न पोहचवता, त्यांच्या कलाकलाने घेऊन त्यांचा विकास साधायचा प्रयत्न केला. काही वर्षांत भारताने भूतानला निरनिराळ्या आंतरराष्ट्रीय संस्थांचे सभासद व्हायला मदत केली. त्यात यू.एन.पण आहे. याबाबत यू.एन.ने कोणत्याच प्रकारे हरकत घेतली नाही. भूतानच्या विकासासाठी द्विपक्षीय किंवा बहुपक्षीयांकडून मिळणारी मदत चालूच आहे. भूतान, सार्क व BIMSTEC चा सभासद आहे. सुरुवातीला भूतानचे द्विपक्षीय संबंध फक्त भारताशीच होते. हळूहळू त्यांनी त्यात

वाढ करून शेजारी राष्ट्रांशीही मित्रत्वाचे संबंध प्रस्थापित केले. त्यात नेपाळ, बांगलादेश व थायलंड यांचा, तसेच संयुक्त राष्ट्रांच्या न्यूयॉर्क व जीनिव्हातल्या कचेऱ्यांचाही समावेश होतो. चीनला त्यांनी अगदी खड्यासारखे वगळले. सिक्युरिटी कौन्सिलच्या कायम सभासदाबरोबर किंवा बलाढ्य देशांशी त्यांनी मुद्दाम धोरण आखून आपली राजनैतिक केंद्रे उघडली नाहीत. त्यांना त्यांच्या विरोधात अडकायचे नव्हते. १९४९ च्या भारत परराष्ट्रीय धोरणाकरिता करारान्वये भूतान फक्त भारताचा सल्ला घेतो. भूतानला हे स्वतःच्याच फायद्यासाठी आहे. भारताने त्याच्यावर दबाव आणला किंवा सल्ला लादला नाही, याची कल्पना आहे.

बदलत्या काळानुरूप भारत व भूतानने परस्परांच्या सहमतीने १९४९ चा करार, भारत-भूतान मैत्री करार नावाने २००७ मध्ये बदलला. या करारात भूतानचे सार्वभौमत्व मान्यच केले आहे. तसेच भूतानला यापुढे भारत परराष्ट्र धोरणांविषयी मार्गदर्शन करू शकतो आणि जे मार्गदर्शन भूतानला फायदेशीर ठरू शकते. या करारानुसार भारताची सुरक्षा कायम राखली जाते. तरीही या करारांनुसार भविष्यात घडणाऱ्या गोष्टींचा विचार करून दोन्ही देशांतील सहकार्य वाढायला लागायला हवे. भारत व भूतान या देशांनी आपापल्या राष्ट्रांच्या हिताचा विचार करणे आणि दुसऱ्याला पीडा देईल, अशा कृती त्यांच्या प्रदेशात नाकारणे, असे ठरवले आहे. पहिल्या कराराप्रमाणे खुला व्यापार व लोकांचे येणे-जाणे हेही नव्या करारात आहे.

निर्वासितांचा मुद्दा

एक असा मुद्दा आहे की, जो भारत-भूतानने त्रासदायक म्हणून ठरवला नाही. दक्षिण भूतानचे रहिवासी लोत्सांपा किंवा पूर्वाश्रमीचे नेपाळी यांच्याबद्दलचा तो आहे. मागच्या शतकात मजूर म्हणून ते भूतानच्या घनदाट जंगलात आले आणि पायथ्याशी डेरेदाखल झालेत. तिथेच स्थायिक झालेत. हळूहळू त्यांची संख्या वाढू लागली. भूतानला काळजी वाटू लागली. त्यांच्यामुळे भूतानच्या लोकसंख्येत बदल होईल आणि भूतानची राष्ट्रीय ओळख तितकीशी प्रखर राहणार नाही. काही काळापूर्वी भूतानने ठरवले, ज्यांनी १९५८ नंतर स्थलांतर केले आहे, त्यांना भूतानचे नागरिकत्व द्यायचे नाही. भूतानला काळजी वाटत होती की, माओवादी/नक्षलवादी यांच्यासारखे अतिरेकी निर्वासित बनून नेपाळी लोकांच्या छावणीत दाखल होतील. त्यांना जर भूतानचे नागरिकत्व दिले तर ते भूतानच्या समाजाला आणि नागरी जीवनाला कीड लागेल. १९९० च्या सुरुवातीला भूतानने जवळ जवळ १ लाख नेपाळी लोकांना परत पाठवले व त्यांना नेपाळमधल्या निर्वासित छावणीत राहायला

सांगितले. भारताला नेपाळ किंवा भूतान या दोन्ही राष्ट्रांना दुखवायची इच्छा नाही. त्यामुळे भारत तटस्थ आहे. यासाठीच भारताने हा भूतान व नेपाळ या राष्ट्रांमधला द्विपक्षीय मुद्दा आहे, अशी भूमिका घेतली. भारताने या निर्वासितांना आश्रय दिला, या बाबींकडे सोयिस्करपणे दुर्लक्ष करून निर्वासितांना आश्रय दिला, या बाबीकडे सोयिस्करपणे दुर्लक्ष करून या लोकांना जबरदस्तीने भारताने नेपाळला पाठवले, असा आभास निर्माण केला. ही भारताची फारच चमत्कारिक प्रतिक्रिया होती. यापूर्वी भारताने नेपाळी लोकांना वैधरीत्या देशात सामावून घेतले. अवैधपणे आलेल्या लाखो बांगलादेशीयांकडे काणाडोळा केला व त्यांनाही इथे राहू दिले. तिबेटी आणि अफगाण निर्वासितांनाही आसरा दिला. १९५९ मध्ये प्रथम तिबेटी भूतानमध्ये आश्रय घेतला, नंतर त्यांना भारतात येऊ दिले.

भारताच्या या व अशा वागण्यामुळे परकीय शक्तींना दक्षिण आशियाच्या अंतर्गत बाबींमध्ये भाग घ्यावासा वाटला. ज्या दोन देशांशी आपले विशेष संबंध असल्याचे भारत दाखवत असूनही, त्यांचे प्रश्न सोडवायला भारत अकार्यक्षम आहे. असे दाखवले जात आहे. शेवटी पश्चिमात्य देशांनीच त्या दुर्दैवी निर्वासितांची सुटका केली. अमेरिकेने ६०,००० लोकांना (निर्वासित) घ्यायचे ठरवले. इतर पश्चिमात्य देश म्हणजे ऑस्ट्रेलिया, न्यूझीलंड, डेन्मार्क, नेदरलँड, नॉर्वे आणि कॅनडाने २०,००० घ्यायचे मान्य केले. भारत पश्चात्ताप होईल, असाच वागला. त्यामुळे वेळ आली, तर अमेरिका भारताच्या आधी दक्षिण आशियातील समस्या सोडवायला पुढे येईल, असा समज पसरला. त्यामुळे भारताचे शेजारी आपले प्रश्न सोडविण्यासाठी बाहेरच्या शक्तींकडे (दक्षिण आशियाबाहेरच्या) धाव घेतील व भारताला टाळतील. दक्षिण आशियातील मूळ निर्वासितांच्या सुरक्षिततेसाठी भारताने काही दीर्घमुदतीची योजना आखलेली नाही. ज्या देशांनी निर्वासितांना थारा दिला, त्यांचेच ते ऋणी व कृतज्ञ राहतील. त्यामुळे दक्षिण आशियाचा कार्यक्रम आणखी बिघडेल. भूतानने निर्वासितांना परत पाठवून समस्या संपणार नाही. भूतानने मूळ नेपाळींना नागरिकत्व बहाल करून इतर भूतानी लोकांसारखेच आहे, अशी भावना त्यांच्यात कशी निर्माण करायची, हा मूलभूत प्रश्न आहे.

प्रकरण ६

तिबेट व चीन

संबंधात सतत होणारी वृद्धी

सन १९८८ मध्ये तत्कालीन पंतप्रधान राजीव गांधींनी चीनला भेट दिल्यापासून चीनबरोबरच्या संबंधात हळूहळू प्रगती होते आहे. त्यापूर्वी १९५४ मध्ये भारताचे तत्कालीन पंतप्रधान नेहरू यांनी चीनला पहिल्यांदा भेट दिली होती. १९९३ मध्ये पंतप्रधान पी. व्ही. नरसिंहराव गेले असताना, युद्धबंदी रेषेंतर्गत शांतीपूर्ण व तणावमुक्त संबंध कायम राहावेत, अशा करारावर दोन्ही देशांच्या सह्या झाल्या. तीन वर्षांनतर म्हणजे १९९६ मध्ये जेव्हा चीनचे राष्ट्रपती जिंग झेमिन हे भारत भेटीवर आले, तेव्हा युद्धबंदी रेषेखाली येणाऱ्या भागात आत्मविश्वास, खात्री व दिलासा देण्याच्या करारावर सह्या झाल्या. पोखरण दोननंतर एकदमच संबंधात घसरण सुरू झाली. १९९८ मध्ये चीनला जेव्हा कळले की, भारतही अणुशक्तीत पुढे येतो आहे, तेव्हा त्यांनी द्विपक्षीय वार्तालाप पुन्हा सुरू ठेवण्याची इच्छा प्रदर्शित केली. गेल्या काही वर्षांपासून उच्च स्तरावरच्या चर्चा वरचेवर होत आहेत. दोन्ही देशांच्या राजधानीत तसेच बहुभाषिक व प्रांतीय संमेलनातसुद्धा या चर्चा घडताहेत. भारत व चीन या दोन्ही देशांमधील भेटी व चर्चा या वेगवेगळ्या क्षेत्रांमध्ये होत आहेत. त्यात लष्करातील वरिष्ठ अधिकारी यांचाही समावेश आहे. सैन्यातील निम्न स्तरात दोन्ही देशांनी लष्करी सराव सुरू केले आहेत. एप्रिल २००५ मध्ये जेव्हा चीनचे पंतप्रधान वेन जिआबाओ भारतात आले, तेव्हासुद्धा योग्य संधी आणि सहकार्याची भागीदारी व्हायला हवी, असे त्यांनी प्रतिपादिले.

त्या वेळी सीमा प्रश्नावरपणही समाधानकारक प्रगती झाली. प्रत्यक्ष सीमारेषा निर्धारित करण्याकरिता २००१ मध्ये नकाशांचे हस्तांतरण झाले. २००३ मध्ये जेव्हा

पंतप्रधान वाजपेयी चीनला गेले, तेव्हा चीनने सिक्कीम हा भारताचाच भाग आहे, असे निर्विवाद मान्य केले आणि २००६ मध्ये भारत-तिबेटचा व्यापारी मार्ग जो सिक्कीमच्या नाथू ला खिंडीतून जातो, तो पुन्हा सुरू करण्यात आला. त्या वेळी असे ठरले की, सीमाप्रश्नी नेत्यांची, विशेष प्रतिनिधींची लवकरात लवकर राजकीय तोडगा काढण्यासाठी बोलणी होतील. हा राजकीय तोडगा दोन्ही देशांच्या कायदेशीर व ऐतिहासिक हक्कांपेक्षा मार्गदर्शक तत्त्वे व राजकीय मापदंड, जे दोन्ही देशांना मान्य असतील, त्यावर आधारित असेल. या करारावर दोन वर्षांनंतर चीनचे पंतप्रधान वेन जिआबाओ यांनी २००५ मध्ये भारतात आले असता सह्या केल्या. राजकीयदृष्ट्या सीमा प्रश्न लवकर मार्गी लावणे म्हणजे योग्य संधीचे ध्येय एकत्रितपणे गाठणे, हे होय.

यामुळे दोन्ही देशांतील व्यापार व पर्यटन बऱ्याच प्रमाणात वाढले आहे. आज चीन हा भारताच्या व्यवसायात सर्वांत मोठा भागीदार आहे. नुकतेच त्याने अमेरिकेला मागे टाकले आहे. आर्थिक संबंध म्हटले की, समस्या आल्याच. भारताला व्यापारातील घट ही काळजी उत्पन्न करणारी बाब आहे (२००७ मध्ये ती घट १० बिलीयन्स डॉलरपेक्षा जास्त होती). सध्याचे व्यावसायिक स्वरूप भारत कच्चा माल चीनला पाठवतो व चीन तयार वस्तू पाठवतो आहे. चीनची बाजारपेठ आर्थिकदृष्ट्या पारदर्शक नाही. किमती ठरविण्यात व इतर छुपे व्यवहार करण्यात ते तरबेज आहेत. चिनी कंपन्या कर टाळणे व इतर गैरमार्गांचा उपयोग व्यापारात करतात. या सगळ्यांचा विचार करताना त्यांचे लागेबांधे गुप्तहेरांशी असण्याची शक्यता वाटते. चीनच्या कित्येक कंपन्या भारतातील संवेदनशील क्षेत्रात, तसेच प्रांतात गुंतवणूक करीत आहेत. म्हणूनच द्विपक्षीय FTA करता भारत-चीनइतका उत्साही नाही. हे मुद्दे परस्परांतील समाधानी वृत्तीने सोडवता येण्याजोगे नाहीत.

भारतीयांची चिनी लोकांकडे पाहण्याची दृष्टी बदलत आहे. चीन वेगाने प्रगती करीत आहे. त्याचा प्रभाव जागतिक शक्तीवर पडतो आहे. भारतासाठी तो त्रासदायक शेजारी नसून, भारताला त्याच्याकडून पुष्कळ शिकता येईल. कमीत कमी भारतातील तरुण पिढीला तरी असे वाटते, कारण त्यांना १९६०, १९७० व १९८०च्या दशकांतील दुःखदायक आठवणी नाहीत. त्यामुळे त्यांना २० व्या शतकाच्या उत्तरार्धात १९६२ च्या सीमायुद्धाच्या छायेत वाढलेल्या प्रौढ व्यक्तींची भीतीची, गुंतागुंतीची व भयगंडाची भावना सोसावी लागली नाही. त्या काळात चीनबद्दल प्रचंड वैरभावना व संशय निर्माण झाला होता.

सीमावादाची ठिणगी उडाली

गेल्या दोन दशकांच्या पार्श्वभूमीवर सुधारलेले द्विपक्षीय संबंध दुर्दैवाने गेल्या दोन-तीन वर्षांत परत कमी कमी होऊ लागला आहे. भारतातील अरुणाचल प्रदेश हे राज्य आपलेच आहे, हे चीनचे कठोर आणि धीटपणे सांगणेच भारताला दुखवत आहे. सर्वप्रथम २००६ मध्ये चीनचे राष्ट्राध्यक्ष हू जिंताओ भारतात आले तेव्हा, नंतर २००७ व २००८ मध्येही असेच वक्तव्य केले. जानेवारी २००८ मध्ये भारताचे तत्कालीन पंतप्रधान मनमोहन सिंग चीनला जाऊन आले व नंतर अरुणाचल प्रदेशालाही भेट देऊन आले. त्यानंतर चीनच्या राजनैतिक मुत्सद्द्यांनी असली शेरेबाजी केली. याचाच परिणाम म्हणजे संपूर्ण भारतात एक प्रकारची चीड निर्माण झाली. जनतेचा राग उफाळून आला. चीनच्या म्हणण्याप्रमाणे तेथील रहिवासी हे पूर्णतः चीनचे नागरिक आहेत. तो चीनचाच भाग आहे म्हणून त्यांना चीनमध्ये यायला परवाना किंवा पारपत्राची गरज नाही. चीनला संपूर्ण अरुणाचल प्रदेश आपलाच आहे हे बऱ्याच वर्षांपासून वाटते आहे; परंतु हेही खरे आहे की, गेल्या काही वर्षांत चीनने जबरदस्तीने आपला हक्क त्यावर सांगितलेला नाही; कारण अधिकृत सूत्रांकडून असे सांगितले गेले होते की, चीनला सीमा निश्चितीबाबत संपूर्ण अरुणाचल प्रदेश मिळविण्यात रस नाही, तर त्यांना तवांग प्रांत परत हवा आहे. मार्च २००८ पासून चीनने अरुणाचल प्रदेशाकडे वळवलेला मोर्चा जास्त ताणायला लागला आहे. त्यांचे तिबेटवर अचानक केलेला हल्ला आणि त्या बाजूने सीमेवर आक्रमण करणे, हे वाढले आहे. त्यांच्यावरचा अविश्वास वाढला आहे. त्यांनी सुरक्षेच्या कारणांमुळे आपले पाय भक्कमपणे रोवले आहेत. त्यांच्याबद्दल वाटणारा तिटकारा आता भारताच्या सर्व समाजात जोर पकडतो आहे. आता भारताला पूर्ण आणि खरी जाणीव झाली आहे. चीन भारताचा व्यापारातील सर्वांत मोठा भागीदार आहे. भारताचे चीनबरोबरचे संबंध फक्त राजकीयच आहेत. आता भारत व चीन हे एकमेकांचे शेजारी असले, तरी त्यांच्यातील सीमावाद न संपणारा आहे, हे निश्चित झाले आहे.

चीनलाही समजले आहे की, भारत अपमानास्पद अटी मान्य करणार नाही. म्हणून चीनला भारताबरोबरचा सीमाप्रश्न सोडवायची घाई नाही, अशी आक्रमक भूमिका चीनने घेतली आहे. चीनच्या या भूमिकेमुळे भारतावर मानसिक दबाव आला आहे. भारतातील राजकीय नेते व लष्करी अधिकारी यांच्या मनात चीनच्या दीर्घकालीन हेतूबद्दल अनिश्चितता निर्माण झाली आहे. आता भारताने पुन्हा नव्याने चीनबद्दलच्या धोरणांचा अभ्यास करायची वेळ आली आहे. त्यांची ही आक्रमक

वृत्ती, सीमावादाची खुंटलेली प्रगती आणि मार्च २००८ मध्ये तिबेटवर आक्रमण करण्याचे धाडस या सगळ्यांचाच विचार व्हायला हवा.

भारताचा सीमावादाकडे पाहण्याचा दृष्टिकोन आणि एकंदरीत चीनशी असणारे संबंध यांचा नीट विचार झालेला दिसत नाही; पण भारतीय कार्यपद्धतीत दर काही वर्षांनी संबंधित व्यक्ती बदलत असतात. त्यामुळे चर्चा करताना संबंधित व्यक्तींना व्यवस्थितपणे बोलणी करता येत नाहीत. याउलट चीनमधील संबंधित व्यक्ती पूर्ण तयारीनिशी येतात. चीनशी तुलना करताना भारतीय सामान्यतः इतिहासात मागे पडतात. भारतीयांच्या निर्णयाचा कल व्यक्तिगत स्वरूपाचा असतो. महत्त्वाच्या उच्चपदस्थ व्यक्ती, व्यावसायिक तज्ज्ञ व्यक्तींचा सल्ला आणि विश्लेषण यांवर विश्वास न ठेवता, स्वतःच्या पूर्वज्ञानाने, अनुभवाने निर्णय घेतात. पूर्वजांनी करून ठेवलेल्या या विषयासंबंधित बाबींवर विचार करतात. २००३ पासून चीनच्या बाजूने बोलणारा मध्यस्थ एकच व्यक्ती आहे, हे लक्षात घ्यायला हवे. भारताकडून याच काळात तीन निरनिराळ्या व्यक्ती नेमल्या गेल्यात.

तिबेट एक मुख्य कळीचा मुद्दा

चीनचे भारताप्रती असलेले धोरण आणि भारत-चीन सीमाप्रश्न समजून घेण्यासाठी तिबेट हा कळीचा मुद्दा आहे. भारताने चीनला पूर्व आशियातील एक देश या पलीकडे कधी पाहिलेच नाही. त्यात चूक आहे, असेही म्हणता येणार नाही. चीनचा मुख्य प्रदेश पूर्व आशियात येतो. जगात पूर्व आशियातील बलाढ्य देश म्हणून चीनचे महत्त्व वाढले आहे. भारताच्या संदर्भात बोलायचे झाल्यास, चीनचे महत्त्व त्यांच्या युरोप व आशियाई अशा संमिश्र वृत्तीत आहे, असे भारताला वाटते. मुख्यत्वेकरून मध्य आशियातील तिबेट व शिंच्यांग प्रांतात समकालीन भारत व चीनच्या राजकीय सीमा मिळतात. चीनचा तिबेटवर ताबा आहे आणि कमी व्याप्तीचा झिंग जियांगपासूनच भारताच्या सुरक्षेला धोका आहे. चीनच्या सुरक्षेच्या दृष्टिकोनातून पाहिले, तर तिबेट जर चीनचा भाग नाही असे मानले, तर तिबेट भारताकडे नक्कीच ओढला जाईल, असे चीनला वाटते. त्याचे कारण भौगोलिक जसे आहे तसेच धार्मिक व सांस्कृतिकसुद्धा आहे. तिबेट-चीनच्या नातेसंबंधासारखे तिबेट-भारताचे संबंध नाहीत. इतिहासात तिबेट व भारत यांच्यात कधीच युद्ध झाले नाही. एके काळी चीनच्या काही भागांवर तिबेटची हुकमत होती. त्यामुळे चीनला तिबेटवर परकीयांचा प्रभाव असणे नको आहे. एकोणिसाव्या शतकात ब्रिटनला आपले भारतीय साम्राज्य वाचवायचे होते. तेव्हा जसे घडले होते, त्याची पुनरावृत्ती

होऊ नये, म्हणून चीनचा हा आटापिटा चालला आहे. तिबेटची भौगोलिक रचना पाहता त्यांच्यावर परकीयांचा प्रभाव म्हणजे फक्त भारताचाच प्रभाव पडण्याची शक्यता आहे. गतकाळाचा आढावा घेताना एक गोष्ट स्पष्ट होते की, १९५० सालच्या चीनच्या धोरणात त्यांचे ध्येय जे तिबेटवर आपला ताबा असणे हे होते, तेच लक्ष्य गाठण्याचे त्यांचे सतत प्रयत्न आहेत. चीनने भारताला '*भाई-भाई*' आणि *पंचशील* असे खुबीने खोटे बोलून भारताला तिबेटमधून बाहेर काढून १९५४ च्या भारत-चीन व्यापार करारात तिबेट हा चीनचा प्रांत म्हणून ओळखला जावा, असे नमूद केले. त्यांच्या या हुशारीमुळे भारत-तिबेट सीमावाद बाजूला पडला आणि चीन शांततेने अक्साई चीनमधून जाणारा शिंच्यांग तिबेट महामार्ग तयार करत होते; ज्यामुळे त्यांचा तिबेटवरचा ताबा दृढ झाला. जेव्हा १९५९ मध्ये तिबेटमधून दलाई लामा घाबरून भारतात आश्रयाला आले तेव्हा चीनला भारताची भीती आणि राग होता. भीती होती ती भारताकडून तिबेटवर हल्ले होण्याची आणि शंका होती, ती भारताच्या मानसिकतेची. तत्कालीन चीनचे पंतप्रधान चौ-एन-लाय यांनी भारताचे पंतप्रधान नेहरू यांच्यासमोर एक प्रस्ताव एप्रिल १९६० मध्ये ठेवला. मॅकहोन रेषेच्या बदल्यात चीन अक्साई चीन स्वतःकडे ठेवू शकेल. प्रत्यक्षात अक्साई चीन सोडून दिले नाहीच. मॅकहोन रेषाही स्वतःकडे राहावी, ज्यायोगे चीनला थोडा अवकाश मिळून तिबेटवरची पकड आणखी मजबूत करता येईल.

तिबेटची भौगोलिक रचना अशी आहे की, जी भारत व चीनला जोडणारी आहे. जोपर्यंत तिबेट हा चीनचा भाग आहे असे मानले जात नाही, तोपर्यंत भारत-तिबेट सीमा राहील. भारत-चीन सीमा नाही. १९१४ मधील सिमला कराराप्रमाणे सीमारेषा स्पष्ट करणारी मॅकहोन रेषा भारत आणि तिबेटमध्ये असल्याचे दाखवले. चिनी प्रतिनिधी कराराच्या वेळी उपस्थित होते. त्यांनी पुढाकार घेतला; परंतु नंतर चीनने या कराराबाबत दोषारोप करायला सुरुवात केली. चीनला वाटत आहे की, भारत-चीन सीमारेषा ठरवल्या गेल्या, तर तिबेटचे स्थान निश्चित होणार आहे. राजकीय संदर्भात चीनला तिबेट हा त्यांचाच भाग आहे व पूर्वीपासून तो त्यांचाच होता, याला मान्यता मिळावी, असे वाटते. या गोष्टींशिवाय जर चीनने तिबेटवर कबजा केला, तर ते अवैधानिक ठरेल. त्याचा अर्थ ही साम्राज्यशाही गाजवल्यासारखे होईल. जोपर्यंत तिबेटचा प्रश्न निश्चित निर्णयाने, चीनच्या अटीनुसार आणि तिबेटवर पूर्णतः चीनचे नियंत्रण येईल, अशा प्रकारे सुटत नाही, तोपर्यंत चीन सीमाप्रश्न सोडविणार नाही. चीनकरता अरुणाचल प्रदेशचा मुद्दा महत्त्वाचा झाला आहे. चिनी नेत्यांनी त्याचा उल्लेख 'दक्षिणेकडील तिबेट' असा केला आहे. त्यामुळे त्यांच्या मुख्य मुद्द्याला म्हणजेच चीनला हवा

असणारा तिबेट, कमकुवत बनवले गेले. चिनी लोकांच्या म्हणण्याप्रमाणे तवांग हे सहाव्या दलाई लामांचे जन्मस्थान आहे. हे कारण पुढे करण्यामागे त्यांचा हेतू तो प्रदेश चीनशी जोडण्याचा आहे. त्यांना कुठल्याही प्रकारे दलाई लामांशी किवा बौद्ध धर्माशी देणे घेणे नाही. दलाई लामा जसे म्हणाले होते की, हा त्यांचा शेवटचा प्रयत्न राहील; जेणेकरून तिबेट मुख्य चीनपासून वेगळा व्हावा, असे त्यांना वाटते. मार्च २००८ मध्ये जेव्हा तिबेटमध्ये व इतरत्र अराजकता आणि हिंसाचार झाले, ते या विचारांना फूस दिली गेल्याने झाले.

कोणत्याही परिस्थितीत चीनचे अरुणाचल प्रदेश ताब्यात घेण्यासाठी दिलेले कमकुवत, थातूरमातूर कारण भारत मान्य करू शकत नाही. तत्त्वतः चीन भारताच्या सीमारेषेच्या चर्चेबाबत वेळकाढूपणा करत आहे. चीनच्या बाजूने या प्रश्नात तत्त्वाशी निगडित असे म्हत्त्वाचे मुद्दे नाहीत. चीनने मॅकहोन रेषा ही भारताबरोबरची सीमारेषा म्हणनू न स्वीकारणे, हे अतार्किक आहे. जर जानेवारी १९६० मध्ये म्यानमारबरोबर हे केले गेले आणि एप्रिल १९६० मध्ये भारतापुढे तोच प्रस्ताव ठेवला गेला. १९६२ मध्ये मॅकहोन रेषा पार केल्यानंतर चीनने विनातक्रार ते मान्य करून मॅकहोन रेषा हा मुद्दा काढून टाकला. १९१४ मधील सिमला करार, त्यात काही महत्त्वाचा मुद्दा नसल्याने रद्द करावा. चीनने ब्रिटिशांनी १८९८ मध्ये त्यांच्यावर लादलेला हाँगकाँगबरोबरचा ९९ वर्षांचा करार काटेकोरपणे पाळला. चीनने १९९७ पर्यंत चिकाटीने वाट पाहिली आणि ब्रिटिश सरकारबरोबर लांबलचक, तपशीलवार असा करार करून शांततेच्या मार्गाने हाँगकाँगवर सार्वभौमत्व मिळवलं. भारताने सीमाप्रश्नांबाबत चीनला आता सीमाप्रश्न सोडवायचा नसल्याने त्याबाबत उशीर होत आहे, अशी स्पष्ट भूमिका घ्यावी. तिबेटमधल्या नुकत्याच घडलेल्या घडामोडींमुळेसुद्धा सीमाप्रश्न मागे पडतो आहे. भारत तिबेट सीमाप्रश्नी चीन मध्यस्थ आहे, असे भारत मानत असल्याने, त्यांनी भारताला आजतागायत बरेच लुबाडले आहे व बराच फायदा घेतला आहे.

तिबेट चीनचाच एक भाग आहे. चीन भारताबद्दल साशंक आहे. त्यांना भारताबद्दल अनिश्चितताही वाटत असते. त्यांना भारताचे तिबेटसंबंधी धोरण काय आहे, याचा अंदाज बांधता येत नाही. तिबेटवासी निर्वासित जे हजारो, लाखोंच्या संख्येत भारतात आश्रयाला आलेत व त्यांना तो मिळाला. दुसरे म्हणजे दलाई लामांना भारतात थारा मिळून त्यांनी आपले बस्तान बसवले. अधूनमधून दलाई लामा भारताच्या तिबेट धोरणांबद्दल बोलतात. त्यांनाही चीनचा संशय आणि भीती वाटते. सध्या चीनचे नेते हू जिंताओंच्या नेतृत्वाखाली काम करत आहेत. हू जिंताओ यांनी तिबेटमध्ये चिनी कम्युनिस्ट पक्षाचे सचिव म्हणून बरीच वर्षे काम केले आहे. त्यांनी तिबेटमध्ये केलेल्या कामाच्या पायावर आपली पुढची राजकीय

वाटचाल सुरू ठेवली. त्यांच्या मते, चीनला हवे तसे तिबेटचे धोरण दलाई लामा जिवंत असेपर्यंत होणे शक्य नाही. म्हणून त्यांच्या मृत्यूपर्यंत धीर धरायचा त्यांनी ठरवले आहे. चीनचा दलाई लामांबद्दलचा संशय आणि अविश्वास, मार्च २००८ नंतर तिबेट आणि चीनचा इतर भाग, जिथे तिबेटीयन लोकांची संख्या जास्त आहे, अशा ठिकाणी घडलेल्या घटनांनंतर तीव्र झाला. त्याचबरोबर चिनी नेते व अधिकृत माध्यमांनी दलाई लामांना कठोर आणि अभद्र भाषेत याप्रसंगी दूषणे दिली. या भाषेने सांस्कृतिक क्रांतीची आठवण करून दिली. या सगळ्या घटनेमुळे ही बोलणी यशस्वी होण्याची शक्यता कमी झाली. चिनी सरकार व दलाई लामांचे प्रतिनिधी यांच्यात चर्चेच्या बऱ्याच फेऱ्या झाल्या; पण निष्पन्न काहीही निघाले नाही किंवा त्यांच्यातील दरीपण कमी झाली नाही. याचा परिणाम म्हणजे नोव्हेंबर २००८ मध्ये धरमशाला येथे झालेली गुप्त बैठक. यावरून हे निदर्शनास आले की, जुलै २००८ मध्ये झालेल्या बैठकीत दोन्ही बाजू हट्टाला पेटल्याने कठीण परिस्थिती निर्माण झाली होती; परंतु त्यातूनच कदाचित मार्ग निघू शकला असता.

आता चीन सरकारला वेगळेच वाटायला लागले आहे. सध्याचे दलाई लामा जर निवर्तले, तर परिस्थिती जास्तच चिघळून ती हाताबाहेर जाण्याची अवस्था येईल. मार्च २००८ मध्ये जेव्हा तिबेट, चीनचे काही भाग व जगात इतर ठिकाणी निरनिराळ्या समस्या उद्भवल्या, तेव्हा दलाई लामा त्यांपैकी कोणत्याही चळवळी थांबावयाला पुढे आले नाही. दलाई लामा सर्व तिबेटी लोकांसाठी पूज्य व्यक्ती आहेत. जे तिबेटी तिबेटच्या बाहेर जन्मले व वाढले, त्या नव्या पिढीला नवीन प्रश्न भेडसावत असतात. त्यात त्यांनी सुचवलेला मधला मार्ग खरीखुरी स्वायत्तता आत्मनिर्भर होणे व अहिंसेवर जोर देणारा आहे. तो कितपत योग्य किंवा परिणामकारक राहील, याची त्या लोकांना शंकाच वाटते. मध्य आशिया व युरोपमध्ये निर्माण झालेली नवी राष्ट्रे पाहिल्यावर तेही प्रोत्साहित झालेत. तिबेटच्या लोकांना याचे आश्चर्य वाटते की, जर हाँगकाँग व मकाऊ स्वायत्त झालेत, तर तिबेट का नाही? त्यांचे व्यक्तिमत्त्व आगळेवेगळे आहे. विसाव्या शतकाच्या पूर्वार्धात त्यांनी जवळ जवळ स्वातंत्र्यच उपभोगले आहे. दलाई लामांना आपल्या प्रभावाची व सामर्थ्य यांच्या मर्यादांची जाणीव होती. त्यामुळे त्यांनी हिंसाचार वाढला, तर आपण राजीनामा देऊ, असा फतवा काढला. या त्यांच्या चालीने काही काळापुरती स्थिती पूर्वपदाला आली; पण त्याहीपेक्षा जास्त कठीण परिस्थिती पुढेच होती. दलाई लामांचे निधन झाल्यानंतर तिबेटमधल्या चळवळी भरकटत गेल्या. त्या विचारशून्य बेभरवशाच्या व हिंसक बनल्या. दलाई लामांना जे वाटले होते तसेच आता घडत होते. पुढच्या नवीन दलाई लामांची निवड करणे म्हणजे नवीन वादाला सुरुवात होणार होती.

दलाई लामांनी पुनर्जन्माचे स्पष्टीकरण दिले. आधीच्या जन्मातील अपूर्ण गोष्टी नवीन दलाई लामा पूर्ण करतो, अशी धारणा आहे. जर दलाई लामाचा मृत्यू तिबेटच्या बाहेर निर्वासित असताना झाला, तर तर्कशास्त्रीयदृष्ट्या नवीन दलाई लामाचा जन्मपण तिबेटच्या बाहेरच व्हायला हवा. तेव्हाच त्यांचे अपूर्ण राहिलेले काम पूर्ण होऊ शकते. सध्याच्या दलाई लामांच्या मतप्रणालीनुसार, हिमालयातील तिबेटी लोक, तसेच चीन, नेपाळ, भारत मंगोलिया इथले तिबेटी यांचे दलाई लामा जिवंत असतानाच पुढच्या नवीन दलाई लामाची निवड करावी, असे म्हणणे आहे व ती शक्यता टाळता येण्यासारखी नाही. चीनमधील तिबेटी लोक यात कदाचित भाग घेऊ शकणार नाहीत. त्यांना तिबेटच्या बाहेर राहणाऱ्यांमधून दलाई लामा निवडला जावा, असे वाटत नसणार व तेच प्रमुख कारण असावे. सध्याच्या दलाई लामांनी सुचवलेला पर्याय जर कुणाला मान्य नसेल, तर भावी दलाई लामा निवडणे कठीण होईल. याच्याविरुद्ध चीन सरकारने दलाई लामांचा पुनर्जन्म मान्य करण्याचा विचित्र अधिकार स्वतःकडे घेतला. यामुळे भारतासमोर विचित्र परिस्थिती निर्माण होईल. कारण दलाई लामा भारतात राहत असल्याने त्यामुळे त्यांचा वारस भारतात धरमशाला येथे किंवा तवांगमध्ये पुनर्जन्म घेण्याची शक्यताच जास्त आहे. तसे झाले तर चीन नवीन दलाई लामाला चीनकडे सुपूर्त करण्याची मागणी करू शकेल आणि चीनमधून नवीन दलाई लामा गूढरीत्या गायब होण्याची शक्यता आहे. जरी नवीन दलाई लामाचा पुनर्जन्म भारतात झाला नाही, तरी त्यांचे सक्रिय अनुयायी आजच्या घडीला भारतातच सर्वांत जास्त आहेत. त्यामुळे त्यांच्या तत्त्वांना पाठिंबा देण्याची संख्यासुद्धा भारतातच जास्त प्रमाणात असेल.

चीनचे तिबेटबद्दलचे धोरण पूर्णपणे चुकीचे ठरले, हे बरेच चिनी लोकही मान्य करतात. मार्च २००८ मध्ये चीनमधील प्रख्यात लेखक व बुद्धिवादींनी धैर्य दाखवत बीजिंग सरकारला तिबेट धोरणाविषयी जाहीरपणे प्रश्न विचारला होता. त्यात चिनी सरकारने पाळावयाच्या गोष्टीत धार्मिक स्वातंत्र्य व बोलण्याचे स्वातंत्र्य निःसंदिग्धपणे चीनच्या घटनेत असल्याचे त्यांच्या नजरेस आणून दिले. त्यामुळे तिबेटी लोकांना आपले दुःख, तक्रारी व आशा प्रगट करता येईल. त्याचबरोबर कोणत्याही देशाचे नागरिक असणाऱ्यांनाही चिनी सरकारच्या राष्ट्रीय धोरणाबद्दल टीका करता येईल व सूचना देता येतील. तिबेटचा विकास चीनवर मानसिक परिणाम करू शकतो. दीर्घकाळ चीनमध्ये कमकुवतपणाची भावना निर्माण करू शकतो. तिबेटच्या हातात चीनची अंतर्गत स्थिरता आणि हू जिंताओची वैयक्तिक राजकीय कारकीर्द हे दोन लगाम आहेत. विशेषतः हू जिंताओनेच १९८८ मध्ये तिबेटी लोकांवर अत्याचार करून वचक बसवण्याचा प्रयत्न केला होता. म्हणूनच बीजिंगला तिबेट म्हणजे

'जीवन मरणाचा' प्रश्न वाटतो, यात आश्चर्य वाटण्यासारखे काही नाही. मार्च २००८ मधील विकास हा आधुनिक चीनच्या राजकीय इतिहासाला नवीन वळण देणारा ठरू शकतो.

तिबेट धोरणाचे पुनरावलोकन करण्यासाठी भारत तात्पुरती का होईना, स्वागतार्ह पावले उचलत आहे. जानेवारी २००८ मध्ये भारताच्या तत्कालीन पंतप्रधानांची चीन भेट झाली, तेव्हा जे निवेदन केले त्यात तिबेटचा उल्लेख नव्हता. असे धोरण मुद्दाम आखले होते की ते आपोआप घडले, हे स्पष्ट होत नाही. मार्च २००८ मध्ये तिबेटमध्ये घडलेली अराजकता भारताच्या पथ्यावर पडली. भारताने आपले बदललेले धोरण कायम ठेवले. भारताने १५ मार्च २००८ ला जेव्हा अधिकृत निवेदन दाखवले, तेव्हा ते पाऊल रास्त मार्गावर टाकले होते, हे निश्चित झाले. त्यात चिनी लोकांनी केलेला प्रसार कसा खोटा होता आणि ल्हासामध्ये किती अजाण लोक मारले गेलेत/मेलेत, हे अगदी स्पष्ट सांगितले आहे. त्यात आशा प्रकट केली आहे की, आता परिस्थिती सुधारण्यासाठी व तिबेटचा त्रास थांबविण्यासाठी चांगल्या दिशेने पावले उचलतील. त्यात चर्चा व अहिंसक बाबी असतील. नवी दिल्लीने बीजिंगला धाडलेल्या निरोपात तिबेटी लोकांच्या मागण्या किती रास्त आहे, हे सांगितले आहेत. त्यावर पर्याय शोधणे, हे आता बीजिंगच्या हातात आहे आणि तो शोधताना चर्चाच उपयोगी येणार आहे, दडपशाही नाही. पंतप्रधान मनमोहन सिंगांनी दलाई लामांबद्दल बोलताना ते अहिंसा पाळणारे असून चिनी लोकांनी वापरली तशी कठोर, अभद्र, अनुचित भाषा दलाई लामांकरिता भारत कदापि चालवून घेणार नाही. त्याच वेळी भारताने चीनला दिलासा दिला की, तिबेट चीनचे एक स्वतंत्र प्रांत म्हणूनच समजले जाईल. येत्या काही महिन्यांत शासन तिबेट धोरण स्पष्ट करेल अशी आशा आहे.

भारताने तिबेटबाबतचे धोरण ठरवताना एक गोष्ट लक्षात ठेवायला हवी की, तिबेटची भौगोलिक स्थिती वेगळी आहे. त्यांच्याबाबत धोरण ठरवताना त्या देशाचाच विचार व्हायला हवा. मग जगातील इतर देश काहीही म्हणो किंवा काही करोत. तिबेटच्या शांततेत व स्थिरतेत इतर कोणत्याही देशाला स्वारस्य नाही. तिबेटची अस्वस्थता भारताला हिमालयाच्या बाजूने अस्थिर व असुरक्षित बनवते. मोठ्या संख्येने तिबेटी लोक आपली लोकशाही कायम ठेवण्याचा प्रयत्न करताहेत. भारताला तिबेटमध्ये घडणाऱ्या प्रत्येक गोष्टीत स्वारस्य आहे. तिबेट चीनची अंतर्गत बाब होऊ शकत नाही. तिथे घडणाऱ्या घडामोडींचा प्रत्यक्ष परिणाम भारतावरच होतो. भारत आज १ लाख २० हजार तिबेटी निर्वासितांना पोसतो आहे. चीनचे तिबेटबाबत दडपशाहीचे धोरण त्याचे हेच कारण आहे. जर तिबेटला चीनने जोरदार दणका दिला, तर त्याचा प्रभाव भारतावरच पडेल व आणखी कितीतरी निर्वासित

म्हणून तिबेटी लोक भारतात येतील. त्या वेळी त्यांना परतही पाठवता येणार नाही. ते माणुसकीच्या दृष्टीने चुकीचे ठरेल. चीनच्या लष्कराचे तिबेटमध्ये सतत असणे हेसुद्धा भारताच्या सुरक्षेकरिता ठीक नाही.

भारताच्या तिबेटविषयक धोरणात कोणत्या घटकांचा समावेश होऊ शकतो? सामान्यतः अधिकृत निवेदनातून किंवा अधिकृत वाहिन्यांवरून भारत प्रादेशिक एकात्मतेच्या तत्त्वाला पाठिंबा देऊन राज्याच्या अंतर्गत कारभारात ढवळाढवळ न करणे आणि स्वतःच्या अनुभवातून बहुवांशिक, बहुधार्मिक आणि बहुसांस्कृतिक समाजात शांतता व स्थैर्य हवे असल्यास लोकशाही चौकटीत राहून संवाद, सर्वांशी जुळवून घेणे याची गरज असते, असे ठामपणे म्हणू शकतो. वांशिक आणि मनभिन्नता असणारे गट यांचे प्रश्न सोडवायला राजकीय उपायच हवेत. त्यामुळे प्रत्येक नागरिकाला आपणही देशात/राज्यात समान पातळीवर आहोत, असा आत्मविश्वास मिळतो. त्यामुळे भारताची चीनकडून हीच अपेक्षा आहे की, त्यांनी तिबेट व तिबेटच्या बाहेर राहणारे विशेषतः भारतात आश्रय घेतलेल्यांना आपल्या मातृभूमीत परत जाता येईल, असा दिलासा देणारी धोरणे ठरवायला हवीत. भारताने याचा पूर्ण फायदा घ्यायला हवा. कदाचित तिबेट हा चीनचा भाग आहे, हे अनिच्छेने का होईना, पण मान्य करायला हवे. पंतप्रधान वाजपेयी यांनी त्यांच्या चीन भेटीच्या वेळी केवळ मान्य केले होते की, तिबेट हा प्रदेश 'पीपल्स रिपब्लिक ऑफ चायना' यांच्याच अखत्यारीत येतो. परंतु हे मान्य केलं नव्हतं, की तिबेटच्या ऐतिहासिक सीमा आणि लोकांच्या मनात असलेल्या स्वायत्त तिबेट प्रदेशांपेक्षा अधिक विस्तृत असलेल्या सीमा हा चीनचा भाग होता. चीनचा विरोध असतानाही नवी दिल्लीत मार्च १९४७ मध्ये भरलेल्या एशियन रिलेशन्स कॉन्फरन्सला भारताने तिबेटला स्वतंत्रपणे आमंत्रित केले होते. हजारो भारतीय यात्रेकरू तिबेटमधील कैलास पर्वत व मानसरोवराची यात्रा परंपरागत करताहेत. त्यासाठी त्यांना बीजिंगमधील चीन सरकारची परवानगीची गरज नाही. दुसरे तर कधी भविष्यात जर चीनने तिबेट आपलाच भाग आहे, अशी ओळख करून दिली तर, ती भारताने मान्य करायलाच हवी, असे नाही. अर्थात, हे सर्व गृहीत धरले आहे; परंतु चाणाक्ष व सूक्ष्म बुद्धी असणारे चिनी हा मुद्दा सोडून देणार नाहीत.

भारताने आपले नवे तिबेट धोरण ठरवताना चीनने नेहमी आणि उघडपणे द्विपक्षीय ठराव पार मोडीत काढले आहेत, हे लक्षात घ्यायला हवे. पंतप्रधान वाजपेयींच्या २००३ मधील चीन भेटीदरम्यान झालेल्या कराराच्या अगदी विरुद्ध चीन वागला. सीमाप्रश्न सोडविण्यासाठी जी तत्त्वे आणि राजकीय नियमावली ठरवायची होती त्या करारावर सह्या करण्यासाठी तत्कालीन चीनचे पंतप्रधान वेन जिआबाओ

भारतात २००५ मध्ये आले. त्याच सुमारास चीनने परत अरुणाचल प्रदेश आपलाच असल्याचा हेका धरला. ते सिक्कीम भारताचा भाग आहे, हेसुद्धा पूर्णतः मानायला तयार नव्हते. त्यांना सीमाप्रश्नसुद्धा लवकर सुटावा, असे वाटत नाही. जेव्हा चीनने १९६२ मध्ये भारतावर आक्रमण केले, तेव्हा त्यांनी १९५४ च्या पंचशील कराराला बासनात गुंडाळून ठेवले होते. भारताने आता जलदगतीने त्यांचा तिबेटवरचा हक्क कसा वैध नाही, हे त्यांना सांगायची वेळ आली आहे. हे त्यांना एकदा सांगितले की, ते भारताचा एक हिस्सा घेण्याबद्दल पुनर्विचार करतील. १९५४ मधील व्यापार करार आठ वर्षांत नव्याने केले नाही म्हणून तांत्रिकदृष्ट्या ते बाद झाले. तिबेटमधल्या अलीकडच्या घडामोडींनी भारत परंपरागत धोरणांना निराळ्या प्रकारात पुढे आणतो आहे, हे त्यांना समजेल. उदाहरणार्थ तिबेटचा प्रदेश हा *स्वायत्त प्रदेश* असून, तो चीनचा भाग आहे. याचाच अर्थ तिबेटला स्वायत्त प्रदेश आहे; ज्याला भारत-चीनचा भाग म्हणून ओळखतो. तिबेटच्या स्वायत्ततेबद्दल दलाई लामांसारखाच भारताचा विचार असला पाहिजे.

भारताच्या तिबेटबाबतच्या भूमिकेविषयी चीनची अवमानकारक भाषा व आपणच तिबेटचे कैवारी आहोत असे दाखवणे, याला भारताने चोख प्रत्युत्तर दिले पाहिजे. मार्च २००८ मध्ये तिबेटप्रती विचार करण्याची भारताची पद्धत एकाएकी चीनला आवडायला लागली. हा एक विरोधाभासच म्हणायला हवा. यामुळे नकळतपणे, भारताने अनधिकृतपणे बदललेल्या धोरणाला कायदेशीर केले. भारताने स्पष्टपणे सांगितले आहे की, भारतात राहणाऱ्या तिबेटी लोकांना भारतातून राजकीय हेतूने प्रेरित असलेली कार्ये करता येणार नाहीत. तरीही ते तिबेटमध्ये चीन सरकारचे राज्य नको म्हणून इथून हालचाली करत आहेत. आता चीनलाही हे कळायला हवे की, भारताच्या धोरणात झालेले बदल तसेच राहतील. भारताने आपल्या धोरणातील संदिग्धता काढून टाकण्याची तोपर्यंत घाई करू नये; जोपर्यंत तिबेटमधून भारतात आलेले निर्वासित परत त्यांच्या देशात सुरक्षितपणे व मानाने पोहचण्याची स्थिती तयार होत नाही. चीन काश्मिर हे भारताचे राज्य आहे, अशी समजूत करून घेत नाही, तोपर्यंत आपणही तिबेट चीनचाच भाग आहे, असे समाधान त्यांना मिळू द्यायला नको.

चीनचा भारताविषयीचा दृष्टिकोन

चीनला भारत कधीच आपल्या तोलामोलाचा आहे, असे वाटले नाही; पण चीन कुणीतरी विशेष आहे, असे भासवतो. चीनच्या नजरेत भारताचे स्थान फक्त दक्षिण

आशियात आहे. जागतिक स्तरावर ते भारताला स्थान देत नाहीत. मे १९९८ मधील पोखरण II च्या आण्विक शस्त्रास्त्रांच्या परीक्षणानंतर चीन एकदम खडबडून जागा झाला व त्यांना भारताची दखल घ्यावी लागली. त्यामुळे चीनची झोप पार उडाली, असे नव्हे. एक महिन्यानंतर अमेरिकेचे राष्ट्राध्यक्ष क्लिंटन यांनी चीनला भेट दिली, तेव्हा चीनने आपण आशियात बलाढ्य आहोत, हे पूर्वी स्पष्ट न केलेले कलम अमेरिकेने जाहीर करावे, अशी अपेक्षा होती. गेल्या दहा वर्षांत भारताचा चढता आलेख आणि आर्थिक प्रगती होताना पाहणे, हे चीनला त्रासदायक आहे. बरेच देश भारताला आर्थिक उलाढालींसाठी भागीदार करून घ्यायचा विचार करीत आहेत. त्यांना चीनपेक्षा भारत हा पर्याय चांगला वाटतो व ते गंभीरपणे या गोष्टींकडे पाहत आहेत. जगातील उर्वरित देशांसाठीही चीन हा व्यापारासाठी एकमेव देश राहिलेला नाही. वास्तविक पाहता भारताचे आर्थिक गणित चीनच्या निम्म्याने आहे; पण जर भारताने सतत प्रगती केली, ही प्रगती जरी नेत्रदीपक नसली, तरीही त्यात सातत्य होते. ही भारत-चीनमधील दरी त्यामुळे बरीच कमी होईल. भारत हा एकच देश जो आकारात, नैसर्गिक स्रोतात, लोकांचे राहणे-वागणे आणि सर्वच बाबींत चीनला चांगली टक्कर देऊ शकतो. त्यामुळे दीर्घकाळापर्यंत आशियातील बलाढ्य देश म्हणून असलेला चीनचा प्रभाव कमी होऊ शकतो. भारत काही बाबतींत नक्कीच चीनच्या वरचढ आहे. त्यात लोकशाही, इथली न्यायपद्धती, विविध क्षेत्रांतील विकास, जागतिक स्तरावरचे अत्याधुनिक अर्थशास्त्र व बँकिंग पद्धती, माहिती तंत्रज्ञानातील अनोखी क्षमता आणि इंग्रजी भाषेचे ज्ञान हे होत. भारताने उच्च तंत्रज्ञान क्षेत्रांतही प्रगती केली आहे. त्याने अंतरिक्ष व जैव तंत्रज्ञानातही झेप घेतली आहे. भारताचे लष्करात जो आधुनिकपणा आणला, त्याच्यामुळे चीनला भारताची दखल घ्यायला लागली. भारत चीनचा गुंतवणूक, ऊर्जा आणि बाजारपेठेत प्रतिस्पर्धी बनू पाहतो आहे. १९५० मधीलच गोष्टी पुन्हा घडत आहेत. त्यात या दोन देशांमध्ये कोणता देश यशस्वी होईल, याची स्पर्धा सुरू आहे. यूपीए सरकारने खूप उत्साहाने अमेरिकेबरोबर खूप महत्त्वाच्या योजना राबवल्यात. त्यामुळेही चीन बिथरला असावा. भारताचा जगभरातील राजनैतिक कार्यक्रम, भारताला आर्थिक भागीदार करून घेण्याकरिता बऱ्याच देशांची चाललेली अहमहमिका यांतून फक्त भारतालाच नव्हे, तर पूर्ण जगालाच वाटते की, भारताने या दक्षिण आशियाच्या चौकटीतून बाहेर पडावे.

त्यामुळे चीनच्या दृष्टिकोनातून चीनने भारताला स्वतःच्या हेतूबाबत कोणतीही खात्री न देणं हे स्वाभाविक आहे. त्यामुळे भारताला लष्करापासून विकासापर्यंत कशाला प्राधान्य द्यावे, हेच ठरवता येत नाही. जर मानसिक ताण आणि सीमा बळकावण्याची भीती सतत असेल, तर युद्धाची काय गरज? तिबेट आणि नेपाळची

वाढती आर्थिक एकी चीनला मदतच करते आहे. काही काळानंतर चीन व भारतातील लष्करी व आर्थिक दरी वाढण्याची आशा त्यांना आहे व त्याचाच परिणाम म्हणजे सीमाप्रश्न लांबणीवर टाकून फायदा पदरात पाडून घ्यायचा चीनचा विचार आहे.

भारताचे धोरण

जोपर्यंत जगाच्या व आशियाई प्रदेशांच्या तुलनेत भारताची आर्थिक स्थिती बळकट होत नाही किंवा चीनची शक्ती कमी होत नाही, तोपर्यंत भारताला तडजोड करणे शक्य नाही. यासाठी भारताची आर्थिक स्थिती बळकट होईपर्यंत व चीनची शक्ती कमी होईपर्यंत सहनशीलपणे वाट पाहणे, हा एकच उपाय आहे. चीनप्रमाणेच भारताने सीमाप्रश्नी नको तेवढी उत्सुकता दाखविण्याची आवश्यकता नाही. भारताने आपली चाल बदलून सीमाप्रश्नी चीनला चर्चेत गुंतवून ठेवायला हवे. २००३ साली भारत-चीनने सीमाप्रश्नावर राजकीय पर्याय शोधायचे ठरवले, तेव्हा भारताने पश्चिम, मध्य आणि पूर्वेच्या क्षेत्रांचे नकाशे हस्तांतरित केले नाहीत. भारताने त्यांना पश्चिम क्षेत्राचे नकाशे दिले होते; पण चीनने ती पद्धत २००२ मध्ये थांबवली. सीमाप्रश्नाच्या व सीमेवर चाललेल्या अतिक्रमणाच्या अनिर्णित प्रश्नांवर चर्चेतून काहीतरी मार्ग काढावा, असे पंतप्रधान मनमोहन सिंग यांनी २००८ च्या चीन भेटीच्या वेळी सांगितले. त्यात कराराच्या चौकटीत राहून पूर्वीच्या बाबींची दखल घेतली जावी, ताबारेषेची निश्चितता व्हावी या गोष्टी सांगितल्या गेल्यात; पण चिनी सरकार वेळकाढूपणा करते आहे, हे स्पष्ट दिसते आहे.

भारतानेपण आपला सीमेवरचा पहारा वाढला पाहिजे आणि कठोर व ठाम राहिले पाहिजे. भारताने बऱ्याच दिवसापासून हवे असलेले एक चांगले पाऊल पुढे टाकले आहे. पायाभूत गोष्टी व सर्व प्रकारची कुमक जमवून सीमेवरचे भाग खुले केले. बंद पडलेली विमानतळे सुरू केलीत. यात लडाखमधील दौलत बेग गोल्ड, फुकचे आणि चुशुलही आहेत. काम वेगाने व्हायला हवे व त्याकरिता पैसाही येणे गरजेचे आहे. ज्या भागातून रस्ते जातात, तिथे वर्दळ वाढली पाहिजे. नाहीतर चीन नवीनच समस्या उभ्या करेल. आधीच पर्याय न सापडलेल्या बाबींचे ताणतणाव भरपूर आहेत. चीन इतक्यात तरी सीमाप्रश्नी कुरापती काढणार नाही, असे वाटते. त्यात धोकापण आहे. चीनने काही धाडस दाखविले, तर भारतीय सैन्य त्याचा यथास्थित समाचार घेईल. आता १९६२ पेक्षा आपल्या सैन्याची तयारी चांगल्या प्रकारे आहे. चीनने जो एक 'शांतीचा मार्ग' म्हणून आखला आहे, त्याला भगदाड पडण्याची

भीती असल्यामुळे चीन आता त्या फंदात पडणार नाही. नुसते शेजारी राष्ट्रांतच नव्हे, तर जगभरातही त्यांची पत जाण्याची धास्ती त्यांना आहे. यातील आणखी एक त्रासदायक गोष्ट म्हणजे जर चुकीचे पाऊल उचलले गेले, तर चीनमध्येच दुफळी निर्माण होऊन अनागोंदी होईल.

चीनबरोबरचा सीमाप्रश्न सोडवताना आपला प्रभाव, पत वाढवणे शहाणपणाचे ठरेल. समेटासाठीची बोलणी करताना भारताने केवळ तिबेटवरच आपला हक्क मागू नये, तर त्यापेक्षाही विस्तृत भागावर हक्क मागावा: जो अंतिम बोलणी होईल तेव्हा मान्य केला जाईल. भारताने कैलास आणि मानसरोवर यांवरही आपला हक्क सांगावा. अरुणाचल प्रदेशातील तवांगची संस्कृती, इतिहास, धार्मिकता तिबेटशी मिळतीजुळती असल्यामुळे चीन जर त्यावर हक्क सांगत असेल, तर त्याच कारणासाठी भारत कैलास-मानसरोवर भागावर हक्क सांगू शकतो. लाखो भारतीय हे क्षेत्र शंकर-महादेवाचे वसतिस्थानच समजतात. १९६२ साली संसदेतील ठरावाबाबत भारताने पुनःपुन्हा सांगायला हवे होते; पण तसे न करता दुर्दैवाने त्यांनी मुख्य तत्त्वांवर समेट घडवायचा प्रयत्न केला. याउलट चीन मात्र आपल्या मागण्यांवर ठाम आहे. अरुणाचल प्रदेशाबाबत ताठर भूमिका घेतली आहे. भारताने १९६९ साली पाकिस्तानने चीनला दिलेली शाम्सगाम दरी, जी पाकिस्तानच्या अधिक्यात असणाऱ्या काश्मिरमधील आहे, ती परत हवी, अशी मागणी चीनकडे करायला हवी. तसेच पाकिस्तानव्याप्त काश्मिरपासून शिंच्यांगपर्यंतचा काराकोरम महामार्गही आपलेच क्षेत्र असेल, हे पुनःपुन्हा ठासून सांगायला हवे. आता काराकोरमच्या स्तरात वाढ होऊन ऊर्जा प्रकल्पासाठी आपल्या देशातून जाणारा मार्ग यात त्याचे रूपांतर होऊ शकते.

भारतीयांचा चीनबद्दल वाढणारा रोष त्यांच्या अरुणाचल प्रदेशाच्या मागणीमुळे व तिबेटला घशात घालण्याच्या प्रयत्नांमुळे वाढीला लागला आहे. आतातरी भारतीय नेत्यांना देशाला चीनपासून वाचवायला हवे व त्या विचारांना अग्रक्रम द्यायला हवा, असे वाटेल, अशी आशा करायला हवी. भारत सरकारला देशाची नाडी समजायला हवी. सीमाप्रश्नाबाबत लोकांना विश्वासात घेऊनच बोलणी करायला हवी. अन्यथा, भारत-अमेरिका आण्विक कराराचा जसा बोजवारा उडाला, तसे होण्याची शक्यता आहे. अशा चर्चांच्या वेळी गुप्तता बाळगणे अतिशय आवश्यक आहे, हे मान्य आहे. त्याचा अर्थ समाजाला पार अंधारात ठेवायचे, असाही होत नाही. चीनला जर सीमाप्रश्न शांततेने सोडवून भारताशी दीर्घकाळासाठी सहकार्याचे संबंध प्रस्थापित करायचे असतील तर त्यांनी हे लक्षात घ्यायला हवे की, भारतासारख्या लोकशाही देशात सीमाप्रश्नांसाठी लोकांचा विश्वास संपादन करणे अत्यंत आवश्यक आहे.

चीनला हेही सांगण्याची गरज आहे की, भारताची ताकद आणि निग्रह यांबद्दल कोणताही चुकीचा अंदाज करू नये.

भारताच्या शेजारील राष्ट्रांच्या मदतीने चीन ज्या हालचाली करत आहे, त्यामुळे भारताला चिंता निर्माण झाली आहे. गेली पंचेचाळीस वर्षे चीन भारताला अडथळा निर्माण करण्यासाठी पाकिस्तानशी असलेल्या संबंधाचा वापर करत आहे. त्यांचा तसाच प्रयत्न भारताच्या इतर शेजारी देशांशी करायचा मानस आहे. भारताला सुरक्षेच्या दृष्टीने अनेक मुद्दे काळजीचे आहेत, जसे, चीनचे रेल्वे जाळे जे काशागार आणि ल्हासापर्यंत पोचले आहे, त्यामुळे ते झिंगात्सेपर्यंत म्हणजेच भारताच्या सीमेपर्यंत तसेच नेपाळमध्ये नेण्याची योजना. तिबेटमध्ये पायाभूत सुविधांचा वेगाने विकास; म्यानमारमध्ये चीनची जोरदार मुसंडी; पाकिस्तानमध्ये त्यांनी भक्कमपणे पाय रोवले आहेत. त्यात ग्वाडार बंदराचा विकास आणि चांगल्या दर्जाचा पाकिस्तानपासून शिंच्यांगपर्यंतचा काराकोरमजवळून जाणारा महामार्ग करण्याची योजना (यात रेल आणि पाइपलाइनची जोडणी) याचाही समावेश आहे. तसेच बांगलादेश व श्रीलंका यांच्याशी लष्करी संबंध वाढविण्यात त्यांना मिळालेले यश हेही आहे. भारत-चीन संबंध अनिश्चित असल्यामुळे भारताच्या शेजारी राष्ट्रांना खूपच असुरक्षित वाटते. त्यामुळे अर्थातच त्यांचे पारडे चीनकडे झुकते. चीनचे वाढते आर्थिक वजन यामुळेही त्यांना भारतावर आर्थिकदृष्ट्या अवलंबून असण्यापेक्षा चीनचा भागीदार व्हावेसे वाटते. दक्षिण आशियातील शेजारी राष्ट्रांबरोबर भारताचे संबंध अविश्वासाचे व संशयास्पद राहिले, तर भारत अपेक्षित विकास आणि जागतिक स्तरावर स्वतःचे महत्त्व वाढवणे, हे करू शकणार नाही व हे चीनच्या पथ्यावर पडेल.

अमेरिकेने आपला महत्त्वाचा भागीदार म्हणून आणि वर्तमान व भविष्यात आशिया खंडात चीनपेक्षा बलाढ्य देश भारत व्हावा, अशी इच्छा उघडपणे व्यक्त केली आहे. भारत-अमेरिका आण्विक कराराच्या महत्त्वाबाबत वॉशिंग्टनहून जाहीर विधाने केली गेली; परंतु आघाडी सरकारने या प्रस्तावाचा पुरेसा पाठपुरावा केला नाही. त्यामुळे चीन सरकारला भारत अमेरिकेच्या गोटात जाणार नाही, याची खात्री पटली. भारत आणि जपान यांच्यातल्या वाढत्या संबंधाबाबत चीन जागरूक आहे. १९५० मध्ये भारत-अमेरिकेने तिबेटबाबत चीनवर आणलेले दडपण ते विसरले नसतील. त्यामुळे भारत-अमेरिका पुन्हा एकदा दीर्घकाळासाठी एकत्र येऊन चीनवर दबाव टाकण्याचा प्रयत्न करतील, याची चीनला काळजी आहे. भारताने अमेरिकेच्या या योजनेत स्वतःला प्यादे बनवू नये, कारण अमेरिकेच्या योजना वेगाने बदलत असतात. अमेरिका आणि चीनमध्ये बरेच दुवे आहेत. अमेरिका ते भारताकरिता तोडायला राजी होणार नाहीत. अमेरिका-जपान-ऑस्ट्रेलिया-भारत

यांच्यातील वाटाघाटींना ऑस्ट्रेलियाचे पंतप्रधान जॉन हॉवर्ड आणि जपानचे पंतप्रधान शिंझो ॲबे यांनी पदत्याग केल्यामुळे खीळ बसली. खरं राजकारण असं सुचवतं की, भारताने चीनचे शेजारी दक्षिण कोरिया, मंगोलिया, जपान, व्हिएतनाम या राष्ट्रांशी मैत्री करावी. यात लष्करी क्षेत्राचाही समावेश करावा. भारतानेही ताकदीने उभे राहून हिंदी महासागरातील हालचालीही वाढवायला पाहिजेत. याशिवाय पश्चिम पॅसिफिक महासागरातही वरचेवर अचानक हल्ले करून दाखवायला हवे. अशा प्रकारे वागल्यास चीनवर मानसिक दबाव येऊ शकतो.

चीनबरोबर भारताने आत्मविश्वासाने व्यवहार करायला पाहिजे. भारताला जर खरोखरच आपण प्रादेशिक आणि जागतिक पातळीवर महासत्ता बनावे अशी इच्छा असेल, तर त्यांनी चीनसारख्या देशाशी संबंध ठेवताना महासत्ता जसे संबंध ठेवते, त्याच पद्धतीने संबंध ठेवावेत. सीमाप्रश्न सोडविण्याबाबत भारताने दाखवलेला उतावळेपणा व चिंता यांतून भारताचा कमकुवतपणा दिसून येतो. जून २००७ मध्ये जर्मनीमध्ये झालेल्या जी-८ या परिषदेच्या वेळी चीनचे राष्ट्राध्यक्ष हु जिंताओ यांच्याबरोबरच्या भेटीत भारताचे पंतप्रधान मनमोहन सिंग यांनी चीनचा बलाढ्य शेजारी, असा उल्लेख करण्याची गरज नव्हती किंवा जुलै २००८ मध्ये जपान येथे झालेल्या जी-८ परिषदेच्या वेळी मनमोहन सिंग यांनी सर्वांसमक्ष हु जिंताओ यांना गुडघ्यात वाकून सलाम केला. चीनचे प्राबल्य वाढत आहे आणि ते जगाकडे आपण सर्वश्रेष्ठ आहोत व भारताकडे कमकुवत देश म्हणून बघतात. त्या राष्ट्रासमोर असे वागणे समंजसपणाचे लक्षण नाही.

उलटपक्षी भारताने जाणूनबुजून चीनच्या बाबतीत मानसिक युद्ध खेळायला हवे. उदाहरणार्थ हजारो वर्षे भारत-चीन संबंध खूप सलोख्याचे आहेत, अशी चीनची पोपटपंची भारताने बंद करावी. वास्तविक ऐतिहासिकदृष्ट्या भारत चीनला ओळखतही नव्हता. जेव्हा दोन चिनी भिक्षू फा हेन आणि झुआन झँग हे भारतात आले, तेव्हा भारताला चीनच्या अस्तित्वाविषयी कळले. भारताने ठासून सांगितले पाहिजे की, हजारो वर्षे भारत-चीन शांततेत राहिले, कारण ते एकमेकांचे विसाव्या शतकाच्या उत्तरार्धात शेजारी बनलेत. त्या आधीच्या काळात एकमेकांशी फारसे संबंध नव्हते. भारताच्या उत्तरेकडचा शेजारी तिबेट आहे. त्यांच्याशी मात्र भारताचे जवळचे व मैत्रीचे संबंध होते. त्यात धार्मिक, सांस्कृतिक आणि लोकांचा एकमेकांशी असणारा स्नेह व आदर या गोष्टी प्रामुख्याने होत्या. दुसरे भारताने नीट आयोजन करून चीनला वाटत असणारे 'मध्य साम्राज्य' या संकल्पनेतली हवा काढून घ्यायला हवी होती. ही 'मध्य साम्राज्या'ची संकल्पना चीन उर्वरित जगापासून अनेक शतके वेगळा राहिल्याने आणि केवळ अज्ञानातून चीनने स्वतःची प्रतिमा उभी केली आहे, असे म्हणून खोडून काढली पाहिजे. चीनचे अज्ञान समजण्याजोगे

आहे, कारण चीनचा ज्या संस्कृतींशी संबंध आला, त्या फारशा विकसित नव्हत्या. चीन या परकीयांना रानटी समजत होते व या 'मध्य साम्राज्या'पुढे त्यांनी लोटांगण घालणे चीनला अपेक्षित होते. सार्वभौम राज्यांचा समान दर्जा या संकल्पनेची चीनला माहिती नव्हती. अर्थातच भारत अगदी खूप विकसित झालेला नव्हता, तरीही चीनपेक्षा विकसित होता, याची चीनला जाणीव नव्हती. तिसरे, भारताने मुद्दाम प्रयत्नपूर्वक आपली संस्कृती व आपण मिळवलेल्या गोष्टींचे स्वरूप मोठे करून सांगण्याची गरज आहे. त्यातूनच भारताला स्वाभिमानाने स्वत्व दाखविता येईल. भारतात जे बुद्धिवादी आणि धार्मिक पुढारलेपण आले, त्यातून आधुनिक धर्म आणि तत्त्वज्ञानाचा जन्म झाला. त्याचाच प्रसार संपूर्ण आशियात झाला. बौद्ध धम्माची सुरुवात भारतातच झाली. नंतर त्याचा प्रसार व प्रचार तिबेट, चीन आणि आशियातील इतर देशांत झाला. भारतातही सर्वसमावेशक व सर्वानुमती असलेली विकसित राज्यव्यवस्था होती; जी भारत आणि चीनसारख्या बहुसांस्कृतिक देशात सुसंवाद राखण्यासाठी आवश्यक होती. भारताचा ज्या ज्या संस्कृतींशी संबंध आला, त्या त्या संस्कृतीतून चांगल्या गोष्टी भारतीयांनी आत्मसात करून आपली संस्कृती संपन्न केली. भारतीयांच्या स्वभावातील लवचीकता आणि मोकळेपणा यांमुळे सांस्कृतिक आव्हानांपेक्षा जागतिक आव्हानांना तोंड देण्यासाठी भारत सक्षम झाला आहे. ही ऐतिहासिक कारणे बाहेरच्या जगाला अनभिज्ञ आहेत. शेवटी माध्यमांद्वारे बौद्धिक व शैक्षणिक क्षेत्रातून भारताने चीन मोठ्या प्रमाणात तोंड देत असलेल्या हजारो आव्हानांबद्दल लोकजागृती करावी की चीनबद्दल अतिरंजित माहिती द्यावी. तेथील वस्तुस्थिती लोकांसमोर आणावी.

त्याच वेळी चीनसारख्या मोठ्या आणि बलाढ्य देशाशी कायमचेच तणावाचे विरोधी संबंध ठेवणे हे भारताच्या दृष्टीने व्यवहारीपणाचे नाही. चीनबरोबर शांतिपूर्ण मैत्री केली, तर बरेच फायदे आहेत. भारताने सहकार्याच्या जागा व त्यांची शक्यता पडताळली पाहिजे. याचा पाया समानता व पत राहील, याची खबरदारी घ्यायला हवी. १९५० च्या सुमाराला जशी 'भाई भाई' घोषणा झाली, तशा स्वप्नरंजनात राहायला नको. पाकिस्तानबरोबर काम करताना जम्मू आणि काश्मिरच्या युद्धबंदीरेषेवर दुवे निर्माण केलेत; तद्‌वतच भारताने चीनबरोबर सीमापलीकडे वाहतूक आणि आर्थिक दुवे स्थापित करता येतील का? कारण हे दोघांच्याही फायद्याचे होतील. काही शक्यता पडताळून पाहायला हवी. जरी दोन देशांमध्ये सीमा/भागावरती दुमत असले, तरी हे करून पाहायला हवे. कायमचे आर्थिक संबंध, नियंत्रणरेषेचा प्रश्न यांपैकी कशाला प्राधान्य द्यायचे हे स्पष्ट झाल्यास भारत व चीनमध्ये परस्पर विश्वास व स्थिर आणि शांततापूर्ण संबंध प्रस्थापित होईल. दोन्ही देशांनी आपापल्या उपप्रांतात परस्पर

सहकार्याचे धोरण अनुसरायला हवे. त्यातूनच देशाची वाढ आणि स्थैर्य निर्माण होईल. भारत आणि चीन दोन्ही देशात ऊर्जा कमी आहे. तेव्हा त्या दोघांनी जर या क्षेत्रात आर्थिक सहाय्य केले तर त्यांचे एकमेकांवर अवलंबून रहाणे चालू होईल. तेल पुरवठा करणाऱ्या कंपन्यांकडून दोन मोठे ग्राहक आहेत म्हणून बरीच सवलतही मिळू शकेल.

द्विपक्षीय संबंधांमध्ये तणाव असतानाही दोन्ही देश बऱ्याच प्रादेशिक मंचावर एकत्र आहेत. ज्यातून दोन्ही देशांना संधी मिळून रचनात्मक कार्यात परस्परांची मदत घेऊ शकतात. भारत आणि चीन एस्.सी.ओ. (SCO) आणि सार्क (SAARC) सारख्या संस्थांचे निरीक्षक बनले आहेत. दोन्ही देश पूर्व आशिया शिखर समिती व त्रिदेशीय रशिया, भारत आणि चीन समितीचे सभासद असून ते त्या चौकटीत बसतात. भारताच्या मते, भारत व चीनला आशियात भरपूर वाव आहे. असे जरा दुर्बल असणाऱ्या देशाला वाटणे स्वाभाविक आहे. आता मुख्य प्रश्न कीं, चीनलाही असेच वाटते का? त्यांची बाजू समजल्याशिवाय या सगळ्या गोष्टींना अर्थच उरत नाही. आर्थिक बाबतीत व व्यावहारिकदृष्ट्या काही प्रमाणात स्पर्धा व मतभिन्नता असणे अपरिहार्य आहे. आशियातल्या भारत व चीन या उगवत्या महासत्तांना जर आत्मविश्वास असेल की, फायदा-तोटा समान असलेल्या व्यवहारात तिसरा कुठलाच देश भाग घेणार नाही, तर आशियात शांतता व स्थैर्य नांदेल.

भारत आणि चीनला रस असणारे समान विषय म्हणजे जागतिक घडामोडीत सहकार्य, दहशतवाद आणि मूलतत्त्ववादींना रोखणे हे आहेत. असे असले तरी चीनने संयुक्त राष्ट्र सुरक्षा परिषदेचे कायम सभासद व्हायला भारताला पाठिंबा दिला नाही किंवा अणुशक्ती पुरवठा गटाच्या नियमात भारताला बसवण्यासाठी त्यांनी उघडपणे काही बदलही केलेले नाहीत. भारत व चीनचे स्वारस्य न दाखविणारे ही काही क्षेत्रे आहे. चीनमधील प्रदूषणामुळे हवामानात बदल होतो आहे. भारत त्यात नाही म्हणून भारताने त्यांना सामील करून घेतले नाही. जागतिक व्यापार संघटनेमध्ये दोन देशांतील स्वारस्यामध्ये फरक जाणवतो. भारताची आर्थिक व्यवस्था सेवेवर आहे, तर चीनची उत्पादनावर. जागतिक व्यापार संघटनेमध्ये येण्यापूर्वी चीनने स्वतःला तारतील अशा सवलती घेतल्या आहेत. भारताला स्वतःच्या सुरक्षेबद्दल वाटणारी काळजी आणि आशियात प्रभावी होण्यासाठीची स्पर्धा यांमुळे भारत-चीन संबंधात काही प्रमाणात अविश्वास व संशय निर्माण करेल. व्यावहारिक शत्रू व हटवादी शेजारी या नात्याने चीन पाकिस्तान व भारताच्या इतर शेजारील राष्ट्रांच्या मदतीने समस्या निर्माण करण्याचे सोडणार नाही. भारताच्या परराष्ट्र व सुरक्षेच्या धोरणात चीनचा प्राधान्याने विचार करावा लागतो आणि भारताच्या आंतरराष्ट्रीय संबंधात गुंतागुंतीचे आव्हान निर्माण झाले आहे.

प्रकरण ७

'पूर्वेकडे पाहा' धोरण

उत्क्रांती आणि कारणे

भारताच्या 'पूर्वेकडे पाहा' धोरणामुळे भारताचे पूर्वेकडच्या देशांशी संबंध वाढीला लागले आहेत. यात दहा आसियान (ASEAN) देश येतात. ते म्हणजे ब्रुनई, कंबोडिया, इंडोनेशिया, लाओस, मलेशिया, म्यानमार, फिलीपिन्स, सिंगापूर, थायलंड आणि व्हिएतनाम. याशिवाय भारताच्या परराष्ट्र धोरणाच्या महत्त्वाचा भाग बनत चालले आहेत. चीन, जपान, दक्षिण कोरिया, ऑस्ट्रेलिया आणि न्यूझीलंड. गेल्या दोन-तीन वर्षांत चीन वगळता इतर सर्व देशांशी भारताचे अभूतपूर्व संबंध आहेत. त्यात परस्परांतील विश्वास हे मुख्य कारण आहे. व्यापार, आर्थिक आणि संरक्षण क्षेत्रांत वेगाने प्रगती होते आहे. हवाई वाहतूक, पर्यटन आणि लोकांचे परस्परसंबध यांत वाढ झाली. आज रोजी हा भाग भारताच्या व्यापारातील सर्वांत मोठा भागीदार आहे. एकूण व्यापाराच्या ३५% व्यापार येथे होतो जो युरोप आणि अमेरिकेपेक्षा ही जास्त असून व्यापार वाढीचा दरही तुलनेने अधिक आहे. भारतात प्रत्यक्ष परकीय गुंतवणुकीचा हा स्रोत आहे. गेल्या पाच वर्षांत सर्व देशांतून उच्चस्तरीय गाठीभेटी होण्याचे प्रमाणही वाढले आहे.

भारताने जेव्हा 'पूर्वेकडे पाहा' हे धोरण अवलंबिले, तेव्हा भारताचे पूर्वेकडील राष्ट्रांशी १९९० च्या दशकापेक्षा जवळचे संबंध प्रस्थापित झाले. यापूर्वी भारताने त्या प्रदेशांकडे काही खास लक्ष दिले नव्हते. आताच एकदम असे का व्हावे? भारत आणि पूर्व आशिया एकत्र येण्याची अनेक कारणे आहेत. ती म्हणजे 'त्यांच्यात कधीही युद्ध झाले नाही. त्यांच्यात शांततेने व्यापार व लोकांची ये-जा होत होती. त्यामुळे परस्परांतील संस्कृती व कल्पनांची देवाणघेवाण झाली. असे असूनसुद्धा गेल्या काही शतकात दक्षिण आशिया आणि पूर्व आशिया स्वतंत्रपणे वाढलेत.

गेल्या पाच शतकात आशियाचे नशीब साम्राज्यवाद्यांनी ठरवले. समान इतिहास, संस्कृतीच्या आठवणी पुसट होत गेल्या. वसाहतीनंतरच्या काळात भारत आणि दक्षिण आशियातील देश नामचे (Non-Aligned Movement) सभासद असूनसुद्धा त्यांच्यात मतभेद झाले व शीतयुद्धाबाबत त्यांनी विरोधी बाजू घेतली. भारताचे बांगलादेश व म्यानमारशी संबंध बिघडल्याने एकूणच पूर्वेकडील देशांशी असलेल्या संबंधामध्ये स्वाभाविकरीत्या वाढ व्हायला पाहिजे होती; ती झाली नाही. बांगलादेशाने वाहतुकीसाठी पुरेशा सुविधा न देऊन भारताला एक प्रकारचा मज्जाव केला. म्यानमार हा एक बंदिस्त समाज होता आणि १९९० पूर्वीपर्यंत त्यांचे भारताशी अगदी जुजबी संबंध होते. शेवटी भारताचे वसाहतवाद्यांशी संबंध असल्यामुळे भारतीय अभिजन पूर्वेकडील तुलनेने कमी विकसित असलेल्या देशांपेक्षा पश्चिमेकडे झुकू लागले. २१ व्या शतकात भारत-दक्षिण आशियाच्या संबंधावर पूर्वापार चालत आलेल्या संबंधांचा परिणाम झाला नाही. ते एकमेकांच्या अधिकारावर अतिक्रमण करत नव्हते आणि एकमेकांना फारसे महत्त्वही देत नव्हते.

भारताच्या 'पूर्वेकडे पाहा' धोरणाला ठोस आर्थिक युक्तिवाद आहे. त्यात महत्त्वाचा आर्थिक भागीदार सोव्हिएत युनियनचे पतन, भारताला ग्रासून टाकणारी आर्थिक मंदी आणि टाळता न येणारे जागतिकीकरणाचे तर्कशास्त्र यांमुळे निर्माण झालेल्या परिस्थितीने भारताला १९९१ साली आपल्या आर्थिक स्थितीचा आढावा घेऊन सुधारणा करणे भाग पडले. याचा परिणाम भारताला अंतर्गत आर्थिक सुधारणा करायला मिळाली व उर्वरित जगाबरोबर आर्थिक एकात्मिकता करावयास वाव मिळाला. आग्नेय आशियातील देशांच्या क्षमतेबाबत भारताने पूर्वी केलेली किंमत, अंदाज चुकीचा होता. याच कारणासाठी भारताने आशियानचे आमंत्रण स्वीकारले नव्हते; परंतु १९९० च्या दशकात आशियातल्या वाघांनी डरकाळ्या फोडून भारताला त्यात लक्ष घालायला भाग पाडले. भारताच्या संपूर्ण आर्थिक स्वावलंबनातून विकासाच्या मार्गामुळे इतर प्रदेशांशी संपर्क नव्हता. यामुळे काही संधी हुकल्याचे लक्षात आले. त्यामुळे आसिआनमधील ज्या प्रदेशांचा जागतिक अर्थव्यवस्थेत विकास होत होता, त्या प्रदेशांशी संपर्क ठेवण्यात भारत उत्सुक होता. अलीकडच्या काही वर्षांत आशियातील वाढता प्रादेशिक व्यापार व दोहा येथील जागतिक व्यापार व करार यासंबंधी चाचपडत झालेली चर्चा यामुळे भारताला इतर प्रदेशांशी संपर्काची निकड भासू लागली. भारताचे या भेटीतील यश आणि जागतिकीकरणामुळे निर्माण झालेल्या संधीचा फायदा घेतल्यामुळे पूर्व आशियात भारताला एका नव्या दृष्टिकोनातून महत्त्व दिले गेले आहे. यामुळे भारताचा आत्मविश्वास वाढत आहे. तरीही हे लक्षात घ्यायला हवे की, पूर्व आशियाई देशांपेक्षा भारताशी केल्या जाणाऱ्या व्यापाराचे प्रमाण फारच कमी आहे.

शीतयुद्ध समाप्त व्हायला भारताचे 'पूर्वेकडे पाहा' धोरण कारणीभूत ठरले. जेव्हा स्वाभाविक भौगोलिक संपर्क आणि समान घटकांवर आधारित असतो, तेव्हाच तो पुनःप्रस्थापित होऊ शकतो. जागतिक पर्यावरण धोरणसुद्धा बदलेल आहे. दक्षिण आशिया व पूर्व आशियाच्या संदर्भात वेगळे डावपेच व जेमतेम, फारच कमी असलेला आर्थिक व्यवहार यांमुळे भारताच्या दीर्घकालीन राष्ट्रीय हितात असमर्थनीय, अतार्किक आणि हानिकारक अडथळे वाढत होते. युरेशियातील परिस्थिती सामान्य झाली व भारत–चीनमध्ये पुन्हा शांतता प्रस्थापित झाली. भारताभोवती वाहतुकीचे व इतर आर्थिक मार्ग खुले होऊ लागले व युरेशियाने आपला संपर्क बाह्य जगाशी, विशेषतः चीनशी ठेवला. म्यानमार, थायलंड, लाओस आणि व्हिएतनाम हे चीनशी घट्ट जोडले गेले व चीनच्या आर्थिक चक्रव्यूहात अडकले गेले. अशा छोट्या छोट्या घटना मोठे राजकीय संबंध आणि आर्थिक परस्परावलंबन आशियातल्या देशात घडवून आणतील. या सर्व प्रकारातून भारताला वगळले आहे आणि ते हेतूपूर्वक केले आहे. दक्षिण आशियातील देशात झालेल्या व्यापारातून भारताला बाहेर पडता येणार नाही व शेजारी चिडखोर देश सतत अडचणी आणत राहतील. दक्षिण आशियातील व्यापारात भारताचा अगदी मर्यादित आर्थिक हिस्सा आहे. त्यामुळे जागतिक बाजारपेठेतही गळचेपी होत आहे. भारताची महासत्ता होण्याची जी महत्त्वाकांक्षा आहे, ती पूर्ण करण्यासाठी भारताला दक्षिण आशियाच्या परिघाच्या बाहेर जाऊन राजकीय आणि आर्थिक जागा निर्माण करायला हवी. यासाठी भारताला पेच आहे; कारण पश्चिमेकडचा प्रदेश ज्याच्याविषयी कुठलाच अंदाज बांधता येत नाही असा, आव्हाने आणि अडचणी यांनी भरलेला आहे; परंतु पूर्वेकडचा प्रदेश तुलनेने कमी लोकसंख्या असलेला, जिथे भारताला संधी खुणावत आहे.

भारताच्या 'पूर्वेकडे पाहा' धोरणात आणखी एक अंतर्गत समस्या उद्भवली. ईशान्येकडच्या राज्यांना त्यांची भौगोलिक रचनाच अडचणीत आणते आहे. भारताला भविष्यात घडणाऱ्या घटना जाणवल्यामुळे त्याने ईशान्य प्रांताची प्रगती करताना, त्या प्रदेशाला दळणवळणाने आणि आर्थिक दुव्याने म्यानमार व इतर आग्नेय आशियातील देशांशी जोडले. त्यामुळे ईशान्येतील राज्यांना मदत व सहकार्य न करणाऱ्या बांगलादेशापासून दूर ठेवले आहे.

भारताने सुरू केलेला 'पूर्वेकडे पाहा' मंत्र व त्याचा अर्थ, शतक संपण्याच्या उंबरठ्यावर असताना आशियातील इतर देशांना कळला. तेव्हाच भारताला त्याचे श्रेय द्यायला ते तयार झालेत. भारत आता आशियातील उगवती शक्ती व महत्त्वाचा आर्थिक भागीदार बनण्याचा स्रोत आहे, हे आसियान आणि इतर पूर्व आशियातील देशांना कळले आहे. आण्विक शस्त्रास्त्रांच्या ताकदीमुळे भारत जागतिक आणि

प्रादेशिक सत्तांत समतोल राखू शकतो, याची जाणीव त्यांना झाली आहे. आता आसियान, जापान आणि दक्षिण कोरिया यांनाही कळले आहे की, भारताशी जवळीक साधली, तर समतोल राखला जाईल. सध्या चीनचे आर्थिक वर्चस्व आहे. त्या चीनला आणि भविष्यातील अनिश्चितता यांनाही दूर ठेवता येईल. याच भागातल्या छोट्या देशांना मोठे देश स्वतःच्याच हिताच्या गोष्टी करतील, त्यासाठी ते भारताकडे सुरक्षारक्षक म्हणून पाहायला लागलेत. जरी आज भारत चीनइतका लष्करी, आर्थिक सत्तेत व प्रदेशात बरोबरी करू शकत नसला तरीही ते भारतावर भरवसा ठेवू शकतात. भारताचे लष्करी सहकार्य, यात एकत्रित केलेला सराव, गस्त घालण्यात ठेवलेला समन्वय आणि असिआन व पूर्व आशियातील बऱ्याच देशांशी सुरू केलेले प्रशिक्षण वर्ग यांमुळे गेल्या काही वर्षांत भारताबद्दल इतरांना विश्वास वाटायला लागला आहे. भारताने 'पूर्वेकडे पाहा' धोरणात सुरुवातीला फक्त आर्थिक क्षेत्रावरच लक्ष केंद्रित केले होते; परंतु आता सुरक्षेलाही प्राधान्य दिले जात आहे. २००३ साली बालीला झालेल्या बॉम्बस्फोटामुळे दहशतवाद व देशा-देशातील गुन्ह्यांचे प्रमाण कमी करण्याचा प्रयत्न आसियानने एकत्रित व एकएकटेही सुरू केले आहेत.

भारत आणि आसियान

भारताच्या 'पूर्वेकडे पाहा' धोरणात आसियान आता केंद्रस्थानी आला आहे. १९९२ साली भारताने आसियानबरोबर क्षेत्राशी संबंधित चर्चा सुरू केली. १९९६ सालापासून मात्र पूर्ण वेळ चर्चेचा भागीदार झाला. तसेच आसियान रिजनल फोरम (ARF) चे सभासदत्वही घेतले आहे. त्यानुसार २००२ सालापासून शिखरपातळीसारख्या वार्षिक बैठकी होऊ लागल्यात. लगेचच २००३ सालापासून भारताने शहाणपणा दाखवून आग्नेय आशियातील मैत्री व सहकार्य करायला मान्यता दिली. २००२ साली कंबोडियात झालेल्या पहिल्या भारत आसिआन शिखर परिषदेत एफटीए रद्द करून भारताने सहकार्याच्या दिशेने उचललेले पहिले पाऊल ठरले. त्यामुळे त्यांना भारताचे आसिआनशी जोडले जाण्यातले गांभीर्य लक्षात आले. त्यामुळे भारताकरिता पूर्व आशिया शिखर (EAS) व आशिया युरोप संमेलन (ASEM) यांचे सभासदत्वही व दारं उघडली गेली. भारत आसिआन अभिवचनाचा मुख्य भाग म्हणजे २००३मध्ये झालेल्या कॉम्प्रेहेन्सिव्ह इकॉनॉमी को-ऑपरेशन फ्रेमवर्क करारावर झालेल्या सह्या होय; ज्यात माल, सेवा व गुंतवणूक यांबाबत दहा वर्षे किंवा त्यापेक्षा जास्त काळासाठी मुक्त व्यापार करार प्रस्थापित करण्याचा विचार केला गेला. मालासाठी

करायच्या मुक्त व्यापार कराराला अंतिम स्वरूप देण्यासाठी चर्चेच्या फेरींमुळे तीन वर्षांपेक्षा जास्त उशीर झाला. जुलै-ऑगस्ट २००८ मध्ये अंतिम चर्चा झाली आणि २००९ मध्ये थायलंडमध्ये झालेल्या भारत-आसिआन परिषदेत मालासाठी भारत व आसिआन यांच्यात मुक्त व्यापार करार झाला. जागतिक आर्थिक मंदीमुळे भारत व आसिआन यांच्यात सेवा व गुंतवणुकीबाबत मुक्त व्यापार करारासाठी बोलणी सुरू व्हायला आणखी उशीर झाला.

एकदा भारत-आसियान मुक्त व्यापार करार लागू झाला की, भारत आणि पूर्व आशियातील देशांत चांगले संबंध प्रस्थापित होतील. त्याकरिता ज्या पायाभूत गरजा आहेत, त्यात दळणवळणाच्या सोयी, विशेषतः हवाई, रस्ते, रेल्वे आणि समुद्रमार्ग वाढले की, अपेक्षित व गतिमान विकास घडू शकतो. भारताच्या पुढाकारामुळे २००४ सालापासून खूपच सुधारणा झाली आहे. त्यात नागरी हवाई वाहतूक, विशेष करून आसियान राष्ट्रांशी मोठ्या प्रमाणात सुधारली आहे. भारत म्यानमारला जोडले जाणारे बरेच रस्ते बांधत आहे. भारत-म्यानमार-थायलंड यांना जोडणारा महामार्ग अजूनही चर्चा व विचार विनिमयातच गुंतला आहे. हा महामार्ग भारतातल्या मोरेटपासून म्यानमारमधून जात थायलंडला मेसोट इथपर्यंत व्हायचा आहे; पण त्याची म्हणण्यासारखी प्रगती होत नाही. या प्रकल्पाच्या खर्चाची विभागणी तिन्ही देशांत कशी होणार, हेच अजून निष्कर्षाप्रत पोचत नाही. २००४ साली भारत आसियान यांनी एक कार रॅली आयोजित केली होती व ती यशस्वी करून दाखविली. ती भारतातील गुवाहाटीपासून सुरू होऊन इंडोनेशियातील बाटम थायलंडला संपली. ही बेटे सिंगापूरच्या बाहेर आहेत. त्या वेळी म्यानमार, थायलंड, लाओस, व्हिएतनाम, कंबोडिया, मलेशिया, सिंगापूर देशांमधून जाऊन ती पूर्ण झाली. या घटनेने भारतातले व आसियानमधील देशातले लोक नाट्यमयरीत्या जवळ आलेत. त्यांना भौगोलिकरीत्या भारत जोडला जाऊ शकतो, याची कल्पनाच नव्हती. ईशान्य भाग आणि आसिआन यांनी या सगळ्या धडपडीतून जाणवून द्यायचे होते की, हे भाग व्यापार, पर्यटन आणि लोकांचे आदान प्रदान व्हायला अगदी योग्य आहेत. हे भारत आणि आसियानमध्ये घडले. ते सतत होत राहावे, अशी अपेक्षा आहे. रेल्वे लाइन्स कशा व कुठे घालून सगळे देश एकमेकांना जोडले जातील, याचा अभ्यास सध्या भारत करतो आहे. त्यात असलेल्या रेल्वे लाइन्समध्ये वाढ व नवीन तयार करणे हे आहे. सध्या मणिपूरमधील जिरीवाम ते म्यानमारमधील मंडाले याचा विचार चालू आहे. सध्या अस्तित्वात असणारा मंडाले यांगून (पूर्वीचे रंगून) या क्षेत्राचा विस्तार कसा करता येईल व त्यात काय मदत करता येईल, हा विचार चालू आहे. दिल्ली-हनोई व्हाया म्यानमार, थायलंड आणि कंबोडिया ही रेल्वे तयार करणे हे सध्याचे लक्ष्य आहे. काही काळात हे देश

रेल्वे आणि महामार्गांनी जोडले गेले की, उत्तर-दक्षिण दळणवळण सुकर होईल. चीन आणि आग्नेय आशियाला मालवाहतूक, पर्यटक आणि भाविक श्रद्धाळू यांना भारत व इंडो चीनमधील देशात जे स्वस्तात जा-ये करणे इतकेच नाही तर जमिनीवरच्या वाहतुकीमुळे भारतातील प्रमुख स्थाने आणि चीन येथे आग्नेय आशियातून जाता-येता येईल. मलक्काच्या सामुद्रधुनीबाहेरून जर हा रस्ता तयार झाला, तर व्यावसायिक व इतर संधी प्रचंड प्रमाणात उपलब्ध होतील.

पूर्व आशियातील शिखर समिती

क्वालालांपूरमध्ये २००५ साली झालेल्या पूर्व आशिया शिखर समिती (EAS) ला भारत हजर राहिला, ही भारताच्या 'पूर्वेकडे पाहा' धोरण यशस्वी झाल्याची पावती होती. तसेच भारताला जागतिक महासत्तेकडे जायची महत्त्वाकांक्षा आहे हेही दाखविले गेले. पूआशिसमध्ये भारताने जागा मिळवणे ही सोपी गोष्ट नव्हती. आसियानमधील राष्ट्रे किंवा आसियान अधिक तीन (APT) देश- चीन, जपान आणि रिपब्लिक ऑफ कोरिया यांच्यातच भारताला पूर्व आशिया शिखर समितीचे सभासदत्व देणे किंवा त्या परिषदेला त्याला आमंत्रित करणे, हेच सुरुवातीला ठरत नव्हते. अनेक देशांच्या दृष्टिकोनातून भविष्यात पूर्व आशियातील समुदाय आशियान प्लस श्रीमध्येच मर्यादित राहावेत, असे ठरले. सरतेशेवटी सर्वानुमते सर्व अडचणींचा विचार करून असे ठरले की, आशियात सर्वसमावेशक दृष्टिकोन अंगीकारून दीर्घकाळ सर्वांचा फायदा व आशियात सामुदायिक विकास होईल, अशी भूमिका घ्यायची.

पूआशिसच्या दुसऱ्या आणि तिसऱ्या बैठकी ज्या सेबू (फिलिपाइन्स) आणि सिंगापूरला येथे झाल्या, त्यानंतर माफक आशा निर्माण झाली; कारण पूआशिसची प्रक्रिया हळूहळू केवळ बोलणाऱ्यांची नसून, व्यापक राजकीय आणि आर्थिक संवादाची होत्या. पहिल्या पूआशिसच्या सभेत ज्या पाच गोष्टींना प्राधान्य द्यायचे असे ठरले होते त्या ऊर्जा, अर्थकारण, शिक्षण, आपत्ती व्यवस्थापन, आणि बर्ड फ्ल्यू या होत. शेवटची बाब, जी पहिल्या पूआशिस सभेनंतर लगेचच उद्भवली होती. पूआशिसच्या दुसऱ्या आणि तिसऱ्या बैठकीत ऊर्जा या विषयाकडे विशेष लक्ष दिले गेले; ज्याचा परिणाम म्हणजे लिखित स्वरूपात दस्तऐवज तयार केले गेले. जे देबू डिक्लरेशन ऑन ईस्ट एशियन एनर्जी सिक्युरिटी आणि सिंगापूर डिक्लरेशन ऑन क्लायमेट चेंज एनर्जी ॲण्ड एन्व्हॉयरनमेंट अनुक्रमे या नावाने तयार केले. शैक्षणिक क्षेत्रात भारतातील नालंदा विद्यापीठाचे पुनरुज्जीवन करण्यास मान्यता दिली. तसेच युनायटेड नेशन्स अलायन्स ऑफ सिव्हीलायझेशनच्या पुढाकारातून समाजांतर्गत

आणि अंतर्गत विश्वास याविषयी संवाद व्हावा, असे ठरले. यातून प्रांतिक सहकार्य आणि समृद्ध प्रांतिक इतिहास व भिन्न परंपरा, वारसा याविषयी गुणग्राहकता या गोष्टी घडून येतील.

अर्थकारण व आर्थिक स्थिती मजबूत होण्याकरिता कोणत्या प्रकारची प्रगती आवश्यक आहे, हे आधी पाहिले पाहिजे. २००९ मध्ये थायलंड येथे होणाऱ्या ईएएसच्या चौथ्या बैठकीत कॉम्प्रेहेन्सिव्ह इकॉनॉमिक पार्टनरशिप इन ईस्ट एशिया (CEPEA) चा विचार ट्रॅक II मध्ये करण्याचे ठरले. पूआशिसमधील देशांमध्ये सध्या अस्तित्वात असलेल्या मुक्त व्यापार संघटनेचे महत्त्व वाढवले, तर सीईपीईएची योग्यता मोठी ठरेल. ॲन इकॉनॉमिक रिसर्च इन्स्टिट्यूट फॉर असिआन ॲन्ड ईस्ट एशिया (ERIA) ही संस्थाही स्थापन झाली आहे. २००८ सालच्या आर्थिक पेचप्रसंगाला जगभरातील अंतर्गत व परस्परसंबंधी अर्थकारणच कारणीभूत असल्याचे ठासून सांगितले गेले. आणखी एका गोष्टीवर प्रकाश टाकताना आशियातील मोठे देश, ज्यांची आर्थिक वाढ आणि परकीय चलनाचे साठे वाढताहेत, त्यांनी जगाची आर्थिक समस्या सोडवायचा प्रयत्न करायला हवा. मुक्त व्यापार करारातील दोहा डेव्हलपमेंट राउंडमधील बोलणी फिसकटली, याचे कारण पूर्व आशियातील समुदायांना स्पष्टपणे कळले होते; परंतु ते फारसे गांभीर्याने घेतले गेले नाही. पूआशिससमोर आव्हाने आणि योग्य संधी चालून येण्याची खात्री आहे. पूआशिसच्या वरिष्ठ अधिकाऱ्यांमध्ये आर्थिक उलढालीत वाढ करणे व विविधता आणणे याबद्दल चर्चा सुरू आहे. जर पुढची ईएएसच्या बैठकीत सीईपीईएला जलदगतीने कार्य करण्यासाठी व्यूहरचनात्मक मार्गदर्शन दिले गेले आणि आंतरराष्ट्रीय आर्थिक व्यवस्थेत सक्रिय भूमिका निभावण्यासाठी मार्गदर्शन केले, तर पूआशिसची प्रक्रिया जागतिक अर्थकारणात महत्त्वाची ठरेल.

उर्वरित जगाला आशियाकडून विशेषतः जास्त लोकसंख्या असणाऱ्या भारत आणि चीनकडून हवामानातील बदलामुळे निर्माण होणारे प्रश्न व समस्या सोडविण्यासाठी उपाय सुचवावेत अशी अपेक्षा आहे. कोरियन द्वीपकल्प आणि म्यानमारच्या प्रादेशिक मुद्द्यांवर शांततेचे धोरण ठेवणे याचाही विचार व्हायला हवा. जाव्यासं (जागतिक व्यापार संघटनां)चे मुद्देपण पूआशिसमध्ये चर्चेत घेतले गेले. पूआशिसने त्यांचे वाढते कार्य पूर्ण करण्यासाठी पूर्वीची फक्त 'नेत्यांचे नेते' ही भूमिका बदलून समन्वयक यंत्रणा विकसित केली. परराष्ट्रमंत्री आणि वरिष्ठ अधिकारी नियमितपणे भेटतात. आसिआनच्या सचिवालयात एक अनौपचारिक सचिवालय याबाबत काम करत आहे.

मेकाँग-गंगा सहकार्य

भारताच्या 'पूर्वेकडे पाहा'अंतर्गत दोन पुरवणी धोरणे आहेत.. एक BIMSTEC (प्रकरण ४ मध्ये याबाबत माहिती आहे.) आणि दुसरे मेकाँग-गंगा सहकार्य (MGC). या दुसऱ्या प्रकारात भारताला आसियान देशांशी म्हणजे म्यानमार, थायलंड, कंबोडिया, लाओस आणि व्हिएतनाम यांच्याशी जवळीक साधता येते. मेगंस ही उपप्रांतीय संस्था असून, तिच्या सहकार्यातून बऱ्याच गोष्टी साधता येणार आहेत. त्यात शिक्षण, संस्कृती, पर्यटन, वाहतूक आणि दळणवळण ही क्षेत्रे येतात. मेकाँग-गंगा सहकार्याला बऱ्याच समस्यांना तोंड द्यावे लागत आहे : जसे- निश्चित वेळ ठरवली जात नाही, अर्थपुरवठ्याबाबतही अनिश्चितता आहे, कामाची अपुरी अंमलबजावणी व तपासणीची यंत्रणा अपुरी आहे. आणखी एक मूलभूत प्रश्न म्हणजे गटामध्ये तुलनेने असणारे महत्त्व, एमजीसीचे भारत आणि थायलंड हे अर्थपुरवठा करणारे व महत्त्वाचे चालक आहेत. तरीही आयेयवाडी-चाऊफराया-मेकाँग इकॉनॉमिक को-ऑपरेशन स्ट्रॅटेजीची स्थापना करून, भारत सोडून इतर देशांना एक आणले त्यामुळे थायलंडचा मेगंसमधील रस संपला. मेगंसमधील अभारतीय सभासद जे ग्रेटर मेकाँग सबरिजन ह्या जुन्या समितीचे सभासद, चीनच्या युनान प्रांतातील सभासदांबरोबर एकत्र येऊन मेगंसवर जास्त लक्ष केंद्रित केले.

द्विपक्षीय नातेसंबंध

भारताच्या 'पूर्वेकडे पाहा' या धोरणाने भारताचे संपूर्ण आसिआयशी केवळ दृढ संबंध झाले नाहीत तर एक संस्थात्मक चौकटही तयार झाली व आसियानमधील देश वैयक्तिकरीत्या भारताच्या द्विपक्षीय संबंधाच्या चर्चेसाठी साहाय्यक ठरले. सिंगापूर हा आसिआयनमध्ये भारताचा मुख्य मार्गदर्शक, काळजीवाहू सदस्य ठरला आणि भारताचा पूआशिसमध्ये सदस्यत्व, भारत व आसिआनमध्ये शिखरपातळीवर बैठक घडवून आणणे यात सिंगापूरने महत्त्वाची भूमिका बजावली. भारताकडे अनेक देश जेव्हा गांभीर्याने बघत नव्हते, तेव्हा १९९० च्या दशकात सिंगापूरने परिस्थितीचा आढावा घेत, त्यांच्या परंपरेनुसार पुढाकार घेतला. सिंगापूरला जाणीव होती की, चीन स्वतःचे आर्थिक केंद्र म्हणून शांघायला पुढे आणतो आहे आणि १९९७ नंतर हाँगकाँग चीनच्या ताब्यात गेल्यावर आपल्याला व्यापार करणे फायद्याचे ठरणार नाही. या सगळ्यांचा विचार करून त्यांनी भारताला त्याच्या आर्थिक व्यवस्थेतील बदलाला चालना द्यायची ठरवले. हाँगकाँगने जसे चीनसाठी पूर्वी जे

केले होते, तसे सिंगापूरने करायचे ठरवले. भारताने दीर्घमुदतीसाठी सिंगापूरमध्ये गुंतवणूक, ज्ञानी व्यक्तींचे मार्गदर्शन, प्रवासी आणि विद्यार्थी या रूपाने मदत केली, तर सिंगापूरच्या अर्थव्यवस्थेला बळकटी येईल व त्यांची संरक्षणव्यवस्था वाढवता येईल. सिंगापूरने केलेल्या प्रयत्नांना भारताने सकारात्मक उत्तर दिले आणि इंडिया-सिंगापूर कॉम्प्रीहेन्सीव्ह इकॉनॉमिक को-ऑपरेशन करार हा २००५ मध्ये कार्यरत झाला. भारताचा अशा प्रकारचा पहिलाच करार होता. गेल्या काही वर्षांत भारत सिंगापूरमध्ये व्यापार, आर्थिक संबंधात जाणवण्याइतकी प्रगती झाली आहे. सिंगापूर भारत आणि आसियान यांच्यातील व्यापार संबंधाकरिता दुवा म्हणून काम करतो आहे. त्यात त्यांनी २००७ साली ३० बिलीयन्स यू.एस. डॉलर्सचे लक्ष्यही मागे टाकले आहे. भारताने सिंगापूरबरोबर खूप मोठी लष्करी सहकार्य योजना आखली आहे. ती आसियानमधील इतर देशांपेक्षाही मोठी आहे. एकूण, भारत सिंगापूरमध्ये उच्चस्तरीय बैठका वरचेवर होताहेत. परस्परांबद्दलचा विश्वास वाढतो आहे. दोन्ही देशातील लोकांत चांगले संबंध आहेत.

म्यानमार भारताच्या सर्वांत जवळचा शेजारी देश आहे. त्यामुळे त्याची विशेष काळजी घेतली जाते. म्यानमार शिवाय आसियानमधील इतर तीन देश इंडोनेशिया, मलेशिया आणि थायलंड ज्यांच्याशी भारताचे चांगले संबंध आहेत. इंडोनेशिया या प्रदेशातील सर्वात मोठा देश असल्यामुळे इंडोनेशियाला आसियानमध्ये महत्त्व, विश्वास आणि स्थैर्य मिळाले. त्याचे भौगोलिक स्थानही मोक्याचे आहे. पॅसिफिक व हिंद महासागराला जोडणारा तो एक कडी आहे. त्याच्या सीमा एका बाजूला भारताशी, तर दुसरीकडे ऑस्ट्रेलियाशी जोडल्या गेल्या आहेत. त्यामुळे इंडोनेशिया प्रादेशिक स्थैर्यासाठी महत्त्वाचा आहे. इंडोनेशिया जगातील सर्वांत मोठा मुस्लिम देश आहे. त्यामुळे तिथे लोकशाही, सहनशीलता व धर्मनिरपेक्षता राहणार, की प्राथमिक अवस्थेतील असणाऱ्या मूलतत्त्ववाद्यांपुढे झुकणार, हा प्रश्न सर्व जगाला आणि भारतालाही पडला आहे. तीन दशकांपेक्षा जास्त काळ भारताचे इंडोनेशियाशी तुटक संबंध होते. तेव्हा सुहार्तोचे राज्य तिथे होते. सुहार्तोनंतरच्या राज्यकर्त्यांच्या काळात म्हणजे गेल्या दहा वर्षांत भारत-इंडोनेशिया संबंधांनी वेग घेतला. १९५० च्या सुमारास जेव्हा दोन्ही देश 'नाम' (NAM) चे सभासद होते व तेव्हा जसा सलोखा व प्रेम होते, तेच परत आले. खरे तर तेच या दोन्हीही देशांचे वैशिष्ट्य आहे. नोव्हेंबर २००५ मध्ये जेव्हा इंडोनेशियाचे राष्ट्राध्यक्ष युधोयोनो भारत भेटीवर आले, तेव्हा दोन्ही देशांनी परस्परांत मैत्री वाढवायची ठरवले व त्याप्रमाणे 'न्यू स्ट्रेटेजिक पार्टनरशिप' ही योजना आखली. दोन्हीही देश आकारमानांत मोठे आहेत, तसेच विकसनशील आहेत. इंडोनेशियातील नव्या नेत्यांना भारतातील नेत्यांच्या

अनुभवातून बहुविध लोकशाही समाजव्यवस्था टिकवून ठेवण्याबाबत शिक्षण घ्यायला उत्सुक आहेत. व्यापार व गुंतवणूक यात वाढ होत आहे. इंडोनेशिया हा भारताचा आसिआनमधील मलेशिया व सिंगापूरनंतरचा तिसरा भागीदार आहे. भारताला इंडोनेशियातील वायू, कोळसा आणि लाकूड या नैसर्गिक स्रोतांवर काम करायची इच्छा आहे. सुरक्षा आणि दहशतवाद्यांचा बीमोड हेदेखील सहकार्याच्या क्षेत्राखाली येतात. इंडोनेशिया आणि भारत वरचेवर समुद्रमार्गे गस्त घालण्याचे सराव एकत्रितपणे करत असतात. भारताकरिता इंडोनेशिया एक महत्त्वाचा मित्र म्हणून आसियानमध्ये गणला जातो. इंडोनेशियालाही आपले परंपरागत असलेले नेतेपद आसियानमध्ये मिळवायचे आहे व त्यासाठी तो प्रयत्न करतो अहे.

आसियानमध्ये असलेल्या देशांत मलेशिया एक महत्त्वाचा, गुंतागुंतीचा आणि त्रासदायक देश आहे. भारत मलेशियाला महत्त्व देतो, कारण त्याची आर्थिक गती (हा देश आसियानमधील भारताचा दुसऱ्या क्रमांकाचा व्यावसायिक भागीदार आहे.) हा इस्लामधर्मीय देश आहे. (तो पाकिस्तानच्या बाजूने झुकणारा तसेच इस्लामिक चळवळी किंवा संस्था वा सभा यांना महत्त्व देणारा आहे.) त्याला चीनबद्दलचा वाटणारा कळवळा हा त्यांच्या देशातील चिनी व्यावसायिक, ज्यांनी आर्थिक नाड्या आपल्या हातात ठेवल्या आहेत आणि आसियान मध्येही या देशाला बरेच महत्त्व आहे. सध्या मलेशियात वीस लाख भारतीय वंशाचे लोक आहेत. साम्राज्यवादाच्या वेळी इंग्रजांनी यांतील बरेच भारतीय मलेशियात मजूर म्हणून आणलेत. ते रबर, टिन, पाम तेलाच्या मळ्यात काम करत असत. आता असणारे लोक हे त्याच मजुरांचे वारस आहेत. मलाय वंशाचे राज्यकर्ते जे संख्येने जास्त आहेत, ते या लोकांना कमी लेखतात. कारण ते आर्थिकदृष्ट्याही दुर्बल आहेत. त्यामुळे ते त्यांच्या देशात/समाजात सर्वात खालच्या पायरीवर आहेत. अशा गोष्टी कधी कधी समाजात/देशात खळबळ माजवतात. २००७ साली मलेशियात झालेले बंड हे त्याचेच उदाहरण आहे. भारतातील जनतेने हिंदू राइट्स ॲक्शन फोर्स (HINDRAF) उभारली, त्याला चालना दिली. भारतीय वंशाचे जे मलेशियाचे नागरिक आहेत त्यांच्याकडे पाहण्याचा मलाय लोकांचा दृष्टिकोन हा वर्णद्वेष दर्शवणारा आहे. त्यातूनच भारताबद्दलची विचारसरणी स्पष्ट होते. भारत- मलेशियात मोठ्या प्रमाणात जरी व्यापार होत असला, मलेशियन कंपन्या रस्तेबांधणी, घरे व इतर कितीतरी पायाभूत प्रकल्प भारतात पूर्ण करत असल्या व भारतीय कंपन्या मलेशियात पायाभूत सुविधा व माहिती तंत्रज्ञानात क्षेत्रात असल्या तरीही भारत-मलेशिया संबंधात तणाव आहे व थोडाफार अविश्वासही आहे.

थायलंड आणि भारत हे समुद्रमार्गे एकमेकांचे शेजारी आहेत. ईशान्येकडील भागातून बऱ्याच बंडखोरांनी थायलंडला आपला तळ ठोकला आहे. भारत-थायलंड

एकमेकांना विशेष लक्ष देतात व दहशतवाद्यांचा बीमोड व सुरक्षितता यांत विशेष सहकार्य करतात. भारतीयांचे आवडते पर्यटनस्थळ थायलंड आहे. थायलंडचे पंतप्रधान थाकसिन शिनावात्रा यांच्या कारकिर्दीत त्यांनी भारताशी आपल्या 'पश्चिमेकडे पाहा' या धोरणातून जवळीक साधायचा प्रयत्न केला होता. भारत-थायलंडमध्ये व्यापार वाढीस लागावा, म्हणून २००३ मध्ये मालासाठी मुक्त व्यापार कराराच्या धर्तीवर भारत व थायलंड यांनी करार केला; परंतु त्याला अंतिम स्वरूप देण्यासाठी दोन्ही देशांकडून उशीर झाला. लवकर पीक काढणी कार्यक्रमात (अर्ली हार्वेस्ट प्रोग्राम) जेव्हा सुरू झाला, तेव्हा त्याचा उलटा परिणाम काही भारतीय उद्योग क्षेत्रांवर झाला. थायलंडमधून आयात केलेल्या काही उत्पादनांपासून गंभीर परिणाम झालेत. भारताच्या इंडो-चीनबरोबरच्या कोणत्याही घडामोडींचा फायदा थायलंडला त्याच्या भौगोलिक स्थितीमुळे मिळतो. बराच काळ मलेशियाचे पंतप्रधान असलेले महाथीर गेल्यानंतर थायलंडने आसियानचे स्वाभाविक पुढारीपण मिळवण्याचे प्रयत्न केले व भारताचा आसियान करता मध्यस्थ असल्याचे दाखविले. तसे काही घडले नाही. सी.एल.एम.व्ही. देशांबरोबर संबंध ठेवण्यात थायलंड भारताशी निगडित राहिला. आसिआनच्या सदस्यांमध्ये थायलंड हा एकमेव विकसित देश आहे आणि भारताच्या मेगंस आणि बी.आय.एम.एस.टी.ई.सी. आणि मेगंससारख्या उपप्रांतीय यंत्रणांमध्ये समाविष्ट आहे. या सर्वांवरून एक गोष्ट लक्षात येते की, थायलंडचे भारताबरोबरचे संबंध सुखावह, मैत्रीपूर्ण, सौहार्दाचे आणि विश्वासाचे आहेत.

इंडोनेशियाच्या खालोखाल आसियानमध्ये फिलिपाइन्स व व्हिएतनाम हे दोन मोठे देश येतात. भारताचे त्यांच्याशी संबंध निराशाजनक आहेत. सामान्यतः फिलिपाइन्सला भारत जवळचा वाटत नाही. फिलिपाईन्सचे संबंध आसियानमधील सदस्य देशांशी व पूर्व आशियातील इतर देशांशी आणि अमेरिकेशी जास्त घनिष्ट आहेत. याचा परिणाम म्हणजे भारताचा आसिआनशी शिखर स्तरावर संवाद सुरू झाला. भारताचे पूआशिसचे सदस्यत्व २००६-२००७ मध्ये दोन्ही देशांच्या राष्ट्राध्यक्षांच्या परस्पर भेटी, देवाण-घेवाण यांतून, ज्यात सहकार्य आणि संरक्षण व दहशतवादाचा बीमोड यांचा समावेश आहे, अशा द्विपक्षीय संबंधांच्या हालचाली सुरू झाल्या. शीतयुद्धाच्या वेळी व्हिएतनाम व भारत जवळचे मित्र होते. त्या काळातील सदिच्छेचा भारताला काही फायदा झाला नाही. उलटपक्षी व्हिएतनामने त्यांचा मोठा शेजारी चीन आणि अमेरिका यांच्या मदतीने आपले आर्थिक स्थैर्य निर्माण केले. जागतिक बाजारपेठेत भारत आणि व्हिएतनाम एकमेकांचे प्रतिस्पर्धी असले, तरी या दोन देशांमध्ये वाढणारे आणि सुरक्षा सहकार्य महत्त्वाचे आहे. भारत व्हिएतनामला द्विपक्षीय संबंध आणि आसिआनची रचना याबाबत मार्गदर्शन व साहाय्य करत आहे. तसेच तांत्रिक आणि

वैज्ञानिक सहकार्य मनुष्यबळ विकास क्षेत्रात आणि तुलनेने कमी गुंतवणुकीचे प्रकल्प सुरू करण्याबाबतही मार्गदर्शन करत आहे. भारतानेसुद्धा व्हिएतनाममध्ये हायड्रोकार्बन क्षेत्रात फायदेशीर गुंतवणूक केली आहे. इंडो चीनमधील लाओस आणि कंबोडिया या दोन छोट्या देशांचे व्हिएतनामच्याच धर्तीवर संरक्षण, सहकार्य आणि साहाय्य मिळत आहे. सी.एल.एम.व्ही. देशांना भारताच्या द्विपक्षीय संबंधात आणि आसिआनच्या पुढाकारातून स्थापलेल्या इनिशिएटिव्ह फॉर आसिआन इंटिग्रेशन (आयएआय) या समितीचा, आसिआनच्या नव्या चार सदस्यांना राष्ट्रांचा विकास करून, त्यांना जुन्या मूळच्या सदस्यांच्या पातळीवर आणणे, हे उद्दिष्ट साध्य करण्यासाठीही मदत करत आहे. भारतसुद्धा पद्धतशीरपणे आणि ठासून एशियन डेव्हलपमेंट बँकेला (ADB) स्वतःच्या प्रादेशिक रस्ते, रेल्वे आणि अंतर्गत जलमार्गाने जोडण्यासाठी आसियानबरोबर करायचे प्रकल्प आहेत, त्यासाठी खुल्या हाताने मदत मागू शकतो.

संपूर्ण विसावे शतक भारत आणि जपान एकमेकांपासून दूरच राहिलेत. वास्तविक परस्परांत तत्त्व, संस्कृती किंवा प्रांतिक विषयांत वाद नव्हता. १९५१ साली जवाहरलाल नेहरूंनी सॅन फ्रॅन्सिस्को तहावर मैत्रीखातर सही केली नाही. त्यांना भारत–जपान मैत्रीवर अन्याय होतो, असे वाटले होते. १९५२ साली त्यांनी स्वतंत्र शांती करारांवर सही केली. या करारांतर्गत जपानवरचे सर्व युद्धासंबंधीच्या तक्रारी, दावे सोडून दिले. या सदिच्छेनुसार जपानवर लागलेले गुन्हे न्यायाधीश राधा विनोद पाल यांनी टोकियो पॉर क्राइम्स ट्रायब्युनलच्या आधारे जपानचे युद्धकाळातले सगळे नेते गुन्ह्यांतून मुक्त केले गेलेत. या सगळ्याचा परिणाम काही फार चांगल्या संबंधात बदलला नाही. यातून भारत हा आशियातील सर्वांत मोठा विकसनशील देश होता, तर जपानचा जगात आर्थिक सत्तेत दुसरा क्रमांक होता. ही वस्तुस्थिती समोर आली. बरीच दशके हा संबंध काहीही प्रगती न होता तिथेच राहिला. व्यापार, गुंतवणूक, पर्यटन किंवा नुसता एकमेकांबद्दलचा समज, सर्वच क्षेत्रांतील संबंधात प्रगती झाली नाही. द्विपक्षीय संबंधांचा अगदी महत्त्वाची बाजू म्हणजे १९५८ पासून जपान भारताला ऑफिशियल डेव्हलपमेंट असिस्ट (ओडिए) द्यायला सुरुवात केली. भारताने त्यांना आंतरराष्ट्रीय स्तरावर पाठिंबा दिला, त्याची कृतज्ञता म्हणून ही मदत दिली जात असेल. जपानकडून मोठी मदत मिळवणारा भारत हा पहिलाच देश आहे. आजसुद्धा तो ओडीएअंतर्गत येणारा देश ठरतो. भारतात जेव्हा १९९१ मध्ये आर्थिक मंदी आली, तेव्हा जपानने भारताला खूप मदत केली.

जपानचे पंतप्रधान मोरी जेव्हा भारतात २००२ साली आले, तेव्हापासून जपान भारताकडे गांभीर्याने पाहू लागला. भारताच्या आण्विक शस्त्रास्त्रांची ताकद, त्याची वाढती आर्थिक स्थिती आणि अमेरिकेने भारताला दिलेले महत्त्व या सगळ्यांचा

एकत्रित परिणाम म्हणजे जपानलासुद्धा भारताकडे पाहण्याची दृष्टी बदलण्यास भाग पडले. जपानचे पंतप्रधान कोईझुमी जेव्हा २००५ साली भारत भेटीवर आले तेव्हापासून दोन देशांतील संबंध बहरत गेलेत. आता दोन्ही देश सतत 'व्यूहरचनात्मक आणि जागतिक भागीदारीत विकास करत आहेत. भारत – जपानमधील नेत्यात आता निदान वर्षातून एकदा तरी चर्चा होतात. जपानमधील व्यावसायिक व तेथील कंपन्या भारताबरोबर काम करायला उत्सुक आहेत. भारताच्या वायदेबाजारात जपानी गुंतवणूकदार भाग घ्यायला लागलेत. प्रस्तावित कॉम्प्रीहेन्सीव्ह इकॉनॉमिक पार्टनरशिप करार, ज्याबाबत भारत व जपानमधील नेत्यांमध्ये संमती झाली आहे, जो दीर्घकाळात आर्थिक आणि व्यूहरचनात्मकदृष्ट्या महत्त्वाचा आहे, त्याविषयी बोलणी, चर्चा चालू आहेत. हा महत्त्वाचा पुढाकार दोन्ही देशांनी घेतला आहे. भारताला आशा आहे की, जपानच्या मोठ्या प्रमाणावरच्या गुंतवणुकी भारतात येतील आणि भारताला जपानमधील अत्याधुनिक तंत्रज्ञान आणि बौद्धिक क्षमता यांचा लाभ घेता येईल तर जपानला भारताची मोठी बाजारपेठ व इथली गुणवत्ता यांचा लाभ घ्यायची इच्छा आहे. भारत आणि जपान जी–४ मध्ये संयुक्त राष्ट्र सुरक्षा परिषदेचे कायम सभासदत्व मिळावे म्हणून एकत्र होते. जपानने भारताला पूआशिसचे सभासदत्व मिळण्यासाठी मोठी मदत केली. जपान व भारताला आशियात समाजबांधणीचे काम व्हावे असे मनापासून वाटते. दोन्ही देशांत लष्कर व सुरक्षा सहकार्य वाढले आहे. आजकाल दोन्ही देशांच्या अधिकृत पातळीवर विकास वेगाने व्हावा, यावर भर दिला जात आहे. त्यात सांस्कृतिक, शैक्षणिक आणि माणसा–माणसातील संबंध वृद्धिंगत व्हावा, असे वाटते. तरीसुद्धा जपानी लोकांना भारताचे दीर्घकाळासाठी महत्त्व आणि विश्वासार्हता पटवून दिली पाहिजे. सरतेशेवटी, जपानचे प्राथमिक परराष्ट्र धोरण अजूनही चीनच्या बाजूला झुकते आहे. त्यांचा भारताला पाहाण्याचा दृष्टिकोन अजूनही पूर्णपणे स्वच्छ नाही. त्यांच्यावर बऱ्याच प्रमाणात चीनचा प्रभाव आहे.

गेल्या काही वर्षांत असे आढळून आले की, असेच काहीसे वातावरण भारत व रिपब्लिक ऑफ कोरिया उर्फ दक्षिण कोरियाशी आहे. दक्षिण कोरियाचे व्यावसायिक आणि औद्योगिक क्षेत्र द्विपक्षीय नातेसंबंध प्रस्थापित करण्यात गुंतले आहेत. दक्षिण कोरियातील बऱ्याच कंपन्यांनी भारतीय बाजारपेठेत पाय रोवले आहेत. यात विशेषतः मोटारगाड्या, इलेक्ट्रॉनिक्सच्या मोठ्या वस्तू आणि टेलिकम्युनिकेशन क्षेत्राचा समावेश होतो. तसेच पोलाद आणि माहिती तंत्रज्ञान क्षेत्रातील संधींच्या शक्यता आजमावत आहेत. आशियात आणि इतरत्र माल पुरवला जाण्याच्या उद्देशाने जागतिक बाजारपेठेसाठी अनेक कंपन्यांनी भारतामध्ये उत्पादन केंद्र सुरू केले. भारतीय कंपन्या दक्षिण कोरियातील कंपन्या विकत घेतात.

एकदा कॉम्प्रिहेन्सीव्ह इकॉनॉमिक पार्टनरशिप ॲग्रीमेंटवर चर्चा पूर्ण झाली आहे. हा करार प्रत्यक्षात आला की, आर्थिक संबंध गुणात्मकदृष्ट्या वाढतील. भारत, जो देश ऑर्गनायझेशन फॉर इकॉनॉमिक को-ऑपरेशन ॲण्ड डेव्हलपमेंटच्या सदस्य देशाबरोबर करार करणार आहे. हा अशा प्रकारचा पहिलाच करार असेल. यामुळे भारताच्या आर्थिक सुधारणांबाबत आव्हाने आणि दर्जात्मक मापदंड निर्माण होतील. देशांचे परस्परावलंबित्व आज जरी हळूहळू पुढे सरकत असले, तरी ते दीर्घकाळ राहील असे वाटते. अलीकडची लक्षात राहिलेली दक्षिण कोरियनचे राष्ट्राध्यक्ष यांची ऑक्टोबर २००४ मध्ये भारताला दिलेली भेट. या भेटीत लाँगटर्म पार्टनरशिप फॉर पीस ॲण्ड प्रॉस्पिरिटीवर चर्चा पूर्ण झाली आणि फेब्रुवारी २००६ मध्ये भारताच्या राष्ट्रपतींनी दक्षिण कोरियाला भेट दिली. दक्षिण कोरियाबरोबर भारताचे संरक्षण संबंधही वाढत आहे. तरीही भारताला एका महत्त्वाच्या प्रश्नावर विचार करायला हवा की, एका बाजूला चीनबरोबर, तर दुसऱ्या बाजूला जपान आणि दक्षिण कोरियाशी राजकीय मतभेद होण्याची शक्यता आहे.

भारताचे 'एक चीन' या धोरणातंर्गत भारत तैवानला महत्त्व देत नाही. भारताचे तैवानशी परराष्ट्रसंबंध नव्हते आणि १९९५ पर्यंत भारताने अनौपचारिकसुद्धा प्रस्थापित केले नव्हते. भारताने भारत-तैपेई असोसिएशनची तैवानशी हितसंबंध राखण्यासाठी स्थापना केली आणि तैवानने तशाच प्रकारच्या कामाकरिता तैवान आर्थिक आणि सांस्कृतिक केंद्र नवी दिल्लीत उघडले. गेल्या काही वर्षांत पूर्व आशियाकरिता तैवान भारताचा चांगला आर्थिक भागीदार झाला आहे. २००२ सालापासून तैवान-भारत अशी थेट हवाई सेवा सुरू झाली आहे. भारताच्या फायद्याचे बरेच औद्योगिक तंत्रज्ञान तैवानकडे आहे आणि गुंतवणूक करण्याजोगे स्रोत आहेत. व्यापार आणि गुंतवणूकही क्षमतेपेक्षा खूप कमी आहे; परंतु भारत तैवानशी संबंध प्रस्थापित करण्याबाबत दूरदर्शी, धोरणी आहे. हे संबंध अनौपचारिक आणि मध्यमस्तरावर औपचारिक पातळीवर होत आहेत. २००६ सालानंतर चीनने आपली नाराजी व्यक्त करायला सुरुवात केली. राजकीय आणि लष्करशाहीच्या माध्यमातून त्याने आपला राग व्यक्त केला. त्यात चीनचे म्हणणे होते की, भारताने तैवानच्या नेत्यांशी बोलणी अगदी धीटपणे सुरू केलीत. यावरून भारताने तैवान धोरण अगदी उत्तमपणे हाताळले, असे म्हणायला हरकत नाही. भारतसुद्धा चीनवर तैवानमार्फत लक्ष ठेवू शकतो. भारताने तैवान-चीन संबंधावर लक्ष ठेवले. विशेषतः २००८ मध्ये झालेल्या निवडणुकांत कुओमितांग (केएमटी) तैवानमध्ये सत्तेवर आले आणि सीमाप्रश्नाबाबत व संबंध पुनर्प्रस्थापित करण्याबाबत त्यांची भूमिका चीन सरकारसारखीच आहे. जर चीन-तैवान संबंध सुधारले, तर चीनला त्याची क्षेपणास्त्रे व इतर युद्धसामग्री सध्या,

जी तैवानला लक्ष्य करून आहेत, त्यात तिबेट आणि शिंच्यांग यांचे समीकरणच बदलले, तर भारतालाच लक्ष्य बनवले जाईल. त्यामुळे भारताची सुरक्षेबद्दलची डोकेदुखी वाढेल.

पोखरण II नंतर ऑस्ट्रेलियाशी बिघडलेले संबंध आता पुन्हा रुळावर येताहेत. भारताला ऑस्ट्रेलियातील तेल, वायू, कोळसा, युरेनियम आणि इतर खनिजांमध्ये रस आहे. ऑस्ट्रेलियाला भारताची बाजारपेठ हवीशी वाटते. भारतातून ऑस्ट्रेलियाला आणि न्यूझीलंडला जाऊन स्थायिक होण्यात भारतीयांच्या संख्येत वाढ होते आहे. ऑस्ट्रेलिया त्यांच्याकडे एक पूल या दृष्टीने पाहतो आहे. जगातील इतर इंग्रजी बोलणाऱ्या देशांप्रमाणे भारत या दोन पॅसिफिक देशांच्या जवळ जाऊ शकतो. भारताचे द्विपक्षीय संबंध या दोन देशांशी प्रस्थापित झाल्यापासून आणि हे तीनही देश पूआशिसचे सभासद असल्यामुळे सगळ्यालाच वेग आला आहे.

एकविसाव्या शतकातील आशियाची दूरदृष्टी

आता जवळजवळ सर्वांनीच मान्य केले आहे की, २०२० सालापर्यंत जागतिकीकरणाचा तोंडवळा आशियाई राहील. सध्या चालू असलेल्या आर्थिक संकटामुळे पश्चिमेकडच्या बँका आणि इतर अर्थकारण करणाऱ्या संस्था कोलमडल्या. त्यामुळे आर्थिक संकट अधिक वाढले. आशियाची नवी व स्वतंत्र ओळख होताना वाढ व प्रभाव पाडणारा अशी होईल. त्यामुळे आधीची समीकरणे बदलून फक्त आशियातच नव्हे, तर जागतिक पातळीवरही तो चर्चेचा विषय ठरेल. येत्या काही दशकात आशिया मोठी भूमिका पार पाडेल. ती जगाला दिसेल; परंतु सगळ्या मोठ्या सत्तांनी एकमेकांचे प्रतिस्पर्धी न होता, एकत्रितपणे काम केले, तर ते शक्य होईल. येत्या काही दशकांत भारताची आर्थिक ताकद, राजकीय प्रभाव आणि लष्करी बळ सातत्याने वाढत राहणार आहे. भारताचे भौगोलिक स्थान हिंद महासागरात महत्त्वाचे ठरणारे आहे. जागतिक महाऊर्जा आणि व्यापाराकरिता आवश्यक असणारे समुद्री मार्ग, त्यातून होणारे दळणवळण हे भारताच्या दृष्टीने असणाऱ्या सागरापासून जवळ होईल. पन्नास लाख भारतीय जे गल्फमध्ये आहेत, त्यामुळे भारताला त्यात विशेष रस आहे. या ऊर्जेने समृद्ध असलेल्या भागावर चांगला प्रभावही आहे. या सर्व कारणांस्तव उर्वरित आशियाच्या येत्या काही वर्षांत आर्थिक आणि व्यापारी योजनांसाठी भारत, जो महासत्तेकडे वाटचाल करतो आहे, त्याची कास धरायला हवी. भारतीय राजनैतिकतेला हे एक आव्हान असून, महत्त्वाचे लक्ष्य आहे.

पूर्व आशियाकरिता भारताने धीटपणे जे दीर्घकालीन तारतम्य ठेवले, त्याचा फायदा हिमालयापासून पॅसिफिकपर्यंतच्या सर्व देशांना, समाजाला मिळणार आहे. त्यात आशियातील सर्वांत मोठे अर्थकारण असणारे देश जपान, चीन, दक्षिण कोरिया, आसियान आणि सर्वांत मुख्य भारत यांना निश्चितच फायदा होईल. त्यांना नवा सूत्रधार मिळेल. म्हणजे जागतिक अर्थकारणाची वाढ होऊन आशियाचा विकास घडेल व तिथे स्थैर्य येईल. याचा पाया आधीच रचला आहे. मुव्याकचे स्थान निश्चित झाले असून, आशियातील प्रमुख देशांची एकमेकांशी चर्चा चालू आहे. हळूहळू ते त्यात सगळेच प्रांतिक व्यापारात व गुंतवणूक कक्षा वाढवणार आहे. गुंतवणुकीतून जास्तीत जास्त फायदा मिळेल आणि भाग घेणारे सर्व देश एकत्रित काम करून एकमेकांना पूरक ठरणार आहेत. आशियातील बऱ्याच देशांनाही असेच वाटते.

ही दूरदृष्टी प्रत्यक्षात उतरवणे सोपी गोष्ट नाही. त्यात सातत्य हवे. पूआशिसच्या सभासदांनी असलेल्या अडचणी व शत्रुत्व दूर करून सामंजस्याने राहायला हवे. जर जपानचे चीनशी किंवा भारताचे चीनशी संबंध बिघडले, तर पूआशिसच्या घडामोडींवर त्याचा परिणाम निश्चित होईल. भारताचा आसियान देशांशी असणारा वाढता सलोखा याची चीनला काळजी वाटत आहे. त्यातही जे नवीन व तुलनेने कमी विकसित देश आहेत, जसे कंबोडिया, लाओस, म्यानमार आणि व्हिएटनाम, जिथे भारत विकसित देशांपेक्षा सहज स्पर्धा करू शकतो, त्याची चिंता चीनला जास्त आहे. समाजबांधणीसाठी राजनैतिकतेत सुधारणा करून खूप कौशल्याने पावले टाकायला हवीत, कारण चीन आणि काही आसिआनमधील देशांना समाजबांधणीसाठी पूआशिस पद्धतीपेक्षा एपीटी पद्धत हवी आहे. ए.टी.पी. ही जुनी संघटना असल्यामुळे त्यातील सभासदांनी प्रत्यक्ष कामात सहकार्य असणारे प्रकल्प उच्चस्तरीय आर्थिक एकात्मिकतेच्या दृष्टीने त्यांचे परीक्षण केले. चीन, जपानच्या संबंधांकरता ए.टी.पी.ची चौकट खूप महत्त्वाची आहे.

पूआशिसच्या सभासदत्वात वाढ करणे म्हणजे नवीन गुंत्यात अडकणे होय. अमेरिका पूआशिसच्या बाहेर राहिली; कारण अफगाणिस्तान, इराक, इराण आणि मध्यपूर्वेत त्याचे जास्त संबंध होते. दुसरे कारण होते की, त्यांना वाटले हा नुसता बोलण्याचाच मंच आहे. पूआशिसने सर्व विषय गांभीर्याने घेणारी संघटना म्हणून विकास पावत आहे हे दाखवून दिले आहे. त्यामुळे अमेरिका त्यातून स्वतःला वगळून घेणार नाही. पूआशिसच्या सदस्यांच्या विरुद्ध असलेल्या अनेक तरफा आहेत. जर अमेरिका याची सदस्य झाली, तर पंचाईत ही आहे की, पूआशिस पूर्ण आशियाई असल्याने त्यांना कोणतीही कार्यपद्धती पुरवू शकत नाही. पूआशिस स्वतंत्र आणि प्रभावी संघटना आहे. नंतर जर अमेरिका यात आली, तर खात्रीने

रशियालाही यात यायचं आहे. त्यांना सुरुवातीपासूनच ईएएसमध्ये येण्यात रस होता. सध्यातरी पूआशिसने आपली सभासद संख्या वाढवायची नाही, असे ठरवले आहे. दीर्घ मुदतीच्या संदर्भात हे शक्य नाही. तरीही पूआशिसच्या विस्ताराचा मुद्दा टाळता येणार नाही.

इतरही गुंतागुंतीचे प्रश्न सोडवायला हवेत. पूआशिसला आशिया पॅसिफिक आर्थिक सहकार्याशी (APEC) स्पर्धा करू शकेल का? ज्या संघटनेचा भारत सभासद नाही, त्या संघटनेत जाणे अमेरिका पसंत करेल. पूर्व आशियाई देश, जे आर्थिकदृष्ट्या मागासलेले आहेत, तिथे राजकीय अस्थिरता आहे. जे सध्याच्या पूआशिसचे सभासद नाहीत, अशा देशांबरोबर कसे संबंध ठेवणार? उत्तर कोरिया व तैवान खूपच प्रश्न तयार करून ठेवतील. दीर्घकालीन वास्तवाचा विचार केला, तर पूर्व आशियाच्या चौकटीतून तैवान आणि उत्तर कोरियाला वगळावे लागेल. संपूर्ण आशियात आशियाच्या सुरक्षिततेसाठी योग्य रचना, आराखडा तयार करायला हवा.

प्रकरण ८

पर्शियाची खाडी, पॅलेस्टाईन आणि इस्त्राइल

ऐतिहासिक आणि भावनिक बंध

भारताकरिता पर्शियाची खाडी खास जागा आहे. अरबी समुद्र अरबजगताला आणि भारताला विभागणारा नसून, जोडणारा आहे. शेजारी प्रदेश म्हणून भारताचे इथल्या लोकांशी अतिशय जवळचे संबंध आहेत. ऐतिहासिकदृष्ट्या हा प्रदेश नेहमीच भारताच्या लक्षात राहिलेला आहे. भारत व अरब जगताला बऱ्याच शतकांपासून बांधून ठेवायला व्यापार, संस्कृती, धर्म, भाषा, तत्त्वज्ञान, शास्त्र आणि तंत्रज्ञान या सगळ्या गोष्टी कारणीभूत आहेत. अरब आणि भारतीय यांच्यात कधीच लढाया झाल्या नाहीत. कोणत्याही बाबतींत दुमत होऊन संबंध बिघडले नाहीत. आठव्या शतकापासून अरब व्यापारी भारतात येत आहेत. त्यातले बरेच इथे स्थायिक झालेत आणि त्यांनी स्थानिक मुलींशी लग्ने केलीत. केरळातील मोपला जमात ही त्याचेच उदाहरण, आहे. व्यापारी आणि यात्रेकरू इथून तिकडे जात असत. बऱ्याच अरबांचे भारतीय वंशज आहेत. आजसुद्धा मोठ्या संख्येने भारतीय येमेनमध्ये आहेत आणि येमेनी हैद्राबादमध्ये आहेत. अरब जगताशी असणाऱ्या शांततापूर्ण संबंधांचाच परिणाम म्हणजे नवनवीन कल्पनांचा संगम आहे. यात कला, साहित्य आणखी कितीतरी गोष्टींचा अमीट ठसा भारताच्या इतिहास, संस्कृती आणि सुसंस्कृतपणावर उठला आहे. ब्रिटिशांच्या राजवटीत अरब खाडीतले देश भारताच्या आणखी जवळ आलेत. तेव्हा तिथला कारभार भारतातूनच चालत असे आणि भारताचा रुपयाच खाडीमध्येही चलन म्हणून वापरले जात होते. अरबांना भारतात, विशेषतः मुंबईत

यायला आवडत होते. ते इथे औषधोपचार आणि करमणुकीसाठी येत होते. बऱ्याच अरबांनी इथे मोक्याच्या जागी घरे विकत घेतलीत. ही पद्धत आजतागायत चालू आहे. असे असूनसुद्धा जरी दोन्ही देशांच्या आवडीनिवडी मिळत्या जुळत्या असल्या, तरी स्वातंत्र्यानंतर बराच काळ म्हणावे तितके जवळचे संबंध पर्शियन खाडीतला सर्वात मोठा आणि प्रभाव टाकणारा अरब देश सौदी अरेबियाबरोबर राहिले नाहीत.

सौदी अरेबियाशी विकासाची संधी

सौदी अरेबियात इस्लामधर्मीयांची पवित्र धर्मस्थळे मक्का व मदिना आहेत. जवळपास १६० मिलियन भारतीय मुस्लिमांना इथे यायची ओढ असते. दरवर्षी हजारो लाखो भारतीय मुस्लिम *हज* आणि *उमराह* यात्रेसाठी सौदी अरेबियात येत असतात. यात्रेकरूंच्या गरजा आणि स्वास्थ्यावर भारत सरकारच्या राजकीय महत्त्वाचे मोजमाप होते. म्हणूनच सौदी अरेबियात भारतीय राजदूत आणि जेड्डाह मधील वकिलातीच्या कचेरीत भारताचे अधिकारी मुसलमानच आहेत. त्यांना पवित्र शहरात राहून भारतीय यात्रेकरूंचे हित पाहता येते. दुर्दैवाने यात वेळ व लक्ष पुरेसे दिले जात नाही. वास्तविक भारत सरकार यासाठीच पैसा खर्च करत आहे. भारत सरकार व भारतीय राजदूत सौदी अरेबियाचे स्वाभाविक भौगोलिक, राजकीय महत्त्व जाणून आहेत. प्रांतीय आणि जागतिक स्तरावर जो वेगाने बदल होत आहे, त्यात सौदी अरेबियाची भूमिका महत्त्वाची आहे. हा देश या भागातील आर्थिक सुबत्ता असलेला जगातील सर्वांत मोठा तेल उत्पादक व निर्यातदार, जगातील सर्वांत मोठ्या गुंतवणीयोग्य असलेले 'पेट्रोडॉलर्स' भरपूर असलेला, जगातील सर्वांत मोठा देश, जिथे खूप भारतीय काम करत आहेत. अर्थात, इस्लामिक जगताचा नेता, विशेषतः इराणचा पाडाव झाल्यानंतरचा नेता अशी अनेक वैशिष्ट्ये त्या देशाची आहेत. म्हणूनच भारताला त्याच्याशी संबंध ठेवायचे आहेत. या देशाशी भारताचे संबंध बरीच दशके ताणलेले होते. त्याचे कारण शीतयुद्धाने झालेले विभाजन व पाकिस्तानने केलेला हस्तक्षेप हे होय. सौदी अरेबियावर पाकिस्तानचा प्रभाव आहे. त्याचा पाकिस्तानने फायदा घेतला. त्याची तीन कारणे आहेत. एक इस्लाम धर्मीय, दुसरे पद्धतशीर वारंवार प्रयत्न करून सौदी राजघराण्यात प्रवेश, तिसरे सौदी अरेबियाला सुरक्षासंदर्भात सहकार्य देणे.

१९५० च्या मध्यावधीत सौदी अरेबियाचा राजा आणि भारताचे पंतप्रधान यांची भेट झाली होती. त्यानंतर परत उच्चस्तरीय बैठका झाल्या नाहीत. जेव्हा पंतप्रधान इंदिरा गांधी १९८२ मध्ये सौदीला गेल्या, तीच महत्त्वाच्या व्यक्तींची भेट होती.

सौदी अरेबियाचे राजे जानेवारी २००६ मध्ये भारत भेटीवर आले होते. सौदी अरेबियाच्या राजांची ही अर्ध्या शतकानंतरची भेट होती. त्यांच्या भेटीचे महत्त्व जाणून भारत सरकारने विशेष बंदोबस्त तजवीज केली होती. एक अभूतपूर्व घटना घडली ती म्हणजे दिल्ली डिक्लेरेशनवर सौदी अरेबियाकडून राजे अब्दुल्ला यांनी व भारताकडून पंतप्रधान मनमोहन सिंग यांनी सह्या केल्या. दोन्ही पक्षांना या ऐतिहासिक भेटीचे महत्त्व कळले आणि द्विपक्षीय संबंधांचे नवे पर्व सुरू झाले. पंचवीस वर्षांनंतर प्रथमच भारताला सौदी अरेबियाशी संबंध प्रस्थापित करता आले. त्यामुळे भारताला प्रत्यक्ष शिरकाव करायची संधी मिळाली. या आधी सौदी अरेबिया भारताकडे एक इतर देशांसारखा देश, अशा दृष्टीने पाहत होता. त्यात सौदीला आपण तेल भारताला विकायचे व भारतीयांना आपल्याकडे नोकऱ्या द्यायच्या, एवढेच वाटत होते. या भेटीनंतर ऊर्जाक्षेत्रातील सहकार्याने नवीन दालने उघडली गेली. सौदी अरेबिया विश्वासू तेल पुरवठादार असल्याची जाण भारताला होती. ऊर्जेच्या विकासाकरिता भागीदारी असा एक नवीन करार या दोन देशात झाला. त्यात परस्परांना पूरक आणि अवलंबून असणे, या गोष्टी मान्य केल्या गेल्यात. विश्वासू, स्थिर आणि वाढीव प्रमाणात कच्च्या तेलाचा पुरवठा 'सदाहरित'च्या कराराने भारताला करणे, तेलाच्या क्षेत्रात सौदी अरेबिया, भारत व तिसरे देश यांची गुंतवणूक आणि सौदी अरेबियाकरिता वायूवर आधारित खत प्रकल्प, ज्यात दोन्ही देशांचा सहभाग असेल. दहशतवादाचा बीमोड, माहिती आणि तंत्रज्ञान, कृषी, जैव तंत्रज्ञान, शैक्षणिक आणि सांस्कृतिक आदानप्रदान या क्षेत्रातही सहकार्य करायचे ठरले.

सौदी राजाची ही भेट राजकीय होती. तरीही या कराराला एक महत्त्व होते. ऊर्जा व इतर क्षेत्रांचा समावेश होता. सौदी राजाला भारताच्या गणतंत्रदिवशी प्रमुख पाहुणा म्हणून बोलावणे, हा निर्णय धोरणीपणाचा आणि भारताची कल्पनाशक्ती दाखवणारा होता. सौदी राजांनी आमंत्रण स्वीकारले व आपल्या प्रांताच्या बाहेर, भारतात जाऊन गणतंत्र दिवसाचे प्रमुख पाहुणे झाले. यातून सर्व जगाला एक संदेश दिला गेला की, भारत आमच्याकरिता महत्त्वाचा असून, आम्ही परस्पर संबंध जपतो. यातून अरब देशांनाही कळले की, भारताशी मैत्री करायला हवी आणि शक्य तेवढे संबंध वाढवायला हवेत. त्यानंतरच्या महिन्यात व वर्षात बरेच अरब देशातले नेते भारत भेटीवर येऊन गेले व चांगले संबंध प्रस्थापित करायचा उद्देशही स्पष्ट केला. या प्रकारे भारताने आपली बदलती भूमिका खाडीतील अरब देशांना दाखवून दिली. त्यांची भारताबद्दलची द्विधा मनःस्थिती असण्याची वृत्ती दोन कारणाने तयार झाली होती. (*अ*) पाकिस्तानने पद्धतशीरपणे इस्लाम धर्माचे राजकारण करून भारताच्या विरोधात केलेला प्रचार, जो यशस्वी झाला. (*आ*) पर्शियन खाडीतील अरब देशांना

भारताबद्दल आपुलकी वाटण्याचे दुसरे कारण १९९० साली सद्दाम हुसेनने कुवेतवर केलेले आक्रमण, ज्याला भारताने ठाम नकार दर्शवला होता.

या विरोधी पार्श्वभूमीवर भारत व सौदी अरब देशाचे संबंध आतापर्यंत विस्कळीत होते. ते कमी करून दोन्ही देशांनी विकास, संधीकरिता दूरदृष्टीचा उपयोग करणे, खाडीतले प्रदेश आणि भारतीय उपखंडाशी जोडले जाणे, स्थैर्य व सुरक्षा या गोष्टींवर आता भर दिला आहे. यशस्वी भेटीने नवीन पर्व सुरू झाले. त्यात फक्त भारत व सौदी अरेबियाच नव्हे, तर खाडीमधले इतर अरब देशही पुढे आलेत. २००६ साली सौदी राजे अब्दुल्ला यांच्या भेटीनंतर भारताने ती गती कायम टिकवली नाही, ही दुःखाची बाब आहे.

भारत आणि इराक

खाडीतल्या इतर अरब देशांतील महत्त्वाचा देश म्हणजे इराक होय. भारताचे इराकशी राजनैतिक संबंध १९४७ सालापासूनचे आहेत. त्यांच्याबरोबर ट्रिटी ऑफ परपेच्युअल पीस अॅन्ड फ्रेंडशिप हा करार १९५२ साली केला. पश्चिमेने (देशांनी) प्रायोजित केलेला बगदाद पॅक्ट, ज्याच्यात इराकचा भाग होता, त्यामुळे भारत अजिबात खूश नव्हता. १९५८ साली जेव्हा इराकमध्ये बंड झाले, त्यानंतर जे नवीन सरकार आले, ते भारताला मान्य होते, असे तेथील लष्करी नेत्यांना जाणवले. इराकने जेव्हा बगदाद पॅक्टमधून माघार घेतली, तेव्हा भारताला समाधान लाभले. १९६० च्या दरम्यान भारत-इराक संबंध सुधारले. १९६५ सालच्या भारत-पाकिस्तान युद्धाच्या वेळी इराक तटस्थ राहिला. १९७० च्या मध्यात भारत-इराक संबंध नाट्यमयरीत्या सुधारले. त्याचे कारण राष्ट्राध्यक्ष सद्दाम हुसेनने व्यक्तिशः घेतलेला निर्णय होय. इराकनेपण भारताला काश्मिरसारख्या प्रमुख मुद्द्यावर पाठिंबा दिला. भारताने इराकी लष्करातील व्यक्तींना मोठ्या प्रमाणात प्रशिक्षण दिले. बरेच भारतीय तज्ज्ञ आणि व्यावसायिकांना इराकमध्ये काम मिळाले. बांधकाम खात्यातील भारतीय कंपन्यांनी इराकमध्ये बरेच प्रकल्प पूर्ण केलेत. इराक धर्मनिरपेक्ष अरब देश आहे, म्हणून भारताने त्याच्याशी जवळीक वाढवली. दोन्ही देश अलिप्ततावादी चळवळीच्या चौकटीत राहून परस्पर सहकार्य करत होते. भारत व इराकची सोव्हिएत युनियनशी असलेली मैत्री भारताला खूप फायद्याची ठरली. यात भारताला तिन्हींकडून लाभ झाला, तो पुढीलप्रमाणे. इराकला सोव्हिएत युनियनचे कर्ज फेडायचे होते. त्याचा भाग म्हणून मोठ्या प्रमाणात इराकी तेल भारतात आले. भारताने सोव्हिएत युनियनला जो माल निर्यात केला, तो भारतीय चलनात होता. दोन्ही देशांतील राज्यकर्त्यांत चांगले

संबंध प्रस्थापित केले गेले. २००५ साली 'अन्नाकरिता तेल' या खोट्या प्रकारामुळे नाचक्की झाली होती. त्यात परराष्ट्रमंत्री नटवर सिंगांना जागा खाली करावी लागली. परस्परांतील सदिच्छेचा वारसा मात्र कायम राहिला.

१९९० मध्ये इराकमधील आणीबाणीच्या परिस्थितीत त्या वेळचे परराष्ट्रमंत्री इंद्रकुमार गुजराल यांनी सद्दाम हुसेनना मिठी मारली. ती परराष्ट्र संबंधांना धरून नव्हती; परंतु ती सहज घडलेली घटना होती. त्यांनी सर्वांसमक्ष मारलेली मिठी, ही भारत इराकबरोबर आहे, हे दर्शविणारी होती. त्याच वेळी पंतप्रधान चंद्रशेखर यांचे सरकार होते. त्यांनी १९९१ साली खाडीतील युद्धात अमेरिकेच्या लष्करी विमानांना इंधन भरण्याची सुविधा दिली होती. त्याला विरोध केल्याने सरकारला आपला निर्णय मागे घ्यावा लागला. भारताने इराकला अन्न व औषधे देऊन मदत केली. त्या वेळी भारत संयुक्त राष्ट्र सुरक्षा परिषदेचा सभासद होता. कलम ६८६ पासून अलिप्त राहिला. या कलमात युद्धबंदी मान्य करण्यासाठी इराकला कशाची गरज आहे, हे स्पष्ट झाले होते. १९९८ साली भारताने जेव्हा आण्विक शस्त्रास्त्रांची चाचणी केली, तेव्हा इराकचा भारताला पाठिंबा होता.

१९९१ मधील पहिल्या खाडी युद्धाने इराकला अपंग केले; तर २००३ साली अमेरिकेने आक्रमण करून त्याची छकले केली. या वेळेपर्यंत भारत अमेरिकेशी संबंध सुधारण्याबाबत गंभीर होता. त्यामुळे तो इराकच्या विरोधातील हे युद्ध थांबण्याचा प्रयत्न करू शकत नव्हता. २००३ साली अमेरिकेचा भारतावर सैन्य पाठविण्याबाबत दबाव वाढत होता. त्यांना भारताने इराकवर लष्करी कारवाई करावी, असे वाटत होते. त्या वेळेचे पंतप्रधान वाजपेयी यांनी थोडे निष्ठुर होत, राजकीय न्याय उत्तम ठेवत ती परिस्थिती हाताळली व तसे घडू दिले नाही. भारताची परंपरागत असणारी मैत्री हेही एक कारण असू शकते. भारताबद्दलचे प्रेम इराकी जनतेला नक्कीच आहे. त्यांची सदिच्छा हा फार मोठा व महत्त्वाचा घटक आहे. २००४ साली जेव्हा भारतीय ट्रकचालकांचे अपहरण झाले, तेव्हा या एका घटकामुळेच त्यांना सोडवता आले. या सगळ्यांचा परिणाम म्हणजे भारताने वीस मिलियन डॉलर्सची भरघोस द्विपक्षीय मदत त्यांचे पुनर्वसन व्हावे, यासाठी दिली होती. २००४ साली संयुक्त राष्ट्र आणि जागतिक बँकेने मिळून इराकसाठी एक फंड काढला, 'इंटरनॅशनल रिकन्स्ट्रक्शन फंड फॅसिलीटी फॉर इराक' म्हणून त्यातून १० दशलक्ष डॉलर्स दिले गेले. इराकमधील हिंसाचार हळूहळू वाढत गेला. इराकी फौजांना अमेरिकेच्या व त्यांच्या संयुक्त असलेल्या फौजांविरुद्ध लढण्यासाठी चिथावणी दिली गेली नाही. त्याच सुमारास म्हणजे २००५ साली भारताच्या राजदूताचा कार्यकाल संपल्यामुळे तो परत आला व भारताने समंजसपणा दाखवत दुसरा पाठवला नाही; पण भारताने एक छोटी

राजनैतिक कचेरी बगदादमध्ये चालू ठेवली होती. २००४ साली इराकमधील भारतीय मजूर संघटनेवर बंदी आणली गेली; पण जास्त मिळणाऱ्या पैशाच्या हव्यासापोटी अमेरिकेच्या सशस्त्र सेनेने दिलेले धोकादायक काम स्वीकारले. कंत्राटदार अमेरिकेच्या इराकमधील लष्कराकरिता काम करायला लावत होते. दुर्दैवाने गेल्या काही वर्षांत भारताचे इराकबाबतचे धोरण चुकीचे होत गेले. त्यात अमेरिकेचा प्रभाव व दबावही होताच. त्यामुळे इराकशी असलेले सदिच्छा आणि नैतिकतेचे संबंध दुरावले. जेव्हा इराकमध्ये शांती प्रस्थापित होईल; तेव्हा भारताला या सर्व गोष्टी जुळवून पुन्हा नव्याने त्यांच्याशी जमवून घ्यावे लागेल, पण बऱ्याच भारतीय खासगी कंपन्या इराकमधील कुर्दिस्तान या भागात व्यवसाय करत आहेत. कुर्दिस्तान हवाईमार्गाने मोठ्या आंतरराष्ट्रीय विमानतळांना जोडलेले आहे आणि ते सुरक्षित आहे.

आखाती देशांतील लोकांशी असलेले परस्पर संबंध व आर्थिक संबंध

भारताचे ओमानशी जवळचे हार्दिक मैत्रीपूर्ण संबंध आहेत; जो पर्शियन आखातातील असून, भौगोलिकदृष्ट्या भारताच्या जवळ आहे. मार्च १९५३ ला भारताने सुलतान ऑफ मस्कत अॅन्ड ओमान (ओमानचे पूर्वीचे नाव) शी एक करार केला. ट्रिटी ऑफ फ्रेंडशिप, कॉमर्स अॅन्ड नेव्हिगेशन म्हणून होता. १९७० च्या दरम्यान जेव्हा तेलाने मोठा हात दिला, तेव्हाच सगळ्याच अरब देशांची भरभराट झाली व त्यामुळेच लोकांचे परस्परांना भेटणे आणि व्यापार संबंध तयार होऊन वाढीस लागले. भारतीय नवीन काम मिळण्यासाठी तेथे एकत्र आले. नक्की सांगता येणार नाही, पण तिथे आज सुमारे ५० लाख भारतीय राहत आहेत, काम करताहेत. छोट्या आखाती देशांच्या लोकसंख्येच्या २०% भारतीय आहेत. भारतीय कामगारांची मोठी संख्या सौदी अरेबिया आणि संयुक्त अरब अमिरातीमध्ये आहे. या सगळ्या आखाती देशांत भारतीय कामगार त्यांचे आवडते आहेत, कारण ते तुलनेने अधिक शिस्त पाळतात. ते त्यांच्या स्थानिक राजकारणात पडत नाहीत. इतर कोणत्याही प्रकारचा त्रास देत नाहीत. आता जर आखाती देशात भारतीय कामगारांची संख्या वाढली नाही, तरी त्याचे कारण त्याच देशांनी बाहेरच्या प्रत्येक देशातून किती लोक यावेत, यावर निर्बंध घातले आहेत. अरब आखाती देशांची भरभराट होण्यास भारतीय कामगार (ब्लू कॉलर) आणि अधिकारी वर्ग (व्हाइट कॉलर) दोघांचाही सहभाग आहे. चकाकणाऱ्या दुबईमागे भारतीय आणि इतर परदेशी मजुरांचा घाम आणि कष्ट आहेत. सामान्यतः भारतीय आखाती देशांत जाणे पसंत करतात, कारण तिथे

रोजगाराच्या अनेक संधी उपलब्ध आहेत व चांगल्यापैकी पैसा कमावता येतो. नुकतीच भारताची आर्थिक वाढ झाली. त्यामुळे देशात नोकऱ्या उपलब्ध झाल्यात व पगारातसुद्धा वाढ झाली. त्यामुळे आखाती देशात जाण्याचा कल कमी झाला.

भारतीय दूतावासाचे काम तिथे आलेल्या भारतीयांचे स्वास्थ्य आणि सुख पाहणे, हे आहे. त्यात कोणी मालक भारतीय मजुरांचे अयोग्यरीत्या शोषण तर करीत नाही, त्यांच्या कामाच्या जागा आणि मुलांच्या शाळांची व्यवस्था नीट आहे की नाही हे पाहणे, भारतीय शाळा सुरू करणे. याशिवाय उद्‌भवणारे नवीन मुद्दे, आखाती देशात काम करणाऱ्यांचे स्वास्थ्य नियोजन करताना केंद्र व राज्य सरकारांना नाजूक राजकीय प्रश्नही हाताळावे लागतात, विशेषतः भारतातील दक्षिणेकडच्या राज्यांना; कारण तिथूनच जास्त संख्येने लोक आखाती देशांत जाताहेत. आखाती राष्ट्रांकडून येणारे परकीय चलन आजही बरेच आहे; जरी दहा वर्षांपूर्वी ते आतापेक्षा जास्त होते. भारत आणि आखाती देश यात भारतातून जाणाऱ्या व येणाऱ्या कामगारांमुळे भारतातील तसेच आखाती देशांतील विमानसेवा भरपूर लाभ उठवत आहेत. भविष्यात जेव्हा त्यांची लोकसंख्या वाढेल, तेव्हा स्थानिक लोकांनाच काम मिळेल. त्या वेळी भारतातून कामगारांसाठी मागणी कमी होईल किंवा कुशल कामगारांच्या मागणीत बदल होईल. भारताला बदलत्या प्रवाहाविषयी विचार करून ते कसे हाताळायचे याचाही विचार केला पाहिजे. अन्यथा, परंपरागत व्यवसाय बंद झाले, तर सामाजिक आणि राजकीय अस्थिरता माजेल.

अरब आखाती देशांबरोबरचे भारताचे व्यापारसंबंधही जाणवण्यासारखे आहेत. यातही सतत वाढ होते आहे. दुबईसारख्या बंदरातून तिसऱ्या देशांशी व्यापार वाढतो आहे. भारत आणि गल्फ कोऑपरेशन कौन्सिलअंतर्गत येणारे देश सौदी अरेबिया, कुवेत, कतार, बहरिन, संयुक्त अरब अमिराती आणि ओमानसुद्धा एफटीएकरता बोलणी करताहेत. पर्शियाचे आखात हा प्रदेशसुद्धा नवीन प्रकल्प सुरू करण्याकरिता आणि माहिती तंत्रज्ञान व सल्लासेवा उपलब्ध करून देण्याकरिता खूप महत्त्वाचा ठरत आहे. सहकार्याकरता शिक्षण, स्वास्थ्य आणि पर्यटन ही क्षेत्रेसुद्धा आहेत. दीर्घ काळापासून अरब आखाती देश आणि भारत यांच्यात समन्वय आहेच. अरब आखाती देशांना हवे असलेले चांगले व कुशल कामगार भारत पुरवू शकतो; जे त्यांनाही हवेच आहेत. ९/११ नंतर तेलसमृद्ध देशांनी आपले लक्ष पश्चिमेकडील देशांतून काढून आर्थिक गुंतवणूक आणि प्रकल्पांबाबत जे देश त्यांना सोयीसुविधा देऊ शकतील, अशा देशांकडे वळले. अरब देशांनी भारतात, विशेषतः तेल, वायू, पेट्रोकेमिकल क्षेत्रात पायाभूत प्रकल्पांत गुंतवणूक करावी, अशी भारताची इच्छा आहे. त्यात इंडो

अरब इनव्हेस्टमेंट प्रोजेक्ट्स कॉनक्लेवची स्थापना केली आहे; पण अरब देशांची पेट्रोडॉलर्समुळे होणारी भरभराट विचारात घेऊन अरब गुंतवणूकदारांसाठी विशेष योजना आखण्याची गरज आहे. भारताने जे कायम नसलेले तरीही दीर्घ मुदतीकरिता काम करायला अरब देशात लोक पाठवलेत. त्यामुळे त्यांच्याकडे समृद्धी व स्थैर्य आले. जर अरबांवर भारतात गुंतवणूक करायची वेळ आली, तर तेसुद्धा असाच विचार करतील. त्यातून भारतात होणारी आर्थिक वाढ व समृद्धीत सातत्य राहील. भारत आणि अरब देश यांच्यातील परस्परसंबंध बळकट झाले, तर दोन्ही देशांचा विकास, स्थैर्य आणि भरभराट निश्चित होईल.

ऑर्गनायझेशन ऑफ इस्लामिक कॉन्फरन्सचे (OIC) राजकारण

भारताचे अरब जगताशी थोडे वावडे यायला ओ.आय.सी. जबाबदार आहे. ओ.आय.सी.ची स्थापना १९६९ साली जेरुसलेममध्ये अल-अक्सा मशिदीला पेटवण्याच्या घटनेनंतरच, मुस्लिम देशात ऐक्य राखण्यासाठी झाली. राबातमध्ये झालेल्या पहिल्या अधिवेशनात भारताला आमंत्रित केले होते. भारताच्या राजदूतांनी उपस्थित राहून भाषण केले; पण जेव्हा उच्चस्तरीय प्रतिनिधी मंडळ तिथे गेले, तेव्हा त्यांना पाकिस्ताने भाग घ्यायला बंदी घातली. गेल्या चाळीस वर्षांत ओ.आय.सी.चा चांगला विस्तार झाला आहे. त्यांचे छपन्न सभासद आहेत. त्याचे स्वरूप एखाद्या क्लबसारखे आहे; ज्याचा उपयोग परस्पर संबंधांचे जाळे तयार करून जोडधंद्याप्रमाणे व्यवसाय करणे, असे झाले आहे यापेक्षा त्याचे महत्त्व जास्त नाही; परंतु ओ.आय.सी. पाकिस्तानवर काश्मिरचा होणारा परिणाम व तो प्रश्न सोडविण्यासाठी उपाय सांगतात. हे नियमितपणे कुठल्याही चर्चेविना केले जाते. ओ.आय.सी.च्या सभासद देशांमध्ये भारताला नेमके कोणत्या प्रकारचे हित साधायचे आहे, यावर भारताने ओ.आय.सी.च्या मुद्द्यांचा परिणाम होऊ दिला नाही.

भारताने ओ.आय.सी.चे निरीक्षक किंवा सभासद बनावे, असे वेळोवेळी सुचवले जात आहे. हा पर्याय इष्ट नाही. जर भारत परीक्षक झाला, तर ओ.आय.सी.ने ठरवलेल्या नियमांना मूक संमत्ती दिली असे होईल. एक तर हे मंडळ तयार झाले, त्यात भारताचा कोणत्याही प्रकारे सहभाग नव्हता. ओ.आय.सी. मुसलमान लोकांचे हितसंबंध जपण्यासाठी आहे. भारत हा मुसलमान लोकसंख्या जास्त असलेला जगातला दुसऱ्या क्रमांकाचा देश आहे. त्यामुळे भारत अशा संघटनेत केवळ निरीक्षक होऊ शकत नाही. भारताला या मंडळात स्थान पक्के करायचे असल्यास, पाकिस्तानशी

सतत युद्ध करावे लागेल. भारताला या मंडळात सभासद होण्यात रस नाही. भारताला अंतर्गत राजकीय कारणेच यापासून दूर राहायला भाग पाडत आहे. भारतासारख्या धर्मनिरपेक्ष देशाने अशा भानगडीत न पडणे बरे. ते राजकीयदृष्ट्या तापदायक ठरेल. मंडळाचे आंतरराष्ट्रीय स्तरावर संघटनसुद्धा संपूर्ण मुस्लिम आहे आणि त्यात भाग घेणे म्हणजे आपल्या देशात राजकीय व जातीय दंगलींना आमंत्रण देणे होय.

इराणचा कूट प्रश्न

पर्शियाच्या आखातातली जमिनीवरची मोठी सत्ता म्हणजे इराण होय. भारत - इराण यांचे संबंध जमिनीवरूनच राहिलेत. ते कधीच अरबी समुद्रामार्गे नव्हते. १९४७ साली पाकिस्तानची निर्मिती झाली व परंपरागत असणारे भारत, इराण (पर्शिया म्हणून १९३५ सालापर्यंत ओळखले जात होते.) यांचे भौगोलिक सान्निध्य दुरावले. याचा परिणाम धोरण ठरवणाऱ्या भारतीयांनी शेजारी देश म्हणून इराणशी जे सबंध ठेवायला हवे होते, ते केले नाही. इराण आणि भारत यांच्या ऐतिहासिक, सांस्कृतिक संबंधांबद्दल सतत बोलले जाते; पण एक मात्र निश्चित की, उत्तर भारताच्या संस्कृती, भाषा व इतिहास यावर काही प्रमाणात इराणचा प्रभाव आहे. भारताने किंवा जगाने विसरता कामा नये की, इराण आशियातील प्रमुख देशांपैकी एक आहे; ज्याने सतत आपले स्वातंत्र्य राखले व साम्राज्यवाद्यांना तिथे पायही रोवू दिले नाहीत. ही गोष्ट शेजारच्या बऱ्याच देशांत झाली; त्यातच भारतही येतो. १९७९ साली झालेल्या राज्यक्रांतीनंतर पश्चिमेकडच्या देशांनी इराणला वाईट ठरवले. ही राज्यक्रांती म्हणजे सी.आय.ए. (CIA) वरची प्रतिक्रिया होती, हे मात्र कोणी लक्षात ठेवत नाही. सी.आय.ए. एक प्रायोजित बंड होते. १९५३ साली इराणचे पंतप्रधान मोसाडघ यांना पदच्युत केले. मग इराणच्या शाहाने आपले राज्य स्थापले. तो मात्र पश्चिमेकडे व इस्राइलमध्ये लोकप्रिय ठरला. हे सर्व आठवायचे कारण म्हणजे, जगाने इराणला आदराने वागवायला हवे. आजच्या इराणला जी ताकद व बळ मिळते, ते त्यांच्या देशाबद्दलचा अभिमान, त्यांची खोल रुजलेली संस्कृती व सुसंस्कृतपणा यामुळे होय. भारताकरिता एक कठीण व जास्त दबाव देणारी सत्यता म्हणजे इराणशी असणाऱ्या संबंधांना अंतर्गत राजकारणाचाही पैलू आहे. इराणमध्ये शिया जमातीचे सर्वांत जास्त लोक आहेत. त्याच देशात त्यांची बरीच धार्मिक स्थळेही आहेत. भारतातील शिया पंथीय लोकांवर इराणचा प्रभाव आहे व धार्मिक स्थळेही आहेत. हे भारताला माहीत आहे. विशेषतः निवडणुकीच्या वेळी निर्णायक ठरू शकतात.

भारताच्या इराणशी विकसित झालेल्या संबंधांना विशिष्ट आकृतिबंध नाही. इराण हा पहिला देश आहे; ज्याने भारताशी १९५० मध्ये मैत्री करार केला. या करारावर शीतयुद्धाचा किंवा भारत-पाकिस्तानमधील वैर व चकमकींचा परिणाम झाला नाही. मोसाडेघ यांना पदच्युत केल्यानंतर राज्यावर आलेला हा शाह पश्चिमी देशांबरोबर पूर्वी केलेल्या करारात अडकला आणि नंतर पश्चिमी देशांनी प्रायोजित केलेल्या प्रांतिक संघटनांचा सदस्य झाला. यात बगदाद पॅक्ट, ज्याचे नाव नंतर सीईएनटीओ असे झाले, त्याचा समावेश होतो. याच सुमारास भारताचा कल सोव्हिएत युनियनकडे व नाम (NAM) कडे होता. 'नाम'चे संस्थापक आणि समाजवादी राष्ट्राध्यक्ष इजिप्तचे नासेर व भारताचे नेहरू यांचीही मैत्री फार काळ टिकली नाही, कारण होते इराणच्या शाहची पुराणमतवादी सत्ता. त्यातच भर होती इराणचे पाकिस्तानच्या बाजूला झुकणे. १९६९ सालच्या ओ.आय.सी.च्या राबतला झालेल्या शिखर परिषदेत भारताने भाग घेऊ नये, असे पाकिस्तानला वाटले व त्याचीच री इराणने ओढली. त्यामुळे भारत-इराण संबंध दुरावले. १९७१ च्या युद्धात पाकिस्तानचा पाडाव झाल्यामुळे दक्षिण आशियातले संतुलन बिघडले व ते भारताच्या बाजूला झुकू लागले. त्याच सुमारास नासेरचे निधन झाल्यामुळे ही संबंध सुधारण्यासाठी पावले उचलली गेली. १९७४ साली पंतप्रधान इंदिरा गांधी व इराणचा शाह यांनी परस्परांच्या देशांना भेटी दिल्या. भारताची अंतर्गत राजकीय वादळे १९७० च्या उत्तरार्धात सुरू झाली. १९७९ साली इराणमध्ये झालेली राज्यक्रांती इराण व इराकमधील युद्ध जवळ जवळ दहा वर्षे चालले. इराक भारताचा जवळचा मित्र होता. अशा परिस्थितीत परस्पर संबंध विस्कळीत झाले. १९९० च्या सुरुवातीपासून पंतप्रधान नरसिंहरावांनी १९९३ साली इराणला दिलेली भेट, तोपर्यंत मैत्रीचा आलेख चढता होता. त्यात उच्चस्तरीय चर्चा व आदान प्रदान चालू होते. २००३ साली त्यांचे राष्ट्राध्यक्ष खतानी हे भारताच्या गणतंत्रदिनाचे प्रमुख पाहुणे म्हणून आले होते. ती फार मोठी व महत्त्वाची घटना होती.

दुर्दैवाने २००५ साली पुन्हा हे संबंध बिघडले. सप्टेंबर २००५ आणि फेब्रुवारी २००६ मध्ये जेव्हा भारताने आंतरराष्ट्रीय अणुऊर्जा संस्थेत (IAEA) स्थान निर्माण केले आणि इराणला अणुशक्ती कार्यक्रमाबाबत आंअऊसं ने संयुक्त राष्ट्र सुरक्षा परिषदेला फाईल पाठवली, यामुळे इराणमध्ये भारताविषयी खप्पा मर्जी झाली व कटुता आणि अविश्वास निर्माण झाला. भारत व इराणमध्ये घटत असणारी लिक्वीड नॅचरल गॅस (LNG) योजना पूर्ण बारगळली. इराणचा भारताबद्दलचा गैरसमज होऊन, त्यांचे भारत या बाबतीत गंभीर नाही आणि विश्वासूही नाही, असे मत झाले. भारतातही राजकीय व लोकांच्या मताचे ध्रुवीकरण होऊन परंपरागत परराष्ट्रीय

धोरणाबाबत एकमत होऊन ते धोरण निरुपयोगी करून टाकले. स्वातंत्र्यापर्यंत भारताचे परराष्ट्रीय धोरण हे राजकीय पक्षांच्या स्वतःच्या मतापलीकडे होते. त्यात सर्वपक्षीय एकमत असे व ते त्या धोरणाचे सामर्थ्य होते. या सर्व घटनांनंतर इराकशी संबंधांबाबत भारताची स्वतंत्र परराष्ट्रीय धोरण अवलंबिण्याची इच्छाशक्ती व क्षमता ही लिटमस कागदासारखी, पुन्हा तोच रंग धारण करणारी परीक्षाच होऊन बसली. एप्रिल २००८ साली जेव्हा इराणचे राष्ट्राध्यक्ष अहमदी नेजाद नवी दिल्ली भेटीत 'थोडा वेळ थांबले', त्याचा परिणाम म्हणून द्विपक्षीय संबंधात थोडी सुधारणा झाली. भारताच्या बाजूने अशी खात्री दिली गेली की, तुमच्याकरिता स्वतंत्र धोरण आखले जाईल आणि अमेरिकेच्या दबावाला बळी पडणार नाही.

व्यावहारिक धोरणाच्या संदर्भात भारताला इराणचे असणे गरजेचे असल्यामुळे ही एक चांगली घटना मानायला हरकत नाही. भारताला इराणबरोबरचे संबंध उत्तमच हवे आहेत, हे दाखवते. एक तर तो पाकिस्तानचा शेजारी आहे व पर्शियाच्या आखातात तो प्रभाव टिकवून आहे. भारताला जर अफगाणिस्तान व मध्य आशियात शिरकाव करायचा असेल, तर इराण हा महत्त्वाचा देश आहे. भारताने पश्चिम अफगाणिस्तानातील झरंज ते देलाराम असा वळसा घेणारा रस्ता बांधला आहे. त्यामुळे हेरव व मजार-ए-शरीफशी एकमेकांशी जोडले जाणार आहे. इराणचे चबाहार बंदर रेल्वेने इराणच्या सध्या अस्तित्वात असणाऱ्या रेल्वेशी जोडावे, अशी एक योजना विचाराधीन आहे. भारताला तुर्कमेनिस्तानमध्ये इराणमार्गे मालवाहतूक करणे सोपे व्हावे, यासाठी व्यवस्था केली गेली. त्याऐवजी भारत, इराण आणि रशिया यांनी उत्तर-दक्षिण जाणारा मार्ग विकसित करण्यासाठी पाऊल उचलले; ज्यातून भारत आणि रशियात इराण आणि कॅस्पियन समुद्र या मार्गे वेगाने आणि स्वस्तात वाहतूक करता येईल. इराण आणि भारत यांनी सहकार्याने १९९० च्या सुमारास आपला पाठिंबा तालिबानच्या विरोधात नॉर्थर्न अलायन्स इन अफगाणिस्तानलाच आहे, हे स्पष्ट केले. इराकची पडझड झाल्यावर आता इराणच एक देश भारताच्या पश्चिमेला आहे; जो नैर्ऋत्य आशियात अमेरिकेच्या संपूर्ण प्रभुत्वाला रोखू शकतो.

भारताच्या दीर्घकालीन ऊर्जा सुरक्षेसाठी इराण महत्त्वाचा देश आहे व राहील; कारण त्याच्याजवळ जगातील दुसऱ्या क्रमांकाचा तेल आणि वायूसाठा आहे. ही वस्तुस्थिती लक्षात घेऊन भारताने काही वर्षांपूर्वी इराण-पाकिस्तान-भारत अशी वायू पुरवठ्याची पाइपलाइन घालण्याची योजना; पाकिस्तानशी असलेले संबंध लक्षात घेऊन भारताने स्वतःला या साखळीतून विलग केले. हे मोठे पाऊल उचलले, यात शंका नाही. ही योजना परत सुरू करावी, म्हणून भारताला सांगितले गेले. त्यालाही आता अडीच वर्षे झालीत. एप्रिल २००८ साली जेव्हा राष्ट्राध्यक्ष

अहमदीनेजाद भारत भेटीवर आले होते, तेव्हाची ही घटना आहे. ठरलेली वेळही संपली. आय.पी.आय. प्रकल्पावर भारत फारच संथ गतीने काम करतो आहे. भारत–अमेरिका आण्विक करार त्याला संपवायचा आहे. इराणसुद्धा आय.पी.आय. प्रकल्पाकडे दीर्घकालीन आर्थिक आणि राजकीय फायद्याच्या दृष्टीने पाहतो आहे. आताच्या मोठ्या लाभाकडे नव्हे. आय.पी.आय. प्रकल्पामुळे तिन्ही देशांना आर्थिक, भौगोलिक आणि राजकीय फायदा होणार आहे. ऊर्जेच्या दृष्टीने भारत आणि पाकिस्तानला कित्येक दशके पुरेल, इतका वायूचा पुरवठा अखंड होत राहणार आहे. राजकीय दृष्टीने भारत–पाकिस्तान संबंधात आत्मविश्वास निर्माण होईल. त्यामुळे त्या दोन देशांमधील संबंधांत पायाभूत बदल होतील. हा प्रकल्प इराणमध्ये राजकीय यश मिळवू शकेल. अमेरिकेच्या धोरणाप्रमाणे त्यांना इराणला एकटे पाडायचा डाव उधळला जाईल. भारत आणि पाकिस्तानला नियमितपणे गॅस निर्यात केल्याने इराणला दीर्घकाळासाठी ग्राहक मिळतील व ज्याची गरज आहे असा पैसा बराच काळ मिळेल. या प्रकल्पामुळे भारतातील व्यावसायिकांना इराणमध्ये गुंतवणूक करण्याविषयी खात्री, विश्वास मिळेल. अशा गुंतवणुकीची इराणला जरुरी आहे. प्रांतिक ऊर्जा प्रकल्पाच्या माध्यमातून, गॅस पाईप लाईन प्रकल्प दक्षिण आशिया आणि इराणमध्ये प्रांतिक सहकार्याचे केंद्र होऊ शकेल आणि त्याचा दीर्घकालीन प्रांतिक शांतता व स्थैर्य यावर सकारात्मक प्रभाव पडेल.

२००५ सालापासून इराणचा अणुशक्ती कार्यक्रम हा एकच मुद्दा भारत–इराण संबंध बिघडवतो आहे. इराणच्या अणुशक्ती कार्यक्रमाकडे पाहण्याची भारताची दृष्टी तपासायला हवी. भारताचा याकडे बघण्याचा दृष्टिकोन दूषित होतो आहे. भारताला अमेरिकेकडून तसेच इतर जागतिक सत्तांकडून मनासारखे करवून घेता आले तसे व्हावे असे वाटते. अणुशक्ती पुरवठा गट (NSG) ने भारताला काही सवलती दिल्या. त्यात अणुशक्तीला लागणाऱ्या इंधनाला हलवणे, सामग्री आणि तंत्रज्ञान या गोष्टीत सवलती दिल्या होत्या. भारताने अगदी स्पष्ट शब्दांत इराणजवळ आण्विक शस्त्रास्त्रे नसावीत, असे म्हटले आहे. यातून इराणने समंजसपणे अर्थ काढला आहे. ते अणुशक्तीचा उपयोग फक्त शांततेसाठी करतील. इराणने न्यूक्लियर नॉन - प्रॉलिफटेशन ट्रीटीवर (NPT) सही केल्यामुळे त्यांना आंतरराष्ट्रीय वचने आणि कर्तव्यांखाली राहावे लागेल. इंटरनॅशनल ॲटोमिक एनर्जी एजन्सी (IAEA) जे आणि जसे ठरवेल अमेरिका किंवा कोणतीही आंतरराष्ट्रीय संस्था ठरवणार नाही. भारताने ज्या करारावर सही केली नाही, त्याबद्दल इतर देशांना आंतरररष्ट्रीय कराराच्या चौकटीत राहा, असे सांगणे अगदीच अतार्किक वाटते. भारताचे वागणे व्यावहारिक आणि समंजस असले, तरी त्यात सुसंगत नाही. पर्शियन आखाती

भागात भारतात दुसरा देश आण्विक शक्तीत पुढे यायला नको आहे; पण इतर देश जसे सौदी अरेबिया, इजिप्त आणि तुर्कस्तान यांना बाळगण्याबाबत यामुळे प्रोत्साहन मिळेल. यातून संपूर्ण प्रदेश अस्थिरतेकडे जाईल. अमेरिका सगळ्यांना जोडण्याचा प्रयत्न करत असताना भारत इराणला आण्विक कार्यक्रमात मदत करायला तयार नाही; परंतु जर आंअऊसने याला परवानगी दिली, तर भारत मदत करेल. फेब्रुवारी २००७ मध्ये संयुक्त राष्ट्रांच्या सुरक्षा परिषदेने इराणवर काही नियम लादले. भारताने आपल्या निर्यात धोरणात सुधारणा केल्या. याद्वारे इराणच्या अणुशक्तीत वाढ होईल, असे कोणतेही तंत्रज्ञान किंवा सामग्री निर्यात करण्याला प्रतिबंध केला.

इराणच्या दृष्टिकोनातून भारतासारख्या महत्त्वाच्या देशाशी संबंध ठेवणे फायद्याचे आहे; कारण त्यांना एकटे पाडले गेले आहे. भारत इराणकरिता लष्करी साहित्य आणि तंत्रज्ञान पुरवणारा महत्त्वाचा स्रोत आहे. भारत व इराणमध्ये जो करार झाला आहे, त्यानुसार उच्चस्तरीय लष्करी सहकार्याची इच्छा, प्रशिक्षण आणि भेटी या सर्व बाबींबद्दल वेगाने हालचाली व्हाव्यात, अशी इराणची इच्छा आहे. भारत इस्राइल त्याचा संरक्षण क्षेत्रातील महत्त्वाचा भागीदार असल्याने त्याचे पंख गरज नसताना कापण्याची भारताला इच्छा नाही. इस्राइलप्रती असलेल्या संवेदनशीलतेमुळे भारत हे करण्यास टाळाटाळ करत आहे. इराणचे भारताशी संरक्षण सहकार्य हे एकूणच व्यावहारिक संबंधांचा एक भाग आहे आणि भारताकडून अण्वस्त्रांच्या आणि संरक्षणाच्या मुद्द्यांवर सहकार्य मिळत नसेल, तर ऊर्जा क्षेत्रात ते सहकार्य करणार नाहीत. भारताचे इराणबरोबर असणाऱ्या संबंधांमुळे भारत-इस्राइल संबंधात ताण निर्माण होतो आहे.

पॅलेस्टाईनचे प्रश्न आणि इस्राइलबरोबरचे व्यूहरचनात्मक प्रश्न

भारताचे इस्राइलप्रती धोरण हे प्रत्यक्ष अप्रत्यक्षरीत्या पॅलेस्टाईनला भारताचा पाठिंबा आणि भारत-इस्राइल संबंधांचा भारत-अरब संबंधांवरील प्रभाव याच्याशी संबंधित आहे. भारताच्या पॅलेस्टाईनच्या प्रश्नाबाबतच्या भूमिकेची मुळे भारताच्या स्वातंत्र्य चळवळीत आहेत. भारताचे धार्मिकतेच्या पायावर एक पक्ष या नात्याने त्यांचा विरोध होता. काँग्रेसला सिओनिस्ट चळवळीला मान्यता द्यावी, अशी अपेक्षा होती ज्याचा शेवट इस्राइलच्या निर्मितीत झाला. ११ नोव्हेंबर १९३८ च्या *हरिजन*च्या संपादकीयामध्ये महात्मा गांधींनी भारताच्या पॅलेस्टाईनविषयीच्या धोरणाबाबत जे भारताला आजही मार्गदर्शक आहे, ते स्पष्टपणे लिहिलेले होते. ज्यूंविषयी सहानुभूती

वाटत होती आणि शतकानुशतके त्यांचा छळ केला गेला. त्यांच्याबाबत भेदभाव केला गेला, तरीसुद्धा पॅलेस्टिनीयन लोकांच्या हक्काबाबत ते म्हणाले;

> 'माझी सहानुभूती मला न्यायापासून दूर नेऊ शकत नाही. ज्यू लोकांना हवे असणारे घर-देश मला मान्य नाही. ..... पृथ्वीवरच्या इतर अनेक लोकांप्रमाणे ते जिथे राहतात, तेच त्यांचे घर किंवा देश आहे, असे ते का मानत नाहीत? त्यांचा जन्म जिथे झाला, उदरनिर्वाह जिथे चालतो, त्यालाच ते आपले का म्हणत नाहीत? पॅलेस्टाईन लोक अरब आहेत, जसे इंग्लीश लोक इंग्लडचे किंवा फ्रेंच लोक फ्रान्सचे आहेत. ज्यू लोकांना अरबांच्या माथी मारले, हे चूक आणि अमानवी आहे. पॅलेस्टाईनीयन जे अभिमानी अरब आहेत, त्यांना त्यांच्या जागेत थोड्या किंवा संपूर्ण ज्यू लोकांना थारा द्यायचा म्हणजे गुन्हा आहे. मानव जातीला काळीमा फासणारा आहे.'

भारताने नेहमीच सार्वभौम, स्वतंत्र आणि टिकून राहू शकेल, अशा पॅलेस्टाईनला मदत केली आहे. तेही सर्व पक्षीयांशी चर्चा करून कायदेशीर हितसंबंध व तक्रारी लक्षात घेऊन, चर्चा करून, सर्वसमावेशक उपाय काढून आणि स्पष्ट आणि मान्य असलेल्या मर्यादित राहून केले आहे. युनायटेड नेशन्समध्ये या मुद्द्यावरच्या भारताच्या मतदानाच्या वेळी परिणाम दिसून आला. तसेच नामच्या या विषयावरील मसुद्याबाबत व ठरावाबाबत भारताची पारंपरिक सक्रिय भूमिका राहिली आहे. भारत हा पहिला अरब नसणारा देश आहे; ज्याने पॅलेस्टाईन लिबरेशन ऑर्गनायझेशनला (PLO) पाठिंबा दिला. भारताच्या मते, ते पूर्ण पॅलेस्टाईनीयन लोकांचे वैध प्रतिनिधी आहेत. नंतर त्यांना नवी दिल्लीत कचेरीसाठी जागा देऊन त्यांना पूर्ण राजनैतिक ओळख दिली. तसेच भारत हा पहिला अरब नसलेला देश आहे; ज्याने यासर अराफतला पॅलेस्टाईनचे राष्ट्राध्यक्ष बनण्याचा मान मिळवला. अराफतचे भारतीय नेत्यांबरोबर खास सख्य होते. विशेषतः पंतप्रधान इंदिरा गांधी यांच्याशी भारताचे पॅलेस्टाईनबाबतचे धोरण हा भारताच्या राजकारणाचा नाजूक भाग आहे. भारताने पॅलेस्टिनियनना परंपरागत पाठिंबा देण्यास भारतात राजकीय पक्षांची समोरासमोर चर्चा होऊन एकमत झाले आणि याचा परिणाम म्हणजे २००६ मध्ये इस्राइलने लेबेनॉनवर हल्ला केला, तेव्हा संसदेत एकमताने ठराव संमत झाला.

हाच दृष्टिकोन डोळ्यांसमोर १९५० मध्ये पॅलेस्टाईनच्या विभाजनाला विरोध करत भारताने अरब देशांबरोबर सामील झाला. इस्राइलच्या स्थापनेनंतर दोन वर्षांनी भारताने इस्राइलला *कायदेशीर* मान्यता दिली. तरीही भारताने इस्राइलशी पूर्ण राजनैतिक संबंध प्रस्थापित केले नाही. भारताने इस्राइलला फक्त मुंबईत परराष्ट्र वकील नेमण्याची परवानगी दिली. त्यांना मात्र भारतात वकिलात स्थापायची होती

व त्यांच्याही देशात भारताने तसेच करावे, असे वाटत होते. ही परिस्थिती कित्येक दशके टिकली. १९६१ साली त्यांची नेपाळमध्ये वकिलात उघडली आणि भारताला फायद्याची ठरणारी एक खिडकी उघडली. जोपर्यंत काँग्रेस पक्ष देशात राज्य करत होता, तोपर्यंत हेच परंपरागत धोरण कायम होते. १९५८ साली जवाहरलाल नेहरूंनी स्वतः अगदी स्पष्ट सरळ सांगितले की, ही काही मोठ्या तत्त्वाची बाब नाही आणि ही वृत्ती बऱ्याच विचारांती, सगळ्या बाबींचा समतोल राखत अंगीकारली आहे. १९७० सालच्या उत्तरार्धात पंतप्रधान मोरारजी देसाईंच्या जनता दलाच्या शासनाखाली, भारत या धोरणापासून दूर जायला लागला. त्याचे कारण बहुधा देसाईंचे स्वतःचे मत पश्चिमेकडे झुकणारे होते आणि त्यांची इच्छा होती की, भारताने खरोखरच 'नॉन अलाईनमेंटचे पालन करावे. इस्राइलचे रक्षामंत्री मोशे डायान यांना भारताने १९७८ साली एका गुप्त भेटीसाठी निमंत्रित केले होते. भारताला मुख्य म्हणजे गुप्त वार्ता, अतिरेकी आणि फुटीरवाद्यांच्या संस्थांची माहिती आणि सुरक्षेकरिता लागणारी सामग्री याविषयीच्या सहकार्याबाबत प्राथमिक शक्यता पडताळून पाहायची होती. या भेटीतून काही फारसे निष्पन्न निघाले नाही. एक तर माहिती फुटली. मग भारतीय प्रचारमाध्यमांनी राजकीय समझोत्याच्या विरुद्ध दिशेने भारताचा पाठिंबा जातो आहे अशी ओरड सुरू करून पॅलेस्टाईनला भारत-अरब संबंधात कमी महत्त्व दिले जाते आहे, असे दाखविले. १९९१ मध्ये माद्रिद येथे मिडल ईस्ट पीस प्रोसेस इस्राइल आणि अरब राष्ट्रांमध्ये ही प्रक्रिया सुरू झाली. सोव्हिएत युनियनचा भौगोलिक व राजकीय समतोल अमेरिकेच्या बाजूने झुकू लागला होता. १९९२ पर्यंत भारताला इस्राइलबरोबर परराष्ट्रीय संबंधांचे आदान प्रदान करण्यात धाडस आले नव्हते. त्यामुळे भारतालाही चेव चढला व इस्राइलशी राजनैतिक बाबींवर आदान प्रदान करण्याची तयारी दर्शविली.

तेव्हापासून सर्वच क्षेत्रांत, विशेषतः लष्करी क्षेत्रात संबंध एकदम वेगाने वाढीस लागले. इस्राइलला आखाती प्रदेशाबाबत धोरण ठरवताना एक मूलभूत गोष्ट लक्षात घ्यायला हवी की, भारत आणि पर्शियन खाडी, हे अरब खाडीतली किंवा इराणमधील राष्ट्रे असून, त्यांचे भवितव्य एकमेकांत गुंतलेले आहे. इस्राइलने भारताला पुरवलेल्या बऱ्याच वस्तू व तंत्रज्ञान कुठेही मिळत नाही. भारताला १९९९ साली ऑपरेशन कारगिल करता व २००२ साली ऑपरेशन पराक्रमकरता इस्राइलने जे लष्करी साहित्य व दारूगोळा पुरवला, त्याबद्दल भारत त्यांचा आभारी आहे. दोघांच्याही फायद्याचे असणारे एक सहकार्यातले क्षेत्र म्हणजे गुप्तवार्ता होय. भारताकडून इस्राइलकरता एक गुप्तहेराचे काम करणारा उपग्रह TECSAR म्हणून सोडला गेला. हा पूर्णपणे व्यावसायिक भाग आहे. भारताकडून लष्करी संबंध कमीच ठेवण्याचा प्रयत्न केला

गेला आहे; तर इस्राइलकडून मात्र त्यावर जोर दिला जातो आहे. बिन-लष्करी क्षेत्रातही खूप उत्साहाने काम होते आहे. त्यात शेती, शास्त्र आणि तंत्रज्ञान, तीन बिलियनपेक्षा जास्त होणारा व्यापार - त्यातसुद्धा हिऱ्यांचा व्यापार असे आहे.

अमेरिकेला ज्यू लोकांचा मिळणारा वाढता राजकीय पाठिंबा, त्यामुळे इस्राइल भारताला एक योग्य वाटणारा भागीदार ठरतो आहे. अमेरिकेचा समजूतदारपणा आणि पाठिंबा या वृत्तीमुळे कितीतरी तंत्रज्ञान आणि सामग्री भारताकडे इस्राइलकडून येऊ शकली. वास्तविक त्यावर अमेरिकेने बंदी घातली आहे. गेल्या काही वर्षांत भारत व अमेरिका जवळ आल्याने आता त्रिपक्षीय वाटाघाटी तीन देशात व्हाव्यात, यासाठी हळूहळू हालचाली होत आहेत. मे २००३ साली भारताचे राष्ट्रीय सुरक्षा यंत्रणेचे माजी सल्लागार ब्रजेश मिश्रा, जेव्हा अमेरिकन ज्यू कमिटीतील सभासदांशी बोलताना त्यांनी भारत, इस्राइल व अमेरिका या तीन देशांनी जर सहकार्य वाढवले तर ते एकमेकांना पूरक ठरून समान हितसंबंध राखून भारत, अमेरिका व इस्राइलच्या जवळ यायला मदत होईल. ज्यू लोकांचा एक गट, जो भारत-अमेरिका आण्विक कराराबाबत यूएस कॉंग्रेसमध्ये पाठिंबा देत होता. परंतु आय.एयू.एन यू.एन सिक्युरिटी कौन्सिलला इराणच्या आण्विक प्रश्नाबाबत अहवाल सादर करून इराणची भूमिका मांडली आणि डिसेंबर २००६ मध्ये भारत-अमेरिका आण्विक कराराबाबत मंजूर झालेल्या हाइड ॲक्टमध्ये इराणचा समावेश केल्याची किंमत भारताला मोजावी लागली २००५ व २००६ मध्ये भारताविरोधी मतदान झाले.

भारत-इस्राइलमधील संबंधात जरी उघडपणे फायदे असले, तरी भारताला राजकीय दृष्टीने कठीण आणि धोक्याच्या परिस्थितीला सामोरे जावे लागेल. भारत सरकार जनरोष टाळू शकणार नाही, विशेषतः मुस्लिमांचा; कारण इस्राइलने पॅलेस्टाईनला दिलेली कठोर व अन्यायकारक वागणूक यांमुळे त्यांचे झालेले नकारात्मक मत यूपीए सरकार आता एका द्विधेत पडले आहे. गेली चार वर्षे ते सरकार डाव्या पक्षांवर अवलंबून होते. डावे पक्ष इस्राइलबरोबरचे संरक्षण आणि लष्करी सुरक्षेबाबतचे संबंध संपवावेत, असे म्हणणे सतत मांडत आहेत. जरी प्रत्यक्षात इस्राइलशी असलेल्या संबंधात काही फरक पडला नसला, तरी तो आघाडी सरकारच्या काळात कमी झाला आहे, असे वाटायला लागले आहे. भारतातील पूर्वीच्या सरकारांपेक्षा सध्याचे यूपीए सरकार इस्राइलच्या जवळ जाऊ शकत नाही; पण त्यांनी राजकीयदृष्ट्या इस्राइल व पॅलेस्टाईनमध्ये समतोल ठेवण्याचा प्रयत्न केला. त्याचाच परिणाम म्हणजे भारत-इस्राइलमध्ये राजकीय पातळीवर उच्च स्तरीय चर्चा/बैठका फारच क्वचित होत आहेत. इस्राइलच्या बाजूने १९९६ साली त्यांचे राष्ट्राध्यक्ष विझमन भारत भेटीवर आले होते. २००३ साली त्यांचे पंतप्रधान शेरॉनसुद्धा येऊन गेले; पण भारताकडून अद्यापि कोणत्याही सरकारकडून त्या देशाला भेट द्यायला गेले नाही. जरी

इतर भारतीय मंत्री व राज्यांचे मुख्यमंत्री नियमितपणे इस्राइलला जाताहेत, तरी भारताच्या संरक्षणमंत्र्यांनी इस्राइलला भेट दिली नाही. भारत-इस्राइलमध्ये लष्करी क्षेत्रांत खूपच देवघेव चालत असूनही इस्राइलला भेट दिली नाही. भविष्यात भारताला उच्चस्तरीय आव्हान पेलायचे आहे. अंतर्गत काहीही अडथळे न येता इस्राइलशी चांगले संबंध राखायचे आहेत. अरब देशांत पॅलेस्टाईनसकट सर्व देश इस्राइलशी करार करण्याचा प्रयत्न करत आहेत. त्यात त्यांना इस्राइलशी अनौपचारिक संबंध जोडायचे आहेत व भारत-इस्राइलसंबंधांत बाधा आणायची नाही. त्यांची इच्छा आहे की, भारताने यात मध्यस्थाची भूमिका पार पाडावी.

भारताच्या सक्रिय धोरणाची गरज

पर्शियाच्या आखाती प्रदेशाबाबत धोरण ठरवताना एक मूलभूत गोष्ट लक्षात घ्यायला हवी की, भारत आणि पर्शियन खाडी, हे अरब खाडीतले किंवा इराणमधील राष्ट्रे असोत, त्यांचे भवितव्य एकमेकांत गुंतलेले आहे. पश्चिम आशिया आणि पर्शियाचे आखात हे भारताचेच वाढीव व पूर्वनियोजित क्षेत्र आहे/शेजार आहे. इथे घडणाऱ्या प्रत्येक घटनेचे प्रतिसाद भारताच्या सुरक्षेवर आणि महत्त्वाच्या घटनेवर उमटत असतात. भारताचा प्रयत्न हा भाग नेहमी शांत आणि स्थिर असावा, असा असतो. कोणत्याही प्रकारची मोठी दुर्घटना भारताच्या ऊर्जेची सुरक्षा धोक्यात आणू शकते. यापेक्षाही महत्त्वाचे की, ते कोणत्याही वेळी तिथे काम करणाऱ्या लाखो भारतीयांना देश सोडून जायला सांगू शकतात. यामुळे सामाजिक आणि आर्थिक ऐक्य मोठ्या प्रमाणात भंग पावू शकते आणि याचा परिणाम म्हणजे भारताच्या राजकारणात अप्रिय घटना घडू शकतात. १९९०-९१ साली जेव्हा कुवेतमध्ये आणीबाणी जाहीर झाली व भारतीयांना तो देश सोडावा लागला होता, याचा अनुभव भारताने घेतला आहे. त्याच्यानंतर परत त्या भागात काम करणाऱ्या भारतीयांची संख्या प्रचंड वाढली आहे. त्यामुळे भारताला त्यांना विमानाने किंवा समुद्रमार्गे परत भारतात आणणे अशक्य आहे. यासाठी भारताला पर्शियन आखातात शांतता आणि सुरक्षा कशी राहील, याचीच योजना करायला हवी. भारताची या भागातली गुंतवणूक स्वार्थ पाहता, उच्च स्तरातील भेटींची, परराष्ट्र धोरणाच्या मंत्र्यांच्या भेटीदेखील अगदी क्वचितच घडतात. नोव्हेंबर २००८ साली पंतप्रधान मनमोहन सिंग यांनी ओमान आणि कतारला भेट देऊन उशिरा का होईना, पण या परिस्थितीला सुधारण्याची गरज असल्याचे दर्शविले.

पर्शियाचे आखात हा प्रदेश जगासाठी व्यूहरचनात्मकदृष्ट्या महत्त्वाचा आहे. जेव्हा त्यांच्यावर इंग्रजांची सत्ता होती व भारतातून राज्यकारभार चालवला जात होता, तेव्हा त्यांना ब्रिटनहून भारतात येणारा समुद्रमार्ग आपल्याच आधिपत्याखाली असावा, असे वाटत होते. त्याच वेळी ते ब्रिटनच्या तावडीतून भारत सुटावा असाही विचार करत होते. हा भाग म्हणजे ब्रिटिशांचे तळे आहे. १९७० साली जेव्हा ब्रिटिशांनी पर्शियन आखात हा प्रदेश सोडला, तेव्हा अमेरिकनांनी स्वतःकडे पोलिसांची भूमिका घेतली. आज अमेरिकेचे लष्कर तिथल्या प्रत्येक देशात इराण सोडून तैनात आहे. इराणला अमेरिका धमक्या देते आहे. ज्या देशांची स्वतःची सत्ता होती, त्या वेळी त्या देशांनी अमेरिकेशी सौहार्दाचे संबंध ठेवलेत आणि त्यांचा आनंदही बरीच दशके घेतला. त्यांनी अमेरिकेला आपले तळ ठोकायला जागा दिली व आधुनिक लष्करी सामग्री वापरायला लागले, तेव्हा अमेरिकेने त्यांना त्या बदल्यात त्यांच्या सत्तेला सुरक्षा देणे आणि शत्रूंपासून रक्षण करणे अशी हमी दिली.

दुर्दैवाने पर्शियन आखातात यामुळे वरवर स्थैर्य आल्यासारखे दिसले. खरे पाहता, पर्शियन आखातासारखा अस्थिर प्रदेश जगात नाही. या भागातले राजे, उमराव, शेख आणि हुकूमशहा सर्वांचीच सत्ता अस्थिर होती. विशेषतः त्यांच्या वेगाने वाढणाऱ्या लोकसंख्येत तरुणांची संख्या जास्त आहे. त्यांच्या आर्थिक अपेक्षा आणि राजकीय आकांक्षा पूर्ण करणे कठीण आहे. अचानक लोकशाही स्थापन करणे, हे यावर उत्तर होऊ शकत नाही. त्यामुळे त्यांना एकदम मोकाट सोडल्यासारखे होईल व त्याला ताब्यात ठेवणे दुरापास्त होईल. आज काही सर्वांत महत्त्वाचे आणि गुंतागुंतीचे समकालीन जागतिक प्रश्न व मुद्दे आहेत; जसे ऊर्जा, संरक्षण, इस्लाम मूलतत्त्ववादी, जागतिक दहशतवाद, इस्राइल–पॅलेस्टाईन प्रश्न, इराण, इराक आणि अफगाणिस्तानचा प्रश्न यांची मुळे जगातील या भागात आहेत आणि हे सर्व एक, दुसऱ्या मार्गाने अमेरिकेची त्या भागात असलेली उपस्थिती किंवा इस्राइल अमेरिकेशी असलेले जवळचे संबंध, तो इतर देशांवर प्रभाव आणत आहे. पाकिस्तानचासुद्धा आखाती देशांवर प्रभाव आहे व सुरक्षासंबंध आहेत. कामाकरिता गेलेले पाकिस्तानी अनिवासी नागरिक, यांचा यात समावेश आहे.

तिथले परस्पर नातेसंबंध हे खूप गुंतागुंतीचे, परस्परविरोधी आणि घाणेरडे झाले आहेत. त्यामुळे या प्रांतात आणखीन अस्थिरता निर्माण झाली आहे. काही जण मानसिकदृष्ट्या युद्धाला सज्ज आहेत छोटा परंतु लष्करी सत्ता असलेला इस्राइल विरुद्ध मोठा आणि भांडखोर इराण आणि परंपरागत शत्रुत्व असलेले अरब जग; शियापंथीयांचे वर्चस्व असलेला, लष्करी राजवट असलेला आणि क्रांतिकारी इराण ज्याची जगावर दहशत आहे, आतापर्यंत मुस्लिम जगतात श्रीमंत सुन्नी, सौदी राजांचे

नेतृत्व होते. आता दोन्ही देशांनी ओळखले आहे की, परस्परांना योग्य, सोईची होईल, अशी व्यवस्था करणे गरजेचे आहे. लहान तेल पुरवठा करणाऱ्या क्षेत्रात समृद्ध असणाऱ्या देशांना पर्शियन आखातातील मोठे देश आपली लूट करतील, अशी व्यक्त न करता येणारी भीती आहे. मोठा, श्रीमंत आणि व्यूहरचनेत योग्य असा इराक आणि आज सुस्त असलेला इराक हा प्रांतिक सत्तेचा समतोल बदलवू शकतो; मग तो स्थैर्य आणणारा असो, की विभाजन करणारा असो.

पश्चिम आशियात पॅलेस्टाईनच्या समस्यांना काही पर्याय गेल्या सहा दशकांत मिळालेला नाही. ही जागतिक डोकेदुखी नसून तो खरा धोका आहे. काळाबरोबर ही पॅलेस्टिनीयन्सची समस्या पूर्वीपेक्षा जास्त कठीण होत चालली आहे. पॅलेस्टाईनचे लोक, जे शतकानुशतके पॅलेस्टाईनमध्ये राहत होते, तिथून त्यांना हुसकावून लावले गेले आणि ते इतर देशात निर्वासित म्हणून किंवा कैदी म्हणून पश्चिम किनाऱ्यावर आणि गाझामध्ये गेले किंवा इस्राइलमध्ये त्यांना दुय्यम नागरिकत्व दिले गेले. इस्राइलला जगभरातील ज्यू लोकांबद्दल कळवळा आहे; परंतु ज्या पॅलेस्टाईनियन लोकांना घराबाहेर काढले आहे, त्यांना त्यांच्या पारंपरिक घराकडे परतण्याचा हक्क ते पॅलेस्टाईनियन लोकांना देत नाहीत, हा केवढा विरोधाभास आहे! पॅलेस्टाईन लोकांना नैराश्याने ग्रासले आहे. त्यामुळे ते आत्मघातकी हल्ले करताहेत. इस्राइलसुद्धा सुरक्षित नाही. उलट त्यांची असुरक्षिततेची भावना वाढलीच आहे. पॅलेस्टाईनच्या प्रश्नाने जगातील सर्व मुस्लिम लोक एकत्र आले आणि त्यांनी चार दशकांपूर्वी ओ.आय.सी. स्थापन केली. आता एकदम दहशतवाद, अल कायदासारखे त्रास उपटलेत. मुद्दा हा आहे की, फोफावलेला दहशतवाद, अल कायदा यामुळे पश्चिमेकडील देशांमध्ये इस्लामबाबत संशयाचे वातावरण निर्माण झाले आहे आणि मध्ययुगीन इस्लाम व ख्रिश्चनमधील संघर्ष पुन्हा पेटतो की काय, अशी भीती उत्पन्न झाली आहे. जगाला पॅलेस्टाईनचा प्रश्न सोडवता येत नाही, हेच अफगाणिस्तान, इराण आणि इराकमध्ये चाललेल्या संघर्षाचे कारण आहे.

सध्या सुरू असलेले इराकमधील युद्ध आणि अमेरिका-इराणमधला कडवा प्रतिकार या गोष्टी जगाला काळजीत टाकणाऱ्या आहेत. जर इराणने खरोखरच आण्विक शस्त्रात्रे तयार केली आणि ती तयार केली आहेत, असे जाहीर केले, तर किंवा इस्राइल आणि अमेरिका यांनी इराणवर आधीच हल्ला केला तर अशी कल्पना मनात चमकून जाते. परिणाम काय होईल याचा विचार न केलेलाच बरा. असे पाऊल जर त्यांनी उचलले, तर त्या भागातील इतर देशांवर खूप दडपण येईल व त्यांनाही आण्विक शस्त्र तयार करणे भाग पडेल. त्यातून एक असमान घटनांची साखळी सुरू होईल. इराण अमेरिकी तळांच्या विरोधी कृती करेल किंवा पर्शियन

आखातातल्या त्यांच्या बोटींचा विध्वंस करेल किंवा इस्त्राइलला लक्ष्य बनवेल. यात नुसता हा प्रदेशच नव्हे, तर जगातच अस्थिरता होईल. कुवेत, कतार आणि बाहरिन सारखे देश अणुकिरणांनी त्याचे तेल व वायूचे साठे दूषित होतील म्हणून काळजीत आहेत. यामुळे त्यांची आर्थिक अधोगती होईल, जागतिक ऊर्जा पेचप्रसंग निर्माण होईल आणि हजारो भारतीय आणि त्यांच्या देशातील नागरिकांना नोकऱ्या गमवाव्या लागतील. पर्शियन आखातातील कोणतेही युद्ध खूप संहारक होणार, हे निश्चित. थोडक्यात इराणवरून होणाऱ्या कोणत्याही युद्धाबद्दल भाकीत करता येणार नाही आणि ते खूप भयावह राहील. इतिहासपण हेच सांगतो की, कुठलीही लहानशी ठिणगी या स्फोटकांच्या पेटीवर पडली, तर काय होईल, सांगता येत नाही. या सगळ्या गोष्टी वरच्या थराला जाण्यापूर्वी थांबवण्यातच शहाणपणा आहे. त्याकरिता प्रत्यक्ष राजनैतिकता दाखवायला हवी. आतापर्यंत केला त्यापेक्षा वेगळा विचार करण्याची गरज आहे. भारताला प्रांताच्या सुरक्षिततेसाठी व पर्शियन गल्फ पश्चिम आशियाई देशांचे राष्ट्रीय हित जोपासण्यासाठी धोरणात्मक चौकट आखणे गरजेचे आहे. भारताने पुढे काय होऊ शकेल, याचा अंदाज घेत त्याप्रमाणे पावले टाकायला हवीत. त्याने बेसावध असून चालणार नाही. जगाच्या या भागात भारताला स्वारस्य तर आहेच आणि गुंतवणूकही भरपूर आहे. त्यामानाने प्रभाव मात्र अगदीच नगण्य आहे. दुर्दैवाने भारताची सुरक्षा यंत्रणा या मोठ्या महत्त्वाच्या भागात अगदी मामुली आहे. आणीबाणीच्या प्रसंगी भारताला वाचवू शकेल, बाहेर काढू शकेल अशी यंत्रणा नाही. भारताचा लष्करी संपर्क हा फक्त प्रशिक्षण देण्याच्या क्षेत्रात आहे, आणि भारतीय बोटी ज्या त्या बाजूला जातात, त्यांना मार्ग दाखवला जातो, एवढाच मर्यादित आहे. आखातातील ओमान हा एकच देश आहे, जिथे भारत नियमित आरमाराचा सराव केला जातो. हे पुरेसे नाही. या भागात भारताची सुरक्षा व्यवस्था वाढविली गेली तर इतर देश त्याचे स्वागतच करतील. अमेरिकेलासुद्धा हेच हवे आहे; जेणेकरून त्यांच्यावर वाढते दडपण कमी होईल. जगातील या भागात भारताने स्वतःला अमेरिकेची पुरवणी, जोड मानू नये. अमेरिकेचे सध्याच्या राज्यकर्त्यांबरोबर चांगले संबंध असतील. पण तेथील स्थानिक जनतेत मात्र अमेरिकेच्या विराधातीलच मत आहे. भारताच्या दीर्घ मुदतीच्या हितसंबंधात अमलात आणले जाणारे धोरण अमेरिकेच्या हिताचे होत आहे. हितसंबंधातदेखील प्रत्येक वेळी भिन्नता दिसते. भारताला आपल्या देशातील हजारो, लाखो लोकांच्या स्वास्थ्य आणि सुरक्षेची काळजी घ्यायची आहे; जी अमेरिकेला करावी लागत नाही. अमेरिका कधीतरी भविष्यात या सर्वांतून अंग काढून घेण्याची शक्यता आहे. भारत तसे करू शकत नाही, कारण पर्शियाचे आखात भारताचा शेजारी आहे.

पर्शियन आखात हा एकमेव देश आहे, जो भौगोलिकदृष्ट्या भारताच्या जवळ आहे व ज्याच्याकडे मोठ्या प्रमाणात सत्ता आहे. त्यामुळे भारताला या देशाची सुरक्षितता व स्थैर्य यांची काही प्रमाणात जबाबदारी घ्यावी लागेल. अमेरिकेने शांतता प्रस्थापित व्हावी म्हणून पुढाकार घेऊन प्रयत्न केले; परंतु त्यात फार पुढे जाता आले नाही, कारण इस्राइलसकट सर्व देशांचा अमेरिकेवर पुरेसा विश्वास नव्हता. त्यातही अमेरिकेचा इरादा आपले व इस्राइलचे वर्चस्व या भागात असावे असा होता.

भारताचे या प्रांतातील अरब देशांशी चांगले संबंध आहेत व भारतावर त्यांचा खूप विश्वासही आहे. इस्राइल आणि इराण यांनी भारताला अशी भूमिका घेण्यासाठी पुढाकार घेतला आहे की, ज्यायोगे प्रतिस्पर्धी देशांमधील मतभेद कमी होतील. भारताने या भागातील सुरक्षा यंत्रणा ए.आर.एफ.च्या धर्तीवर विकसित करून या प्रांतातील व प्रांताबाहेरील महत्त्वाच्या देशांना एकत्र आणण्याचे गांभीर्याने ठरवायला हवे. लंडनस्थित इंटरनॅशनल इन्स्टिट्यूट ऑफ स्ट्रॅटेजिक स्टडीज (IISS) ही संस्था २००४ पासून 'मनामा डायलॉग' आयोजित करते. त्यात औपचारिक आंतरशासकीय रचनेची प्रतिकृती, कल्पना चित्र याची तजवीज केली जाते. ही संस्था कदाचित गल्फ रिजनल फोरम (GRF) असेल. ही संस्था सौदी अरेबिया, येमेन, ओमान, युनायटेड अरब अमिराती, बहारिन, कतार, कुवेत, इराण, इराक, इस्राइल, पॅलेस्टाईन, जॉर्डन, सिरीया, लेबेनॉन, इजिप्त, भारत, पाकिस्तान, अफगाणिस्तान, चीन, जपान, युरोपीय संघ आणि रशिया या देशांना एकत्र आणेल. अशा प्रकारचा आराखडा, संवाद, संभाषणासाठी व्यासपीठ उपलब्ध करून देईल. परस्पर विश्वास आणि दक्षता घेऊन राखलेले आंतरराष्ट्रीय संबंध यांमुळे भारत ते मध्य सामुद्रधुनी या प्रांतात स्थैर्य येईल. सामूहिक सुरक्षा मंच, ज्यात अमेरिकेचा प्रभाव व सहभाग आहे, त्यात इतर सत्तांच्या सक्रिय सहभागामुळे समतोल राखला गेला आहे व इतर देश विशेषतः इराण यांना ते आखाती देशाची समस्या नाहीत; तर त्यांच्या सुरक्षितता व स्थैर्यावरचा उपाय आहेत याची खात्री होईल. परस्परांचे शत्रू असलेले इस्राइल, इराण आणि सौदी अरेबिया हे देश एकाच टेबलाभोवती बसू शकतात, हे परस्पर विश्वास निर्माण करण्यासाठी मोठे पाऊल असेल. शिया-सुन्नींमधील शत्रुत्व कमी होईल. रियाध आणि तेहरान यांच्या भेटी वाढत आहेत. अरबचे दहा वर्षांपूर्वी इस्राइलशी जे वैर होते, ते बरेच कमी झाले आहे. यासाठी पुढाकार घ्यायला हा काळ ही संधी आहे.

प्रकरण ९
रशिया आणि युरेशिया

सोव्हिएत वारसा

भारताच्या गेल्या काही वर्षांतील परराष्ट्र धोरणात लोकांचे लक्ष भारत-अमेरिका संबंधांवर केंद्रित झाले आहे. त्यामुळे भारताने परंपरागत, जवळचा आणि मित्रत्वाचे संबंध असलेल्या रशियाचे महत्त्व गमावले. रशिया, जो सोव्हिएत युनियनचा वारस आहे. या मैत्रीची मुळे खोल गेली आहेत. विसाव्या शतकाच्या सुरुवातीला जेव्हा भारत इंग्रजांच्या आधिपत्याखाली होता आणि झार रशियावर राज्य करीत होता, तेव्हापासूनची ही मैत्री आहे. १९०५ साली झालेली रशियातल्या क्रांतीनेच भारतातील स्वातंत्र्यसैनिकांना लढण्याचे बळ दिले. तेव्हा महात्मा गांधी दक्षिण आफ्रिकेत अडकले होते. तिथेही रशिया आणि भारतासारखीच स्थिती होती. त्यांनी लिओ टॉलस्टॉय यांच्याशी मैत्री वाढवून त्यांना मोठी पत्रे पाठवलीत. लेनिनसुद्धा नुकत्याच उदयाला येत असलेल्या भारतीय स्वातंत्र्यलढ्याकडे सहानुभूतीने पाहत रस घेत होता. १९१७ सालच्या बोलशेविक क्रांतीने सोव्हिएतला जाणीव झाली की, जर भारत स्वतंत्र झाला, तर त्यांच्या क्रांतीला यश मिळेल. बरेच भारतीय स्वातंत्र्यसेनानी ज्यांना बोलशेविक क्रांतीकडून प्रोत्साहन मिळाले, त्यांनी सोव्हिएत नेत्यांशी वैयक्तिक संबंध साधला. तरीही इतर कोणत्याही गोष्टीपेक्षा जास्त प्रभावी ठरले, ते नेहरूंचे विचार. त्यांनी भारतीय राष्ट्रीय काँग्रेस (इंडियन नॅशनल काँग्रेस) ची स्थापना करून सोव्हिएत युनियनकडे आपण झुकतो आहे हे दाखविले. १९२७ साली बोलशेविक क्रांतीची दहा वर्षे पूर्ण झाली, तेव्हा जवाहरलाल नेहरूंनी सोव्हिएत युनियनला भेट दिली आणि तिथल्या अनुभवाने भारावून गेले होते. नेहरूंची खात्री पटली होती की,

भारतासारख्या विकसनशील देशाला भांडवलशाहीचा मार्ग अनुसरायची गरज नाही; तर अशा विकासावर भर द्यायला हवा, ज्यात सामाजिक न्याय, समानता आणि मानवाची प्रतिष्ठा या मुख्य गोष्टी असतील. नेहरूंनी स्पष्ट सांगितले की, सोव्हिएत युनियनशी जवळचे व मैत्रीचे संबंध खूप वाढवले पाहिजेत. भारताला स्वातंत्र्य मिळण्यापूर्वीच १३ एप्रिल १९४७ ला नेहरूंनी भारत व रशिया यांच्यात परराष्ट्रसंबंध प्रस्थापित झाल्याचे अधिकृतरीत्या जाहीर केलेले लक्षात घ्यायला हवे.

नेहरूंचा सोव्हिएत युनियनवरचा विश्वास सार्थ ठरला. सोव्हिएत युनियनने सातत्याने भारताला राजकीय, परराष्ट्र संबंधात व व्यावहारिक पाठिंबा दिला आणि हा पाठिंबा द्विपक्षीय संबंधात व काश्मिर आणि भारताच्या राष्ट्रीय हितावर परिणाम करणाऱ्या महत्त्वाच्या मुद्द्यांवर आंतरराष्ट्रीय व्यासपीठावर होता. १९७१ मधील युद्धातील भारताचा विजय व बांगलादेशाची निर्मिती सोव्हिएतच्या परराष्ट्रीय संबंधातील पाठिंबा, भौतिक पाठिंबा, आणि इंडो-सोव्हिएत ट्रीटी ऑफ पीस फ्रेंडशिप अ‍ॅण्ड को-ऑपरेशन या करारामुळे आत्मविश्वास मिळाल्यामुळे घडून आले. राजकीय आकलनांना भक्कम आर्थिक आणि व्यावहारिक संबंधांचा आधार होता. १९५० च्या सुरुवातीला सोव्हिएत युनियनकडून औद्योगिकीकरण, तसेच संवेदनशील भागातील संरक्षणासाठी अंतरिक्ष आणि अणुऊर्जेसाठी भरपूर आर्थिक मदत मिळाली. भारताजवळ पुरेसे भांडवल, परकीय चलन आणि तंत्रज्ञान नसल्याने भारताला पायाभूत सुविधांसाठी कमी व्याजदराने, भारतीय रुपयात परत करता येण्याजोगे; विश्वासार्ह, परवडेल अशा दरात आणि चांगल्या गुणवत्तेचे लष्करी सामान, तेही रक्कम नंतर देण्याच्या बोलीवर आणि मोठ्या प्रमाणात मोठ्या प्रमाणावर तेल आणि तेल उत्पादने यांचा भरपूर पुरवठा; इराककडून वस्तूंच्या देवघेवीच्या रूपाने खते, धातू आणि इतर उत्पादने मिळणे भारताने यांचे महत्त्व मानले. आज जागतिक स्तरावर स्पर्धा करणारी सरकारची क्षेत्रातील ज्या कंपन्या आहेत, त्यात भेल (BHEL) तेल आणि नैसर्गिक वायू संस्था (ONGC), हिंदुस्थान एरोनॉटिक्स लिमिटेड (HAL) आणि सेल (SAIL) पोलाद तयार करणारा कारखाना या सर्व गोष्टी सोव्हिएत युनियनच्या सहकार्यानेच झाल्या आहेत. मुंबईत पहिली परदेशी सहकार्यात स्थापलेली इंडियन इन्स्टिट्यूट ऑफ टेक्नॉलॉजी ही सोव्हिएतच्या सहकार्याने झाली आहे. सोव्हिएत युनियनच्या काळात खरोखरच भारताला स्वतःच्या पायावर उभे राहण्याचे बळ दिले. सोव्हिएत रशियाच्या वेळी जरी काहीसा असमान असलेला भागीदार ज्याने भारताला आत्मविश्वास, आत्मनिर्भर व्हायला मदत केली.

१९९० च्या काळात दिलेला नवीन प्राधान्यक्रम

सोव्हिएत युनियनचे तुकडे झाले आणि त्याच्या पायावर उभा असलेला कित्येक दशकांच्या मैत्रीचा डोलारा कोसळला. दोन्ही देशांना नव्या वाटा चोखाळायला वेळ लागला. भारत-रशिया १९९० च्या सुमारास एकमेकांपासून दूर जायला लागले; कारण त्यांचे प्राधान्यक्रम वेगवेगळे होते. रशिया राजाच्या ताब्यातील आर्थिक व्यवस्था मुक्त बाजारव्यवस्थेत बदलायचा प्रयत्न करत होता. त्यांना एकसत्ता केंद्रीकरणातून बहुपक्षीय लोकशाहीत यायचे हाते. भारतसुद्धा आर्थिक सुधारणा करण्याच्या प्रयत्नात होता. रशिया आणि भारतातील व्यावसायिकांचे लक्ष व प्रयत्न पश्चिमेकडील देशांकडे होते, कारण तंत्रज्ञानाचा स्रोत, भांडवल आणि व्यवस्थापन त्यांना पश्चिमेकडील देशांमध्ये दिसत होते. रशियाकडून भारतात होणारा तेल पुरवठा थांबला. भारताला होणारा लष्करी सामग्रीच्या पुरवठ्यात, बऱ्याच संरक्षण सामग्री बनवणाऱ्या एकसंध सोव्हिएतमधील लष्करी औद्योगिक कारखाने बंद पडले, किमती अवास्तव वाढल्या किंवा रशियाच्या विभाजनानंतर लष्करी सामग्री उत्पादनाचे कारखाने विखुरले गेले. त्यामुळे खंड पडला. रशिया किंवा भारत या कुणालाही प्रचंड बदललेल्या परिस्थितीत इतरांशी कसे संबंध ठेवावेत, हे कळत नव्हते. येलत्सीनच्या कारकिर्दीत तर राजकीय संबंध पार शून्यापर्यंत पोहोचला, इतका खाली गेला. रशियातील नेत्यांना पश्चिमेची भुरळ पडली होती आणि त्यांना भारत परराष्ट्रीय धोरणांकरता महत्त्वाचा वाटत नव्हता म्हणून भारताला प्राधान्य दिले जात नव्हते. त्यांनी आपले परंपरागत धोरण बदलून पाकिस्तानला पाठिंबा द्यायला सुरुवात केली. त्यात दक्षिण आशिया आण्विक शस्त्रास्त्रांसाठी मुक्त क्षेत्र असावा, अशी एक योजना पुढे केली. अमेरिकेच्या दडपणाखाली येऊन रशियाला आपल्या पूर्वीच्या करारासंबंधी वचन पूर्ण करावे लागले. त्यानुसार त्यांनी प्रायोजेनिक इंजिन्स भारताला पुरवलीत. या स्थित्यंतरात व पुन्हा जूळवून घेण्यात एक दशकापेक्षा अधिक काळ गेला. मागे वळून पाहिल्यावर असे जाणवले की हे न टाळता येण्याजोगे होते.

सोव्हिएत युनियनमधून बाहेर पडल्यावर रशियाच्या परराष्ट्रीय धोरणात, रशियाचे शेजारी राष्ट्रे अमेरिका, युरोप आणि चीन हे सर्व प्रांत, ज्यांच्याकडून रशियाला धोका आहे, यासाठी सुरक्षेचा विचार प्रामुख्याने केला. रशियाला आपले राजकीय आणि आर्थिक वर्चस्व पुन्हा प्रस्थापित करायचे होते, तसेच इस्लामिक मूलतत्त्ववाद्यांकडून धोका आणि मध्य आशिया आणि कॉकेशसमधील नव्यानेच स्वतंत्र झालेल्या राष्ट्रात अस्थिरतेला सुरुवात झाली आहे. याचा विचार रशिया करत आहे. रशियाच्या पश्चिमेकडील प्रदेशात नाटोचा प्रभाव वाढवून अमेरिका रशियाला कायमचे कमकुवत

करण्याचा प्रयत्न करत असल्याने, तसेच युक्रेन, जॉर्जिया आणि अझरबैजान यांना रशियाविरोधात चिथावणी देत आहे आणि पोलंड व झेक रिपब्लिकमध्ये संरक्षणासाठी क्षेपणास्त्रे ठेवली आहेत. त्यामुळे रशियाचे सार्वभौमत्त्व पुन्हा प्राप्त करण्याचे काम अधिकच कठीण झाले आहे. रशियाचा अगदी नजीकचा शेजारी म्हणजे पश्चिमेकडील राष्ट्रे, रशियाच्या परराष्ट्र धोरणात ही राष्ट्रे महत्त्वाची आहेत; कारण एकतर सुरक्षिततेच्या दृष्टिकोनातून व दुसरे म्हणजे रशियन लोक पश्चिमेकडील राष्ट्रांना मानतात व रशियन लोकांना 'युरोपियन' म्हटले जावे त्यांना वाटते. रशियात पीटर द ग्रेटचे राज्य असल्यापासून रशियाला युरोप आवडतो व त्यात सामावण्याची त्यांची इच्छा आहे. गॉरबाचेव्हने 'सामान्य युरोपियन घर' असा उल्लेख केला होता. ऐतिहासिकदृष्ट्या युरोप रशियाचा मुख्य शत्रू असून, त्याच्यापासूनच त्यांना धोका आहे. आज रशिया युरोपातील किफायतशीर बाजारपेठेत प्रवेश आणि अनेक क्षेत्रांसाठी आधुनिक तंत्रज्ञान मिळविण्याचा प्रयत्न करत आहे. रशियासुद्धा पश्चिमी देशांच्या वाढत्या दडपणाला, युरोपला तेल आणि वायू यासाठी रशियावर अवलंबून ठेवून, अमेरिका व युरोप यांनी एकत्र येऊ नये म्हणून प्रयत्न करत आहे व त्यासाठी पाऊल टाकून प्रत्युतर द्यायचा प्रयत्न करत आहे. त्याचवेळी विस्तीर्ण युरेशियातील एक देश म्हणून रशियाला आशियाकडे लक्ष देण्याची गरज आहे; कारण रशियाची नैसर्गिक साधनसंपत्ती आशियात आहे. सध्यातरी रशिया व चीनला अमेरिकेचा मध्य आशियातील वावर व प्रभाव कमी करायचा आहे. दीर्घ मुदतीत चीनची आर्थिक ओढ आणि त्यांचा लोकसंख्येचा सैबेरियातील वाढता विस्तार, तसेच रशियाचा अतिपूर्वेचा भाग आणि मध्य आशिया रशियातील परंपरागत राजकीय प्रभावाला आणि आर्थिक वर्चस्वाला या भागात भीती उत्पन्न करू शकतात.

एकविसाव्या शतकातील भारत-रशिया संबंध

भारत आणि रशिया यांचे संबंध जेव्हा एका निर्णायक टप्प्यावर पोचले, त्या वेळी म्हणजे सन २००० मध्ये येलत्सिन सरकार बदलून पुतीन यांचे नेतृत्व आले. त्यांनी भारताशी असलेल्या व्यावहारिक, राजकीय संबंधाचे महत्त्व जाणले. पश्चिमेकडील राष्ट्रांसारखे भारताने रशिया कमकुवत असताना त्याची मानखंडना केली नाही. पुतीन यांच्या धोरणामुळे डळमळीत झालेल्या भारत-रशिया संबंधांना पुनरुज्जीवन मिळाले आणि नव्या युगात या संबंधांना योग्य दिशा दिली. जरी उधारीचे दिवस संपले, तेल येणे बंद झाले आणि भारतीय रुपया डळमळीत व्हायला लागला, तरी रशिया भारताने आपले संबंध मजबूत करण्याकडे व आपापल्या देशांच्या हिताचे

जतन करण्याचे ठरवून आखणी करायला सुरुवात केली. आता दोन्ही देशांचे संबंध समतोल राखण्याचा प्रयत्न करत आहेत. आता रशिया महासत्ता राहिली नाही, की भारत विकसनशील देश. भारत-रशिया त्यांच्या वेगाने वाढणाऱ्या आर्थिक क्षमतेमुळे त्यांची परकीय चलनाची गंगाजळी वाढते आहे. दोघांनाही नवा आत्मविश्वास आला आहे. त्यांच्यातील बळ जे दुसऱ्यांना जाणवते आहे, ते आहे रशिया 'ऊर्जेची महासत्ता' आणि भारत 'ज्ञानाची महासत्ता' बनणे आहे. दोघेही एकमेकांची प्रतिष्ठा राखून आहेत.

जगाच्या पटावर या दोन्ही देशांची भूमिका मोठी व महत्त्वाची ठरते आहे. येत्या काही दशकांत हे दोन देश एकच लक्ष्य ठेवून त्याकडे वाटचाल करतील व जगात बहुआयामी (बहुध्रुवीकरण) स्थान निर्माण करतील. जागतिक सत्ता समतोलात भारत एक मित्र म्हणूनच, स्वतंत्र विचारसरणी असलेला देश म्हणून रशियाला भारत महत्त्वाचा वाटतो. भारताला रशिया राजकीय आणि परराष्ट्र संबंधात देत असलेला पाठिंबा व काही महत्त्वाच्या मुद्द्यांवर हा पाठिंबा पुढे चालू ठेवला आहे. याचे महत्त्व भारताला आहे. दोन्ही देशांचे हितसंबंधांबाबत गंभीर मतभेद नाहीत. दोन्ही देशांचे प्राधान्यक्रम व धोरणे त्यांच्या शेजारी राष्ट्रांशी म्हणजे भारताच्या संदर्भात दक्षिण आशिया आणि रशियाच्या संदर्भात पूर्वीचा सोव्हिएत युनियन यांना परस्परपूरक आहेत. भारताजवळ आण्विक शक्ती असून, त्याची वेगाने आर्थिक प्रगती होत आहे, त्यामुळे रशियाने भारताला गंभीरपणेच घ्यायला हवे. रशिया आर्थिक आणि लष्करी क्षेत्रात पुन्हा स्थैर्य मिळवत आहे आणि आंतरराष्ट्रीय पटावर स्वतःची बाजू बळकट करत आहे, याचा भारताला आनंद आहे. तरीही रशियाच्या आंतरराष्ट्रीय धोरणाच्या प्राधान्यक्रमात भारताचा नंबर दुसऱ्या टप्प्यावर आहे. भारताकरिता मात्र रशियाचे महत्त्व मोठे आहे. दोन्ही देश ज्या चतुराईने ही परराष्ट्र धोरणाची चौकट हाताळत आहेत, त्यात कोणत्याही प्रकारचा आदर्शवाद किंवा भावनात्मक घटक नाही. आजच्या गुंतागुंतीच्या आणि वेगाने बदलणाऱ्या भौगोलिक आणि राजकीय परिस्थितीत दोन्ही देशांनी त्यांच्या परराष्ट्रीय धोरणात बदल करून, गेल्या काही दशकांत एकत्रपणे मिळवलेले फायदे व भागीदारी, विश्वास सहजासहजी टाकून देणार नाही, ही शहाणपणाची भूमिका घेतली आहे.

भारतासाठी रशियाबरोबर असलेले संरक्षण संबंध खूप महत्त्वाचे आहेत; कारण सामग्री आणि विशेषतः नौदल व वायुदलासाठी लागणारे यंत्राचे सुट्टे भाग यासाठी भारत रशियावर अवलंबून आहे. जरी भारताने लष्करी सामग्री दुसरीकडून घ्यायला सुरुवात केली, तरी रशियाच मोठा व महत्त्वाचा लष्करी साहित्य पुरवणारा परकीय देश आहे. समस्या तरीही राहतातच. किमती ठरवणे हे महाकठीण होऊन बसले

आहे. 'मैत्रीखातर किमती' याचे पर्व कधीच संपले आहे. उत्पादनाला पूरक, स्पेअर पार्ट्सचा पुरवठा आणि भारताने ज्या वस्तू, साहित्य आधी घेतले आहे त्याची देखभाल या महत्त्वाच्या गोष्टी असून, त्या अजूनही अपुऱ्या पडत आहेत. असे असले तरी भारताने सुरक्षेसाठी तरी त्यांच्याबरोबर संबंध ठेवायला हवेत. लष्करी संबंध जोडण्याची जोखीम भारत घेऊ शकत नाही. ते सोपेही नाही आणि योग्यही नाही. रशियाचे लष्करी साहित्य तुल्यबळ, मजबूत आणि विश्वासू आहे. रशियाला भारताला सर्वांत अत्याधुनिक सामग्री द्यायची इच्छा आहे. तसेच नवीन उत्पादन उदाहरणार्थ ब्राह्मोस क्षेपणास्त्र (ज्याचे उत्पादन सुरू आहे), त्याचप्रमाणे मल्टी रोल ट्रान्सपोर्ट एअरक्राफ्ट आणि फिफ्थ जनरेशन फायटर एअरक्राफ्टसाठी केल्या जाणाऱ्या संशोधन व विकास यात दोन्ही राष्ट्रांचा सहभाग असावा, असे वाटते. भारत-रशिया लष्करी अनेक अडचणी येत असूनही रशिया हा एकमेव परकीय लष्करी सामग्री पुरवठादार आहे. भारत त्याच्याकडून उच्च तंत्रज्ञान साहित्य, जे आणखी कुठूनही मिळत नाही, ते घेतो. त्यात अणुशक्तीयुक्त पाणबुड्या आहेत, ज्या मिळण्यात उशीर होत असताना आणि किमती वाढत असूनही विमानवाहक नौका घेणारच आहे. भारताची वाजवी भीती ही आहे की, पुरेसे लष्करी सामर्थ्य नसले, तर भारत-रशिया संबंधांचा हा इमला कमकुवत होईल. रशियासुद्धा हे जाणून आहे की, भारतामुळे त्याला मोठा व्यवसाय मिळाला. वेळेत येणारे पैसे आणि पूर्वीच्या सोव्हिएत युनियन दिवसातले चुकवलेले कर्ज ही जमेची बाजू आहे. भारत लष्करी साहित्याचा मोठा ग्राहक आहे. भारत एकच देश आहे, ज्याच्याबरोबर रशियाचा लष्करी तंत्रज्ञान सहकार्य कार्यक्रम चालतो. जेव्हा रशियाची आर्थिक स्थिती डगमगली होती, तेव्हा त्यांच्या लष्करी साहित्याच्या विक्रीनेच त्यांना हात दिला होता. रशियाला ठाऊक आहे की, सध्या युद्धसाहित्य विकण्यात खूप मोठी स्पर्धा आहे. त्यात इस्राइल, फ्रान्स आणि अमेरिकेसारखे तगडे देश येतात. त्यांनी भारताला आपल्या मालाविषयी व नंतरच्या सेवेविषयी पटवून द्यायला सुरुवात केली आहे. म्हणूनच रशियाला भारतासारखा ग्राहक सोडायचा नाही.

वस्तुस्थिती अशी आहे की, भारताकडे ऊर्जा कमी आहे आणि रशियाकडे त्यांची गरज भागून शिल्लक राहते. त्यामुळे भारताच्या दृष्टिकोनातून भविष्यात सहकार्यासाठी ऊर्जेचा मुद्दा महत्त्वाचा असेल. भारताने २००१ मध्ये साखलीन-१ या प्रकल्पात गुंतवणूक केली आहे; ज्यातून आतापर्यंत २.५ दशलक्ष टन तेल मिळालेले आहे. भारत रशियातील तेल व वायू प्रकल्पात जास्त गुंतवणूक करण्याची संधी शोधत आहे. त्यातच त्यांचा साखलिन-३ हा महाकाय प्रकल्प व्हायचा आहे. त्यात भारताला संधी मिळाली, तर हवीच आहे. भारताला साखलिन-१

मध्ये गुंतवणूक करता आली, कारण ते राजकीयदृष्ट्या गरजेचे होते. आता परत भारताला अशा संधी रशियाच्या तेल आणि वायू क्षेत्रात मिळणे कठीण आहे. सीमा मुद्द्यासंबंधी जाण ठेवून जर रशियाला ही संधी भारताला द्यावी, असे वाटले तरच ते होईल. भारत-अमेरिका संबंधात भारत आधीच अमेरिकेकडे झुकतो आहे. त्यामुळे भारत-रशिया संबंधांवर त्याची छाया पडते आहे. अशा परिस्थितीत रशियाबरोबर ऊर्जासंबंध वाढायची शक्यता फारच कमी दिसते. व्यावसायिक दृष्टीने रशियाच्या तेल कंपन्यांना भारतातील तेल आणि वायू व्यवसायात हिस्सा हवा आहे. भारत रशियाकरता एक महत्त्वाची बाजारपेठ आहे. त्यांना जर तेल आणि वायूकरता त्यांची बाजारपेठ बदलायची असल्यास, ते तसे करू शकतात. भारतात कुडनकुलम इथे आण्विक शक्ती प्रकल्प उभारण्यात रशिया भारताला आधीच मदत करतो आहे. त्याने नुकतेच तारापूर रिॲक्टरला इंधन पुरवले. त्यांनी देशात आणखी आण्विक शक्ती प्रकल्प उभारायची तयारी दाखविली आहे. आता न्यूक्लिअर सप्लायर्स ग्रुपचे नियम बदलून त्यांनी त्यात भारताला सामावून घेतले आहे.

भारत-रशिया संबंध पूर्णपणे भक्कम पायावर व दीर्घ मुदतीकरिता राहणार नाहीत. त्याकरिता व्यापार आणि आर्थिक सहकार्यात वाढ आणि विविधता येणे आवश्यक आहे. दोन्ही देशांमधील परस्पर व्यापार सध्या तरी बऱ्याच कमी प्रमाणात, म्हणजे फक्त ५ बिलियन डॉलर्स एवढाच आहे. म्हणजे भारताच्या एकूण परकीय व्यापाराच्या फक्त १% आहे. १९९१ साली रशियाचा वाटा ९% पेक्षा जास्त होता. २०१० पर्यंत जरी कमीत कमी १० बिलियन डॉलर्सचे लक्ष्य ठेवले, तरी ते साध्य होईल, असे वाटत नाही. दोन्ही देशातील व्यवसाय बऱ्याच प्रमाणात पाश्चिमात्य देशांतील खासगी क्षेत्राकडे आहे. सरकार त्यांना याची जाणीव करून देऊ शकतो. पण त्यांना सक्तीने भाग पाडू शकणार नाही किंवा त्यांना एका विशिष्ट दिशेने जायलापण सांगू शकत नाही. ही पाश्चिमात्य प्रणाली म्हणजे ऐतिहासिक वारशाचा परिणाम आहे. भारतातले प्रमुख व्यापारी आणि उद्योगपतींनी कधी सोव्हिएत युनियनशी व्यापारी आणि आर्थिक संबंध स्थापण्याचा विचार केला नाही. भारत-सोव्हिएत व्यापार हा वार्षिक व्यापार योजनांवर आखला होता. त्यावर राजकारणाचा मोठा प्रभाव होता. हे सगळे केंद्र सरकार ठरवत असे. व्यावसायिक, उद्योगपती आणि व्यापारी अधिकारी यांची एक पिढी, ज्यात सगळे तज्ज्ञ होते, त्यांना या प्रणालीशी कसे जमवून घ्यायचे आणि भरपूर फायदा कमवायचा, याचे चांगले ज्ञान होते. या थोड्या लोकांच्या ज्ञानात कशाचेही प्रशिक्षण, कुशलता असे काही नव्हते. होते ते फक्त बाजारपेठेचा व्यवसाय. पूर्वीच्या पिढीच्या या कुबड्या काढून घेतल्यावर जास्त पत असणारे उद्योगपती आणि व्यावसायिकांनी कधीच रशियन बाजारपेठेचा गांभीर्याने विचार केला नाही. काही धाडसी लोकांनी

यात उडी घेतली; पण सुरुवातीच्या काही वर्षांनंतर जेव्हा सोव्हिएत युनियन विभागले गेले, तेव्हा ते चांगलेच पोळले व घाईगर्दीने माघार घेतली. दोन्हीकडच्या सनदी अधिकाऱ्यांनी निर्माण केलेली गुंतागुंत आणि ताठरपणा हे जास्तीचे अडथळे त्यात होतेच. भारतीय व्यावसायिकांना रशियातले सतत बदलणारे करासंबंधीचे नियम, त्यात नसलेली पारदर्शकता, कस्टम्स् इत्यादीसंबंधीचे नियम माहीत नाहीत. भारतीय व्यावसायिकांकरिता दोन गोष्टी ज्या सतत त्रासदायक आणि मूलभूत समस्या निर्माण करतात; त्या आहेत, एक त्यांना रशियाकरिता व्हिसा (परवाना) मिळत नाही आणि दुसरे दोन्ही देशांमधील बँकिंग व्यवस्था ही अतिशय कमकुवत आहे.

राजकीयदृष्ट्या भारत-अमेरिका जसे जवळ येत गेले, तसे भारत-रशियातील अंतर वाढत गेले. भारताने २००५ साली अमेरिकेबरोबर केलेला लष्करी करार भारत-अमेरिका यांचे एकत्रित चालणारे युद्ध-सराव, पंतप्रधान मनमोहन सिंग यांनी जानेवारी २००८ साली मॉस्कोला भेट दिली, त्या वेळी अगदी शेवटच्या क्षणी कुडन कुलमच्या अतिरिक्त आण्विक शक्ती प्रकल्पावर सही करायला नाखुशी दाखविली. भारताने इराणबद्दलचे जे धोरण आखले, त्यावर अमेरिकेचा प्रभाव असल्याचे स्पष्ट जाणवते. या सर्व गोष्टींमुळे भारताचे परराष्ट्र धोरण कोणत्या दिशेने जाते आहे, ही रशियासाठी चिंतेचीच बाब आहे. अमेरिकेचा दक्षिण आशियातील वाढता प्रभाव आणि भारताला आपल्या शेजारी राष्ट्रांशी कसे व काय धोरण ठरवायचे, यात सल्ला देणे आणि काश्मिर प्रश्न हा आता आंतरराष्ट्रीय मुद्दा नाही. भारताला रशियाच्या पाठिंब्याची राजकीयदृष्ट्या विशेष गरज नाही किंवा सोव्हिएत युनियन असताना होती तेवढी आता नाही, परिस्थिती बदलेल.

भारत अजूनही रशियाकडे खरा विश्वासू मित्र आणि व्यावहारिक भागीदार म्हणूनच पाहतो. भारतासाठी रशिया हा महत्त्वाचा देश आहे यावर सर्व राजकीय पक्षांचे एकमत आहे. गेल्या काही वर्षांत भारतीय नेत्यांनी हा नातेसंबंध जपण्याकरिता विशेष काळजी घेतली. येलत्सिन यांच्या काळात झालेले दुर्लक्ष, राजकीय उलथापालथ, पाकिस्तानबाबत प्रसंगी गैरसमज निर्माण करण्याचे बाह्य देशांनी केलेले प्रयत्न आणि त्यांचा दबाव यातून हे संबंध टिकविण्यासाठी गेल्या काही वर्षांत भारतीय नेत्यांनी विशेष काळजी घेतली. अधिकाऱ्यांच्या स्तरावर दोन्ही देश पूर्वीचा जोश, वेग, उत्साह जो परत यायला हवा, यासाठी प्रयत्न करत आहेत. जानेवारी २००७ साली रशियाचे राष्ट्राध्यक्ष पुतीन भारताच्या गणतंत्र दिवसाचे प्रमुख पाहुणे म्हणून आले होते. हे त्याच दिशेने टाकलेले महत्त्वाचे पाऊल होते; पण २००७ च्या उत्तरार्धात रशियाकडून अगदीच थंड प्रतिसाद मिळाला. भारत आणि रशियादरम्यान उच्चस्तरीय बैठका झाल्या, ज्यात पंतप्रधान, परराष्ट्रमंत्री आणि संरक्षणमंत्री यांचा समावेश होता;

परंतु या भेटीदरम्यान आंतरराष्ट्रीय वागणुकीच्या नियमांबद्दल वादविवाद होऊन २००७च्या शेवटापर्यंत रशिया भारतावर नाखूश असल्याचे दिसत होते. तो गैरसमज आता दूर झाला आहे. रशियन पंतप्रधान झुबकॉव्ह यांची २००८ मधील भेट यशस्वी झाली. त्याच वेळी कुडनकुलमचे अतिरिक्त रिॲक्टर कार्यान्वित करायचे ठरले. याबाबत त्यांचे राष्ट्राध्यक्ष मेडवेडेव डिसेंबर २००८ साली भारत भेटीवर आले, तेव्हा या करारावर सह्या झाल्या. २००७ सालच्या उत्तरार्धात आणि २००८ सालच्या पूर्वार्धात जे गैरसमज झाले होते, ते परत होणार नाहीत व गाडी रुळावरच राहील, याच्याकडे विशेष लक्ष द्यावे लागत आहे. भारताने स्वतःच्या भल्यासाठी, सध्या असलेले विश्वासाचे संबंध बिघडणार किंवा कमजोर होणार नाही, म्हणून सावध पावले उचलायला हवीत.

या द्विपक्षीय संबंधात मूलभूत कच्चा घटक आहे, तो रशियात किंवा भारतात जे स्थानिक क्षेत्र आहे, तिथलेच लोक एकमेकांना पाठिंबा देत नाहीत व हिस्सेदारही समजत नाहीत. दोन्ही बाजूंच्या समजण्याच्या कुवतीवर पश्चिमात्य पूर्वग्रहाची छाया पडली आहे. समकालीन परिस्थितीशी जुळवून घेत नाहीत. रशियातील नवीन पिढी राज्य करणारे अभिजन ते भारताकडे अगदीच निराळ्या दृष्टीने पाहतात. ते समजूही शकते. त्यांना सोव्हिएतच्या काळाची ओढ नाही. त्यांचा कलही व्यावसायिकदृष्ट्या पश्चिमेशी जोडून राहण्याकडे आहे. रशियातील सुसंस्कृत समाजाला पाश्चिमात्य देश हे आदर्श वाटतात. याशिवाय १९९० मध्ये खासगीकरणातून अचानक झालेला भरपूर नफा हा पश्चिमेतील बँका आणि जमीन जुमल्यात गुंतवला आहे. भारताला समजून घेण्याची रशियाची वृत्ती अगदी जुनाट आहे. विसाव्या शतकाच्या मध्यावधीत जसे मोडून तोडून भारताचे चित्र त्यांच्या मनात होते, ते कायम आहे. आताचा समृद्ध, आत्मविश्वास असणारा विवेकवादी असा एकविसाव्या शतकातील भारत मात्र त्यांना अजिबात कळला नाही. रशियन लोकांना असे वाटते की, भारताला रशियाशिवाय पर्याय नाही; तरीही भारत रशियाला योग्य ते महत्त्व देत नाही.

भारतीय अभिजनांचे विचार आणि राहणीमानसुद्धा पाश्चिमात्यांकडे झुकते आहे. संस्कृती भाषा आणि लोकशाही राज्यव्यवस्था यांमुळे भारत आणि पाश्चिमी देश एकत्र आले. याशिवाय भारतातले श्रीमंत, सुशिक्षित पश्चिमी देशांत स्थायिक झाले आहेत. तसेच भारतीय व्यावसायिक व उद्योग यांचे पश्चिमी उद्योगांशी असलेले दुवे आणि मोठ्या प्रमाणात पर्यटक, विद्यार्थी यांची भारत व पश्चिमी देश येथे होणारी जा-ये यामुळे हे संबंध अधिक दृढ होत आहेत. भारत आणि रशियामध्ये असे लोकांचे परस्पर संबंध नाहीत. भारतीयांच्याही मनात रशियाबद्दल जुनेपुराणे मतच कायम आहे. रशिया आता दबावाखाली असणारा, स्वत्व गमावलेला देश नाही. तो सोव्हिएत

युनियनचा काळ गेला. तरीही अजून भारतीयांना कणखर, आधुनिक आणि स्थिरता असलेला देश रशिया आहे, हेच मान्य नाही. हेच समस्येचे मूळ आहे. भारताला रशियाच्या तंत्रज्ञानविषयक क्षमता आणि लष्करी क्षेत्राला त्या वाजवी किमतीत न पुरवता आल्याने त्यांच्याविषयी अज्ञान आहे व विश्वास नाही. त्यामुळे नवीन कल्पनांनी भारावून जाऊन जो जुन्या माहीत असलेल्या व विश्वासू भागीदारापेक्षा नवा चांगला वाटतो. सामान्य लोकांनाही रशियाशी असलेल्या संबंधाबाबत अज्ञान आहे. त्यामुळे रशियाशी भारताच्या असलेल्या संबंधाचे त्यांना महत्त्व वाटत नाही; परंतु रशियावर सामान्य भारतीय लोकांना काय वाटते; याचा परिणाम होत नाही; जितका अमेरिका किंवा पर्शियन आखातातील लोकांच्या मताचा होतो.

भारताची रशियाशी मैत्री ही अतिशय महत्त्वाची आहे, हे भारतीयांना समजणे गरजेचे आहे. दोन्ही देशांचे हितसंबंध परस्परपूरक आहेत. यात तेल आणि वायू, संरक्षण, अणुशक्ती, अंतरिक्ष आणि विज्ञान, तंत्रज्ञान ही क्षेत्रे महत्त्वाची आहेत. जागतिक स्पर्धेत रशियाची ही मुख्य ताकद आहे आणि भारताला त्यांच्या मदतीची व त्यांच्याबरोबर काम करण्याची गरज आहे. अनेक अडचणी, चीड आणणाऱ्या गोष्टी असल्या तरीही परस्पर संबंधात मर्यादा असल्या तरीही भारताने त्यातले अनेक सकारात्मक घटक, फायद्याचे व्यवहार सोडता कामा नये. रशियाने यु.एन.मध्ये काश्मिर प्रश्नाबाबत राजकीय आणि व्यावहारिक पाठिंबा दिला. त्यामुळे भारताच्या आसपास समस्या नाहीत. रशियाने भारत-पाकिस्तान संघर्षात विश्वासार्हता दाखविली. भारताविषयी संवेदनक्षमता, काळजी व आदर यांमुळे रशियाने भारताला प्रगत संरक्षण सामग्री दिली नाही; ज्यातून दक्षिण आशियाचा लष्करी समतोल बिघडेल. दोन्ही देशांचा इराण, अफगाणिस्तान व मध्य आशिया यांच्याशी व्यूहरचनात्मक मुद्द्यावरून जवळ येत आहेत.

रशिया हा भारताचा बहुमोल भागीदार आहे आणि त्याने भारताला अनेक क्षेत्रात आधुनिक तंत्रज्ञान सुलभ करून दिले. अंतरिक्ष क्षेत्राबाबत भारताला रशियन तंत्रज्ञान उपलब्ध केल्याने उपग्रहाशी संपर्क ठेवण्यासाठी रशियन तंत्रज्ञानाची गरज आहे आणि 'चांद्रयान' हा दोन्ही देशांच्या प्रकल्पासाठीही रशियन तंत्रज्ञानाची गरज आहे. यात चंद्रावर अंतरिक्षयान सोडायचे आहे. आण्विक ऊर्जेकरता कुडनकुलम प्रकल्प विशेष ठरतो आहे; कारण रशिया हा एकमेव देश आहे, जो भारतात मुलकी क्षेत्राकरिता अणुशक्ती रिॲक्टर बनवतो आहे. ओ.एन.जी.सी.ने रशियात तेल व वायू क्षेत्रात मोठे योगदान दिले आहे. व्यावहारिक संबंध जर अर्थपूर्णरीत्या होण्यासाठी भारत आणि रशिया यांना इतरांचे प्राधान्यक्रम समजून घेणे आणि परस्परपूरक राहणे यासाठी जाणीवपूर्वक प्रयत्न केले पाहिजेत.

भारत, रशियात नवीन पिढी राज्यकर्ते म्हणून येत आहे. त्यामुळे दोन्ही देशांच्या संबंधात अनिश्चितता वाढते आहे. दोन्हींकडच्या नेत्यांनी लोकांना विशेषतः आजच्या तरुण पिढीला या परस्पर संबंधाची जाणीव करून देणं, समजावून सांगणं, लोकांचे त्याकडे लक्ष वेधणे याचे महत्त्व लक्षात घेतले पाहिजे. जनतेच्या सहकार्याशिवाय आणि पाठिंब्याशिवाय भक्कम पाया, दीर्घ मुदतीचे स्थैर्य, सखोलता, दोन्ही देशांच्या फायद्याची भागीदारी, जी बराच काळ आहे, ती टिकणार नाही. २००८ साली भारतात 'रशियाचे' वर्ष म्हणून मोठे समारंभ आयोजित केले होते; तर २००९ मध्ये रशियात भारताचे वर्ष म्हणून साजरे झाले. अशा सांस्कृतिक संमेलनाला शासनाचे पाठबळ होते. यापेक्षा माणसा-माणसांतील संवाद किंवा जवळीक जास्त महत्त्वाची आणि स्वाभाविक राहील. भारताला रशियातील केवळ मॉस्को किंवा पीट्‌सबर्गला महत्त्व न देता संपूर्ण रशियात निरनिराळ्या गटात, राजकीय, आर्थिक, लष्करी आणि इतर क्षेत्रांत उत्स्फूर्त आणि नैसर्गिक संवाद लोकांत मिसळून व्हायला हवा. तसेच रशियालासुद्धा भारतात यायला हवे. त्यातूनच सत्तेची नवीन केंद्रे निर्माण होतील व प्रभाव पडेल.

मध्य आशियातील महत्त्वाच्या गोष्टी

तुर्कस्तान ते शिंच्यांग आणि सैबेरियन स्टेपीज (गवताळ प्रदेश) ते पर्शियाचे आखात आणि अरबी समुद्रापर्यंतच्या विस्तीर्ण जमिनीचा विचार पूर्ण त्याच्या दृष्टिकोनातून करण्याची गरज आहे. त्यासाठी शीतयुद्धाच्या पर्वाचा नव्हे किंवा फक्त भौगोलिक प्रदेश म्हणून नव्हे, तर सुसंधी देणारा म्हणून या भागाकडे तशा नजरेने पाहायला हवे. ऐतिहासिक, सांस्कृतिक, भौगोलिक आणि राजकीयसंदर्भात मध्य आशिया म्हणजे मध्य आशियातील गणतंत्र राज्ये, जी पूर्वी सोव्हिएत युनियन म्हणून ओळखली जात, तेवढे नव्हे, तर रशिया, चीन, भारत, टर्की आणि इराण मिळून जो संपूर्ण भूभाग आहे, त्यास युरेशिया म्हणतात. त्यातच अफगाणिस्तान, उत्तर इराण, चीनचे तिबेट आणि शिंच्यांग प्रदेश, मंगोलिया तसेच लडाख आणि पाकिस्तानव्याप्त भारताच्या जम्मू-काश्मिर प्रदेशातील भूभागसुद्धा येतात. या सगळ्यांचा विचार करता शीतयुद्धाचा शेवट आणि सोव्हिएत युनियनचे विभाजन हे अगदी नाट्यमयरीत्या झाले. हे सर्व भौगोलिक आणि मोक्याच्या परिस्थितीत परिवर्तित होते आहे. त्याचा परिणाम आणि महत्त्व लक्षात घ्यायला हवे.

भारताच्या इतिहासाचा आणि मध्य आशियाचा संबंध खूप महत्त्वाचा आहे. भारताचा बाहेरील जगाशी संपर्क साधायचे दार म्हणजे मध्य आशिया आहे. त्याचा

खूप खोल परिणाम भारताच्या इतिहास, संस्कृती आणि राजकारणावर झाला आहे. भारताच्या सर्व शेजाऱ्यांशी मग ते जमिनीवरून असो किंवा समुद्रमार्गे असो, पण मध्य आशियाशी भारताचा दीर्घ संबंध आहे. त्यामुळे लोका-लोकांतसुद्धा गाठीभेटी होत राहिल्या. भारताच्या सुरक्षेला खरे तर मध्य आशियातूनच धोका निर्माण झाला. त्यामुळे भारताच्या परराष्ट्रीय धोरणात मध्य आशियाचा विचार प्रामुख्याने करायला हवा, जो आजपर्यंत झालेला नाही.

भारत दक्षिण आशियातली सत्ता नाही. विशेषतः उत्तर भारतावर मध्य आशियाची छाप आहे. हिमालयाच्या दक्षिणेकडे मात्र भारताचे स्वतःचे स्थान आहे. तिबेटचा इतिहास, शिंच्यांगचा काही भाग, अफगाणिस्तान आणि आमू दरियाचा उत्तरेकडचा भूभाग व भारत गंगा सपाटीचा भूप्रदेश यांची खूपच सुंदर गुंफण रचली आहे. आजसुद्धा लडाखमध्ये शेजारी मध्य आशियाच्या संस्कृतीचे रूप दिसते, दक्षिण आशियातील परंपरांचे नाही. तसेच काश्मिरच्या खोऱ्यात ऐतिहासिक काळापासून मध्य आशियाशी आणि दक्षिणेकडील सपाट प्रदेश यांच्याशी व्यापार व संस्कृतीची देवाण घेवाण होत होती.

ऐतिहासिक काळापासून भारताच्या सुरक्षेला बाधा पोचवणारा मध्य आशियाच आहे. भारताचे मध्य आशियातले स्वारस्य मूलतः व्यापार हे आहे. भारताला मध्य आशिया नेहमीच स्थिर आणि धर्मनिरपेक्ष असावा, असे वाटते. कमजोर, अस्थिर राज्येच दहशतवादाची केंद्रे बनतात. अतिरेकी आणि मूलतत्त्ववादी आपल्या सहकाऱ्यांबरोबर अफगाणिस्तान व पाकिस्तानात दुवे जोडतात. मध्य आशियात अस्थिरता व अराजकता माजली, तर संपूर्ण प्रदेशावर त्याचा परिणाम होईल. शिंच्यांगमध्ये किती हालचाली वाढल्यात, हे भारताला पाहणे सुरक्षेच्या दृष्टीने गरजेचे आहे, कारण ती सीमा भारताशी जोडली गेली आहे व तो भागही मध्य आशियात येतो. म्हणूनच भारताचे धोरण मवाळ नको. भारताने मध्य आशियात भक्कम पाय रोवून उभे राहायला हवे. अन्यथा, हा व्यावहारिकदृष्ट्या योग्य प्रदेश, ज्यांना भारतात रस आहे, अशा शक्तींकडून त्यावर वर्चस्व सांगितले जाईल. इतर बाबतीत भारताने या प्रांतात लष्कर नाही ना, याकडे लक्ष ठेवायला हवे; ज्यातून भारताला धोका उत्पन्न होईल. मध्य आशियाची बाजारपेठ आर्थिक उलाढालींकरता लहान आहे; पण भारताला रस आहे, तो त्या भागात मुबलक प्रमाणात असणाऱ्या नैसर्गिक स्रोतांचा. त्यात तेल आणि वायू, युरेनियम, रेअर अर्थस आणि खनिजे, तांबे, सोने, हिरे हे आहेत. याशिवाय शक्य झाल्यास त्यांच्याकडून विशेष लष्करी तंत्रज्ञान आणि लष्करी उत्पादन मिळाल्यास भारताला ते हवे आहे.

सुदैवाने भारताला मध्य आशियात फायदा मिळावा, यासाठी अनेक घटक कार्यरत आहेत. मध्य आशियातील देश भारताकडून आपल्याला त्रास होईल, असे समजत नाहीत; मात्र चीन व रशियाकडून असा त्रास होण्याची काळजी त्यांना सतत वाटत असते. मध्य आशियातील राष्ट्रांना भारत हा दयाळू असून, त्याच्यापासून आपल्या नागरिकांना, विचारप्रणाली किंवा प्रांतीय अशा कोणत्याही प्रकारचा धोका नाही, असे वाटते. याउलट भारताच्या संस्कृतीविषयी त्यांना खूप आकर्षण आहे. इथल्या लोकांभोवती गूढ वलय आहे. मध्य आशियात भारताबद्दल अनेक गैरसमज झाला आहे. पूर्वी मध्य आशियाला भारताच्या 'बौद्धिक शक्ती'ने आकर्षित केले होते. या प्रांतात आंतरराष्ट्रीय संबंध प्रस्थापित करताना या घटकाचा प्रभावीपणे वापर करता येऊ शकतो. भारताचे तांत्रिक आर्थिक सहकार्यातून होणारा इंडियन टेक्निकल ॲण्ड इकॉनॉमिक को-ऑपरेशन (आयटीईसी), विशेषतः माहिती तंत्रज्ञान क्षेत्रातले कार्यक्रम मध्य आशियासाठी उपयुक्त ठरू शकतात. प्रांतातील उत्पादनासाठी भारत ही सर्वांत जवळची बाजारपेठ आहे. याशिवाय मध्य आशियाची समृद्ध संस्कृती आणि नैसर्गिक सौंदर्य भारतातील पर्यटकांना तिकडे खेचेल. त्यामुळे त्यांच्या स्थानिक लोकांना उद्योगधंदा मिळून अर्थकारणातही बदल होईल, हे निश्चित.

हे सगळे असूनसुद्धा भारताच्या धोरणात व या भागाकडे पाहण्यात काही कमकुवत दुवे राहतात. जेव्हा मध्य आशियातील गणतंत्र राज्यांना स्वातंत्र्य मिळाले, तेव्हा त्यांची भारताकडून काही अपेक्षा होती. भारत त्यांचा मोठा शेजारी आहे. तो नक्कीच आपल्या प्रत्येक कार्यक्रमात महत्त्वाची भूमिका बजावेल, अशी आशा त्यांना होती. उदाहरणार्थ कझागिस्तानचे राष्ट्राध्यक्ष नझरबेव्ह यांनी त्या देशाला स्वातंत्र्य मिळाल्यानंतर लगेच भारताला भेट दिली. दुर्दैवाने आरंभीच्या काळात भारताला परंपरागत सदिच्छा मिळवून त्याचा फायदा घ्यायला जमलेच नाही. तुलनेने भारतातील लोकांना तर मध्य आशियातील लोकांबद्दल काही ज्ञानही नव्हते. त्यात आता बदल होतो आहे. बऱ्याच संस्था आणि तज्ज्ञ मंडळी त्यात लक्ष घालायला लागली आहेत. असे असले, तरी भारतातील प्रसारमाध्यमे त्यांना हवी तितकी प्रसिद्धी देत नाहीत. त्यामुळे भारतीयांचे तिथे फारसे वास्तव्य होत नाही. त्यामुळे हा भाग जगाच्या दृष्टीने खूप गरीब समजला जातो. शासकीय स्तरावरसुद्धा भारताने मध्य आशियाकडे पुरेसे लक्ष दिले नाही. भारताने दक्षिण आशियात सर्व देशांत वकिलात उघडली; पण जागतिक स्तरावरच्या मोठ्या देशांनी जितका रस त्यांच्यात घेतला, तितका भारताने घेतला नाही, असा समज त्यांनी करून घेतला.

मध्य आशियात भारतीय व्यावसायिक, उद्योगपती आणि बँकर्सने काही स्वारस्य दाखविले नाही. त्यालाही कारण आहे. मध्य आशियातील गणतंत्र राज्यांची निर्मिती आणि भारताचे स्वतःचे मुक्त अर्थकारण हे एकाच वेळी घडले. त्या वेळी भारताचा

व्यवसाय, धंदा आणि औद्योगिक प्रगतीसाठी भारत विकसित झालेल्या देशांकडेच पाहत होता; कारण भारताला त्या देशांकडून काही गुंतवणुकी आणि तंत्रज्ञान मिळेल, याची अपेक्षा होती. याचा अर्थ भारतीय कंपन्यांनी मध्य आशियात व्यवसाय करायचा नाही, असे ठरवले नव्हते. मध्य आशियातील देश स्वतंत्र झाल्यानंतर सुरुवातीच्या वर्षांत पश्चिमात्यांनीबरोबर काम करताना तोटा झाला होता. आज भारतीय महत्त्वाच्या कंपन्या जागतिक स्तरावर मध्य आशियाबरोबर व्यापार करत नाहीत. हवाई वाहतुकीत वाढ न झाल्यामुळे परस्परांतील अज्ञान कायम राहायला मदतच झाली. भारताचे आर्थिक संबंध सतत राजकीय संबंधाच्या पाठीमागेच राहिले. मुख्य म्हणजे भारत आर्थिकदृष्ट्या सक्षम नाही. त्याचे व्यावसायिक, उद्योगपती आणि अर्थकारण करणारे समाज यांना कोणी चालना दिली नाही किंवा धडाडीने पुढे जावे, असेही वाटले नाही. त्यात भर म्हणजे त्यांना मध्य आशियाशी व्यापार वाढवण्यासाठी भौगोलिक आणि इतर कमतरतापण आड येत होत्या.

मध्य आशियातील देशांच्या संदर्भात भारत हा या देशांशी सुसंगत असणारा देश नाही. या देशांना आपल्या देशाची अस्मिता हवी होती, सुरक्षा आणि अगदी अलीकडची आपल्या राज्याचे अस्तित्व टिकवणे गरजेचे होते, जे भारत त्यांना देऊ शकत नव्हता. त्यांना प्रगतीसाठी मोठ्या प्रमाणात आर्थिक मदत हवी होती; तीही भारत देऊ शकत नव्हता. भारताचे रशियाबरोबरचे असलेले संबंध मध्य आशियात समतोल राखायला मर्यादा घालत होते. दक्षिण आशियात रशिया जेवढा पाठिंबा भारताला देतो आहे, तेवढा भारत मध्य आशियात देऊ शकत नाही. तिथे भारत कोणत्याही धोरणाला चालना द्यायला कमी पडतो. त्यामुळे मध्य आशियातील देशांनी थोड्या काळाकरिता का होईना, पण ते भारताला शेवटचे प्राधान्य देतात.

मध्य आशियातील देश भारतासारखे मोठे असल्याचा आव आणू शकत नाहीत. त्यांना आधीच इतर समस्यांना तोंड देत पुढे सरकायचे आहे. मध्य आशियातले लोक सार्वभौमत्व, स्वतंत्र ओळखीच्या शोधात आहेत; ज्यामुळे रशियाचे महत्त्व कमी होईल. त्यामुळे ते भारताकडे दुर्लक्ष करू शकत नाही. त्यांच्या मनात चीनबद्दलही शंका आहे. चीनविषयीचा परंपरागत दृष्टिकोन, ज्यात (देशाचा) विस्तार व सत्ता यांचा समावेश आहे. त्यामुळे त्यांच्याबाबत संशयास्पद दृष्टिकोन राहिला. अमेरिका त्यांना पसंत आहे; कारण ती रशिया च चीनवर लगाम लावू शकते; परंतु मध्य आशियातील राज्यकर्त्यांना आणखी काळजी आहे की, अमेरिका सत्तापालट करण्याच्या प्रयत्नात आहे. द्विपक्षीय मुख्य देश आणि आंतरराष्ट्रीय दाते यांना या लोकांच्या परिस्थितीत बदल मात्र करता आला नाही. या घटनांच्या पार्श्वभूमीवर त्यांची भारताकडून अपेक्षा वाढते आहे व त्यांना खात्री ही आहे की, या भागाकरिता आवश्यक असलेली भूमिका भारत उत्तमरीत्या पार पाडू शकेल.

मध्य आशियात प्रवेश कसा मिळवायचा, हा भारतापुढचा पेचप्रसंग आहे. त्या प्रांतात सहजपणे प्रवेश मिळत नसल्याने भारताला व्यापार वाढीत अडथळे येतात. भारताचा पूर्वी मध्य आशियाशी जमिनीमार्गे सहज संपर्क होत होता. मध्य आशियात पाकिस्तानातूनच जाण्याचा मार्ग आहे; परंतु सध्याच्या अफगाणिस्तानातील परिस्थितीत नजीकच्या भविष्यकाळात या भागात जमिनीमार्गे जाता येईल, अशी आशा भारत करू शकत नाही. त्यामुळे पाकिस्तानने मध्य आशियाच्या मुद्द्याबाबत भारताला सहकार्य करण्याची इच्छा अजूनपर्यंत दर्शविलेली नाही. यातून त्यांचे पूर्वीपासूनचे भारताच्या प्रत्येक हालचालीवर लक्ष ठेवणे आणि वर्चस्व प्रस्थापित करणे, हा हेतू साध्य होत नाही. तरीही इराण खात्रीचा किंवा आर्थिकदृष्ट्या परिणामकारक मार्ग देऊ शकणार नाहीत. मध्य आशियात इराणकडून जायचे, तर यात प्रथम रेल्वे किंवा रस्त्याने भारतीय बंदरापर्यंत पोहचणे, नंतर बोटीने इराण व तेथून परत रस्त्याने किंवा रेल्वेने मध्य आशियात जावे लागते. एकमेकांना जोडणारे प्रकल्प इराणमार्गे, त्यात मग उत्तर-दक्षिण वाहतूक भारत ते रशिया इराणमार्गे असू दे किंवा त्रिकोणीय भारत-इराण-तुर्कमेनिस्तानचा करार असू दे किंवा इराण-अफगाणिस्तानचा मार्ग, जिथे भारत-अफगाणिस्तानला झरंज-देलाराम रस्ता बांधायला मदत करतो आहे. तो अफगाणिस्तानला वेढणारा मार्ग जोडत जाईल; परंतु ह्या सर्वांने अपेक्षित पातळी गाठली नाही. हलक्या दर्जाच्या पायाभूत सुविधा, माल वाहतूक करण्यासाठी लागणारी वेगवेगळी वाहतूक साधने, एका देशातून दुसऱ्या देशात जाणाऱ्या मालवाहतुकीच्या मार्गात अकार्यक्षमता आणि भ्रष्टाचार यांमुळे कोंडी झाली आहे. इराणवर असलेलं आंतरराष्ट्रीय दडपण असल्यामुळे त्यांच्यावर इराणचा मार्ग वाहतुकीसाठी वापरण्यावर अनेक मर्यादा आल्या. त्यामुळे भारताने मध्य आशियात जाण्यासाठी शिंच्यांगमधून मार्ग काढता येण्याच्या शक्यतेचा गंभीरपणे विचार करायला हवा; कारण भारतातून त्या प्रांतात जाण्यासाठी जमिनीवरून जाणारा तेवढाच मार्ग आहे. लेह आणि काशगरमधले मार्ग पुन्हा खुले करून व्यापार प्रस्थापित केला, तर लडाख भागाचा चांगला विकास होऊ शकतो. त्याचा परिणाम संपूर्ण जम्मू आणि काश्मिर व हिमाचल प्रदेश या राज्यांवरपण होईल.

भारताला परंपरागत व्यापाराव्यतिरिक्त मध्य आशियात आपले हित साधण्यासाठी इतर क्षेत्रांवर लक्ष केंद्रित केले पाहिजे. सहकार्यासाठी गुंतवणूक, विज्ञान आणि तंत्रज्ञान, संरक्षण आणि सुरक्षितता, संस्कृती आणि शिक्षण, प्रशिक्षण, पर्यटन, माध्यमे आणि विद्यार्थ्यांची जा-ये ही आशादायक क्षेत्रे आहेत. भारत या क्षेत्रात कार्यरत आहेच; परंतु त्याचे प्रमाण कमी आहे. प्रत्येक प्रकल्पाकरिता खुल्या हाताने मदत करायला हवी. विशेषतः पायाभूत सुविधांसाठी कर्जातसुद्धा विशेष सवलत द्यायला

हवी. शिक्षणसंस्थांत मध्य आशियाकरिता मोठ्या प्रमाणात राखीव जागा ठेवायला हव्यात. या प्रांतात येण्यासाठी खासगी हवाई वाहतुकीला केवळ परवानगीच नाही, तर प्रोत्साहन द्यायला पाहिजे. मध्य आशियात सरकार, प्रसारमाध्यमे व शैक्षणिक बाबींत जास्त लक्ष घालून साधने वाढवली पाहिजेत. मध्य आशियातील संस्कृती आणि भाषा यांच्या अभ्यासाला उत्तेजन द्यायला हवे. भारत मध्य आशियातील सांस्कृतिक केंद्रांचा कार्यक्रम पूर्ततेसाठी चांगल्या प्रकारे वापरू शकतो. भारताला तिथे तयार झालेली छबीपण बदलायला हवी. तिथल्या लोकांना, विशेषतः जुन्या पिढीला भारताचा इतिहास व संस्कृती यांचे आकर्षण आहे. हा सकारात्मक घटक व यासाठी चांगली सुरुवात होऊ शकते; परंतु यातून जुना साचाच मजबूत होण्याची शक्यता आहे. आज भारताला आधुनिक, औद्योगिक, विज्ञान व तंत्रज्ञान क्षेत्रातील प्रगत देश, जो आशियाई व आफ्रिकेतील वसाहतवाद्यांपासून स्वतंत्र झाले, त्या देशांना केवळ अनुकरणीय देश म्हणून नाही, तर त्यांचे समकालीन जगाशी ऐक्य घडवून आणण्यात मदत करेल. भारताचे काम आता बदलले आहे; कारण पश्चिमात्य जगतात त्याची छबी बदलेली आहे. मध्य आशियातील देशांना याचा फार थोडा प्रत्यक्ष अनुभव आहे. माहिती तंत्रज्ञान क्षेत्र याला अपवाद आहे. भारताने विशेषतः तरुण पिढीला इकडे आकर्षित करून घ्यायला हवे. त्यांनी भारताला भेटी देणं, भारतात व्यवसाय करणं, भारत आणि मध्य आशिया यांच्यात आर्थिक आणि लोकांचे परस्पर संबंध कसे निर्माण होतील, हे पाहायला हवे. यापेक्षा भारत मध्य आशियात राजकीय महत्त्व टिकून राहण्याकडे लक्ष द्यायला हवे. या प्रांतात क्वचित होणाऱ्या उच्चस्तरीय भेटी, बहुतेक वेळा शांघाय को–ऑपरेशन ऑर्गनायझेशन (एससीओ) किंवा द कॉन्फरन्स ऑन इंटरॅक्शन ॲण्ड कॉन्फिडन्स बिल्डिंग इन एशिया (सीआयसीए) अशा प्रसंगी भेटी होतात. कझागिस्तानचे राष्ट्राध्यक्ष नझर बेव्ह यांचे भारतात २००९ साली भारताच्या गणतंत्र दिवसाचे प्रमुख पाहुणे म्हणून येणे, हे भारताचे मध्य आशियातील संदर्भात एक आशेचा किरण होणार, असे दिसते.

एक नवीन मोठा डाव

आशिया, मध्य आशियातील प्रमुख देशांच्या सीमा भौगोलिकदृष्ट्या लागूनच आहेत. त्यामुळे परकीयांचे असणे सतत जाणवत राहणार. एका शतकापूर्वी ब्रिटिश भूगोलतज्ज्ञ सर हॉल फोर्ड मॅकिंडरने याला आशियाचे 'हृदय' म्हटले होते. जागतिक भौगोलिक आणि राजकीय परिस्थिती बदलण्याची क्षमता या 'हृदयात' आहे, असे त्यांचे म्हणणे होते. याचे कारण अगदी साधे आहे. हा भूभाग प्रचंड आहे. तो सर्वांत

मोठा, भरपूर लोकसंख्येचा आणि सर्वार्थाने समृद्ध असणारा होता. हा युरेशियन खंडात मध्यभागी वसलेला आहे. इतर सत्ता या अटलांटिक, हिंदी महासागर आणि पॅसिफिक महासागरात अडकल्या आहेत. पाचव्या शतकातील हूनपासून जवळ जवळ एक सहस्रक मध्य आशियाचा प्रभाव जगावर होता. त्यात निरनिराळ्या भटक्या जमाती होत्या. त्यात प्रमुख मंगोल होते. ते मध्य आशियातून चीन, रशिया, मध्य युरोप, पर्शिया आणि भारत येथील सीमावर्ती भागातील लोकांना जिंकायला किंवा धमकावयाला आले होते. रशियन लोक व चिनी लोकांच्या इतिहास व मानसिक जडणघडणीवर मध्य आशियातून सतत उद्‌भवणारा धाक-दपटशा याचा परिणाम झाला. त्यांना तुर्कांपासून आणि मंगोल लोकांपासून सुरक्षा हवी होती. रशियाच्या झारने मध्य आशिया, सैबेरिया आणि पॅसिफिकच्या हद्दीपर्यंत आपले राज्य वाढवले. चीनच्या सम्राटांच्या बऱ्याच पिढ्या हा भाग मिळविण्याचा प्रयत्न करत होत्या. त्यात काही प्रमाणात अधूनमधून यश मिळाले; पण इतर वेळी ते चीनच्या प्रचंड भिंतीमागे लपायचे. ही भिंत हजारो मैल लांबीची आहे. चीन आणि रशियासारखी भारताची स्थिती नव्हती. भारत तिबेटच्या पठारामुळे व हिमालयामुळे सुरक्षित होता. त्याला आपल्या सुरक्षेसाठी सीमा वाढवायची गरजही नव्हती; परंतु सुरक्षेचा प्रश्न होता; पण त्यालाही वरचेवर होणारे संघर्ष, जे तुर्की, मंगोल आणि अफगाण यांच्याकडून होत, ते थोपवावे लागत. वायव्येकडच्या अरुंद खैबर खिंडीतून या भागात ते येत. जेव्हा युरोपियनांनी समुद्रावरची सत्ता वाढवली, उपखंडातील सत्तांना अडचणीत आणले आणि तेव्हाच मध्य आशियातील सत्ता काबूत राहिली. महाशक्ती वेळोवेळी एकमेकांना टक्कर देतच होत्या. ब्रिटन व झारच्या सत्तेखालील रशिया, तसेच १९ व्या शतकातील मध्य आशियातील झारचे आणि मांचूचे विस्तारणारे साम्राज्य यांचा परिणाम म्हणजे १९ व्या शतकातील १८५८ आणि १८६० मधला चीनचा 'असमान करार' हे या डावामागे आहेत.

एका शतकानंतरही भौगोलिक व राजकीय परिस्थितीत बदल झालेला नाही. आता सवंगडी बदललेत व डाव गुंतागुंतीचा झाला आहे. सर्व मुख्य जागतिक सत्ता अगदी अमेरिकेसकट त्यांचे या प्रांतात अस्तित्व आहे आणि या व्यावहारिक समीकरणात ऊर्जा हा घटक उदय पावत आहे. अमेरिकेतील प्रभाव पाडणारे विचारवंत, जसे झेबिन्यूव्ह ब्रेझीन्स्की यांच्यासारख्यांना मॅकिन्डरचे सिद्धांत प्रभावशाली वाटतात. सोव्हिएत युनियन आणि चीनमधील बऱ्याच दशकांपासून चालू असलेले वाद व संघर्षामुळे त्यांनी एकमेकांकरता सीमा बंद केल्या होत्या. युरेशियाच्या जगतात कोणीही एक देश महासत्ता म्हणून डोके वर काढण्यात काहीही धोका नव्हता. सोव्हिएत युनियनची शकले झाल्यानंतर रशिया-चीनमधील संबंध सुधारले. हे दोन देश व भारत मिळून

भौगोलिक राजकीय दुःस्वप्न ब्रेझीन्स्कीसारख्या माणसाला पडायला लागलीत. हे तीन देश अमेरिकेच्या जागतिक महासत्तेला आव्हान देऊ शकतील.

रशियाचा मारा रोखणारा मध्य आशिया आता नसल्यामुळे त्यांना दक्षिणेकडून धोका संभवतो. चीनकरता शिंच्यांग धोकादायक बनू शकतो. मध्य आशियातील तटस्थ भूभाग, जो रशियाचा मारा रोखत असे; परंतु तोच नसल्याने दक्षिणेच्या सरहद्दीवरून हल्ला होऊ शकतो, असे रशियाला वाटते. चीनसाठी शिंच्यांग ही त्यांची चूक ठरू शकते. मध्य आशियातील मूळचे तुर्की वंशाचे लोक उघर (Uighurs) ज्यांची बौद्धिक पातळी उच्च आहे, सांस्कृतिकदृष्ट्या समृद्ध आहेत आणि राजकीयदृष्ट्या राष्ट्रीय ओळखीची जाण विकसित असलेले आहेत; परंतु त्यांना स्वायत्तता नाही, पुरेसे स्वातंत्र्य नाही हे खुपते; कारण त्यांच्यापेक्षा लहान तुर्कीक आदिवासी गट, ज्यांना ही जाण कमी आहे अशी तुर्कमन आणि किरगीज यांना स्वतंत्र राज्ये म्हणून मान्यता मिळाली. तिबेटच्या बाहेर राहणाऱ्या तिबेटी लोकांपेक्षा उघरची संख्या मोठी आहे आणि प्रभावी आहे. याशिवाय तिबेटपेक्षा वेगळा आहे. तिबटचे त्याचे भारत, नेपाळ व शिंच्यांग या शेजारी राष्ट्रांशी आर्थिक, सामाजिक आणि इतर क्षेत्रांत परस्परसंबंध आहेत; परंतु लोकांमधील परस्परसंबंध मर्यादित आहेत. जेव्हापासून उघर (Uighurs), कझाक आणि किरगीझ यांच्या मायभूमीच्या राजकीय सीमा शिंच्यांग, कझाकीस्तान आणि किरगिझस्तानपर्यंत पसरल्या आहेत. त्यामुळे मध्य आशियातील अस्थिरता ही शिंच्यांगच्या सुरक्षेवर परिणाम करू शकते. ऐतिहासिकदृष्ट्या हा संपूर्ण भाग एकच भूभाग आहे. पूर्वीच्या सोव्हिएत मध्य आशियातील राज्यांना तुर्कस्तान म्हणून ओळखत होते आणि आजचे शिंच्यांग पूर्व तुर्कस्तान म्हणून समजले जाई. जुनी सिनो सोव्हिएत सीमा, जी आजची चीन व मध्य आशियाई देशातून जाते, तिला अनैसर्गिक ठरवले आहे; कारण ती उत्तर-दक्षिण आसावर आहे व नद्या मात्र पूर्वेकडून पश्चिमेकडे वाहतात. तुर्कस्तान व पूर्व तुर्कस्तानची विभागणी नीट नैसर्गिकरीत्या झाली असली, तर पूर्व तुर्कस्तान उत्तर-दक्षिण पसरलेला असता. उत्तर शिंच्यांग आणि त्याचा शेजारी असलेला उत्तर कझाकस्तान हे मूळतः गवताळ प्रदेश आहेत. तिथे भटक्या जमाती वास्तव्य करीत आहेत; परंतु दक्षिण शिंच्यांग व त्याच्या आसपासच्या तारिम खोऱ्यातील खोतान, कशघर आणि मर्व यांचे सांस्कृतिक आणि आर्थिक धागे फरगाना खोऱ्यातील आणि समरकंद, बखरा आणि मर्व या वाळवंटातील हिरवळीतील शहरांशी जोडले आहेत. सोव्हिएत युनियनचे विभाजन झाल्यामुळे कझाकिस्तानची जी अवस्था झाली होती तशीच ही स्थिती आहे. भारताला या परिस्थितीचा काळजीपूर्वक आढावा घ्यायला हवा. चिनी लोकांनी सोव्हिएत युनियनच्या विभाजनावरून धडा घेऊन, पूर्ण काळजी घेणाऱ्या योजना आखल्या आहेत. भारत पुढचा विचार करून तसे धोरण आखेल.

मध्य आशिया विभागाकरिता काहीतरी रूपरेखा तयार करायला हवी. भारताची जर अशी कल्पना असेल की, आपण एकटेच या भागात सफल होऊ, तर ते अवास्तव असेल. जर आपले या भागातले स्वारस्य टिकवून ठेवायचे असेल आणि सुरक्षितही ठेवायचे असेल, तर भारताला दुसऱ्या रशिया व चीन या मोठ्या सत्तांच्या सहकार्यानेच पुढे जाता येईल. मध्य आशियावर जसा आपला, तसाच त्यांचाही प्रभाव पडलेला आहे. हे सर्व हे सध्या चालू असलेल्या त्रिपक्षीय रशिया-भारत-चीन यांच्या चौकटीतच बसू शकेल. याशिवाय SCO च्या चौकटीत बसते आहे का, याचाही विचार होणे आवश्यक आहे; कारण त्यात मध्य आशियातील इतर देशही येतात. जर भारत त्याचा पूर्व सभासद झाला, तर हे होईल. तार्किकदृष्ट्या या तीन आशियातील मुख्य शक्ती जर एकत्र आल्या, तर तिन्ही देशांचा फायदा आहे. त्यामुळे स्थिरता, महत्त्वाच्या मुद्द्यांचा पुनर्विचार होऊन एक निश्चित जागा प्रत्येक देशाला मिळेल. यासाठीच प्रत्यक्ष एकत्रीकरण कोणकोणत्या क्षेत्रांत करता येईल, त्याचा डोळसपणे विचार व्हायला हवा.

मध्य आशियात सगळ्या महत्त्वाच्या सत्ता असताना, अगदी अमेरिकेसकट सर्व, त्यांचे स्वारस्य एकसारखेच आहे. त्यात मूलतत्त्ववाद्यांच्या विरोधात असणे, दहशतवाद हटवणे आणि काही विचारांना बाद करणे आणि मध्य आशिया स्थिर आणि समृद्ध व्हावा असे वाटणे. मध्य आशियात स्थिरता येईल, जेव्हा पुरेशी गुंतवणूक होऊन आर्थिक विकास होईल. तरुणांचा बेरोजगार जाऊन त्यांना नोकऱ्या मिळतील, आणि लोकांना दीर्घ मुदतीचे उज्ज्वल भविष्य मिळेल, तेव्हाच होईल. सध्यातरी फक्त कझागिस्तानलाच पुरेशी गुंतवणूक मिळते आहे व त्यांची आर्थिक स्थिती वाढीला लागली आहे. तुर्कमेनिस्तान मात्र ढेपाळतो आहे. नियोझोव्हनंतरची अनिश्चितता जायला हवी असेल, तर त्यांना आपल्याकडचे समृद्ध वायूचे साठे विकून लोकांचे स्वास्थ्य आणि पायाभूत साहित्य व संस्थांची उभारणी करून देशाला सावरायला हवे. पूर्वीच्या सोव्हिएतकेंद्रित आशियाई देश, त्यात उझबेकिस्तान, किरगिजस्तान आणि ताजिकीस्तान येतात. त्यांना कायम धोका आहे; कारण त्यांचा संबंध फरघना खोऱ्याशी आहे. परंपरागत फरघाणा खोरे हे मध्य आशियात स्थैर्य येण्यासाठी महत्त्वाचा दुवा आहे. भारत मध्य आशियात स्थैर्य आणू शकतो; कारण यातील हृदयस्थ प्रदेश, जो भारताच्या अगदी जवळ आहे, त्याचा तरफेसारखा उपयोग करून घेऊ शकतो. तेव्हा आपण तरफेसारखा त्याचा वापर करायचा. जर भारताला मध्य आशियात आपले हित जपायचे असेल, तर इतर महत्त्वाचे देश-अमेरिका, रशिया आणि चीन जसे पक्के पाय रोवून उभे आहेत, तसेच आपणही करायला हवे.

प्रकरण १०

अमेरिका आणि आण्विक मुद्दे

पोखरण II: वेगळे वळण देणारा

भारताचे पंतप्रधान जवाहरलाल नेहरूंनी अमेरिकेशी मैत्री करायचा प्रयत्न केला. त्या काळचे अभिजन राज्यकर्तेही अमेरिकेकडे आश्चर्याने आणि कौतुकाने पाहत असत. हे सगळे १९५० च्या सुमारास घडत होते. एवढे असूनही भारत-अमेरिका संबंध भारताच्या स्वातंत्र्यानंतर गेली पन्नास वर्षे नगण्यच राहिलेत. १९९८ साली भारत जेव्हा आण्विक शस्त्रास्त्र वापरणाऱ्या देशांच्या पंक्तीत बसला, तेव्हाच भारत-अमेरिका संबंधात गुणात्मक फरक पडला. या घटनेमुळे भारतसुद्धा पाकिस्तानसारखा आण्विक शस्त्रास्त्रात पुढे येत आहे, हा अमेरिकेकरिता मोठाच धक्का होता. आता त्यांना भारताकडेच नव्हे तर संपूर्ण दक्षिण आशियाकडे सुरक्षा आणि भौगोलिक राजकीय संदर्भात गांभीर्याने पाहायची वेळ आली आहे. पोखरण II आणि भारताच्या आर्थिक वाढीचे वजन व अमेरिकेत स्थानिक झालेल्या भारतीयांचा अमेरिकेत वाढीस लागलेला प्रभाव या सर्व गोष्टी एकाच वेळी घडल्या. या दोन्ही गोष्टींमुळे अमेरिकेला भारताचे महत्त्व कळले. दक्षिण आशियाकडे अमेरिकेने आता दुर्लक्ष करून चालणार नव्हते.

पूर्वी कधीही न घडलेली, गंभीर आणि खोलवर जाणारी, उच्चस्तरीय बोलणी भारत-अमेरिकेत सुरू झाली. आता एक दशक उलटून गेले, या चर्चांची मालिका चालू आहे. जगातल्या निरनिराळ्या ठिकाणी जसवंत सिंग आणि स्ट्रोब टालबोट हे १९९८ ते २००० सालापर्यंत भेटत होते. मार्च २००० साली राष्ट्राध्यक्ष क्लिंटन भारतात प्रथमच आले. ती भेट दोन दशकांनंतर होती. यावरून अमेरिकेला भारत किती महत्त्वाचा, मोलाचा वाटतो, हे कळले होते. दक्षिण आशिया लक्षात येण्यासारखा

वर आला असेल व अमेरिकेच्या परराष्ट्रीय धोरणाच्या मुख्य स्थानी असला, तर ९/११ नंतर ती जागा गेली. आता अमेरिकेला अफगाणिस्तानबरोबर दहशतवादाचा मुकाबला करायचा होता. त्यात त्यांना पाकिस्तानची मदत हवी आहे; पण भारताला वगळायचे नाही.

अमेरिकेला भारताशी आण्विक शस्त्रास्त्रांवर चर्चा करायची आहे; पण त्यांना भारताने या क्षेत्रात आपली ताकद वाढवू नये, असेच वाटते आहे. क्लिंटन सरकारचा मंत्र होता 'बंद करा, गुंडाळा आणि वगळा.' हे त्यांना भारताच्या आण्विक शस्त्रास्त्रांच्या कार्यक्रमाला लागू पाडायचे होते. बुश सरकारने आपल्या पहिल्या कारकिर्दीत हेच केले. पण त्यात तो जोर नव्हता. सुरुवातीला अमेरिका भारतावर दबाव आणत होता, की 'कॉम्प्रेहेन्सीव्ह टेस्ट बॅन ट्रीटी' करारवर (CTBT) सह्या करा, 'फिसाइल मटेरियल कटऑफ ट्रीटी (FMCT) वर बोलणी करायला पुढे या, न्यूक्लियर सप्लायर्स ग्रुप (NSG) बरोबर अति महत्त्वाच्या तंत्रज्ञानाबद्दल व साहित्याबद्दल म्हणजे त्यांच्या निर्यातीवर जी बंधने आहेत, त्याच्या कक्षेत राहा. त्याच वेळी मिसाइल टेक्नॉलॉजी कंट्रोल रेजीम (MTCR) बरोबर काम करून ताण कमी करा. पाकिस्तानच्या आण्विक शक्तीमुळे आधीच काश्मिर वादाच्या भोवऱ्यात अडकलेला आहे. तो 'आण्विक क्षमतेचा मुद्दा बनू नये. या सगळ्याच्या बदली अमेरिका भारताला उच्च तंत्रज्ञानात पुढे जाऊ देईल व त्यावर घातलेले निर्बंध मागे घेईल. अमेरिकेलासुद्धा भारताशी लष्करी संबंध वाढवायचे आहेत. त्याचा लष्करी सामग्री पुरवणे हा एक भाग आहे. १९९८ ते २००४ सालापर्यंत भारतात नॅशनल डेमॉक्रॅटिक अलायस (NDA) सरकार होते. त्यांनाही अमेरिकेबरोबर मैत्री करायची इच्छा व उत्साह होता. परराष्ट्रमंत्री जसवंतसिंगांनी खूप प्रयत्न केले. पण व्यर्थ. भारताला अमेरिकेबरोबर काही महत्त्वाच्या संधी मिळतील, अशी अपेक्षा होती तर अमेरिकेला त्या राजकीय फायद्यासाठी आहेत, असे वाटले. यामुळे भारत-अमेरिका चर्चा जवळपास दीड वर्ष बंद होत्या. अमेरिका अफगाणिस्तानच्या विराधातील लढाई लढत होता; तर त्याच सुमारास भारत पाकिस्तानविरुद्ध सुरक्षा योजना आखत होता. डिसेंबर २०१० मध्ये भारताच्या संसदेवर हल्ला झाला, तोच मुळी हादरा देणारा होता. नोव्हेंबर २००२ साली 'इंडो यूएस हायटेक्नॉलॉजी को-ऑपरेशन ग्रुप'ची स्थापना झाली. भारताची अपेक्षा होती की, यामुळे नागरी व लष्करी कारवाईसाठी एकच सामग्री वापरता येईल, जी भारताने अमेरिकेकडून घेतली होती. २००३ साली अमेरिकेचे राष्ट्राध्यक्ष बुश यांनी भारताने आपले सैन्य इराकमध्ये पाठवावे, असे म्हणून दबाव आणण्याचा प्रयत्न केला; पण त्या वेळचे पंतप्रधान वाजपेयींनी भविष्यातील धोका ओळखून अत्यंत कौशल्याने, पण निष्ठुरपणे ते दडपण

दूर ठेवले. जरी वाजपेयींना अमेरिका आपला मित्र वाटत होता, तरी त्यांना त्यांच्या काही अटी मान्य नव्हत्या. त्यासाठी ते देशाची स्वायत्तता सोडायला तयार नव्हते. दोन्ही देश एकमेकांना काय मान्य होईल, याचा विचार करतच होते. त्या पायावर उभी राहणारी द्विपक्षीय चर्चा 'नेक्स्ट स्टेप्स इन स्ट्रॅटेजिक पार्टनरशिप' (NSSP) म्हणून जानेवारी २००४ साली जाहीर झाली. त्याचा मुख्य उद्देश नागरी आण्विक कार्यक्रमात सहकार्य, नागरी अंतरिक्ष कार्यक्रम आणि उच्च तंत्रज्ञानातील व्यापार हे होते. नंतर एन.एस.एस.पी. चा चौथा घटक म्हणून क्षेपणास्त्रांची सुरक्षा हे कलम त्यात घातले गेले.

२००४ साली यूपीए परत कार्यरत झाले. त्यात त्यांना परराष्ट्र धोरणात बदल करून बरेच काही थोड्या अवधीत साध्य करायची घाई झाली होती. पंतप्रधान मनमोहन सिंग यांना अमेरिकेबरोबरचे संबंध वाढावेत म्हणून त्यांनी परराष्ट्र धोरणाला प्राधान्य दिले. त्या वेळी बुश सरकारची दुसरी पाळी होती. त्यांनी अमेरिकेची सचिव कोंडोलिसा राईस हिला बोलणी करायला भारतात मार्च २००५ मध्ये पाठवले. हाच भारत-अमेरिका संबंधांना वेगळे वळण देणारा मुद्दा ठरला. राईसने 'भारताला मोठी सत्ता बनता येईल' असे म्हटले व त्या वेळच्या 'योजनाकर्त्यांना' ते खूपच आवडले. राष्ट्राध्यक्ष बुश व पंतप्रधान मनमोहन सिंग हट्टाला पेटले होते. मागचे सगळे विसरून परत नवीन चांगले संबंध प्रस्थापित करायला दोघेही उतावीळ झाले होते. भारताला आपली भूमिका अमेरिकेला पटवून द्यायची होती, म्हणून मे २००५ साली एकत्रित निर्यात निर्बंध ताब्यात ठेवण्यासाठी एक नियम बनवला. त्यानुसार विस्तृत कक्ष व दूरवर पोहचणारा सुरक्षा करार मान्य झाला. (न्यू फ्रेमवर्क फॉर दि इंडिया यूएस रिलेशनशिप) हा जून २००५ मध्ये झाला. त्या वेळची परिस्थिती खूपच गुंतागुंतीची होती. पंतप्रधान मनमोहन सिंगांची अमेरिकेला जुलैच्या मध्यात भेट ठरली होती. त्यात काहीही बिघाड व्हायला नको होता. त्यामुळे यूएन जनरल असेंब्लीत जी-४ ने (भारत, जपान, जर्मनी, ब्राझील) संयुक्त राष्ट्रांच्या सुरक्षा परिषदेमध्ये फेरबदल घडवून आणण्यासाठीचा मसुदा पास करवून घेण्याचेही दडपण ठेवले नाही.

भारत-अमेरिका अणुशक्ती करार

१८ जुलै २००५ साली जेव्हा भारताचे पंतप्रधान अमेरिका भेटीवर गेले होते तेव्हा भारत-अमेरिका अणुशक्ती कराराची रूपरेषा तयार करून मंच सज्ज झाला. एन.एस.एस.पी.ने कोणतेही विवेचन न करता आपण या कराराबद्दल पूर्ण संतुष्ट

असल्याची ग्वाही दिली. भारताला वाटत राहिले की, भारत-अमेरिका संबंधात अणुशक्ती करार फार महत्त्वाचा व मोलाचा वाटा उचलत आहे व आपली भागीदारी यशस्वी होत आहे. अशाच समजुतीत अमेरिकेने भारताला अर्ध्या शतकापेक्षा जास्त काळ ठेवले. भारतीय धोरण आखणारे चांगले जाणून होते की, अमेरिकेशी राजकीय संधीबाबतचे संबंध ठेवणे सोपे नाही. तरीही जनतेत राजकीय साशंकता या बाबतीत होतीच. जर अमेरिकेने भारताची ओळख आण्विक शस्त्रास्त्र बनवणारा देश अशी ठेवली आणि जर दुसऱ्याला तंत्रज्ञान देण्याची बंधने उठवली, तर ते शक्य आहे, असा त्यांनी समज करून घेतला. मूठभर लोकांनी तयार केलेला पोलादी व गुप्त करार/लाल फितीत अडकवून ठेवलेला करार, जो १८ जुलैला झाला व भारतीय जनता आणि भारतीय अणुशक्ती संधान यांच्यावर शेवटच्या क्षणी लादला गेला. त्याची पूर्ण आणि नीट जुळणीही झाली नव्हती. त्याच्या परिणामांबद्दल व लागू करण्याबद्दलही विचार झाला नव्हता. या सगळ्या गोष्टी समजूनही देशाने या सरकारने घेतलेला निर्णय योग्य समजून त्याला मान्यता दिली. तो समतोलच असेल, देशाचे हित व स्वारस्य जपण्यात काहीही चूक होत नसणार, अशी खात्री होती. १८ जुलैच्या कराराप्रमाणे जर सगळ्या गोष्टी पार पडल्या असत्या, तर त्यातून कोणतीच समस्या उद्भवली नसती.

यानंतर लगेचच अगदी अनपेक्षित नसलेला त्रास अमेरिकेने द्यायला सुरुवात केली. सप्टेंबर २००५ व फेब्रुवारी २००६ साली त्यांनी धमक्या देऊन आपले म्हणणे खरे करायला सुरुवात केली. त्यात आंअऊसंने संयुक्त राष्ट्रांच्या सुरक्षा परिषदेला इराणतर्फे पत्रे पाठवायला सुरुवात केली. यावरून अमेरिकेचा भारताबद्दलचा असणारा दृष्टिकोन पक्का झाला. भारताने यात मत दिल्यामुळे भारत एक कमकुवत देश आहे व त्याला हवे तसे वाकवता येते, हा समज पक्का झाला. त्यात मग ती धोरणे भारताच्या शेजाऱ्यांशी असलेल्या संबंधात फायद्याची असली, तरी भारत पाय मागे घेईल, याची त्यांना खात्री पटली. यातूनच अमेरिकेचे शासन आणि काँग्रेस यांना भारत एक दीर्घ मुदतीकरिता विश्वासू भागीदार राहील, याची खात्री पटली. तो अमेरिकेच्या जागतिक कार्यक्रमाकरिता स्वतःच्या परराष्ट्रीय धोरणातही बदल करू शकतो.

२००६ मधील भारताची परराष्ट्र धोरण योजना फक्त अमेरिकेशी असलेल्या संबंधांवरच केंद्रित झाली होती. त्यात भारत-अमेरिका अणुकराराला विशेष स्थान होते. तेव्हाचे परराष्ट्रमंत्री नटवर सिंह व्होकर रिपोर्ट ऑन इराकस् ऑईल फॉर फूड या वाद निर्माण करणाऱ्या करारामुळे गेला. त्यांना त्यावर पर्याय सुचत नव्हता. या संकटातून बाहेर येता येत नव्हते, ना त्यांना कुणी बरोबर सल्ला देत नव्हते. त्या वेळी पंतप्रधान मनमोहन सिंग यांनी भारत-अमेरिका मैत्रीची सर्व सूत्रे जवळ जवळ वर्षभर

आपल्या हातात ठेवली. मार्च २००६ साली जेव्हा राष्ट्राध्यक्ष बुश भारत भेटीवर आले, तेव्हा भारताचा नागरी व लष्करी अणुशक्ती फायद्याबाबतचा करार पूर्णपणे वेगवेगळा करून त्याला तसा आकार दिला गेला. भारत-अमेरिका लष्करी संबंधांना गुपचूपपणे प्रोत्साहनपण दिले गेले. ते 'फ्रेमवर्क ॲग्रीमेंट ऑन मरिटाईम सिक्युरिटी को-ऑपरेशन'च्या नावाने जी संस्था सक्रिय केली गेली, त्यामुळे हे झाले. दोन्ही देशांनी आणखी एका कराराला मान्यता दिली. तो होता, 'ॲक्वीझिशन ॲन्ड क्रॉस सर्व्हिसिंग ॲब्रीमेंट' (ACSA) या करारामुळे अमेरिकेचे बरेच साथीदार तयार झालेत. हे भारतीय जनतेपासून लपवायचे होते, म्हणून याला 'लॉमिस्टिक सपोर्ट ॲग्रीमेंट' असे गोंडस नाव दिले. याला भारतातील डाव्या पक्षाचा विरोध होता. आणि त्यावेळी यूपीए सरकारला डाव्यांकडूनच सरकार चालवायला पाठिंबा होता. म्हणून ते सरकार या करारावर सह्या करू शकले नाही.

आता अमेरिकेचे आणि भारताचे राजकीय लक्ष अमेरिकेच्या प्रशासकीय प्रयत्नांवर होते. अमेरिकन काँग्रेसने जर कायदा पास केला, तरच अमेरिका भारताला नागरी आण्विक सहकार्य देऊ शकणार होता. हे अगदीच अभूतपूर्व होते अमेरिकन प्रशासनाकरिता अमेरिकन काँग्रेसने इतका प्रयत्न करणे किंवा भारताकरिता जोर लावणे, हे सर्व भारत-अमेरिका संबंध कायम राहावेत म्हणून होते. अमेरिकन काँग्रेसच्या अंतर्गत वादात ते भारताबद्दल साशंक आहेत. त्यांना भीती होती की, अमेरिकेवरही नको असणाऱ्या परिस्थितीचा भार वाढत जाईल. या सर्वांचा परिणाम म्हणजे १८ जुलैच्या सामंजस्यावर पाणी पडेल. भारतीय संस्था आणि जनता यांचे आण्विक करारावरून बरेच मतभेद समोर आलेत. त्यामुळे राजकीय आणि भारतीय लोकोपवाद यामुळे जे पारंपरिक देशाचे परराष्ट्र धोरण ठरवताना एकमत होते, त्याचाही बट्याबोळ झाला. भारतीय लोकांचा उफाळलेला राग व आण्विक कराराबद्दलचे वाढते दडपण यांमुळे पंतप्रधान मनमोहन सिंग यांना १७ ऑगस्ट २००६ साली एक 'लाल रेषा' आखावी लागली व त्यामुळे भारताचे नक्की विचार म्हणजे काय आहे, हे संसदेत मांडावे लागले. त्यांनी स्पष्टपणे भारताची भूमिका स्पष्ट केली. जर अमेरिकेत हे बिल पास होऊन त्यांनी भारतावर काही जास्तीचा भार टाकला, तर सरकारने संसदेत जाहीर केल्याप्रमाणे भारत यातून माघार घेईल. यामुळे टीकाकारांना व शंकेखोरांना थोडा दिलासा मिळाला.

डिसेंबर २००६ मध्ये अमेरिकन काँग्रेसने जे बिल पास करवून घेतले, त्याला 'हाइड ॲक्ट' म्हणण्यात आले. भारत-अमेरिका आण्विक नृत्यात तो एक महत्त्वाचा क्षण ठरला. या हाइड ॲक्टमध्ये व पंतप्रधान मनमोहन सिंगांनी दिलेल्या दिलाशात खूपच तफावत राहिली. अर्थात, यात आश्चर्य वाटण्यासारखे काही नाही. परराष्ट्रीय मंत्री प्रणव मुखर्जींनी स्वतः संसदेत कबूल केले की, हा हाइड ॲक्ट मुद्द्याला सोडून

व त्याचे नियम माथी मारलेले आहेत. त्यांनी या गोष्टींची तजवीज त्यात केली आहे. या हाइड ॲक्टमध्ये जर खऱ्या धोरणांचे अवलंबन केले असते, तर दोन्ही पक्षांना ते समाधान देऊ शकले नसते. तरीही सरकारचे म्हणणे होते की, यात हरकत घेण्यासारखे फारसे नाही. या बिलात जरी बंधनकारक आणि अबंधनकारक असे दोन प्रकार केले असले, तरी त्यात काही फरक नाही. पंतप्रधान मनमोहन सिंगांनी शेवटी संसदेत कबूल केले की, अबंधनकारक गोष्टीसुद्धा वजन टाकू शकतात, अशी तरतूद यात आहे. हे बिल जेव्हा पूर्णपणे लागू होईल, तेव्हाच हे घडेल. सगळ्यांच्या काळजीचे कारण असणाऱ्या या ॲक्टबद्दल सरकार समाधानकारक उत्तर देऊ शकले नाही. सध्या जरी राष्ट्राध्यक्ष बुश या हाइड ॲक्टमधील काही भागाचा विचार करू शकतात, तसा विचार त्यांच्यानंतरचे राष्ट्राध्यक्ष करतील का? याच्या आधी भारताला अमेरिकेकडून खूप कडू अनुभव आला होता. तारापूरच्या आण्विक भट्ट्यांना (रिॲक्ट) इंधन पुरवताना तो आला होता. तेव्हा भारताच्या वतीने चर्चा करणाऱ्यांनी ते लक्षात ठेवून त्यांच्यावर फार भरवसा करायला नको होता. त्यांच्या लेखी आश्वासनालासुद्धा राजकीय विरोध झाला असता. सरकारला हवे असते तर त्यांनी यातून बाहेर पडायचा मार्ग शोधला असता. त्यामुळे भारत-अमेरिका संबंधांना कमीत कमी बाधा पोचली असती. याकडे जाणून बुजून दुर्लक्ष केले आहे. हाइड ॲक्टच्या चौकटीत बसण्याची तरतूद फक्त अमेरिकेपुरतीच केलेली आहे. सरकारने अप्रामाणिकपणे कायद्यातही पळवाट शोधून हा नियम फक्त अमेरिकेला लागू असून, भारताकरिता भारत-अमेरिका हा द्विपक्षीय करारच लागू होईल. त्याकरिता जो १२३ करार, ज्यावर अजून चर्चा चालू आहे, तोच फक्त राहील. संसदेने देशाला ह्या १२३ कराराची शांतपणे वाट पाहायला हवी, असे सांगितले आहे.

देशात याच्या विरोधात भडका उडाला असतानासुद्धा सरकार या करारावर चर्चाच करते आहे. भारतातील आणि अमेरिकेतील नेते मात्र राजकारण पुढे करून आपण खरोखरच हा करार पूर्ण व्हावा म्हणून प्रयत्नशील आहोत, असे सांगताहेत. भारतीय चर्चा करणारे अशक्यप्राय कसरती करून हा पूल बांधण्याच्या प्रयत्नांत आहेत. हाइड ॲक्टमुळे ही दरी रुंदावतच चालली आहे. भारतीय पंतप्रधानांनी संसदेत दिलेली ग्वाही १२३ कराराबाबत मात्र संपुष्टात येत आहे. हा करार जुलै २००७ साली पूर्ण झाला व त्याच्याबद्दलची जी भीतिदायक शंका होती ती कमी झाली नाही. या कराराच्या पहिल्या परिच्छेदात कलम २ खाली म्हटले आहे की, हा करार प्रत्येक पक्षाला लागू पडतो. त्यातील तह जसे लागू होतील, त्याप्रमाणे देशाचे नियम, कायदे आणि आण्विक ऊर्जा शांततेसाठी करवा लागणारे लायसेन्स या गोष्टी महत्त्वाच्या आहेत. यावरून एक स्पष्ट होते की, अमेरिकेने १२३ करार

आपल्या सोईनुसार वाकवला आहे. त्याला जोड हाइड ॲक्टची व अमेरिकेतील इतर कायद्यांची आहे. त्यातच 'अण्वस्त्र प्रसारबंदी करार' (NPT), ज्यावर अमेरिकेने सही केली आहे. ऑक्टोबर २००८ साली नवी दिल्लीत जेव्हा अमेरिकन सचिव राईसने निःसंदिग्धपणे उरलेल्या शंका दूर करत म्हटले होते की, १२३ करार हा हाइड ॲक्टला पूर्णत्वाकडे नेणारा आहे. १२३ करार हा नुसता दोन सरकारांना बांधणारा नसून, तो हाइड ॲक्टच्या वरचा असून, तो अमेरिकेसारख्या देशाच्या वैधानिकतेच्या वरचा हिस्सा आहे. त्याशिवाय १२३ करार पूर्ण होऊ शकला नसता. असे म्हणणे आशावादी आहोत, एवढेच दर्शवते.

नोव्हेंबर २००७ साली पंतप्रधान मनमोहन सिंग आणि यूपीएची अध्यक्षा सोनिया गांधी यांनी हिंदुस्थान टाईम्सच्या शिखर परिषदेत सर्वांसमोर म्हटले की, हा करार आपल्याकरिता संपल्यासारखाच आहे. यूपीएची आणि डावे पक्ष यांनी मिळून याचे परीक्षण करायला एक समिती स्थापन केली. त्याच वेळी पश्चिम बंगालमध्ये नंदीग्राम व सिंबुर जमिनी हस्तांतरणाला विरोध वाढत होता. त्यामुळे डाव्यांनी हे काम सरकारवर ढकलले. त्यांनी चर्चेला मान्यता दिली; पण आंअऊसबरोबर सेफगार्ड्स् ॲग्रीमेंटवर सह्या करण्याचे टाळले. तो या करारातून बाहेर पडण्याचा व तोंड लपवण्याचा एक मार्ग सरकारने निवडला. ही फक्त तात्पुरती पळवाट होती. बुश प्रशासनाकडून भारतावर खूप दबाव यायला लागला. या करारावर त्यांनी आपला बहुमूल्य वेळ व राजकीय भांडवल भरपूर ओतले होते. म्हणून भारताने यातून बाहेर पडणे त्यांना परवडणारे नव्हते. म्हणून भारताने आंअऊस च्या सचिवाबरोबर सेफगार्डस् ॲग्रीमेंटवर चर्चा करून काहीतरी निर्णयाप्रत पोचण्याचे ठरवले. जून २००८ साली पंतप्रधान मनमोहन सिंग जी-८ परिषदेकरता जपानला जाण्यापूर्वी दोन आठवडे सरकारने आंअऊसला भेटून सेफ गार्ड्स ॲग्रीमेंटवर यूपीए-डावे पक्ष यांच्या समितीच्या संमतीशिवाय निर्णय घ्यायचे ठरवले. याचा परिणाम म्हणजे डाव्यांनी यूपीए सरकारचा पाठिंबा जुलै २००८ मध्ये काढून घेतला. त्यामुळे हे सरकार कोसळले. त्यांना तत्त्वहीन समाजवादी पक्षाने पाठिंबा द्यायचा विचार केला; पण तो नाकारला गेला. ज्याची काळजी वाटत होती, तो आण्विक करार राजकीय फुटबॉल झाला.

भारताचे उच्चस्तरीय प्रशासकीय अधिकारी सतत म्हणत राहिले की, हा करार फक्त नागरी आण्विक ऊर्जेचा होता; त्यात भारताच्या आण्विक शस्त्रास्त्रांचा कार्यक्रम नव्हता. हे धादांत खोटे आहे. भारताच्या नागरी आण्विक ऊर्जेच्या कार्यक्रमांत अमेरिकेची मदत घेणे, हा त्या कार्यक्रमाचा एक छोटा भाग होता. त्या कराराचा हा महत्त्वाचा हिस्सा नव्हता. या करारामुळे भारताला ऊर्जेची सुरक्षा मिळेल असे म्हणणे

अगदी मूर्खपणाचे आहे. विस्तृत विवेचनाकरिता प्रकरण ११ वे पाहा. हा करार जर नुसताच आण्विक ऊर्जेचा असता, तर भारत–अमेरिका करारात इतकी घाई व उत्कंठा का होती? भारताचे पंतप्रधान मनमोहन सिंगांनी संसदेतील विरोध आणि बाहेर जनतेचा प्रतिकार स्पष्ट दिसत असतानासुद्धा इतके हट्टाला ते का पेटलेच? देशाच्या हिताचा विचार करून कोणतेही शहाणे सरकार अशा पद्धतीने जाण्यापेक्षा दोनदा विचार करेल व मगच आण्विक करार केला जाईल. अर्थातच, यात खूप मोठा फायदा त्यांना दिसत होता. म्हणूनच सर्वस्व पणाला लावले गेले. मनमोहन सिंगांना व्यक्तिशः त्यात पत, अहंकार आणि पंतप्रधान असल्याचा वारसा या गोष्टी असाव्यात.

एक शक्यता अशी वाटते की, भारताने जर हा करार मान्य केला, तर त्याला परदेशातून मिळणारे युरेनियम नागरी आण्विक ऊर्जा कार्यक्रमात वापरता येईल आणि तो स्थानिक युरेनियमला मुक्त करू शकेल. मग आण्विक शस्त्रास्त्र कार्यक्रमात तो वापरता येईल. हाइड ॲक्टमध्ये जे कडक नियम होते, त्यात अमेरिकेचे राष्ट्राध्यक्ष युरेनियमची निर्मिती आणि त्याचा भारतात होणारा वापर यावर लक्ष ठेवणार होते. त्यामुळे या क्षेत्रातील तज्ज्ञांचे मत होते की, म्हणूनच आपल्या देशातील युरेनियमचा साठा वापरताना खूप काटेकोर पाहायला हवे. त्याचप्रमाणे परदेशातून आदान करताना एन.एस.जी.च्या बाहेर असणाऱ्या देशातून करता येते की नाही, याची शक्यता पडताळून पाहणे जरुर आहे. एन.एस.जी.ने सगळ्या सभासदांना भारताबरोबर आण्विक सामग्रीचा व्यापार करायची मुभा दिली आहे; पण तो करायचा की नाही किंवा त्यांना केलेल्या करारातून मुक्तता हवी असेल किंवा त्यांचा विचार बदलला तर ते तसे करू शकतात. यात ज्यांच्यावर विसंबून राहता येणार नाहीत, असेही देश आहेत. उदाहरणार्थ ऑस्ट्रेलियाचे हॉवर्ड सरकार भारताला युरेनियम विकायला इच्छुक होते; पण नंतरचे रूड सरकार (Rudd Government) त्याच कामाकरिता नाखूश होते.

दुसऱ्या वादातून आणखी वाद निर्माण होतात. सरकारची री ओढणाऱ्यांच्या मते, या 'विक्री' प्रकरणाला गती मिळेल आणि त्यातून तंत्रज्ञानाचे विकेंद्रीकरण होऊन भारताला अमेरिकेतील नवीन तंत्रज्ञानाची माहिती मिळवण्याचा अधिकार प्राप्त होईल. सगळ्याच तंत्रज्ञानावरच्या बंधनांना दूर केले जाईल, याची भारताला खात्री आहे का? असे झाले, तर त्यात स्पष्ट व खात्रीलायक गोष्टी साध्य होतील. भारत जे तंत्रज्ञानाचे हस्तांतरण होईल, असे गृहीत धरून चालतो आहे त्याचा परिणाम या करारत दिसून येईल. त्यात ना काही पुरावा आहे ना दिलेला शब्द पाळण्याचे धैर्य दाखविले आहे. १२३ करार किंवा एन.एस.जी. भारताला कोणतीही सवलत देत नाही. त्यातून भारताला तंत्रज्ञानातील महत्त्वाचे घटक आणि पुनर्निर्मिती करायला परवानगी मिळत नाही. उलट, त्यांची मनोवृत्ती याच्याविरुद्ध असल्याचे दर्शविते.

१२३ कराराच्या ५.२ कलमाखाली त्यांनी स्पष्ट केले आहे की, सध्या अमेरिकेचे जे धोरण, योजना आहेत, दुतर्फा वापर करणे, यात काहीही बदल होणार नाही. यातील बदल होताना अमेरिकेचे कायदे, नियम आणि त्यांची लायसेन्स देण्याबद्दलची योजना यावर अवलंबून राहील. आता वाट पाहणे हा एकच मार्ग आहे. दुसरे देश तरी भारतावर तंत्रज्ञानविषयक घातलेले निर्बंध उठवतात का, हे पाहायचे. विशेषतः दुतर्फा वापर करण्यायोग्य वस्तूबद्दल थांबणे योग्य राहील. सरकार मात्र तंत्रज्ञान निर्बंधावर काहीही बोलत नाही. आण्विक करारातून बाहेर पडण्याचे कारण स्पष्ट करत नाही. त्याचे मुद्दे व त्यावरची चर्चा सर्वच बाबींत सरकार मूग गिळून चूप बसले आहे. भारत सरकारला संपूर्ण तंत्रज्ञान हस्तांतरणावर बंधन आहेत, ती हटवणार का, काय सांगितले ते कळत नाही. एक म्हण आहे 'विश्वास ठेवा, पण त्याला पडताळून पाहा' इथे मात्र सगळेच विपरीत घडते आहे.

या संदर्भात विचार करताना, भारत विचार करताना, भारत-अमेरिकेचे सध्याचे संबंध ज्ञानावर आधारित नसून, ते योगायोगाने घडले आहे असे म्हणणे संयुक्तिक ठरेल. अमेरिकेला आपले जगातले केंद्रस्थानी असणे हातातून जाऊ द्यायचे नाही. त्यामुळे वैज्ञानिक अनुसंधान आणि विकास व तंत्रज्ञानातील नवनवे प्रयोग करून ते स्थान टिकवायचे आहे. त्यांनी भारताला आजमावताना भारतातील ज्ञानाचा उपयोग सहकार्याच्या नावाने मागून आपला फायदा आपल्या देशाच्या हिताकरिता वापरायचा त्यांचा डाव आहे. अमेरिका आपली तंत्रज्ञानविषयक माहिती भारताला देऊन स्वतः स्पर्धेतून बाहेर पडेल, अशी आशाही करणे चुकीचे आहे. सध्याच भारतात कुडाल लोकांची बऱ्याच क्षेत्रात वानवा जाणवते. अमेरिकेत काम करणारे भारतीय युवक हे जरी स्वतःच्या फायद्यासाठी तिथे राहून काम करत असले, तरी भारत एकविसाव्या शतकात जो ज्ञानाच्या क्षेत्रात महासत्ता झाला असता, त्याला खीळ बसते आहे.

ज्या प्रकारे चर्चा होते आहे, त्यावरून भारतीय जनतेला चुकीचे संदेश जात आहेत. भारताच्या बाजूने चर्चेच्या वेळी जी गुप्तता पाळली जाते तेच कारण मोठे अजब वाटते. त्यातूनही ही चर्चा नागरी आण्विक ऊर्जेसंबंधीच्या सहकार्यावरती असताना असे घडावे याचे वाईट वाटते. सरकारने जे संसदेत म्हटले, त्यापासून ते दूर गेलेत. देशाचे हित जपत जर संसदेत म्हणल्याप्रमाणे सर्व झाले असते, तर सरकारचे हात बळकटच झाले असते व अमेरिकेशी चर्चा करताना त्यांनाही ते जाणवले असते. सरकारने मोठ्या संख्येने जे संसदेच्या सभासदांनी सांगितले, त्याकडे पूर्ण दुर्लक्ष केले. भारत सरकारच्या स्वतःचा अहंकार आणि त्यांचे समविचारी मदतनीस यांनी त्यांना सांगितलेली वैध असणारी काळजी आणि सावध राहण्याचा सल्ला पार धुडकावून लावला. मुख्य राजकीय पक्ष, काँग्रेस पक्षातील काही लोक, माजी पंतप्रधान व

परराष्ट्रमंत्री, प्रमुख आण्विक वैज्ञानिक, अनुभवी राजदूत आणि भारतीय समाजातील उच्च दर्जाचे लोक या सगळ्यांनी या करारातील अपूर्णता/अस्वस्थ करणारा भाग दाखवून दिला होता व तो नाकारायलाही सांगितले होते; पण या सगळ्या बाबी बाजूला सारून आपली अपरिपक्वता दाखविली गेली. त्यात भर म्हणजे पंतप्रधानांनी जनतेसमोर बोलताना किती देशद्रोही असल्याचे यातून जाणवते, असेही म्हटले होते. सरकार संसदेत तसेच बाहेरही बऱ्याच प्रकारे पराभूत झाले. दुर्दैवाची बाब ही की, सरकारला कोणावर विश्वास ठेवायची गरज भासत नाही. हे सगळे ठरवणारे त्यांच्या मते, १९७१ साली झालेल्या भारत-सोव्हिएत तहादरम्यान जशी गुप्तता पाळली, तद्वत या वेळेस केले; पण ते सोयीनुसार हे विसरत आहेत की, दोन्ही तहातील कलमे आणि परिस्थिती किती वेगळी होती. भारत-सोव्हिएत तहाला जन्म दिला गेला, जेव्हा बांगलादेशात आणीबाणी निर्माण होत होती. त्या वेळी सरकारलाही पूर्ण कमाल जागा संसदेत होत्या. तो तह जाहीर झाल्यानंतर चार महिन्यांत सह्या झाल्यापासून भारत-सोव्हिएत तह, जो दोन्ही देशांकरता संयुक्तिक व तडफदार होता तो सर्वांना पाहण्यासाठी खुला केला गेला. अशा प्रकारचा वाद व प्रतिकार चालू तर भारत-अमेरिका आण्विक करार हा सगळ्या ठरवलेल्या गोष्टींपासून दूर जातो आहे, हेच अधिक ठळकपणे दृष्टीला येते आणि जसे नागरी आण्विक ऊर्जेसाठी असे अधिकृतरीत्या जाहीर केले, तरी ते तसे नाही, हे स्पष्ट होते आहे.

कधीकधी अमेरिकेचे हुकूमत गाजवण्याचे, चर्चा आणि वास्तविकता दाखविण्यातील तफावत जाणवते. अमेरिकेने त्यांच्या काँग्रेसला आणि लोकांनासुद्धा या तहाबद्दल मोकळे आणि खरे काय आहे, हेसुद्धा सांगितले नाही. असे असताना गेल्या काही महिन्यांत अमेरिकेच्या प्रशासकीय संस्थेने आणि अमेरिकन काँग्रेसने वारंवार विचारणा केल्यावर अमेरिकन काँग्रेसवाले व सभासदांना मुद्दाम गुप्तता दाखविण्यास सांगितले गेले. याचे कारण कदाचित भारत सरकारकडून त्याच्या जनतेला जर कळले, तर बॉम्बस्फोटच होईल, असे त्यांना वाटत असावे. याचे एक वादळ उठवणारे उदाहरण म्हणजे भारताला आपल्या भविष्यात तयार होणाऱ्या आण्विक भट्ट्यांची सुरक्षा हवी आहे. हा मुद्दा १२३ करारांतर्गत येत नाही; पण त्याबद्दल काय करता येईल याच्या योजना त्यांच्याकडे तयार आहेत. भारताच्या भविष्यातील आण्विक शस्त्रास्त्रे आणि स्थानिक आण्विक ऊर्जा याबाबतही तयारी आहे. २ मार्च २००६ साली जेव्हा भारत-अमेरिका दोन्ही देशांनी विभक्त व्हायच्या योजनेखाली एक गोष्ट स्पष्ट केली, ती ७ मार्च २००६ ला संसदेत ठेवली गेली. त्यात म्हटले आहे की, भारताला पूर्ण स्वातंत्र्य राहील की, हा करार नागरी सुविधा देणारा आहे किंवा कसे? भारतच ठरवणार की भावी औष्णिक भट्ट्या आणि त्या

भट्ट्यांना पुरवठा करणाऱ्या भट्ट्यांना नागरी म्हणायचे की नाही? असे असूनसुद्धा अमेरिकेचा मुख्य चर्चा करणारा आर. निकोलस बर्नज या तहाबद्दल परत परत व विश्वासाने म्हणतो की, या तहात आणि कलमात म्हटल्याप्रमाणे भारताच्या भावी नागरी अणुभट्ट्या व त्यांना पुरवठा करणाऱ्या भट्ट्या या आंअऊसंच्या नजरेखाली सुरक्षित राहतील आणि भारताच्या अणुभट्ट्यांनी आणि आण्विक संस्थांनी तयार केलेली ९०% ऊर्जा + A त्याची सुरक्षा आम्ही पाहू. अशा प्रकारच्या म्हणण्यातून ते या कराराला कसे फाटे फोडताहेत, ते दिसते. यावरून आखणी एक गोष्ट सिद्ध होते की, भारत सरकारला मान्य असणाऱ्या किंवा समजणाऱ्या अजून किती गोष्टी आहेत की सरकार ते मान्य करायची इच्छा दर्शवित नाही.

मोका साधणारी भागीदारी

अमेरिका आणि भारताला या एकाच करारातून दोन निरनिराळ्या गोष्टी साध्य करायच्या आहेत. तोच या गुंत्याचा गाभा आहे आणि त्यावरच वाद चालू आहेत. नोव्हेंबर/डिसेंबर २००७ सालच्या *फॉरीन अफेअर्सच्या* अंकात अमेरिकेचे सहसचिव राजकीय धोरण आर. निकोलस बर्न्स यांनी स्पष्टपणे लिहिले आहे की, हाइड ॲक्ट, इतर विविध अमेरिकन धोरणे आणि अमेरिकन नेते व उच्चपद विभूषित अधिकारी सगळ्यांनी जे महत्त्वाच्या मुद्द्यावर म्हटले आहे, त्यात अमेरिकेच्या भारताबरोबरच्या संबंधातील योजना काय आहेत, ते सांगितले आहे. भारताचे पहिले परराष्ट्र धोरण हे अमेरिका ठरवेल, त्याला मान्यता देणारे असेल. आण्विक कराराकडून मोठा राजकीय व इतर पाठिंबा मिळावा अशी अपेक्षा आहे; जेणेकरून अमेरिकेच्या परराष्ट्र धोरणात हवी असलेली लक्ष्ये साध्य होतील. त्यात प्रामुख्याने अमेरिकेचा जगात वरचष्मा राहील. भारताची आर्थिक वाढ आणि राजकीय भूमिका यांचा फायदा अमेरिकेला आपले ध्येय साध्य करायला व्हायला हवा. अमेरिकेने सुरू केलेल्या आंतरराष्ट्रीय पद्धतीत भारत काहीतरी कामाचा देश ठरेल व त्यावर पैसा लावला, तर तो वाया जाणार नाही. अमेरिकेच्या वतीने बोलणाऱ्यांनी अमेरिकेच्या मोठ्या परराष्ट्रीय धोरणात या तहाचा वापर आपल्या साध्यांसाठी करायचा ठरवले आहे. अमेरिकेला जागतिक सत्तेचा दर्जा मिळावा आणि त्यांच्या देशाच्या सुरक्षेच्या दृष्टीने तो महत्त्वाचा भाग आहे. अमेरिकेच्या संदर्भात हे तंतोतंत खरे आहे. जर ते त्यांच्या फायद्याचे नसते, तर त्यांनी या कराराला पुढे ढकलायचा इतका अटीतटीचा प्रयत्न कशाला केला असता? अमेरिका आणि भारताच्या दीर्घ मुदतीच्या परराष्ट्र धोरणातील ध्येयामध्ये मुळातच एकमेकांना विरोध करणारी समस्या आहे. भारताच्या

स्वतःच्या परराष्ट्र धोरणात परंपरा आणि देश हिताचा मुख्य भाग आहे. त्यामुळे जागतिक पातळीवर असलेल्या संबंधांवर येत्या कित्येक दशकांत त्याचा पगडा राहणार आहे. भारताचे स्वतंत्र परराष्ट्र धोरण फार महत्त्वाचे आहे. याउलट, अमेरिकेला सध्या अस्तित्वात असलेली एकाधिकारशाहीच चालू राहावी, असे वाटते. भारताला वाटते की, जग बहुध्रुवीय व्हावे. त्यात भारतच एक ध्रुव राहील. ही निरनिराळी ध्येये कशी समेट घडवून आणणार आहेत?

अमेरिकेची असर्जनशील/अनुत्पादक ध्येये

अमेरिका आणि भारताने करारांवर सह्या केल्यात; पण त्यांची उद्दिष्टे अगदी परस्पर विरोधी आहेत. भारत-अमेरिका आण्विक करार करताना अमेरिका ज्या गोष्टीकरता गेली कित्येक दशके प्रयत्न करते आहे, ते साध्य करण्यासाठीच हे केले. अमेरिकेचा प्रयत्न भारताला अनुत्पादकाच्या चौकटीत आणायचे म्हणजे भारताची आण्विक शस्त्रास्त्रे बनवण्याची ताकद कमी होईल, हा आहे. दुसऱ्या शब्दांत म्हणायचे झाल्यास अमेरिकेला या आण्विक कराराच्या माध्यमातून भारताला मोक्याच्या संधींपासून दूर ठेवायचे आहे. उलटपक्षी भारताला देशहित आपापसांतले संबंध आणि स्वायत्तता टिकवावीशी वाटते. त्याचवेळी आण्विक शस्त्रास्त्रे बनवण्याच्या कार्यक्रमात स्वातंत्र्य हवे. कोणाचीही ढवळाढवळ त्याला मान्य नाही. भारतात एकानंतर एक आलेली सरकारे त्यांच्यापैकी कोणीच अण्वस्त्र प्रसारबंदी करार (NPT) किंवा सी.टी.बी.टी. वर सह्या करायला तयार नव्हते. १९९८ साली भारताने स्वतःला आण्विक शस्त्रास्त्रे बनवण्यातली सभा म्हणून घोषित केले व ते समर्थनीय आहे. भारताने स्वतःची हक्काची ओळख आण्विक शस्त्रास्त्र सत्तेत करून घेतली आहे. तेव्हापासून भारताने स्वतःवर ऐच्छिक निर्बंध घालून घेतले आहेत. त्यात अणुशक्ती परीक्षण, स्थानिक आण्विक शस्त्रास्त्र तंत्रज्ञान उत्पादन या बाबी येतात. त्याचे वागणे जणू काही अप्रकवर सही केलेल्या देशासारखेच आहे. ही शिस्त पाळत असताना भारताने या क्षेत्रात होणारी भरभराटपण थांबवली आहे. अप्रकच्या नियमांनुसार त्यांच्या हक्कांचे जे होकार - नकार ठरले आहेत, त्याला अनुसरुनच हे वागणे आहे. भारत ज्या जबाबदारीने वागतो आहे, तसे असूनसुद्धा एन.एस.जी. सारख्या संस्था भारतालाच एकमात्र लक्ष्य करताहेत. भारताला वाटत होते की, अमेरिका आपल्यासाठी दारे उघडतील व अप्रकवर सही करणाऱ्या देशांसारखीच वागणूक आपल्यालाही आण्विक शस्त्रास्त्र सत्तेसाठी मिळेल. जरी भारत अप्रकखाली आण्विक शस्त्रास्त्र सत्ता म्हणून येत नाही, तरी हा विचार करतील, अशी भारताला आशा आहे.

१८ जुलै २००५ रोजी जेव्हा भारत-अमेरिका एकत्र करार झाला, तेव्हा भारताचा समज होता की, काही गोष्टींची तरतूद त्यात आहे. त्यात म्हटले आहे की, भारतालासुद्धा सर्व फायदे उपभोगता येतील; जसे इतर देश व अमेरिका पुरोगामी आण्विक तंत्रज्ञान उपभोगताहेत. यात पूर्ण सुरक्षितता, भारताच्या आण्विक शस्त्रास्त्र कार्यक्रमावर निर्बंध न घालणे व त्याबद्दलची संदिग्धता कायम ठेवली आहे. १७ ऑगस्ट २००६ रोजी पंतप्रधानांनी संसदेत निःसंदिग्धपणे सांगितले की, 'या महत्त्वाच्या मुद्द्यांखाली भारत पाच आण्विक शस्त्रास्त्रे बनवण्याऱ्या देशांच्या पंक्तीत जाऊन बसला आहे. त्या पाच देशांनी अप्रकवर सह्या केल्या आहेत. असे असूनसुद्धा अमेरिकेची सचिव टाईस यांनी त्याला नाकारले. त्यांच्या म्हणण्याप्रमाणे १२३ करारांनुसार भारताला अणुशक्ती कराराबाबत सत्ता दिलेली नाही. बर्न्स यांच्या म्हणण्याप्रमाणे अमेरिका भारताला कोणत्याही विकासाच्या संधींच्या कार्यक्रमाकरिता मदत करू शकत नाही. एप्रिल २००६ साली ॲडाली टेलीस यांनी सेनेट फॉरिन रिलेशन्स कमिटीसमोर साक्ष देताना म्हटले होते, आता भारताने कायद्याने मान्य केले आहे की, इतर देश, ज्यांनी अप्रकवर सही केली, त्यांच्याही पुढे जाऊन सर्व अटी मान्य आहेत. हे ॲडाली टेलीस बुश प्रशासनात २००७ पर्यंत सभासद होते.

भारत-अमेरिका अणुशक्ती करारासंबंधीची विविध कागदपत्रे वाचली, तर त्यात एकाच गोष्टीवर भर दिल्याचे जाणवते. त्यात हाइड ॲक्ट, १२३ करार, आंअऊसं सुरक्षा करार, एन.एस.जी. मधील सवलत, १२३ करार पास करून घेताना अमेरिकन काँग्रेसने दिलेली ताकीद, तसेच बुश प्रशासनाने अमेरिकन काँग्रेसला दिलेले संदेश आणि सामान्य सांगणे या गोष्टींचा भारतावर दबाव आणण्याकरिता केलेला प्रयत्न फारसा यशस्वी झाला नाही. म्हणून त्यांनी भारत गुपचूपपणे सी.टी.बी.टी. व एफ. एम.सी.टी.वर सह्या करेल, असा फतवा काढला. १२३ करारावर आणि आंअऊसं सेफगार्ड्स ॲग्रीमेंटांवर त्यात ॲडिशनल प्रेटोकोलपण आहे, त्यावर सह्या करून स्पष्ट न केलेले व उलट न फिरवता येणारा हा शस्त्रास्त्रांचा कार्यक्रम भारताने मान्य केला. यात खूप गंभीर संदिग्धता आहे. तांत्रिक दृष्टीने हा करार भारताचे सामर्थ्य कमी करणारा आहे. जेव्हा व जशी गरज पडेल, तेव्हा अणुशक्ती परीक्षण करता यायला हवे. इंधनाचा पुनर्वापर त्याचा हक्क, कायमची सुरक्षा, इंधनाचा कायम पुरवठा, परदेशातून येणारा इंधन पुरवठा काही कारणाने थांबवला/खंडित झाला तर भारत त्यातून मार्ग काढायला मोकळा आहे, याबाबत निश्चित असे काहीही सांगण्यात आले नाही. पंतप्रधान मनमोहन सिंगांनी संसदेत जे सांगितले, त्याच्या अगदी विरुद्ध घडामोडी घडत आहेत. प्रामुख्याने भारताच्या सुरक्षा करारांतर्गत ज्या कारणास्तव भारताला सुरक्षा मिळायला हवी, तेच कलम संदिग्ध ठेवण्यात आले

आहे. त्यांच्या प्रस्तावनेत आणि सर्वसामान्य विचारांच्या विभागात, भारताला ज्यात स्वारस्य आहे, तोच भाग गाळला आहे; पण सुरक्षेची हाताळणी कशी करायची, याविषयी माहिती मात्र आहे. म्हणजे मुख्य लेखात (भागात) त्याचा उल्लेख आहे. आंअऊसं बरोबर सह्या करणाऱ्या देशांबरोबर म्हणजे आण्विक शस्त्रास्त्रे नको म्हणणाऱ्या देशांबरोबर जो अप्रक झाला, त्याच्याच पुढचा भाग म्हणजे आंअऊसं होय. सरकारचे म्हणणे आहे की, प्रस्तावना ही मुख्य भागाइतकीच महत्त्वाची आहे. विशेषतः सुरक्षा करारासाठी हेच तर्कशास्त्र वापरले, तर हाइड ॲक्ट करतापण तोच नियम लागू होतो. त्यामुळे वजन आणि वैधता वाढेल. मग 'बंधनकारक असणे' व 'बंधनकारक नसणे' याला काहीही महत्त्व उरत नाही. जानेवारी २००८ मध्ये बुश प्रशासनाने अध्यक्ष, यू.एस. हाऊस ऑफ रिप्रेझेंटेटिव्हज् फॉरेन अफेअर्स कमिटी यांना एक पत्र पाठवले होते. ते प्रसारमाध्यमांना सप्टेंबर २००८ साली देण्यात आले. त्यात स्पष्टपणे म्हटले होते की, भारताला जे कायद्याने करायला भाग पाडले, त्यात थोडा फरक आहे. यूपीए सरकारने भारतीय जनतेला जे सांगितले आहे, ते आपण आखलेल्या नियमांच्या विपरीत आहे.

हाइड ॲक्ट, १२३ करार आणि आंअऊसं सुरक्षा करार आणि एन.एस.जी कडून मिळणारी सवलत या सगळ्यातून भारताला वगळले आहे. भारताला हक्क व वैधरीत्या भाग पाडायला लावणारे आण्विक शस्त्रास्त्रांसंबंधी जे देश अप्रक खाली येतात, त्यात भारत गणला जाणार नाही. १८ जुलै २००५ रोजी जो एकत्रित करार झाला, त्यानुसार भारताला आण्विक करारातून काहीही फायदा झाला नाही. वास्तविक पाहता त्यातील फायदे आणि वैधता ही काळजीपूर्वक तोलून मापून बनवली गेली होती. कदाचित हा एक कल्पनाविलासपण असू शकतो. भारत आता एका 'असर्जनशील राज्यात' फिरतो आहे. त्यात आण्विक शस्त्रे आहेत. हे राज्य म्हणजे एक विमान आहे. ते जगात सर्वत्र भ्रमण करते आहे व मिळतील तिथून प्रगती गोळा करते आहे. या विमानाचा वैमानिक अमेरिकन आहे. सहवैमानिक रशियन आहे. त्याचे सहकारी तीन आहेत. ते चीन, फ्रान्स व युनायटेड किंगडम (इंग्लंड)चे आहेत. त्याच्या कॉकपिटमध्ये कोणालाही कधीही जाता येत नाही. अप्रकवर सह्या करणारे देश त्यांना इकॉनॉमी क्लासच्या सीटवर अगदी अडचणीत बसवून ठेवले आहे आणि किल्ल्या फेकून दिल्या आहेत. त्यांच्या कप्तानाला शंका आहे की, एक प्रवासी इराण आपली सुटका करून घेतो आहे. म्हणून त्याने त्याला तंबी दिली आहे. दुसरा प्रवासी उत्तर कोरिया त्याने आपली सुटका करून घेतली; पण त्यात त्याचा हात मोडला, त्याची तब्येत खूप खालावली आणि त्याला आपल्या जागेवर बसायला मन वळवले. पुष्कळ काळापर्यंत तीन अडेलतट्टू प्रवासी- इस्राइल, पाकिस्तान व भारत हे प्रवासी विमानात चढायलाच तयार नाहीत. इस्राइलचे

कम्रानाशी गुप्त खलबत चालू आहेत. आपल्याकडे आण्विक शस्त्रास्त्रेच नाहीत, असे चतुराईने सांगत आहे. पाकिस्तानला हात लावायची कुणाची बिशाद नाही. तो तर आत्मस्फोट करून घेणारा बॉम्ब आहे. भारताला पहिल्या वर्गाने प्रवास करता येईल, अशी लालूच दाखवून वश करता येण्यासारखा तो देश आहे. संपूर्ण पहिल्या वर्गाची केबिन भारतीयांकरता राखून ठेवली आहे. याशिवाय फुकट अहंकाराचा संदेश मागणीनुसार मिळतो आहे. त्याव्यतिरिक्त भेटीदाखल उच्च तंत्रज्ञानाने युक्त, अशी खेळणी मिळताहेत. नियमित हवाई प्रवास करणाऱ्यांना अखंड आणि अमर्यादित प्रवास कुटुंब, नातेवाइकांसह करता येणार आहे (नातेवाइकांची व्याख्या भारतात जी असेल, ती वापरली जाईल) अमेरिकेने 'ग्रीन कार्ड' देण्याची हमी प्रत्येक भारतीयाला दिली आहे. न्यूयॉर्क, लंडन, पॅरीस, मॉस्को आणि बीजिंगमध्ये उपलब्ध असणारे सर्वोत्तम जेवण देण्याची ग्वाही दिली आहे. इंग्रजी नाष्टा पोटभर खाल्ल्यानंतर, चायनीज जेवणाकडे वळता येईल. त्यात फक्त आंबट *आणि* गोड पदार्थ मेन्यूकार्डवर असतील. रशियन व्होडका संध्याकाळी कॉकटेल्स कसा ठेवलेली असणार. रात्रीच्या जेवणात अमेरिकन स्टेकस्, जुनी किमती फ्रेंच वाईन हे असणारच. जर प्रथम वर्गाच्या प्रवाशांचे मन या एवढ्या गोष्टींनी तृप्त झाले नाही, तर त्यांना स्कॉच व्हिस्की आणि फ्रेंच कॉनॅकसुद्धा मिळेल. जेवणानंतरचे तरतरी आणणारे पेय म्हणून विमानात बसला असतानाची करमणूक इतकी उत्तम राहील की, कशाचाच विचार सुचणार नाही. खिडकीबाहेर पाहिले तर हवेतले महाल व मनोरे दिसतील. सरतेशेवटी, प्रथमवर्गाच्या प्रवाशांसाठी अंगाईगीतही आहे. त्याने खूपच गाढ झोप लागेल. जे काम उत्तेजक पेये करू शकले नसतील ते हे अंगाई गीत करील. मनमोहन सिंगांचे भारताबद्दलचे मत/विचार अगदी भारून टाकणारे आहेत. पण एक अडचण आहे की, एकदा या विमानात बसले की, मग बाहेर येता येत नाही.

मोक्याच्या भागीदारीच्या मर्यादा

भारत-अमेरिका आण्विक करारावर भरपूर चर्चा झाली. भारतीय जनतेत आणि राजकीय नेत्यांनी या मुद्द्यांवर बराच खेळ केला. त्याचा परिणाम म्हणजे त्यातला खरा अर्थ कळणे, शक्य झाले. दोन देशांमधल्या मोक्याच्या भागीदारीत दीर्घ मुदतीची ध्येयं काय होती व त्यात कसा बदल करत गेले, हे सर्व कळून चुकले. नागरी आण्विक ऊर्जेचे गाजर लटकावत ठेवून अमेरिका-भारत करारातील भागीदारीतून स्वतःचा मोठा हिस्सा काढून घ्यायचा इरादा अमेरिकेचा आहे. हे सर्व गृहीत धरून

व यालाच मुख्य मुद्दा करून वागत असल्यामुळे भारत, अमेरिका इतकी दशके परस्परांपासून लांब राहिलीत. आता अरबाच्या तंबूतील उंट कसा काढायचा, हा प्रश्न आहे. प्रश्न तर सुटायला हवा; पण संबंध तर बिघडता कामा नये. कारणामागच्या चुका मात्र कोणीच लक्षात घेत नाहीत. १९७४ साली भारताने शांततेने अणुशक्तीचे परीक्षण केले. त्यानंतरच भारत-अमेरिका अणुशक्ती क्षेत्रातील समीकरण बिघडले. भारताचा अमेरिकेवर विश्वास नसणे, हे १९७४ सालाच्या आधीपासूनच होते. त्यात दोन्ही देशांत मोठी रुंद दरी निर्माण व्हायला इतरही घटक कारणीभूत आहेत.

सर्वात प्रथम अमेरिकेला भारताची स्वतंत्र परराष्ट्र नीती मान्य नव्हती. बर्नसने हे अगदी स्पष्टपणे त्याच्या *फॉरिन अफेअर्स* लेखात म्हटले आहे.

> अमेरिकेच्या दृष्टिकोनातून भारतीय पंतप्रधान जवाहरलाल नेहरूंनी जेव्हा तटस्थ राहण्याचे धोरण स्वीकारले, तेव्हापासून भारताचे संबंध सोव्हिएत युनियनशी मैत्रीचे आणि जवळचे झालेत; पण त्यामुळे राजकीय सहकार्य दुरापास्त झाले. (पण) ..... शीतयुद्ध संपल्यानंतर अमेरिका-सोव्हिएत यांच्यातील वैमनस्यच संपल्यावर अमेरिका-सोव्हिएत यांच्यातील वैमनस्यच मुख्य मुद्दा बनला. त्यात अमेरिकेचे परराष्ट्र संबंध आणि भारताच्या तटस्थ राहण्याच्या धोरणांचाच विचार झाला.

बर्न्सने भारताच्या तटस्थतेच्या धोरणाबद्दल चुकीचा संदेश अमेरिकेला दिला. अलिप्तता धोरण भारताने स्वीकारले होते. अलिप्ततावादावरची चळवळ ही जशी शीतयुद्धात प्रतिस्पर्ध्यांवर दडपण आणण्याकरिता होती, तशीच ती परराष्ट्र धोरणातील गुणावगुण पारखण्यासाठीही होती. थोडक्यात भारताला स्वतःचे स्वतंत्र परराष्ट्र धोरण ठरवायचे होते. याबाबतीत देशात एकवाक्यता होती आणि ती चांगली मजबूत होती. याचे आणि 'शीतयुद्धाची मनोवृत्ती' यांचे काही देणे घेणे नव्हते. बरेच समीक्षक याच्या उलट सांगतात. २००७ साली जेव्हा अमेरिकेची सचिव कोडोंलिसा राईस म्हणाली होती की, अलिप्ततावादाचा इथे प्रश्नच येत नाही. त्या वेळी परराष्ट्र मंत्री प्रणव मुखर्जींनी त्यांना सडेतोड उत्तर देऊन त्यांचे बोलणे किती अस्थानी आहे हे दाखवून दिले होते. जवाहरलाल नेहरूंनी भारताच्या स्वतंत्र परराष्ट्र धोरणाचा पाया घातला. इंदिरा गांधींमध्ये काही उणिवा होत्या, तरी त्या एक महान राजकारणी होत्या हे मानावेच लागेल. १९८२ साली त्यांच्या अमेरिका भेटीच्या वेळी त्यांना विचारण्यात आले की, भारताच्या परराष्ट्र धोरणात भारत कोणत्या बाजूला 'झुकतो' आहे त्यांनी पटकन उत्तर दिले की, 'भारत सरळ ताठ उभा आहे.' दुर्दैवाने यूपीए सरकारच्या अध्यक्षा म्हणून सोनिया गांधींनी सर्व सूत्रे आपल्या हातात ठेवलीत. त्यांचा राजकीय वारसा म्हणजे नेहरू, गांधी घराण्यात असणे. त्यामुळे त्यांना कधीच

आपण अभिमानी भारतीय आहोत, हे दाखविता आले नाही. त्यांचा कणाही कधी ताठ राहिला नाही. गेल्या काही वर्षांत भारताच्या परराष्ट्र धोरणात बदल होताना दिसतो आहे. ते धोरण अमेरिकेचे स्वारस्य जपण्यात गुंतले आहे, असे वाटते. भारताचे परराष्ट्र धोरण बदलणे सुरू झाले आहे; पण अतिशय संथ गतीने होते आहे. कारण जनतेचा रोष व टीका सरकारला ओढवून घ्यायची नाही. भारतातील राजकारण्यांना ते एकदम कळले. उघडपणे मान्य केले, तर भारतीय जनता निवडणुकांची मागणी करेल. सगळ्यांनाच भारताचे स्वतंत्र परराष्ट्र धोरण असावे असे वाटते.

अमेरिकेच्या बाजूने काही हरकत नाही. उलट, त्यांची भारताच्या परराष्ट्र धोरणाला मान्यताच आहे. अमेरिकेच्या आण्विक कराराला पुढे करण्याकरिता त्यांना त्याचा उपयोगच होणार आहे. ॲशली टेलीस (२००७) यांच्या निःसंदिग्धपणे सांगण्यावरून २००१ सालापासून भारत अमेरिकेला मदतच करतो आहे. भारताला अलिप्तावादी राहायचे आहे व तेच त्याचे मुख्य लक्ष्य आहे. टेलीस पुढे म्हणतात,

- राष्ट्राध्यक्ष बुशनी अतिउत्साहाने एक चौकट निवडली; पण त्याला अमेरिकेचे मित्र म्हणवणारे पाठिंबा द्यायला नाखूश आहेत.
- अमेरिकेने अफगाणिस्तान विरुद्ध पुकारलेल्या युद्धाला आणि त्यासाठी भारतीयांची बरीच लष्करी ठाणी वापरायची योजना याला कोणीही पाठिंबा दिला नाही.
- एबीएम तहातून अमेरिकेला बाहेर पडायचे होते, तेव्हा सर्वांनी मिठाची गुळणी धरली.
- पर्यावरण संरक्षण आणि जागतिक हवामानातील बदल याकरिता अमेरिकेला पाठिंबा मिळाला.
- रासायनिक शस्त्रास्त्रांवर बंदी घालणाऱ्या संस्थेचे डायरेक्ट जनरल जोस मॉरिसिओ बुस्तानी यांना फसवून, अवैधरीत्या दूर करण्यात अमेरिकेला मदत करते.
- २००२ साली यूएनची पूर्वपरवानगी नसतानाही अमेरिकेचे उच्चमूल्यांकित सामान जहाजातून मलाक्काच्या खाडीतून संरक्षण घेत नेण्यात आले होते.
- इराकच्या विरोधात लढण्यासाठी अमेरिकेचे लष्कर जाणार असताना, आंतरराष्ट्रीय विरोधापासून अमेरिकेने स्वतःला थांबवले/भाग घेतला नाही.
- २००३ साली इराकविरुद्ध लढण्याकरिता भारताने सैन्य पाठवावे, म्हणून अमेरिकेची विनंती/दबाव.
- अमेरिकेबरोबर केलेल्या दहा वर्षांच्या कराराला स्थगिती. त्यातून त्यांना मिळणाऱ्या संधी व त्या हातात पाडून घेण्याकरिता वापरलेली साधने.

- अफगाणिस्तानात अमेरिकेबरोबर योजलेल्या धोरणात मातीचा हात देणे.
- सप्टेंबर २००५ साली आंअऊसंच्या बोर्ड ऑफ गव्हर्नर्सच्या बैठकीत इराण असर्जनशील तहांतर्गत नियमबाह्य वागतो आहे, असे मत इराणच्या विरोधात अमेरिकेकडून देण्याचे ठरवण्यात आले.

यापुढे टेलीस म्हणतो, 'बऱ्याच विशेष घटना अजूनही गुप्त राखल्या आहेत'.

यावर अजून काही बोलायचे शिल्लक आहे का? अमेरिकेच्या अपेक्षा आणि इच्छा एन.डी.ए. व यूपीए सरकारांना मान्य होत्या. परराष्ट्र धोरण अमेरिकेच्या आवडीनिवडीवर अवलंबून नव्हते काय? अशा प्रकारची भारत-अमेरिका मैत्री व भागीदारी भारताच्या हिताची आहे का? आता तरी दीर्घ मुदतीच्या भारत-अमेरिका स्वारस्यात पुरेसा बदल होण्याची संधी आहे का? भारताच्या राष्ट्रीय सुरक्षा सल्लागारांनी २००७ साली झालेल्या दूरदर्शन मुलाखतीत म्हटले होते की, अमेरिका कोणत्याही प्रकारे त्रास देणारी सत्ता नाही. जर हे खरे असते, तर भारताने आपले परराष्ट्र धोरण अमेरिकेकरता बदलण्याची गरजच नव्हती. यावर यूपीए सरकारने आपण देशाचे हित व पावित्र्य राखत आहोत, असा आव आणला. देशाच्या सार्वभौमत्त्वाला कुठलाही निर्णय मुळीसुद्धा घेताना धक्का लागू देणार नाही, असे म्हटले. भारत सरकारने डोळे उघडे ठेवून दीर्घ मुदतीच्या मोठ्या संधीच्या संबंधांकरता अमेरिकेशी संधान जोडले. याच वेळी त्यांनी भारतीय जनतेच्या डोळ्यांवर झापडं बांधलीत. डोळ्यांत धूळ फेकली, हे टेलीसने जाता जाता उल्लेख केलेल्या बाबींबद्दल वाचणे ही खूप मनोरंजक आहे. कदाचित यावरून अमेरिकन प्रशासनाने कशा प्रकारे मनमोहन सिंग सरकारवर दबाव आणून किंवा महत्त्वाच्या जागी आपल्याला हवे असलेल्या लोकांची नियुक्ती करून, साखरपेरणी करत किंवा अमेरिकेला दृष्टिपथात ठेवून काम करवून घेतले, ते दिसते. यात काही घटनांमधून अमेरिकेने भारताला ब्लॅकमेल करून, आपल्या फायद्याच्या भारतीय योजना किंवा धोरणे आखायला लावलीत. हे सर्व देशाला कळायलाच हवे. तो त्यांचा हक्क आहे; पण तसे घडण्याची शक्यता फार कमी दिसते.

दुसरा महत्त्वाचा घटक, जो पहिल्यातूनच उत्पन्न झाला आहे, तो म्हणजे अमेरिकेचे पाकिस्तानशी असणारे संबंध होत. बरीच दशके भारत-अमेरिका संबंध ताणलेले राहिलेत त्याचे हे एक कारण आहे. अमेरिकेच्या धोरणात पाकिस्तानला फार महत्त्व दिले गेले आहे. त्यांच्या दीर्घ मुदतीच्या योजना अगदी दक्षिण आशियासकट या भागावर नियंत्रण ठेवणाऱ्या झाल्या आहेत. भारताच्या सुरक्षेला सतत कमी लेखत आले आहेत. त्यात अमेरिकेचा लष्करी, राजकीय, राजनैतिक आणि आर्थिक पाठिंबा सतत पाकिस्तानलाच मिळतो आहे. त्याच डावाचा एक भाग म्हणजे संयुक्त

राष्ट्रांच्या सुरक्षा परिषदेमध्ये चुकीचे सल्ले काश्मिरबद्दल देणे व भारतावर नाना प्रकारे दबाव आणावे. १९७१ साली जेव्हा भारत बांगलादेशात लष्करी कारवाया करण्यात गुंतला होता, त्याच वेळी अमेरिका भारताला यू.एस.एस. एंटरप्राईज हे विमान वाहतूक करणारे जहाज बंगालच्या उपसागरात पाठवायला सांगत होते. दक्षिण आशियात स्वतःचे अधिक्य प्रस्थापित करण्याकरिता अजूनही अमेरिकेने माघार घेतली नाही. अमेरिकेने भारताच्या अति महत्त्वाच्या सुरक्षेकडे साफ दुर्लक्ष करते आहे. याशिवाय पाकिस्तानला गुपचूप आण्विक शस्त्रास्त्रे व त्याचे तंत्रज्ञान देते. त्यांना ती शस्त्रे मिळवूनही देते आणि या मदतीला ते 'दहशतवादाच्या विरोधातील लढा' म्हणतात. दुःखाने म्हणावे लागते की, एन.डी.ए. आणि यू.पी.ए. सरकारांना अमेरिकेने आपल्या बाजूला सहज वळवून घेतले. त्यांच्या चुकीच्या धोरणांना आपल्या सरकारांनी मुकाट्याने होकार दिला. अमेरिकेला भारत व पाकिस्तान यांच्यात एकाची निवड करता येत नव्हती. म्हणून त्यांनी भारत-पाकिस्तान संबंध वाटतात तितके वाईट नाहीत असे भासवले; कारण त्यांना दोघांचीही गरज आहे. अमेरिकेच्या दडपणाखाली भारताने हवाना येथे झालेल्या नाम शिखर परिषदेत सप्टें. २००६ साली पाकिस्तान व भारत दोघेही दहशतवादाच्या छायेखाली वावरत आहेत, असे म्हटले. यात चुकीचे किंवा वावगे काहीच नाही. वास्तविक त्यावेळी भारताचा परराष्ट्र सचिव नव्याने पद सांभाळत होता. त्यांची नेमणूकही वादळी परिस्थितीत झाली होती. असे असताना किंवा हे सर्व अमेरिकेने स्वतःच्या सोयीने घडवून आणले, असे नक्कीच म्हणता येईल. त्यानंतर लगेचच दहशतवादाला तोंड देण्यासाठी एकत्र कार्यक्रम आखला गेला; पण आश्चर्य हे की, तो लगेच बंदही पडला. जोपर्यंत पाकिस्तानचे परराष्ट्र धोरण फक्त भारतकेंद्रित आहे किंवा अमेरिकेशीच संबंधित आहे, तोपर्यंत भारत-पाकिस्तान संबंध सुधारू शकत नाहीत, हे निश्चित.

पाकिस्तानला विशेष कारणास्तव वेगळ्या प्रकारे हाताळावे लागते; पण भारताने मूर्खासारखे दक्षिण आशियातील आपले स्थान अमेरिकेला देऊन टाकले. दक्षिण आशियाकरिता योजलेल्या धोरणांची सांगड अमेरिकेने तयार केलेल्या धोरणांशी घालावी, असा दबाव अमेरिका भारतावर आणत होती. त्यांना याबाबतीत भारताचे सहकार्यही हवे होते. या घटना फारच तापदायक आहेत. बर्न्सने स्पष्टपणे म्हटले आहे की, आता अमेरिका भारताच्या जास्तीत जास्त जवळ जायचा प्रयत्न करतो आहे. त्यात संघर्षाला थारा न देता दक्षिण आशियात दीर्घ मुदतीच्या शांती करारावर लक्ष केंद्रित करत आहे. जर अमेरिका भारताच्या शेजाऱ्यांशी भारतासारखा वागला असता; तर त्याचे स्वागतच झाले असते. पण भारत दक्षिण आशियातही अमेरिकेच्या मागून वाटचाल करत आहे, याचा खेद वाटतो. पाकिस्तान, बांगलादेश, नेपाळ

आणि श्रीलंका यांच्याबरोबरची भारताची धोरणेसुद्धा अमेरिकाच ठरवत आहे. काही वर्षांपूर्वी असे मनातही आले नव्हते. यूपीए सरकारने दक्षिण आशियाचे धोरण पूर्णपणे अमेरिकेच्या स्वाधीन केले आहे. मुकाट्याने अमेरिकेचे विचार मान्य केल्यामुळे भारताने दक्षिण आशियातली आपली पत गमावली आहे. आता या भागातील देशही धीर करून अमेरिकेची बाजू घेताहेत. त्यामुळे दक्षिण आशियात असणारा भारताचा नैसर्गिक प्रभाव कमी होतो आहे व तिथे अस्थैर्य निर्माण होण्याचा धोका संभवतो. भारताचे खरे मोक्याचे संबंध अमेरिकेशी स्थापित होऊ शकत नाहीत. अमेरिका जर भारताला स्वारस्य व प्राधान्य असणाऱ्या गोष्टी म्हणजे भारताचे जवळचे शेजारी यांनाच त्यांच्या योजनांमध्ये महत्त्व देत नाही.

भारताचे इतर शेजारी त्यांच्याबाबतही अमेरिकेच्या धोरणांमुळे भारतापुढे समस्या निर्माण होत आहेत. पर्शियाच्या आखातात अमेरिकेने भारताच्या हिताकडे पूर्णपणे काणाडोळा केला. अमेरिकेच्या इराकबरोबर चाललेल्या युद्धामुळे लाखो भारतीय बेजार झाले आहेत. दुःखाच्या खाईत कोसळले आहेत. इराणबाबत अमेरिका आणि भारताचे वेगवेगळे दृष्टिकोन आहेत. इराण भारताकरिता एक महत्त्वाचा देश आहे. बुश प्रशासनाने इराणबद्दल भारताला प्रचंड त्रास दिला व भारतीय जनतेत ती कटुता कायम आहे. भारताच्या मोक्याच्या योजना आखणारे आशावादी असू शकत नाहीत. अमेरिकेच्या अवाढव्य लष्कराचे उत्तर हिंदी महासागरात असणे, तेही दीर्घमुदतीकरता पर्शियाच्या आखातात, अफगाणिस्तान आणि मध्य आशियातसुद्धा असणे फक्त धोक्याचेच वाटते. अमेरिकेने भारताशी चर्चा करून, भारताला आश्वस्थ करायला हवे की, हिंदी महासागरात आणि पर्शियाच्या आखातात त्यांच्यापासून धोका नाही. पूर्वेकडून म्यानमार भारताचा भाग बळकावण्याचा प्रयत्न करतो आहे; ज्यामुळे भारताच्या ईशान्य भागात सुरक्षा आणि विकास दोन्हीही थांबले आहेत. भारताच्या 'पूर्वेकडे पाहा' धोरणाला चालना मिळण्याकरिता अमेरिकेने म्यानमारवर काही बंधने लादणारी योजना आखायला हवी.

या दोन्ही देशांना संधी मिळवत भागीदार व्हायचे आहे; पण गेल्या दोन उच्चस्तरीय द्विपक्षीय चर्चेच्या वेळी ते मुद्दे विचारातच घेतले गेले नाहीत. पंतप्रधान मनमोहन सिंग यांची जुलै २००९ साली झालेली भेट व राष्ट्राध्यक्ष बुशची मार्च २००६ साली झालेली भेट यातून काहीच निष्पन्न झाले नाही. इराण, इराक, अफगाणिस्तान, म्यानमारसारख्या महत्त्वाच्या क्षेत्रीय मुद्द्यांवर काही विचारांचे आदान-प्रदान व्हायला हवे होते. त्याऐवजी भारताने अमेरिकेशी लष्करी संबंध वाढवण्याकडे भर दिला. लष्करी जड साहित्य सध्या जे रशियाकडून भारत घेतो आहे, त्यापेक्षा अमेरिकेकडून घेतले, तर पुढे त्याचा फायदा भारताला होईल, अशी एक आशा भारताच्या मनात

होती. त्यामुळे दोन देशातली लष्करी ताकद एकमेकांना पूरक ठरेल, अशीपण आशा होतीच. हा प्रकार म्हणजे आधी जाते अक्कल मग जाते भांडवल, तशातला प्रकार आहे. सर्वसाधारणपणे लष्करी संबंधात आपापसांतले संबंध पूरक असणे, ही क्रिया लक्ष्य साध्य झाल्यावर व्हायला हवी आधी नाही. भारत जर अमेरिकेसमोर सतत कुत्र्यासारखे शेपूट हलवत राहिला, तर तो मूर्खपणाच ठरेल

भारत-अमेरिकेत सतत लक्षात येणारे व उद्‌भवणारे फरक आहेत. भारत जगातील दुसऱ्या क्रमांकाचा देश, जिथे मुस्लिम लोकसंख्या भरपूर आहे त्या भारताला 'दहशतवाद्यांविरुद्ध लढा' द्यायला अमेरिकेची मदत का घ्यावी लागते? त्याचे कारण अमेरिकेला हवी असणारी एकतंत्र सत्ता आणि मन मानेल तसे वागणे असू शकते. त्यांना जगाच्या प्रत्येक कोपऱ्यात पोहचायचे आहे. त्यात मुस्लिम जगतात इस्लाम विरोधीचा भरणा आहे. भारत अमेरिका संधिबाबत चर्चा पुढे सरकत असतानाच अल कायदासारखा चळवळींनी डोके वर काढले. तो एक योगायोग होता. भारताने एक गोष्ट ध्यानात ठेवली पाहिजे की, जगभरात अमेरिकाविरोधी गट/विचार वाढीस लागले आहेत. त्यामुळे ते लोक खरेच आपल्या परंपरांना सोडणार आहेत की नाही? विकसनशील देशांना खरोखरच अमेरिकेच्या जवळ जायचे आहे का? सरतेशेवटी भारतालासुद्धा विकसनशील देशांकडे वळावेच लागेल. इंधनासारखे स्रोत देशाचा आर्थिक विकास घडवतील. त्यांना राजकीय पाठिंबाही गरजेचा आहे. संयुक्त राष्ट्रांच्या सुरक्षा परिषदेमध्ये जर कायमचे सभासदत्व मिळवायचे असेल, तर या सगळ्या गोष्टी व्हायला हव्यात. ह्या संदर्भात भारत व अमेरिका यांच्या विचारात तफावत आहे. जाव्यासं आणि हवामानातील बदलांसारख्या जागतिक मुद्द्यांवर ते विशेष जाणवते.

भारताचे बऱ्याच देशांशी हेतुपूर्ण संबंध आहेत; पण अमेरिकेसारख्या महासत्तेशी ते असणे, हे अगदी वेगळे आहे. त्यात एक मूलभूत फरक आहे आणि तो म्हणजे ते संबंध समानता या पातळीवर असू शकत नाही. अमेरिकेबरोबर ज्या मुद्द्यांचे महत्त्व अमेरिकेला वाटते व ते दूर जावेसे वाटत नसले, तर ते पुरेसे दडपण आणण्याचा प्रयत्न करतात. उलटपक्षी, कदाचित भारत साम्राज्यवादाखाली राहिलेला देश आहे, म्हणून त्याला स्वतंत्र विचारसरणीचे परराष्ट्रीय धोरण असे वाटत असावे. अमेरिकेला स्वतः बद्दल जे वाटते, ते बहुतेकवेळा अमेरिकेबद्दल बोलणारे जे वृत्तनिवेदक स्पष्टपणे सांगतात. भारताच्या आण्विक करारांबद्दल बोलताना ते इतकी तुच्छता दाखवितात की, त्यामुळे भागीदारीचा पायाच डळमळीत होतो. दोन देशांचे स्वारस्य आणि ध्येय वेगवेगळी असू शकतात. त्यामुळे भारत-अमेरिकेतील खरे संबंध काय व कसे असू शकतात, हे समजणे जरा कठीणच आहे.

काहीही असले, तरी भारत-अमेरिका संबंधांचा भारताला फायदाच आहे. भारताची अमेरिकेबरोबर दाट व घट्ट मैत्री असणे फार गरजेचे आहे. अमेरिका ही जगातली अग्रगण्य सत्ता आहे. अमेरिकेची भारतात मोठी गुंतवणूक आहे. तंत्रज्ञानात मोठा विकास त्यांच्याकडूनच होतो आहे. भारत त्यांच्याकरिता एक मोठी बाजारपेठ आहे. भारत आणि अमेरिका यांचे मौलिक विचार सारखे आहेत. भारतातील अभिजन, विद्यार्थी आणि विशेषतः व्यावसायिकांना अमेरिका भुरळ घालते. चीनबद्दलची काळजीसुद्धा भारत-अमेरिकेला एकत्र आणते. भारतानेसुद्धा सत्य परिस्थितीची जाणीव ठेवून, अमेरिका त्यांचे चीनबरोबरचे संबंध संपवेल, असे समजू नये. या क्षणी तसे म्हणणे म्हणजे अतिशयोक्ती आहे. ते टाळणेच योग्य ठरेल. भारत-अमेरिका संबंधांत हिकमतीनेच काम करणे योग्य ठरेल. दोन्ही देशांकरता लहान मुदतीच्या कामानेच गती मिळेल. त्याकरिता खऱ्या मोक्याच्या भागीदारीची गरज आहे.

सध्यातरी जाणवणारा दुभंग दोन्ही देशांत आहे. त्यामुळे आण्विक करार या डळमळीत पायावर उभा आहे. दुर्दैवाने 'यूपीए सरकारनेपण भारत-अमेरिका संबंधांचे भवितव्य' मूर्खासारखे शंका उत्पन्न करणाऱ्या आण्विक करारावर का लटकवले, कळत नाही. याची गरज नव्हती व यात धोकाही भरपूर आहे. तो नुसता भारतालाच नव्हे, तर काँग्रेस पक्षाला, भारत-अमेरिका संबंधांनासुद्धा आहे. याला देशाची मान्यता मिळणे फार आवश्यक आहे. हा करार म्हणजे मनमोहन सिंग आणि जॉर्ज डब्ल्यू. बुश यांच्यातील करार नाही. तो एक आंतरराष्ट्रीय करार असून, त्याचे परिणाम पुढील कित्येक दशके भारताला भोगावे लागतील. यातून जर दीर्घ मुदतीकरिता काही हाती लागले, तरच बुश प्रशासन व मनमोहन सिंगांचे सरकार तग धरून राहील. जुलै २००८ साली राजकीय आणीबाणी अनुभवल्यानंतर मनमोहन सिंग सरकारने ऑक्टोबर २००८ साली १२३ करारावर पुढे जाऊन सही केली. आण्विक कराराबाबत मात्र वाच्यता केली नाही. सामान्यतः अमेरिकेला मान्य होणारी स्थिती असली, तरी भाजपला ते राजकीयदृष्ट्या मूर्खपणाचे वाटते. त्यांच्या आण्विक कराराला होकार देणे म्हणजे आपल्या आण्विक शस्त्रास्त्र कार्यक्रमाला आणि सुरक्षेला तडा जाण्यासारखे आहे. त्यांच्या म्हणण्याप्रमाणे, भारताची स्वायतत्ता पणाला लावली गेली आहे. नको असलेला करार मतदात्यांच्या माथी मारला आहे. यूपीए सरकारच्या कामाची एकूण पद्धती व प्रगती पाहता, पंतप्रधान मनमोहन सिंगांनी संसदेत दिलासा दिला. त्यात त्यांनी आण्विक करार कार्यान्वित होण्याआधी ते परत संसदेत येतील. २००९ साली अस्तित्वात येणारे नवे सरकार कदाचित याला होकार देणार नाही किंवा पुन्हा चर्चा करायला पुढे येईल किंवा

आण्विक कराराच्या नावाने ते घडू देणार नाही. १२३ करारात असणारी अनिश्चितता व संदिग्धता आणि हाइड अॅक्टमध्ये असणारे गंभीर त्रास हे घडूनच देणार नाही. भारत-अमेरिका संबंधाची चिकित्सा होण्यापूर्वी, १२३ करार द्विपक्षीय चर्चेकरता त्रासदायक ठरेल.

अमेरिका जरी घाईने पुढे जाण्यात यशस्वी झाला असला, तरी भारतातील राज्यकर्त्या अभिजनांना दूरदृष्टीने पाहता आले नाही. ही घाई अमेरिकेने मुख्य स्वतःच्या म्हणण्यानुसार व हेतुपुरस्सर केली. यावरून भारतीय राजकारणातील समज किती कमी आहे, हे कळून चुकले. अमेरिका ज्या भारतीय मध्यस्थांवर अवलंबून होता, त्यांचा राजकारणात मर्यादित प्रभाव होता. अमेरिकेचा समज होता की, अणुशक्ती करार भारतीयांना समजावून सांगेल आणि एक प्रकारचा दिलासाही देईल व त्यावरून भारतीय अमेरिकेला आपला सच्चा मित्र समजेल. त्याचा परिणाम शहरी भारतीय अभिजनांवर नक्कीच झाला. या अभिजनांमध्ये मोठ्या कंपन्या, शहरी मध्यमवर्ग, इंग्रजी भाषेतले प्रसारमाध्यम, ज्यांना स्वतःला त्यात स्वारस्य होते, अशांचाच भरणा होता. याशिवाय आणखी एक घटक आहे, भारतीय अमेरिकन समाज. ही मंडळी भारतीय शहरी अभिजनांपेक्षा स्वतःला वरची म्हणवून घेतात. त्यांचे अमेरिकेबद्दलचे प्रेमही विलक्षण आहे. भारतीय-अमेरिकनांचा या आण्विक करारातील सहभाग म्हणजे त्यांना तो हवा आहे व त्याकरिता 'गुडी-गुडी' राहाण्याचे ठरवले आहे. त्यात त्यांची स्वार्थी राजकीय महत्त्वाकांक्षाही असू शकते. त्यांच्या सुप्त मनातली भावना म्हणजे भारत-अमेरिका एकत्र यावेत, म्हणजे जन्माने भारत त्यांचा देश राहील व त्यांचे दुसरे घर अमेरिका, ज्याला त्यांनी दत्तक घेतले आहे, तो असेल. अमेरिकेची इथेच मोठी चूक झाली. अमेरिकेसारखाच भारतही मोठा देश असून, लोकशाही इथे आहे. जनतेच्या विश्वासावरच देशाची उभारणी झाली आहे आणि भारत या गोष्टीला खूप महत्त्व देतो; कारण तोच त्याचा पाया आहे.

भारतातले राज्यकर्ते अभिजन आणि त्यांचे पाठीराखे यांना आण्विक करारांवर सह्या झाल्यात, याचा अत्यानंद झाला; पण त्यांना हे समजले नाही की, फसव्या आणि लक्ष्य गाठण्यासाठी केलेल्या बनावावर दोन देशांमधले संबंध टिकत नाहीत. मोक्याच्या भागीदारीसाठी विश्वास व स्थैर्य यांचा पाया लागतो. तोच इथे राजकर्त्यांमध्ये आणि समाजात नाही. भारताची जनता गरीब आहे. त्यांना आण्विक कराराचे महत्त्व कळणार नाही; पण त्यांच्याकडे पत आणि स्वाभिमान मात्र भरपूर प्रमाणावर आहे. भारत-अमेरिका अणुकरार इथपर्यंत कदाचित पोहोचू शकणार नाहीत भारताच्या राजकारणी टोकात आणि शासकीय अधिकारातसुद्धा दुरावा आहे हे दिसून येते. अणुकरारांवर चर्चा चालू असतानासुद्धा त्यांचा एकमेकांप्रती असणारा अविश्वास व

शंकेखोर स्वभाव दिसून येतो. १२३ करारांवर सह्या करण्यापूर्वी काही आठवडे हा फरक प्रकर्षाने जाणवला; विशेषत: भारताने आपली काळजी खासगीरीत्या व्यक्त केली तेव्हा.

- भारताबरोबरच्या अणुकराराकरिता एनएसजीकडून सर्व ठीक असल्याचा निर्वाळा एनएसजीच्या पहिल्या भेटीत म्हणजे ऑगस्ट २००८ साली हवा असताना अमेरिकेने आपले वजन वापरले नाही.
- २००८ सालच्या सुरुवातीला बुश प्रशासनाने अमेरिकन काँग्रेसला सविस्तर पत्र लिहून १२३ कराराकरिता आवश्यक असलेल्या बाबी स्पष्ट केल्या होत्या. तरीही त्यातून भारताबद्दलचे काही गैरसमज निघत होते.
- राष्ट्राध्यक्ष बुशने अमेरिकन काँग्रेसला जे संदेश दिलेत, त्यात त्यांनी उल्लेख केलेल्या अमेरिकेच्या वचनाप्रमाणे आण्विक इंधनाचा पुरवठा ही राजकीय बाब असून, तो कायद्याने वैध ठरवता येणार नाही.
- राष्ट्राध्यक्ष बुश मसुद्यावर सही करायला नाखूश होते. त्यांना १२३ करार कायद्यात बदलला जावा, असे वाटत नव्हते. भारताने त्याकरिता त्यांचा पिच्छा पुरवला. अमेरिकेची सचिव राईस ऑक्टोबर २००८ साली भारतात आल्या असतानासुद्धा, त्यावर सह्या होऊ शकल्या नाहीत.

जर हा करार बारगळला आणि भारत-अमेरिका संबंध सुधारलेत असे वाटते, तर सगळीकडून राग, संताप, चीड उफाळून वर येईल. असे का होते आहे, हे समजण्यासारखे आहे. सगळे ठीक होईल. हा विचार, हे हाताळण्याची असमर्थता, भारताची नाडी ओळखता न येणे आणि भारतीयांचा विचारच न होणे या सगळ्यांचा हा परिणाम आहे.

भारत-अमेरिका संबंधांच्या चढत्या कमानीला, ज्यातून फायदा मिळणार होता, त्याच्यावर कशाची छाया पडली माहीत नाही, याच्या मुळाशी जाणे महत्त्वाचे आहे; पण त्या संबंधात समानता येणे गरजेचे आहे. भारत शांत बसणारा आणि सगळं ऐकणारा जगातील गौण भागीदार आहे, असा समज अमेरिकेने करून घेऊ नये; कदाचित केलाही नसेल. दुर्दैवाने यूपीए सरकारची प्रत्येक कृती देशाचे हित जपत नाही, असेच दिसते. त्या सरकारला अमेरिकेच्या विराधात उभे राहण्याची राजकीय इच्छाशक्तीच नाही. शेवटची लाज वाटणारी घटना म्हणजे जपानमध्ये जुलै २००८ साली जी-८ शिखर संमेलनात पंतप्रधानांनी राष्ट्राध्यक्ष बुश यांना दिलेला अहवाल होय.

भारत-अमेरिका संबंधात भारताने आपले स्थान नक्की कुठे आहे, ते दाखवून देणे महत्त्वाचे आहे. अमेरिकेबरोबर संबंध प्रस्थापित झाल्यापासून इतर देशांनीसुद्धा

भारताबरोबर संबंध ठेवण्याची इच्छा दर्शविणारी दारे उघडलीत. बऱ्याच देशांना अमेरिकेच्या परराष्ट्र धोरणामुळे मार्ग सापडला. याचा फायदा भारताला झाला भारताला जागतिक स्तरावरच्या मुख्य देशांना तरफेसारखा वागवण्याकरिता मदत झाली. असे असूनसुद्धा भारत-अमेरिकेमधील चर्चेत काही पायाभूत कमतरता राहिल्यात. या सगळ्या प्रकाराकरिता जी चौकट बनवली गेली, ती अमेरिकेने बनवली व त्यात त्यांना स्वारस्य असणाऱ्या बाबींचाच विचार झाला. भारत त्यावर प्रतिक्रिया व्यक्त करत नाही किंवा अनिच्छाही व्यक्त करत नाही. स्वतःचे मतपण मांडत नाही. जागतिक स्तरावर अमेरिकेच्या जवळपास राहणे चांगले, असे भारताला वाटते. बदलत्या जागतिक परिस्थितीचा फायदा भारत घेऊ शकला नाही. जेव्हा जगातील इतर देश, यात भारतसुद्धा येतो. त्यांचा प्रभाव वाढवण्याची शक्यता असताना, ती स्थिती हाताळता आली नाही. अमेरिकेलाही भारताशी चांगले संबंध हवे आहेत. भारताचे नेतृत्वही या भागीदारीसाठी पुढाकारात आहे.

भारताची जागरुक जनता, प्रसारमाध्यमे आणि राजकारणी हे सगळेच भारत-अमेरिका संबंधांवर लक्ष ठेवून आहेत. त्या वेळी काही मुद्दे परीक्षणासाठी येतील. ते पुढीलप्रमाणे :

- भारतावर घातलेले तंत्रज्ञानावरचे निर्बंध उठवणे.
- भारत आपले स्वायत्त परराष्ट्र धोरण आखण्यात समर्थ आहे.
- भारताचा मोक्याचा अणुशक्ती कार्यक्रम त्यात तडजोड करण्यात आली. अप्रक व सी.टी.बी.टी. करार मागच्या दाराने खुले करून ती तडजोड करण्यात आली होती.
- अमेरिका भारताचे स्वारस्य जाणून आहे. त्यामुळे पाकिस्तानशी हातमिळवणी किंवा संगनमत करताना अमेरिका आताशी भारताचा विचार करायला लागली आहे.
- अमेरिकेने भारताचे नेतृत्व दक्षिण आशियाकरिता मान्य केले आहे किंवा तिथे भारताचेच धोरण पुढे चालत आहे.
- आयात केलेल्या अणुभट्ट्या अगदी सुरक्षित आहेत व वाजवी भावात ऊर्जा देऊ शकतील.

मध्यंतरी अमेरिकेत निवडणुका होऊन राष्ट्राध्यक्ष बराक ओबामा आलेत. त्यामुळे बऱ्याच योजना आखणाऱ्यांची गणिते चुकली. भारतातील प्रतिष्ठित समाजाने असमंजसपणा दाखवत उघडपणे रिपब्लिकन्सना साथ दिली. ओबामांना मात्र भारताशी असलेले संबंध कायम ठेवण्याचा प्रयत्न करायचा होता. ओबामा प्रशासन,

भारताच्या शेजाऱ्यांशी कसे राजकीय संबंध ठेवते, याची काळजीमुक्त वाट पाहत होते. पाकिस्तानवर लगाम लावण्याचा ठाम निर्धार आणि धारिष्ट्य ओबामा प्रशासन दाखवेल का? त्याच्यापेक्षा जास्त भारत-अमेरिका भागीदारी परिणाम साधणारी असेल का? ओबामांच्या धोरणाबद्दल भारताला अनेक प्रश्न पडले आहेत. मनमोहन सिंग सरकारचा मूर्खपणाच या अपयशाला कारणीभूत आहे. त्यांनी एककलमी योजना आखून तीच अमेरिकेकडे ठेवली. भारतातील निवडणुका २००९ साली होताहेत. पंतप्रधान मनमोहन सिंग याचा खोलवर विचार करतील. त्यांच्या दुसऱ्या टप्प्यांतील कार्यक्रमांत अमेरिकेशी दीर्घ मुदतीच्या संबंधांवर, आण्विक करारांबद्दल विचार होण्यापूर्वी ही महत्त्वाची बाब टाळता येणार नाही. असो! हा काही अल्लाउद्दीनचा दिवा नाही.

प्रकरण ११
ऊर्जेची सुरक्षा

भारताची ऊर्जेची गरज आणि पार्श्वभूमी

भारताची अर्थव्यवस्था वेगाने वाढत आहे आणि त्यामुळेच आंतरराष्ट्रीय व्यासपीठावर भारताचे महत्त्व वाढत आहे. भारताची ऊर्जेची गरज हा घटकही या घडामोडींमध्ये महत्त्वाचा ठरतो. गेल्या काही वर्षांमध्ये भारतातील ऊर्जेचा वापर वाढत असून, येत्या काळामध्येही ऊर्जेच्या वापरामध्ये आणखी वेगाने वाढ होण्याचा अंदाज आहे. सध्या भारतामध्ये दरडोई ऊर्जेचा वापर ४९० किलो खनिज तेलासमकक्ष होतो; तर जागतिक स्तरावरील सरासरी १७८० किलो खनिज तेलासमकक्ष आहे. हा फरक मोठा असला, तरीही ऊर्जा क्षेत्रातील ग्राहक म्हणून भारताचा पाचवा क्रमांक लागतो. भारतीय अर्थव्यवस्थेच्या विकासाचा दर ८ टक्क्यांपर्यंत असेल, असा अंदाज व्यक्त केला, तरी २००३ पर्यंत ऊर्जेच्या ग्राहकांच्या यादीमध्ये भारत तिसऱ्या स्थानावर गेलेला असेल. विकासदर ५ ते ६ टक्क्यांपर्यंत राहिला, तरीही पुढील दोन-तीन दशकांमध्ये ऊर्जेची गरज वाढतच जाणार आहे. केंद्रीय नियोजन आयोगाने २००६ मध्ये सर्वंकष ऊर्जा धोरणाचा अहवाल प्रसिद्ध केला आहे. त्यानुसार २०३१-३२ मध्ये देशातील ऊर्जेची मागणी २००३-०४ मध्ये तिप्पट होईल, तर विजेचा वापर पाच ते सहा टक्क्यांनी वाढण्याचा अंदाज आहे.

विकासामध्ये ऊर्जा हाच महत्त्वाचा घटक असल्यामुळे भारतीय अर्थव्यवस्थेच्या वाढीमध्ये ऊर्जापुरवठा शाश्वत व कार्यक्षम असणे खूपच गरजेचे आहे. विकासाबरोबरच देशातील शहरीकरण वाढणार आहे. यातून जास्तीत जास्त लोक समृद्ध होतील. दळणवळण-संपर्क यांमध्येही वाढ होणार आहे. त्यामुळे ऊर्जेची मागणी स्वाभाविकपणे वाढणार आहे. सद्य:स्थितीचा, विशेषतः ग्रामीण भागाचा विचार

करताना, झाडाची लाकडे, गोवऱ्या यांसारख्या पारंपरिक ऊर्जा स्रोतातूनच देशातील ऊर्जेची ६० टक्के गरज भागविण्यात येते. या परिस्थितीमध्ये बदल होत असून, इंधनासाठी कोळसा, स्वयंपाकाचा गॅस, रॉकेल यांचा वापर पुढील काळामध्ये वाढत जाणार आहे. हा बदल आरोग्य आणि पर्यावरणाच्या दृष्टीने फायदेशीरच ठरणार आहे. पुढील २५ वर्षांमध्ये व्यावसायिक क्षेत्रामध्येही ऊर्जेचा वापर दरवर्षी सरासरी ६ टक्क्यांनी वाढण्याचा अंदाज आहे.

भारतातील ऊर्जावापरामध्ये सद्यःस्थितीला कोळसा (५१ टक्के), खनिज तेल (३६ टक्के), नैसर्गिक वायू (१० टक्के), जलविद्युत (२ टक्के), अणुऊर्जा (१ टक्का) असा क्रम लागतो. पुढील २५ वर्षांमध्येही ऊर्जेमध्ये कोळसा, खनिज तेल आणि नैसर्गिक वायू यांचाच वापर सर्वाधिक प्रमाणात होणार आहे. भारताच्या ऊर्जा सुरक्षेच्या दृष्टीने जलविद्युत, अणुऊर्जा आणि पवन, सौर, जैवइंधन, हायड्रोजन यांसारख्या अपारंपरिक ऊर्जास्रोतांचा वापर वाढणार आहे. मात्र, हे प्रमाण खूप मोठ्या प्रमाणात वाढणार नाही, हे वास्तव आहे. देशाच्या सर्वंकष ऊर्जा धोरणामध्येही अपारंपरिक ऊर्जास्रोतांच्या वाढत्या वापराचा उल्लेख करण्यात आला आहे. २०३१-३२ पर्यंत या स्रोतांच्या वापराचे प्रमाण ४० टक्क्यांनी वाढणार आहे, तरीही एकूण ऊर्जेच्या पुरवठ्यामध्ये अपारंपरिक स्रोतांचे प्रमाण ५ ते ६ टक्क्यांपर्यंतच मर्यादित राहणार आहे.

जलविद्युत क्षेत्राची क्षमता

तंत्रज्ञानाच्या सद्य:स्थितीचा विचार करताना, अपारंपरिक क्षेत्रातील अन्य स्रोतांच्या तुलनेमध्ये जलविद्युत हा प्रभावी पर्याय आहे. सर्वंकष ऊर्जा धोरणामध्येही जलविद्युत क्षेत्राचे महत्त्व विशद करण्यात आले आहे. मात्र, देशातील जलविद्युत क्षमता १,५०,००० मेगावॉट विजेइतकी आहे. एकूण ऊर्जेच्या गरजेचा विचार करताना, हे प्रमाण १.९ ते २.२ टक्क्यांपर्यंतच असेल. मात्र, जलविद्युत क्षेत्राच्या वैशिष्ट्यांचा विचार केला, तर हे तंत्रज्ञान अधिक कार्यक्षम असल्याचे दिसून येते. कोळसा किंवा अन्य इंधनातून एक युनिट वीज निर्माण करण्यासाठी जलविद्युत तंत्रज्ञानाच्या तुलनेमध्ये तीनपट अधिक स्थितीज ऊर्जा खर्च करावी लागते. तसेच, दिवसाच्या मागणी वाढणाऱ्या वेळांमध्येही जलविद्युत क्षेत्रातून आवश्यक वीजनिर्मिती करता येते. जलविद्युत क्षेत्रातून अधिकाधिक वीजपुरवठा व्हावा, या दृष्टीने विचार करताना भारताला देशातील स्रोतांचा पुरेपूर वापर करावा लागणार आहेच. शिवाय, नेपाळ, भूतान, म्यानमार या शेजारी देशांबरोबरच ताजिकिस्तान, किरगिजस्तान या

देशांमधील जलस्रोतांचाही वापर करावा लागणार आहे. यासाठी शेजारी देशांबरोबर अधिकाधिक चांगल्या पद्धतीने संबंध विकसित करावे लागणार आहेत. यामध्ये या देशांना ऊर्जेव्यतिरिक्त अन्य फायदेही द्यावे लागणार आहेत. त्यामुळे या देशांमधील जलस्रोतांमधील वीजपुरवठ्यातून भारतीय ऊर्जाक्षेत्रामध्ये आमूलाग्र बदल होणार नसला, तरी या देवाणघेवाणीतून शेजारी देशांना चांगला आर्थिक फायदा होऊ शकतो. भूतान हे या सहकार्याचे चांगले उदाहरण आहे. या देशांच्या विकासामध्ये हातभार लागल्याचा फायदा भारताला नक्कीच होऊ शकतो. यामध्ये पर्यावरण आणि प्रकल्पाच्या उभारणीत विस्थापित होणाऱ्यांच्या पुनर्वसनाचा प्रश्न समाधानकारक पद्धतीने सोडवावा लागणार आहे. त्यामुळे द्विपक्षीय संबंध दृढ करू शकणाऱ्या अशा विभागीय स्वरूपातील प्रकल्पांसाठी तीव्र राजकीय इच्छाशक्तीची गरज आहे.

अणुऊर्जेचा वाटा

ऊर्जेच्या क्षेत्रामध्ये अणुऊर्जेचा वापर वाढविण्याची गरज आहे आणि त्या दृष्टीने पावलेही टाकण्यात येत आहेत. मात्र, भारतातील ऊर्जेच्या वाढत्या मागणीवर भारत-अमेरिका अणुकरार हा रामबाण उपाय असल्याचे चित्र निर्माण करण्यात आले होते. वास्तवाचा विचार करता, हे चित्र पूर्ण खरे नाही. भारताच्या ऊर्जेची गरज पूर्ण करण्यामध्ये अणुऊर्जा काही प्रमाणातच उपयुक्त ठरणार आहे. भारतामध्ये थोरियमचे साठे आहेत. मात्र, त्यातून थेट वीजनिर्मिती करणारे तंत्रज्ञान सध्या विकसित झालेले नाही. त्यामुळे या तंत्रज्ञानाचे संशोधन पूर्ण होईपर्यंत एकूण ऊर्जा क्षेत्रातील अणुऊर्जेचा वाटा कमी प्रमाणातच राहणार आहे. सर्वंकष ऊर्जा धोरणामध्येही ही बाब स्पष्ट करण्यात आली आहे.

> भारताच्या अणुऊर्जेची क्षमता वीस पटींनी वाढविली, तरी २०३१-३२ पर्यंत देशाच्या वीजनिर्मितीमध्ये अणुऊर्जेचा वाटा ४.० ते ६.४ टक्क्यांपर्यंतच असेल. अमेरिकेबरोबरील अणुकरारापाठोपाठ अणुइंधन पुरवठादार देशांच्या गटाकडूनही भारतावरील निर्बंध हटविण्यात आले आहेत. त्यामुळे अणुइंधन आयात करता येणार आहे आणि अणुप्रकल्पांच्या उभारणीला वेग येऊ शकतो. त्यामुळे दीर्घकालीन ऊर्जासुरक्षेचा विचार करताना, अणुऊर्जा हा भारताच्या ऊर्जेच्या क्षेत्रातील महत्त्वाचा घटक आहे, असे सांगण्यात येते. अणुऊर्जेचा कार्यक्षम पद्धतीने वापर करण्यासाठी अणुक्षेत्राचा तीन टप्प्यांमध्ये विकास करणे भारतासाठी आवश्यक आहे. याशिवाय विपुल प्रमाणात उपलब्ध असणाऱ्या थोरियमच्या स्रोतांचा पुरेपूर वापर करता आला, तर २०५० पर्यंत भारत ऊर्जाक्षेत्रामध्ये स्वतंत्र होऊ शकेल.

तीन टप्प्यांमधील अणुतंत्रज्ञानातील पहिल्या टप्प्यामध्ये दबावयुक्त जड पाण्याच्या अणुभट्टीचा (पीएचडब्ल्यूआर) वापर करण्यात येतो. या अणुभट्ट्यांमध्ये नैसर्गिक युरेनियमचा इंधन म्हणून वापर करण्यात येतो. या टप्प्यामध्ये वापरण्यात आलेल्या इंधनावरील प्रक्रियेतून प्लुटोनियमची निर्मिती होते आणि दुसऱ्या टप्प्यातील फास्ट ब्रीडर अणुभट्टीमध्ये (एफबीआर) वापरण्यासाठी या प्लुटोनियमचा इंधन म्हणून वापर होतो. या टप्प्यासाठी आवश्यक प्लुटोनियमचा पुरवठा होण्यासाठी पीएचडब्ल्यूआरमधील प्रक्रियेतून निर्माण होणारे उपपदार्थ महत्त्वाचे ठरतात. भारतामध्ये एफबीआर तंत्रज्ञानातील संशोधन प्राथमिक अवस्थेत असून, कल्पकम येथे प्रोटोटाइप एफबीआरच्या (पीएफबीआर) उभारणीचे काम प्रगतिपथावर आहे. अणुतंत्रज्ञानाच्या तिसऱ्या टप्प्यामध्ये थोरियमचा वापर करण्यात येणार असून, त्यासाठी प्लुटोनियम आवश्यक असते. एफबीआरमधून पुरेशा प्रमाणामध्ये प्लुटोनियमची निर्मिती होऊ लागल्यानंतर तिसऱ्या टप्प्याला सुरुवात होईल. अणुइंधन पुरवठादार देशांच्या संघटनेकडून इंधनाच्या पुनर्वापर आणि प्रक्रियांवर बंधने आहेत. भारतामध्ये हा तीन टप्प्यांचा कार्यक्रम यशस्वी करण्यासाठी इंधनाच्या पुनर्वापराचा अधिकार अबाधित राहणे आवश्यक आहे. तिसऱ्या टप्प्यामध्ये थोरियम-२३२ हे प्रमुख इंधन म्हणून वापरण्यात येते, तर प्रक्रिया सुरू करण्यासाठी युरेनियम-२३३ चा प्राथमिक इंधन म्हणून वापर करण्यात येतो. यातून साखळी प्रक्रियेला सुरुवात होते आणि मोठ्या प्रमाणात वीजनिर्मिती होऊ शकते. सर्वंकष ऊर्जा धोरणाच्या अहवालामध्येही या प्रक्रियेमधून २,०८,००० ते २,७५,००० मेगावॉट वीजनिर्मितीचा अंदाज व्यक्त करण्यात आला आहे. मात्र, हा आकडा गाठण्यासाठी भारताला पुढील दहा वर्षांमध्ये मुबलक इंधनाबरोबरच ८००० मेगावॉट वीजनिर्मितीच्या क्षमतेचे लाइट वॉटर रिॲक्टर (एलडब्ल्यूआर) आयात करावे लागणार आहे. सर्वंकष ऊर्जा धोरणामध्ये पुढील बाबी स्पष्ट करण्यात आल्या आहेतः

> एफबीआर तंत्रज्ञानाचे कार्य यशस्वीपणे सुरू असून, ५०० मेगावॉट क्षमतेच्या पीएफबीआरच्या उभारणीचे काम सुरू झाले आहे. युरेनियमच्या नव्या खाणींमधून इंधनाचा पुरवठा सुरू झाला, तर आणखी पीएचडब्ल्यूआर उभारता येतील. तसेच भारत एलडब्ल्यूआर तंत्रज्ञान आयात करण्यामध्ये यशस्वी झाला आणि थोरियमचा वापर करण्यामध्ये २०२० पर्यंत ॲडव्हान्स्ड हेवी वॉटर रिॲक्टर विकसित करण्यात यशस्वी झाला, तर हा टप्पा खूप महत्त्वाचा ठरेल.

रशियाच्या मदतीने कुडनकुलम येथे पहिला एलडब्ल्यूआर उभारण्यात आला. एलडब्ल्यूआर तंत्रज्ञान भारतासाठी महत्त्वाचे असले, तरी ते मिळविण्यामध्ये खूप

अडचणी आहेत. हे तंत्रज्ञान थेट हस्तांतरित करता येत नाही. तसेच एलडब्ल्यूआर अणुभट्ट्या आयात करताना अणुइंधन पुरवठादार देशांकडून मंजुरी घेणे बंधनकारक आहे.

अणुऊर्जा हा ऊर्जापुरवठ्यामध्ये महत्त्वाचा घटक असला, तरी त्याच्या अनेक गोष्टींबाबत स्पष्टता दिसून येत नाही. यातील पहिली शंका म्हणजे इंधनाचा पुरवठा. भारताला रास्त दरामध्ये युरेनियमचा पुरवठा होईल, असा शाश्वत स्रोत मिळणे आश्यक आहे. युरेनियमची निर्मिती आणि पुरवठा करण्याचा निर्णय अणुइंधन पुरवठादार देशांच्या गटासारख्या छोट्या समूहाकडे आहे आणि मुख्यत्वे हा निर्णय आंतरराष्ट्रीय राजकारणाचा विचार करूनच घेण्यात येतो. भारतावर दबाव आणण्यासाठी किंवा भविष्यात अणुचाचण्या घेतल्यानंतर युरेनियमचा पुरवठा थांबविण्यात आला, तर त्याचा जबर फटका अणुऊर्जेवर अवलंबून असणाऱ्या उद्योगांना बसू शकतो.

अणुऊर्जेविषयी मनामध्ये भीती निर्माण होण्याचे दुसरे कारण सुरक्षा आणि पर्यावरणावर होणाऱ्या परिणामांशी संबंधित आहे. भोपाळमध्ये १९८४ मध्ये युनियन कार्बाईडच्या प्रकल्पातून विषारी वायू गळती झाली होती आणि त्यात हजारो लोकांचा बळी गेला होता. त्यानंतरच्या पिढ्यांनाही त्याचा परिणाम भोगावा लागला आहे. या अनुभवामुळे अणुप्रकल्पांच्या परिसरातील पर्यावरण आणि लोकवस्तीच्या सुरक्षेला बाधा येणार नाही, याची योग्य काळजी घेणे आवश्यक आहे. या प्रकल्पामुळे किंवा अणुकचऱ्यामुळे त्यांना धोका निर्माण होणार नाही, याची हमी द्यावी लागेल. तसेच दहशतवादी हल्ला किंवा शत्रू देशाच्या हवाई हल्ल्यापासून हा प्रकल्प सुरक्षित ठेवणे अत्यंत आवश्यक आहे. अशा हल्ल्यांमुळे निर्माण होणारी परिस्थिती खूप मोठी हानी करणारी असेल.

कोळशाचा वापर होणाऱ्या औष्णिक प्रकल्पांच्या तुलनेत अणुऊर्जा किफायतशीर असेल का, हा प्रश्नही उपस्थित करण्यात येतो. औष्णिक प्रकल्पांच्या तुलनेत अणुऊर्जा प्रकल्पांच्या उभारणीसाठी तिप्पट खर्च येतो. त्यामुळे या प्रकल्पांमधून निर्माण होणारी वीज औष्णिक प्रकल्पांमधील विजेपेक्षा तिप्पट कमी खर्चीक असावी, अशी अपेक्षा आहे. जगभरातील अनुभव पाहता, हा खर्च कमी-अधिक प्रमाणात असल्याचे दिसून येते. सुरक्षा आणि पर्यावरणाचे उपाय आखताना खर्च वाढत जातो. या प्रकल्पांच्या दायित्वाचाही प्रश्न येतो. त्यामुळे एखाद्या दुर्घटनेनंतरच्या भरपाईची जबाबदारी कोणाची, हा प्रश्नही निर्माण होतो. ही जबाबदारी ग्राहकांकडून घ्यावी, अशी धारणा देशातील किंवा परदेशी गुंतवणूकदारांची असते. मात्र, हा प्रश्न अनुत्तरितच राहतो. तसेच वापरण्यात आलेले इंधन आणि अन्य अणुकचऱ्याची साठवण करण्यासाठी मोठ्या प्रमाणात खर्च येतो. पुनर्वापरापर्यंत हा कचरा साठविणे खूप जिकिरीचे असते.

एखाद्या अणुप्रकल्पाएवढीच गुंतवणूक अन्य जलविद्युत, पवन किंवा सौरऊर्जा प्रकल्पांमध्ये केली, तर काय परिस्थिती असेल, याविषयीचा सखोल अभ्यास केंद्र सरकारने अद्यापपर्यंत जाहीर केलेला नाही. त्यामुळे अपारंपरिक ऊर्जास्रोतांऐवजी अणुशक्तीलाच प्राधान्य द्यायचे आहे का, हे धोरण स्पष्ट होत नाही.

अणुइंधनाच्या पुनर्वापराविषयी भारताला अधिकार आहेत का, या प्रश्नाविषयीही संदिग्धता आहे. भारतासाठी अणुइंधनाचा पुनर्वापर महत्त्वाचा असून, त्यावर भविष्यातील अणुऊर्जेच्या क्षेत्राची वाटचाल देशाच्या विकासाला हातभार लावणार आहे. अमेरिकेबरोबर झालेल्या अणुकरारामध्ये इंधनाच्या पुनर्वापराचा अधिकार भारताला देण्यात आला आहे. मात्र, अणुइंधनाचा पुनर्वापर करण्यासाठी भारताला नवे केंद्र उभे करावे लागेल आणि आंतरराष्ट्रीय अणुऊर्जा आयोगाच्या निरीक्षणाखाली हे केंद्र कार्यरत असेल, असे यामध्ये म्हटले आहे. त्यामुळे भारताच्या इंधन पुनर्वापराचा अधिकार अमेरिका आणि या छोट्या देशांच्या समूहाच्या हातामध्ये जाणार आहे. प्लुटोनियमच्या निर्मितीवरच भारताचा तीन टप्प्यांमधील अणुकार्यक्रम कार्यरत राहणार आहे. वरील परिस्थिती पाहता, अणुऊर्जेवर पूर्ण विसंबून अर्थव्यवस्थेच्या विकासाच्या योजना आखणे भारतासाठी निकोप ठरणार नाही, हेच दिसून येते.

जीवाश्म इंधनाचे महत्त्व कायम

कोळसा

भारताला ऊर्जेच्या सुरक्षेसाठी अजून बराच काळ पारंपरिक इंधनावर अवलंबून राहावे लागेल. व्यावसायिक क्षेत्राला पुरविण्यात येणाऱ्या ४५ ते ५०% ऊर्जा कोळशापासून मिळतो. हे प्रमाण पुढील काही दशके ४० टक्क्यांपेक्षा कमी होणार नाही. भारतात कोळशाचे मुबलक साठे असले, तरी देशाच्या वाढत्या गरजेसाठी हा पुरवठा पुरेसा नाही. देशाच्या पूर्व भागामध्ये कोळशाचे साठे एकवटले असल्यामुळे देशातील कोळशापेक्षा परदेशातून इंधन आयात करणे व्यवहार्य ठरते. भारतीय कोळशामध्ये राखेचे प्रमाणही अधिक असल्यामुळे पोलाद उद्योगांमध्ये त्याचा उपयोग होत नाही. देशातील वापरापैकी ६५ टक्के कोळसा, विशेषतः पोलाद उद्योगासाठी आयात करावा लागतो. औष्णिक प्रकल्पांसाठीही काही दिवसांमध्ये पुरेशा प्रमाणात पुरवठा होत नाही. त्यामुळे या पुढील काळामध्ये मोठ्या प्रमाणात कोळशाची आयात करणे अपरिहार्य ठरणार आहे. या परिस्थितीचा विचार करून, केंद्र सरकारने परदेशातील

कोळशाच्या खाणींमध्ये गुंतवणूक करत देशातील गरज भागविण्याचे प्रयत्न सुरू केले आहेत. परदेशातील गुंतवणुकीसाठी सरकारने 'ओएनजीसी विदेश'च्या धर्तीवर इंटरनॅशनल कोल व्हेंचर्स लिमिटेड (आयसीव्हीएल) ही कंपनी स्थापन केली आहे. कोळसा मोठ्या प्रमाणात आयात करण्यासाठी आवश्यक पायाभूत सुविधांमध्येही मर्यादा आहेत. तसेच पर्यावरणावर होणारा परिणाम गंभीर आहे. त्यामुळे भारताला कोळशावर अवलंबित्व कमी करावे लागणार आहे. औष्णिक प्रकल्पांच्या बरोबरीने नैसर्गिक वायूंवर आधारित प्रकल्पांची संख्या वाढवून, कोळशावरील अवलंबित्व टप्प्याटप्प्याने कमी करण्यासाठी धोरण आखणे हिताचे ठरणार आहे.

खनिज तेल

भारताच्या ऊर्जेच्या वापरामध्ये पुढील २५ वर्षांमध्ये खनिज तेल आणि नैसर्गिक वायू ४५ टक्क्यांपर्यंत वाढेल, असा अंदाज आहे. भारतामध्ये खनिज तेल, नैसर्गिक वायूचे साठे आणि वापर यांचे प्रमाण टोकाचे व्यस्त आहे. जागतिक साठ्यांच्या तुलनेत खनिज तेलाचे साठे ०.५ टक्के, तर नैसर्गिक वायूचे साठे ०.६ टक्के आहेत; तर खनिज तेलाचा वापर ३.१ आणि नैसर्गिक वायूचा वापर १.४ टक्के आहे. शहरीकरण आणि विकास यांचा वेग वाढत आहे. दळणवळणाचे प्रमाण वाढत आहे. त्यामुळे खनिज तेलाच्या वापरामध्ये वेगाने वाढ होत असल्याचे दिसून आले आहे. नैसर्गिक वायूचा वापर प्रामुख्याने (८० टक्के) वीजनिर्मिती आणि खतनिर्मितीच्या क्षेत्रांमध्ये करण्यात येतो. वाहतूक आणि घरगुती वापरासाठीही नैसर्गिक वायूचा वापर लक्षणीय प्रमाणात करण्यात येतो. नैसर्गिक वायूवर आधारित प्रकल्प खूपच फायदेशीर ठरतात. या प्रकल्पातील वीजनिर्मिती तुलनेने कमी खर्चामध्ये होते. तसेच खनिज तेल व कोळशावर आधारित प्रकल्पांपेक्षा नैसर्गिक वायूवर आधारित प्रकल्पांच्या उभारणीलाही कमी काळ लागतो. बंगालच्या उपसागरामध्ये कृष्णा-गोदावरी खोऱ्यात काही वर्षांपूर्वी नैसर्गिक वायूचे साठे सापडले आहेत. त्यामुळे देशातील मागणीच्या पुरवठ्याचा काही भाग या साठ्यांमधून पूर्ण करणे शक्य आहे. मात्र, हे साठे पुरेसे नसल्यामुळे नैसर्गिक वायूच्या आयातीपासून नजीकच्या काळात सुटका नाही. सध्या ७० टक्के नैसर्गिक वायूची आयात होते आणि २०३० पर्यंत हे प्रमाण ९० टक्क्यांपर्यंत वाढण्याचा अंदाज आहे.

सद्य:स्थितीत भारताला खनिज तेलाची आयात करावी लागते. या आयातीतील दोन तृतीयांश खनिज तेल पर्शियन आखातातून येते, तर १५% खनिज तेल नायजेरियातून येते. पश्चिम आशिया आणि परिसरातील अस्थिरतेचा फटका तेलाच्या

पुरवठ्यावर होणे स्वाभाविक आहे. त्यामुळे आणीबाणीच्या काळासाठी खनिज तेलाचा राखीव साठा उभा करण्याचा निर्णय घेण्यात आला आहे. त्यामुळे अशी परिस्थिती निर्माण झाल्यास, काही काळ या अडथळ्याचा सामना करण्याचा ताण सहन करण्याची क्षमता उभी करता येते. अन्य देशांच्या तुलनेमध्ये आखाती परिसर भारताच्या पश्चिम किनाऱ्यापासून जवळच आहे आणि त्याचा फायदा भारताला होतो.

खनिज तेल आणि पेट्रोलियम उत्पादनाच्या पुरवठ्यासाठी सौदी अरेबिया, कुवेत, संयुक्त अरब अमिराती या प्रमुख तेल उत्पादन देशांबरोबर भारताने करार केले आहेत. त्यातून देशासाठी आवश्यक तेलाचा पुरवठा शाश्वत प्रमाणात राहील, असा विश्वास आहे आणि त्यातून देशाच्या ऊर्जा सुरक्षेमध्ये वाढ होईल, असे सांगण्यात येते. तेलउत्पादक देशांचे हितसंबंधही भारतामध्ये निर्माण झाले, तर भारताला विनाअडथळा तेलपुरवठा होऊ शकतो. यासाठी सौदी अरेबिया, कुवेत, कतार, बहारीन, संयुक्त अरब अमिराती आणि ओमान या आखाती देशांबरोबर भारताची चर्चा सुरू आहे. या देशांबरोबर मुक्त व्यापार करार करण्यात आला आहे. दीर्घकालीन हितसंबंध जपले जावेत, यासाठी भारताकडून आशियातील प्रमुख उत्पादक आणि वापरकर्त्या देशांना एकत्र आणण्याचा प्रयत्न आहे. मात्र, या प्रयत्नांतून फारसे काही साध्य होण्याची शक्यता नाही.

अमेरिकेच्या इराकमधील कारवाईनंतर या परिसरातील परिस्थिती बदलली आहे. इराकचे विघटन होण्यासारखी स्थिती आहे. त्यामुळे इराकबरोबरच आखाती देशांमधील खनिज तेलाचे साठे परकी शक्तींच्या हातामध्ये पडून, भारताच्या पुरवठ्याचे नियंत्रण अशा देशांच्या हाती जाऊ नये, याची काळजी घेणे आवश्यक आहे. या परिसरातून होणाऱ्या वाहतुकीच्या सुरक्षेचाही प्रश्न आहे. खनिज तेलाच्या आयातीवर भारत मोठ्या प्रमाणावर अवलंबून आहे. या परिस्थितीचा शत्रूदेशांकडून फायदा घेतला जाण्याची शक्यता आहे. चीनने पाकिस्तानच्या ग्वादार येथे बंदर विकसित केले आहे. चीनचे आखातातील देशांपासून येणाऱ्या मार्गापासून नजीकचे अस्तित्व भारतासाठी चिंतेचे आहे. आखाती मार्गाच्या सुरक्षेविषयी भारताला गांभीर्यपूर्वकच विचार करावा लागणार आहे. आखाती देशांच्या स्थिरतेमध्ये आशियातील देशांचाच सहभाग असावा, अशी आखाती देशांचीच इच्छा आहे, ही बाब भारतासाठी फायद्याची आहे.

भारताकडून ७० टक्के खनिज तेलाची आयात करण्यात येते. खनिज तेलाच्या पुरवठ्यामध्ये एकाच स्रोतावर अवलंबून राहावे लागू नये, यासाठी धोरण आखले आहे. त्यामुळे परदेशातील खनिज तेलाच्या स्रोतांमध्ये भारताकडून गुंतवणूक

करण्याचेही धोरण ठरविले आहे. त्यामुळे देशातील सार्वजनिक आणि खासगी कंपन्यांनी गेल्या काही वर्षांमध्ये रशिया, सुदान, व्हिएतनाम, म्यानमार, इराण, इराक, येमेन, ओमान, सीरिया, इजिप्त, लिबिया, कोलंबिया, ब्राझील, क्युबा व नायजेरिया यांसह अन्य पश्चिम आशियातील काही देशांमधील गुंतवणूक केली आहे. या स्रोतांपासून पुरवठा सुरू झाल्यानंतर खनिज तेलाच्या वाढत्या दरावर तोडगा म्हणून भारताला थोडा फायदा होऊ शकतो. मात्र, खनिज तेलाच्या बाबतीत आखाती देशांवरील अवलंबित्व कमी होणार नाही. भारताच्या सार्वजनिक आणि खासगी कंपन्यांच्या ताब्यात येणाऱ्या परदेशी साठ्यांमधून तेलाचा केवळ २५ टक्क्यांपर्यंतच पुरवठा होऊ शकणार आहे. त्यामुळे देशाच्या ऊर्जा सुरक्षेमध्ये फारसा फरक पडण्याची शक्यता नाही. मात्र, ही गुंतवणूक कंपन्यांसाठी फायदेशीर ठरणार असून, या धोरणाला प्रोत्साहन देण्याची गरज आहे.

नैसर्गिक वायू

भारताबरोबरच जागतिक स्तरावर एकविसाव्या शतकामध्ये नैसर्गिक वायूचा ऊर्जा क्षेत्रामध्ये वापर लक्षणीय प्रमाणात होणार आहे. तसेच, नैसर्गिक वायूच्या वापरातून प्रदूषण होत नाही. तसेच, नैसर्गिक वायूच्या साठ्यांतून संपूर्ण क्षमतेने उत्पादन घेण्यात येत नाही. त्यामुळे सध्याच्या मागणीच्या प्रमाणांचा विचार करता, खनिज तेलाचे साठे ४०.५ वर्षे टिकतील; तर नैसर्गिक वायूचे साठे ६३ वर्षे टिकतील, असा अंदाज आहे. भारताच्या परिसरातील देशांमध्ये नैसर्गिक वायूंचे मुबलक साठे आहेत आणि त्यामुळे पाइपलाइनच्या माध्यमातून या वायूची आयात करणे शक्य आहे. अन्य देशांच्या परिसरात अशी परिस्थिती नाही. आर्थिक आणि तंत्रज्ञानाच्या दृष्टीनेही पाइपलाइनच्या माध्यमातून द्रवरूपातील नैसर्गिक वायू आयात करण्याचा विचार करण्यात येत आहे. दक्षिणेतील राज्यांमध्ये नैसर्गिक वायूचा वापर करणे उपयुक्त ठरणार आहे. यासाठीची टर्मिनलची आखणीही सहज शक्य आहे. ईशान्येतील राज्यांना बांगलादेश आणि म्यानमार या देशांमधून समुद्रातून किंवा जमिनीखालून पाइपलाइनने वायूचा पुरवठा करता येणार आहे; तर उत्तरेतील राज्यांना इराण आणि मध्य आशियातील देशांकडून पाइपलाइनद्वारे पुरवठा करता येऊ शकतो.

कतार, इराण या देशांमध्ये नैसर्गिक वायूचे मोठे साठे आहेत. या देशांकडून भारताला वायूपुरवठा करणे शक्य आहे. कतारकडून २००४ सालापासून द्रवरूपातील नैसर्गिक वायूची थोड्या प्रमाणात आयात करण्यात येत आहे. हा वायू घरगुती वापरासाठी पुरविण्यात येतो. मात्र, आणखी पुरवठा व्हावा, यासाठी दोन्ही देशांमधील

चर्चा निष्कर्षापर्यंत येऊ शकली नाही. त्यामुळे भारताने २००५ मध्ये इराणबरोबर करार केला आहे. मात्र, यातील अटींवर पुन्हा चर्चा व्हावी, अशी इराणची इच्छा असल्यामुळे हा करार स्थगित करण्यात आला आहे. कतार, इराण, ओमान यांच्याबरोबरच अल्जेरिया, ऑस्ट्रेलिया या देशांबरोबर नैसर्गिक वायूच्या पुरवठ्याबाबत चर्चा सुरू आहे. या देशांकडून पुरवठा झाल्यास, वितरणासाठी पूर्व आणि पश्चिम किनाऱ्यांवर अनेक ठिकाणी पुरवठा केंद्रांची उभारणी करण्यात येत आहे.

सौदी अरेबिया आणि संयुक्त अरब अमिराती या देशांमध्येही काही प्रमाणात नैसर्गिक वायूचे साठे आहेत. कतार, इराण या देशांपेक्षा हे साठे कमी आहेत आणि या देशांकडून नैसर्गिक वायूच्या निर्यातीकडे त्या प्रमाणात लक्ष देण्यात आले नाही. या देशांकडून हा वायू देशांतर्गत वापरासाठीच खर्च करण्यात येतो. या देशांना नैसर्गिक वायूच्या पुरवठ्याला प्रवृत्त करण्याचाही प्रयत्न आहे. ओमानबरोबरील चर्चेमध्ये भारताला यश आले आहे; तर सौदी अरेबियाबरोबरील चर्चा प्रगतिपथावर आहे. नैसर्गिक वायूचा स्थानिक पातळीवरच वापर करण्यासाठी आखाती देशांमध्ये संयुक्त भागीदारीत खताचे कारखाने उभारण्याची कल्पना आहे. या प्रकल्पांमधून तयार करण्यात येणारे खत भारतामध्येच विकत घेण्याची हमी देता येऊ शकते. या प्रकल्पांमुळे स्थानिक पातळीवर रोजगारनिर्मितीही होईल आणि नैसर्गिक वायूच्या वापरातून मूल्यवर्धित उत्पादनाच्या निर्यातीचा फायदाही त्या देशांना होऊ शकतो.

नैसर्गिक वायूचा पाइपलाइनमधून पुरवठा

म्यानमारमधील नैसर्गिक वायूच्या साठ्यांमध्ये गुंतवणूक केली असून, पाइपलाइनच्या माध्यमातून नैसर्गिक वायू आयात करण्याचा भारताचा प्रयत्न होता. मात्र, या प्रयत्नांना चीनने खो घातला. ही पाइपलाइन बांगलादेशातून आणायची, की ईशान्येतील राज्यातून, यावर भारताचा विचार सुरू होता. त्याच वेळी चीनने आर्थिक, लष्करी आणि राजकीय प्रभावाचा वापर करत, म्यानमारला भारताऐवजी चीनशी करार करणे भाग पाडले. या काळामध्ये राजनैतिक स्तरावर भारताची बाजू कमी पडल्याचीही शक्यता नाकारता येणार नाही. दरम्यान, म्यानमारच्या किनारपट्टीवरील काही साठ्यांमधून नैसर्गिक वायूचे उत्पादन करण्याचे हक्क मिळविण्यात भारताला यश आले आहे. या स्रोतांमध्ये मुबलक प्रमाणात नैसर्गिक वायू असेल, तर पाइपलाइनच्या माध्यमातून भारताला आयात करणे शक्य आहे. खनिज तेल आणि नैसर्गिक वायूच्या क्षेत्रामध्ये भूराजकीय परिस्थिती महत्त्वाची आहे आणि भारताला चीनशी सातत्याने स्पर्धा करावी लागणार आहे, हे या उदाहरणाने अधोरेखित झाले आहे.

पाइपलाइनच्या माध्यमातून नैसर्गिक वायू आयात करताना पाकिस्तानमार्गे इराणमधून नैसर्गिक वायू आणणे, या प्रकल्पाची चर्चा होते. या प्रकल्पाच्या आवश्यकतेबरोबरच ती वादग्रस्तही ठरली आहे. इराण हा नैसर्गिक वायूचा प्रमुख उत्पादक देश आहे; तर भारत-पाकिस्तानातील मागणी सातत्याने वाढत आहे. मात्र, या पाइपलाइनला पाकिस्तानात धोका आहे आणि पाकिस्तानवर विश्वास नसल्यामुळे भारताकडून या प्रकल्पामध्ये सुरुवातीला रस दाखविण्यात आला नव्हता. तत्कालीन पंतप्रधान अटलबिहारी वाजपेयी जानेवारी २००४ मध्ये पाकिस्तान दौऱ्यावर गेल्यानंतर सर्वंकष चर्चेला सुरुवात झाली. त्या वेळी या पाइपलाइनविषयी चर्चा करण्याची तयारी दाखविण्यात आली. याच दौऱ्यामध्ये परस्परांना 'मोस्ट फेवर्ड नेशन' हा दर्जा देण्याविषयी आणि अफगाणिस्तानात जाण्यासाठी मार्ग खुला करावा, या मुद्द्यावरही दोन्ही देशांमध्ये चर्चा झाली. परराष्ट्र धोरणांमध्ये ऊर्जा सुरक्षेचे महत्त्व वाढत असल्याचे या निमित्ताने दिसून आले. त्यानंतर २००५ पासून भारत, पाकिस्तान आणि इराण यांच्यामध्ये पाइपलाइनच्या मुद्द्यावर सातत्याने द्विपक्षीय आणि त्रिपक्षीय चर्चा झाल्या. इराण आणि पाकिस्तान यांच्यामध्ये बहुतांश वादाचे मुद्दे सोडविण्यात यश आले आहे. भारताच्या निर्णयाशिवाय करारावर सह्या करण्यापर्यंत दोन्ही देश पोहोचले आहेत.

इराण-पाकिस्तान-भारत या पाइपलाइन प्रकल्पातील भारताचा सहभाग अनिश्चित आहे. वहन शुल्काविषयी भारत आणि पाकिस्तान यांच्यामध्ये मतभेद आहेत. भारत आणि पाकिस्तान दोन्ही देशांच्या मागण्या पूर्ण करण्याचा इराणचा विचार आहे. नैसर्गिक वायूचा पुरवठा, दर, पाइपलाइनचा खर्च, वित्त व्यवस्थापन या मुद्द्यांवरील मतभेद इराणला दूर करायचे आहेत. तसेच भारताला पाइपलाइनच्या सुरक्षेचीही चिंता आहे. आधुनिक तंत्रज्ञानाने सुरक्षेतील त्रुटी कमी करता येतील; मात्र दहशतवादी संघटनांकडून या पाइपलाइनवर हल्ला होऊ शकतो. तसेच पाकिस्तानकडूनही या पुरवठ्यामध्ये अडथळे निर्माण केले जाऊ शकतात. या परिस्थितीमध्ये सिंधू आणि तिच्या उपनद्यांमधील प्रवाह भारताकडून रोखले जाऊ शकतात आणि पाकिस्तानची कोंडी केली जाऊ शकते, असाही विचार पुढे येतो. त्यामुळे सुरक्षेच्या मुद्द्यापेक्षा राजकारणामुळेच भारत या प्रकल्पामध्ये सहभागी होत नसल्याचे दिसून येत आहे. तसेच अमेरिकेच्या दबावामुळेच पाइपलाइनच्या प्रकल्पावर भारताकडून संथ गतीने चर्चा करण्यात येत असल्याचा आरोप आहे. भारताकडून हा आरोप नाकारण्यात येतो. या पाइपलाइन प्रकल्पाला पाश्चिमात्य देशांकडून तंत्रज्ञान आणि वित्तीय पातळीवर सहकार्य मिळण्याची शक्यता कमी आहे. रशियाच्या गॅजप्रॉम या कंपनीने या प्रकल्पामध्ये रस दाखविला आहे. इराणमधील नैसर्गिक वायूचे रशियाला

अनेक वर्षांपासून आकर्षण आहे. रशियाकडून युरोपमध्ये नैसर्गिक वायूचा पुरवठा करण्यात येतो. इराणकडून त्यांना स्पर्धा निर्माण होऊ शकते. इराणला भारत आणि पाकिस्तानसारखे ग्राहक मिळाले, तर युरोपीय बाजारपेठेतील स्पर्धा कमी होऊ शकते, या विचारातून रशियाकडून मदतीचा हात पुढे करण्यात आला आहे.

भारतासाठी नैसर्गिक वायूच्या पाइपलाइनचा आणखी एक प्रकल्प म्हणजे तुर्कमेनिस्तान-अफगाणिस्तान-पाकिस्तान-भारत. तुर्कमेनिस्तानातून पाइपलाइनद्वारे नैसर्गिक वायू मिळविण्यात भारत गंभीर आहे का, अशी शंका नेहमी उपस्थित करण्यात येते. तुर्कमेनिस्तानकडील नैसर्गिक वायूचा साठा नेमका किती, याविषयीचा निश्चित आकडा समोर आलेला नाही. तसेच तुर्कमेनिस्तानने याआधीच अन्य काही देशांना वायूपुरवठा करण्याचे करार केले आहेत. रशियाबरोबर त्यांचा २००८ मध्ये करार झाला आणि रशियाच्या साथीने पुढे जाण्याचा फायदा त्यांना नैसर्गिक वायूच्या दरामध्ये झालेला दिसून येतो. भारताप्रमाणेच चीनलाही नैसर्गिक वायूच्या पुरवठ्याची अत्यंत निकड असून, चीनला नैसर्गिक वायूच्या पुरवठ्यासाठी तुर्कमेनिस्तानने आश्वासने दिली आहेत. तुर्कमेनिस्तान-चीनमध्ये नैसर्गिक वायूच्या प्रकल्पाचे काम सुरू झाले आहे. तसेच नैसर्गिक वायूच्या पुरवठ्यामध्ये रशियावरील अवलंबित्व कमी करण्यासाठी युरोपीय देशांकडून, तुर्कमेनिस्तानकडून वायू मिळविण्याचे प्रयत्न सुरू आहेत. या पार्श्वभूमीवर भारत, पाकिस्तान, अफगाणिस्तान यांना पुरवठा होईल, एवढा नैसर्गिक वायू तुर्कमेनिस्तानकडे उपलब्ध आहे का, हा प्रश्न उपस्थित होतो. तुर्कमेनिस्तानामध्ये राजकीय अस्थिरता असल्यामुळे या प्रकल्पातील गुंतवणूक हा मोठा धोक्याचा निर्णय असणार आहे. या प्रकल्पाला रशियाकडून विरोध होऊ शकतो, ही बाबही विचारात घ्यावी लागणार आहे. या बाबीनंतर अफगाणिस्तान आणि पाकिस्तानच्या वायव्य सरहद्द प्रांत व अफगाणिस्तान सीमेवरील स्वायत्त आदिवासी प्रांत (फाटा) या परिसरातील पाइपलाइनच्या सुरक्षेचा मुद्दाही विचारात घ्यावा लागणार आहे. या परिसरातील स्फोटक परिस्थिती पाहता, कोणती आंतरराष्ट्रीय संस्था या भागात पाइपलाइन बांधण्यास आणि त्याची देखभाल करण्यास तयार होईल, ही बाबही विसरून चालणार नाही.

या अनिश्चिततेच्या परिस्थितीमध्येही भारताने या पाइपलाइन प्रकल्पामध्ये सहभाग घेतला असून, एडीबीने या प्रकल्पाला प्रायोजित केले आहे. अशा प्रकल्पांमध्ये भारताला सहभागी होणे, हे आंतरराष्ट्रीय राजकारणाच्या दृष्टिकोनातूनही महत्त्वाचे आहे. भारताने या प्रकल्पात सहभाग घेतला नाही आणि तुर्कमेनिस्तान-अफगाणिस्तान-पाकिस्तान अशी पाइपलाइन आकाराला आली, तर पाकिस्तानला मध्य आशियामध्ये महत्त्वाचे स्थान मिळेल. या प्रकल्पानंतर मध्य आशियाबरोबर

रस्ते, रेल्वेमार्गांसारखी दळणवळणाची साधने निर्माण करण्याचा पाकिस्तानचा प्रयत्न असेल. मध्य आशियातील देश नैसर्गिक खनिज संपत्तीनी समृद्ध असून, त्यांच्याशी जोडणारा देश म्हणून पाकिस्तानची ओळख निर्माण होईल. साहजिकच, पाकिस्तानकडून या परिस्थितीचा फायदा भारताविरोधात घेतला जाईल. या पाइपलाइनच्या माध्यमातून अफगाणिस्तानात रोजगार निर्माण होतील आणि त्यातून तेथे स्थैर्य येण्यास मदत होणार आहे. रोजगाराचा हा आदर्श निर्माण झाल्यानंतर, अफगाणिस्तानातील युवक अतिरेकी मार्गाकडे वळण्यापासून परावृत्त होतील. स्थिर अफगाणिस्तान भारताच्या फायद्याचा आहे, अन्यथा आर्थिक दृष्टिकोनातून अफगाणिस्तान पाकिस्तानवर विसंबून राहील.

नैसर्गिक वायू पाइपलाइनच्या या दोन्ही प्रकल्पांचा विचार करताना, इराण-पाकिस्तान-भारत हा प्रकल्पच भारतासाठी सोयीस्कर आहे. या प्रकल्पामध्ये पाइपलाइन एकाच देशामधून जाणार आहे; तर तुर्कमेनिस्तानातून येणारी पाइपलाइन अफगाणिस्तान व पाकिस्तानातून जाते. भूराजकीय दृष्टिकोनातून अफगाणिस्तान आणि इराण यांचे महत्त्व सारखेच आहे. तुर्कमेनिस्तानातून येणाऱ्या पाइपलाइनमध्ये भारताकडून अफगाणिस्तानला सहभागी करून घेणे पाकिस्तानला मान्य होणार नाही. इराण-पाकिस्तान-भारत हा प्रकल्प वेगाने प्रगती करत असला, तरी दोन्ही प्रकल्प प्रत्यक्षात उतरतील, ही शक्यताही नाकारता येत नाही. त्यातून दक्षिण आशियामध्ये युरोपसारखे नैसर्गिक वायूच्या पुरवठ्याचे जाळे निर्माण होऊ शकते.

भारताला नैसर्गिक वायूच्या पुरवठ्याची गरज असताना, पाकिस्तानातून येणाऱ्या पाइपलाइनमधून होणाऱ्या पुरवठ्यावर विसंबून राहता येणार नाही. त्यामुळे इराण-पाकिस्तान-भारत आणि तुर्कमेनिस्तान-अफगाणिस्तान-पाकिस्तान-भारत या प्रकल्पांबरोबरच रशिया आणि मध्य आशियातून नैसर्गिक वायूचा पुरवठा होऊ शकेल, या पर्यायाचाही गांभीर्याने विचार करावा लागेल. रशिया आणि सभोवतालचा परिसर युरेशिया म्हणून ओळखला जातो आणि हा भौगोलिक परिसर नैसर्गिक साधनसंपत्तीने अत्यंत समृद्ध आहे. या नैसर्गिक साधनसंपत्तीवर नियंत्रण यावे, यासाठी रशियाबरोबरच अमेरिका आणि चीन या देशांनी सहभाग घेतला आहे. भारतानेही खनिज तेल आणि नैसर्गिक वायूच्या पुरवठ्यासाठी या राजकारणामध्ये सहभागी व्हावेच लागेल. भारताच्या इंधनाच्या गरजेबरोबरच आंतरराष्ट्रीय राजकारण आणि सामरिक दृष्टीनेही महत्त्व वाढण्यासाठी हा सहभाग महत्त्वाचा आहे. मध्य आशियातील सत्तासमतोलाचा विचार करताना, पाकिस्तानला या परिसरामध्ये आपला वरचष्मा निर्माण करत, अफगाणिस्तानवरही प्रभाव निर्माण करायचा आहे. तसेच भारताला मध्य आशियापासून दूर ठेवण्याचा पाकिस्तानचा प्रयत्न आहे. मध्य आशियामध्ये

प्रभाव निर्माण करण्यासाठी भारताला युरेशियाच्या राजकारणामध्ये सहभागी व्हावेच लागेल. या राजकारणामध्ये सहभागी होण्यासाठी भारताकडे फारशा संधी नाहीत; मात्र युरेशियातील ऊर्जाबाजारपेठेसाठी महत्त्वाचा घटक असल्याचे दाखवून भारताला स्थान उंचावण्याची संधी निर्माण होऊ शकते.

युरेशियातील पर्याय?

मध्य आशियातील खनिज तेल व नैसर्गिक वायूच्या निर्यातीवर रशियाचे पूर्ण नियंत्रण आहे. ऊर्जा स्रोत हा सामरिक व्यवहारांचे साधन असून, परराष्ट्र धोरणाची त्यावरच आखणी करण्याचे रशियाचे स्पष्ट धोरण आहे. भारताच्या ऊर्जासुरक्षेमध्ये रशिया आणि मध्य आशियातील देशांचे महत्त्व किती? हा प्रश्न गंभीरपणे विचारात घेतला पाहिजे. संरक्षण क्षेत्रामध्ये भारताचे रशियाबरोबरील संबंध अत्यंत विश्वासपूर्ण आहेत. यातूनच रशियाने २००० मध्ये भारतीय ओएनजीसी विदेश या कंपनीला ऊर्जाक्षेत्रामध्ये गुंतवणूक करण्याची परवानगी दिली होती (साखलिन १ प्रकल्प). या कराराच्या अटीही भारतासाठी पोषक होत्या. मात्र, हीच परिस्थिती भविष्यात राहील, याचा भरवसा नाही. त्यामुळे भारताने रशियाबरोबर ऊर्जा करारासाठी तातडीने चर्चा सुरू करणे गरजेचे आहे. इम्पिरियल एनर्जी या कंपनीमध्ये ओएनजीसी विदेशची गुंतवणूक हे दोन्ही देशांच्या संबंधांचे यश म्हणून पाहता येईल. त्याच पद्धतीने गुंतवणुकीसाठी भारताने विचार करण्याची गरज आहे.

गॅजप्रॉम या रशियाच्या कंपनीबरोबर सहकार्य करण्यासाठी भारताला थोडा वाव आहे. पूर्व सैबेरियातील कोव्हिक्टा या क्षेत्रातील साठा ताब्यात घेण्यात या कंपनीला यश आले आहे. हा साठा आतापर्यंत बीपी-टीएनके या कंपनीकडे होता. या प्रकल्पातून नैसर्गिक वायूचे उत्पादन घेऊन सैबेरियाच्या इंधनाची गरज भागविण्यात येईल. ही गरज भागविल्यानंतर चीन आणि दक्षिण कोरियाला नैसर्गिक वायूचा पुरवठा करण्यात येणार आहे. मात्र, तुर्कमेनिस्तानातून वायूचा पुरवठा होऊ लागल्यामुळे चीनचा या क्षेत्रातील रस कमी झाला आहे. जानेवारी २००८ मध्ये दोन्ही देशांमधील पाइपलाइनचा करार झाला आहे. तुर्कमेनिस्तानातून चीनमध्ये येणारी पाइपलाइन उझबेकिस्तान आणि कझाकस्तानातून येणार आहे. या पाइपलाइनच्या मार्गात येणाऱ्या उझबेकिस्तान आणि कझाकस्तानातूनही चीनला नैसर्गिक वायूचा पुरवठा होऊ शकतो. बदललेल्या परिस्थितीमध्ये कोव्हिक्टा प्रकल्पातील नैसर्गिक वायू भारताला देण्यासाठी रशियाचे प्राधान्य असू शकते. या परिस्थितीमध्ये एकत्र येऊन विचार केला, तर भारत, रशिया आणि चीन यांना फायदा होऊ शकतो. मध्य

आशियातील देश भारतासाठी नजीक आहेत; तर कोव्हिक्टा प्रकल्प चीनपासून जवळ आहे. त्यामुळे भारताला मध्य आशियातून नैसर्गिक वायू मिळाला आणि सैबेरियातील अन्य प्रकल्पातून चीनची गरज भागणार असेल, तर कोणाचेच नुकसान होण्याची गरज नाही. मात्र, यासाठी सामंजस्याची गरज आहे.

भारत आणि चीन यांची ऊर्जेची गरज सातत्याने वाढत आहे. दोन्ही देशांना पुरवठा करणारे उत्पादक देश समान आहेत. या दोन्ही देशांच्या स्पर्धेचा फायदा या उत्पादक देशांना होत आहे. त्यामुळे दोन्ही देशांमध्ये ऊर्जेच्या गरजेविषयी सामंजस्य निर्माण होण्याची गरज आहे. युरेशियातून भारतामध्ये येणारी पाइपलाइन पाकिस्तान–अफगाणिस्तानऐवजी चीनच्या झिनजियांग प्रांतामधूनही आणता येईल. झिनजियांग प्रांतातून काराकोरम खिंडीतून ही पाइपलाइन थेट भारतामध्ये पोहोचू शकते. या मार्गात हिमालय पर्वतरांग आहे. पाइपलाइन आणण्यासाठी उच्च तंत्रज्ञानाची गरज आहेच; त्याहीपेक्षा तीव्र राजकीय अडथळे दूर करणे सर्वाधिक आवश्यक ठरणार आहे. ही पाइपलाइन टाकताना अक्साई चीनमधून आणावी लागेल. अक्साई चीन हा काश्मिरचा भाग असून, तो चीनच्या ताब्यात आहे. अक्साई चीनमधून येणाऱ्या पाइपलाइनविषयी दोन्ही देशांची प्रतिक्रिया काय असेल, हे पाहणे गरजेचे आहे. मात्र, अशा प्रकल्पाचा दोन्ही देशांसाठी दीर्घकालीन फायदा पाहता, त्याची शक्यता नाकारूनही चालणार नाही.

काराकोरम खिंडीतून हिमालय पर्वतरांग पार करून येणारी ही पाइपलाइन युरेशिया ते हिंदी महासागरापर्यंत नैसर्गिक वायूचा पुरवठा करणारा मार्ग म्हणून पुढे येऊ शकते. खनिज तेलाची पाइपलाइनही याच मार्गाने बांधणे शक्य आहे. मात्र, या भौगोलिक परिस्थितीमध्ये खनिज तेलाचा प्रवाह उलट्या दिशेने जाण्याची शक्यता आहे आणि प्रवाह योग्य दिशेने नेण्याचे कौशल्य तंत्रज्ञानातून सिद्ध करावे लागेल. अशा प्रकारचा इंधन कॉरिडॉर उभा राहणे चीनसाठी खूप फायद्याचे आहे. आखाती देशांमधून पाकिस्तानमार्गे कॉरिडॉर निर्माण करण्यासाठी चीनकडून चाचपणी करण्यात येत आहे. भारताकडूनही अशा प्रकारच्या कॉरिडॉरचा प्रस्ताव चीनसमोर ठेवता येऊ शकतो. भारतामधून जाणारी पाइपलाइन जास्त सुरक्षित आणि तांत्रिकदृष्ट्या व्यवहार्य ठरेल. युरेशियातून येणाऱ्या नैसर्गिक वायूसाठी भारत चीनवर, तर आखातातील खनिज तेलासाठी चीन भारतावर अवलंबून राहील आणि सत्तासमतोलासाठी आदर्श परिस्थिती निर्माण होऊ शकते. ऊर्जेच्या मागणीसाठी दोन्ही देश जागतिक स्तरावर परस्परांचे स्पर्धक असले, तरी दीर्घकालीन फायद्याचा विचार करताना दोघांनाही एकत्र येण्याची गरज आहे. युरेशियातून येणाऱ्या नैसर्गिक वायूच्या पुरवठ्यातून आशियाची गरज भागविता येऊ शकते. त्यामुळे इंधनाचे सर्वांत

आघाडीचे ग्राहक म्हणून दोन्ही देशांनी प्रभावाचा वापर करायला हवा. यातूनच किमान वेळामध्ये आणि सुरक्षितपणे युरेशियातून पाइपलाइन तयार करण्याचा मार्ग मोकळा होऊ शकतो.

या दोन्ही कॉरिडॉरमुळे दोन्ही देशांना अन्य फायदेही होऊ शकतात. वहनशुल्कातून चीनला मोठ्या प्रमाणात महसूल मिळू शकतो. तसेच या प्रकल्पातून रोजगार निर्मिती होईल. यातून झिनजियांग आणि तिबेटच्या पश्चिम भागामध्ये आर्थिक विकास व स्थैर्य निर्माण करण्यात मदत होईल. झिनजियांग प्रांतातील अस्थिरतेचा चीनला मोठा त्रास आहे. या भागातील उगुर मुस्लिमांचा पाकिस्तानशी संबंध वाढत आहे. पाकिस्तानातील मूलतत्त्ववादी घटकांशी उगुर मुस्लिमांचा संबंध चीनला तापदायक आहे. यातून फुटीरतावादी चळवळ आणखी हिंसक होण्याचा धोका आहे. त्यामुळे सांस्कृतिक देवाणघेवाण वाढताना, उगुर मुस्लिमांचा भारताशी संपर्क वाढणे चीनला फायदेशीरच ठरणार आहे. झिनजियांग आणि भारताच्या संबंधांतून उपविभागीय सहकार्य विकसित झाल्यास चीनसाठी त्याचा दीर्घकालीन फायदा आहे. अशाच पद्धतीने उपविभागीय सहकार्यासाठी चीनने कुनमिंग इनिशिएटिव्ह ही योजना आखली आहे. यामध्ये चीनचा युनान प्रांत, म्यानमार, बांगलादेश आणि भारत यांच्यामध्ये सहकार्य वाढविण्याचा प्रयत्न असेल.

युरेशियातून येणाऱ्या पाइपलाइन प्रकल्पातून भारताला कित्येक पटीने फायदा होईल. नैसर्गिक वायूचा मुबलक पुरवठा झाल्यानंतर स्वच्छ इंधन पुरेशा प्रमाणामध्ये उपलब्ध होऊ शकते. त्यामुळे हिमालयाच्या पर्वतरांगांमधील जंगलतोड आणि पर्यावरणाची हानी रोखण्यास मदत होईल. तसेच जम्मू-काश्मिर, हिमाचल प्रदेशासारख्या राज्यांनाही आर्थिक विकासाची संधी निर्माण होईल. बेरोजगार तरुणांच्या तांड्यांमुळे जम्मू-काश्मिरमध्ये सातत्याने हिंसक वातावरण निर्माण होते. याआधी २००८ मध्येही स्फोटक परिस्थिती निर्माण झाली होती. आर्थिक विकासाच्या संधी मिळाल्यानंतर या तरुणांना मुख्य प्रवाहामध्ये येण्याची संधी निर्माण होईल. साहजिकच हे तरुण रोजगार मिळाल्यानंतर फुटीरतावादी आणि दहशतवाद्यांच्या आमिषांना बळी पडणार नाही. जम्मू-काश्मिरमध्ये अनेक कारणांमुळे खासगी गुंतवणूक अत्यंत मर्यादित आहे. काश्मिरच्या अर्थव्यवस्थेला पर्यटनातूनही पुरेसा पाठिंबा मिळालेला नाही. मध्य आशियाचा विचार करताना जम्मू-काश्मिरचे स्थान भारतासाठी महत्त्वाचे आहे. त्यातूनच झिनजियांग आणि पश्चिम लडाख यांच्याबरोबरील लडाखमार्गे असणारा पारंपरिक व्यापारी मार्गही पुन्हा खुला होऊ शकतो.

झिनजियांग आणि जम्मू-काश्मिर ही राज्ये अनुक्रमे चीन आणि भारतासाठी खूपच संवेदनशील आहेत. या दोन्ही राज्यांतून जाणारे ऊर्जा प्रकल्प मार्गी लागले, तर

भारत-चीन संबंध आणखी दृढ होण्यास मदत होईल. भारत आणि चीन संबंधांमध्ये परस्पर विश्वासाचा अभाव असून, सीमा प्रश्नाचाही द्विपक्षीय संबंधांमध्ये अडसर आहे. हे मतभेद बाजूला ठेवून पाइपलाइनची चर्चा पुढे ठेवणे, दोन्ही देशांच्या हिताचे आहे. भारत-पाकिस्तानामध्ये काश्मिरच्या प्रश्नावर तीव्र मतभेद असतानाही, प्रत्यक्ष नियंत्रण रेषेच्या परिसरामध्ये रस्तेबांधणी करण्यावर दोन्ही देशांचे एकमत झाले आहे. इराणमधून येणाऱ्या नैसर्गिक वायूच्या पाइपलाइनविषयीही भारत-पाकिस्तान यांच्यामध्ये चर्चा होत आहे. याच धर्तीवर भारत-चीन यांनीही पाइपलाइनच्या मुद्द्यावर चर्चा करायला हवी. अशा मोठ्या प्रकल्पांमधून दोन्ही देशांमधील आर्थिक संबंध वेगाने वाढण्यास मदत होईल. परस्परांवर अवलंबून राहावे लागल्यामुळे परस्परांविषयी विश्वास निर्माण होण्यास मदत होईल. दोन्ही देशांना विकास करायचा असेल आणि आणखी आर्थिक समृद्धतेच्या स्तरावर जायचे असेल, तर दोन्ही देशांमध्ये परस्पर सहकार्य आणि मैत्रीचे संबंध निर्माण होतील. भारताबरोबरील संबंध दीर्घकाळासाठी स्थिर ठेवण्याची चीनची इच्छा असेल, तर पाकिस्तानबरोबरील सहकार्य वाढवत, तेथे स्थैर्य निर्माण करण्याविषयी चीन प्रयत्न करेल. यातूनच युरेशियातून मिळणारा नैसर्गिक वायू पाकिस्तानलाही देण्याला भारत तयार होऊ शकतो. काश्मिरमधून पाकव्याप्त काश्मिरात, तसेच पंजाबमधून पाकिस्तानच्या पंजाबमध्ये पाइपलाइन टाकली जाऊ शकते. पाकिस्तानला या प्रकल्पातील नैसर्गिक वायू हवा असेल (तर ती पाइपलाइन भारतातून जाणार हे निश्चित असेल) आणि पर्यायाने पाकिस्तानला भारतावर अवलंबून राहावे लागणार आहे. त्याच्या बदल्यात इराण आणि तुर्कमेनिस्तानातून येणाऱ्या पाइपलाइनच्या सुरक्षेची हमी पाकिस्तानकडून घेता येऊ शकते.

पाइपलाइनच्या प्रकल्पातून भारत-चीन संबंध सुधारताना, त्याचा निश्चित सकारात्मक परिणाम दोन्ही देशांमधील सीमाप्रश्नावर होणार आहे. तत्कालीन पंतप्रधान डॉ. मनमोहन सिंग यांनी एप्रिल २००८ मध्ये चीनचा दौरा केला. त्या वेळी सीमाप्रश्नावर राजकीय तोडगा निघू शकतो, असे मत दोन्ही देशांनी व्यक्त केले. तसेच हा राजकीय तोडगा २००५ मधील राजकीय परिमाण आणि मार्गदर्शक तत्त्वांनुसार असेल, असेही स्पष्ट करण्यात आले.

चीनबरोबरील १९६२ च्या युद्धामध्ये गमावलेल्या भूभागाचा शेवटचा इंच परत मिळवायला हवा, अशा आशयाचा ठराव भारतीय संसदेने १९६२ मध्ये केला आहे. हाच ठराव सीमाप्रश्नावर चीनबरोबर तोडगा काढण्यामध्ये अडचणीचा ठरत आहे. चीन अक्साई चीनवरील ताबा सोडणार नाही, असे भारतीय धोरणकर्त्यांना कायम वाटत आले आहे. भारतीय सुरक्षेच्या दृष्टीने अक्साई चीन समस्या ठरणार

नाही, असे भारतीय लष्कराने म्हटले आहे. या भागात चीनने मोठ्या प्रमाणात रस्त्यांची बांधणीही केली आहे. या रस्त्यांमधून आणि नैसर्गिक वायू-खनिज तेलाच्या पाइपलाइनच्या माध्यमातून दोन्ही देशांच्या अर्थव्यवस्थांना मोठा फायदा होणार असल्याचे लक्षात घेणे आवश्यक आहे. त्यामुळे सीमाप्रश्नावरील वास्तवातील परिस्थितीविषयी लोकप्रतिनिधी आणि सामान्य जनतेच्या भावना तयार करण्याची गरज आहे. इंधनाच्या या प्रकल्पांमुळे दोन्ही देशांमध्ये वर्षानुवर्षे असणारे सीमाप्रश्नासारखे मुद्दे क्षणार्धात संपवणार नाहीत; मात्र यातून दोन्ही देशांमध्ये विश्वास निर्माण करणारे वातावरण निश्चित तयार होईल.

युरेशिया-भारत नैसर्गिक वायू पाइपलाइनच्या प्रकल्पातील तांत्रिक मुद्देही आव्हानात्मक असतील. या भागातील असणाऱ्या रेल्वे आणि रस्त्यांच्या परिसरातून पाइपलाइनची आखणी करण्याचे नियोजन करायला हवे. त्यामुळे पाइपलाइनसाठी आवश्यक यंत्रणांची वाहतूक करणे सोयीस्कर ठरेल. सैबेरिया ते झिनजियांग प्रांतातील कश्गरपर्यंत पाइपलाइन बांधणे तुलनेने सोपे आहे. मात्र, त्यानंतरच्या भौगोलिक परिस्थितीचा विचार करून, व्यावहारिक निर्णय घ्यावे लागतील. प्राथमिक अभ्यासानुसार, अक्साई चीनमधील रस्त्यांच्या परिसरातून ही पाइपलाइन नेत, डेमचोक किंवा रुटॉग येथून ही पाइपलाइन आणता येऊ शकते. या दोन्ही गावांतून सध्या लडाखमधील लेह शहराशी दळणवळणाची यंत्रणा आहे आणि तेथून हिमाचल प्रदेशातील मनालीपर्यंतही चांगल्या सुविधा आहेत.

हिमालय आणि काराकोरम पर्वतरांगांमधून नैसर्गिक वायूची पाइपलाइन बांधणे, हे तांत्रिक आणि आर्थिकदृष्ट्या अशक्यप्राय वाटत असेल, तर मध्य आशिया आणि झिनजियांग प्रांतांमध्ये नैसर्गिक वायूवर आधारित वीजप्रकल्पांचाही विचार करता येईल. हिमालयाच्या रांगांमध्ये वीजवितरणाची यंत्रणा उभारत, ही वीज भारतातील नियोजित भागांना पुरविता येईल. नैसर्गिक वायूच्या साठ्यांच्या मदतीने प्रकल्प उभारत स्थानिक भागातच रोजगार उभारणे व अर्थव्यवस्थेला गती देणेही शक्य होईल. किरगिझस्तान आणि ताजिकिस्तान या दोन्ही देशांमध्ये जलविद्युत प्रकल्पांसाठी प्रचंड वाव आहे. या दोन्ही देशांमध्ये जलविद्युत केंद्रांची उभारणी करण्याची कल्पनाही प्रत्यक्षात येऊ शकते. हिमालय पर्वतरांगांमधील प्रकल्पांच्या तुलनेत या प्रकल्पातून कमी खर्चामध्ये वीज निर्माण होईल. जलविद्युत केंद्रांची उभारणी करताना पर्यावरणाच्या हानीचा विचार करावा लागतो. तसेच नेपाळसारख्या देशाची मदत घेताना स्थानिक राजकारण, लोकसंख्येचे विस्थापन यांसारखे प्रश्न भारतासमोर आहेत. त्यावर मात करण्यासाठी वरील दोन देशांमधील प्रकल्प उपयुक्त ठरू शकतात.

युरेशिया-भारत नैसर्गिक वायू पाइपलाइनचा प्रकल्प आकाराला येण्यासाठी रशियाकडून इच्छाशक्ती दाखविण्याची गरज आहे. नैसर्गिक वायूच्या क्षेत्रामध्ये रशिया हा सर्वांत मोठा उत्पादक आहे, तर भारत-चीन यांच्याकडून सर्वांत जास्त मागणी आहे. त्यामुळे रशियाने पुढाकार घेतल्यास तिन्ही देशांमध्ये सामंजस्य निर्माण करता येईल. यातून रशिया-भारत-चीन असा ऊर्जाक्षेत्रातील सहकार्याचा त्रिकोण आकाराला येईल. या सहकार्याचा स्वाभाविक परिणाम शांघाय को-ऑपरेशन ऑर्गनायजेशनसारख्या (एससीओ) संघटनेतील सहकार्यातही होऊ शकेल. एससीओ ही संघटना मध्य आशिया आणि परिसरातील घडामोडींवर लक्ष केंद्रित करत असून, इस्लामी दहशतवादापासून विभागाचे रक्षण करण्यासाठी ही संघटना उभी राहिली आहे. रशिया, चीन, कझाकस्तान, उझबेकिस्तान, किरगिजस्तान आणि ताजिकिस्तान एससीओचे सदस्य आहेत. तर भारत, पाकिस्तान, इराण, मंगोलिया हे देश या संघटनेचे निरीक्षक आहेत. अफगाणिस्तान आणि तुर्कमेनिस्तान या देशांनाही इस्लामी दहशतवादाचा थेट सामना करावा लागत असला, तरी दोन्ही देश या संघटनेचे सदस्य किंवा निरीक्षक नाहीत.

एकविसाव्या शतकामध्ये ऊर्जा सुरक्षेसह आंतरराष्ट्रीय संबंधांमध्ये नावीन्यपूर्ण आणि दूरदृष्टीची पावले उचलण्याची गरज आहे. ऊर्जेच्या क्षेत्रामध्ये सहकार्य झाले नाही, तर त्याचे परिणाम भविष्यामध्ये दिसून येतील. मध्य आशिया ऊर्जा क्षेत्राचे केंद्र असल्यामुळे इंधनाच्या देवाणघेवाणीसाठी या देशातून नव्या पर्वाला सुरुवात होऊ शकते. ऊर्जेसारख्या क्षेत्रातून परस्पर सहकार्य वाढत गेले, तर मध्य आशिया हा संघर्षाचा केंद्रबिंदू ठरण्याऐवजी याच मार्गातून २१व्या शतकातील रेशीम मार्गाची (सिल्क रूट) आखणी होऊ शकते. दोन हजार वर्षांपूर्वी चीनपासून युरोपपर्यंत व्यापाराचा मार्ग तयार झाला होता आणि तो 'रेशीम मार्ग' म्हणून ओळखला जातो. त्याऐवजी या आधुनिक रेशीम मार्गामध्ये नैसर्गिक वायू आणि खनिज तेलाच्या पाइपलाइनच्या माध्यमातून हा मार्ग पुढे सरकतो. त्यामुळेच संघर्षाचा परिसर होण्याची भीती असलेले हिमालय आणि काराकोरम पर्वतरांगा शांतता, मैत्री आणि विकासाची सीमारेषा ठरेल. या प्रकल्पातून जागतिक अर्थव्यवस्थेलाही मोठ्या प्रमाणामध्ये प्रोत्साहन मिळणार आहे. आर्थिक फायदे, समृद्धता, सामाजिक-राजकीय स्थैर्य यांच्याबरोबरच परस्परांमधील विश्वास निर्माण करण्यामध्ये या प्रकल्पांचा हातभार लागणार आहे. त्यामुळे राजकीय आणि सामरिक दृष्टीने नव्या पर्वाची सुरुवात होऊ शकते.

भारताचे भौगोलिक स्थान, आकार, वाढती आर्थिक व लष्करी क्षमता यांचा विचार करताना ऊर्जेची गरज सातत्याने वाढणार आहे. त्यामुळे द्विपक्षीय

संबंधांबरोबर आंतरराष्ट्रीय स्तरांवर वाटाघाटी करताना ऊर्जेच्या मुद्द्याचा विचार करावा लागणार आहे आणि परराष्ट्र धोरणामध्येही ऊर्जा सुरक्षेचा मुद्दा महत्त्वाचा ठरणार आहे. यासाठी बाजारपेठीय अर्थव्यवस्थेतून देशाची ऊर्जेची गरज भागली जाईल, हा समज बाजूला ठेवावा लागेल. त्यामुळे इंधनाच्या आयातीसाठी परराष्ट्र धोरणामध्ये आमूलाग्र बदल करण्याची गरज आहे. आंतरराष्ट्रीय व्यासपीठावर आघाडीची भूमिका बजावण्याची भारताची महत्त्वाकांक्षा असताना, ऊर्जा सुरक्षेच्या मुद्द्यावर दीर्घ मुदतीची, व्यवस्थित समन्वय असणारी व्यवस्था निर्माण करण्यासाठी प्रयत्न करायला हवेत. यासाठी भारताला ऊर्जा धोरणामध्येच बदल करायला हवेत. यातून देशांतर्गत धोरणे, परराष्ट्र धोरण, ऊर्जा क्षेत्र, राष्ट्रीय सुरक्षा, आर्थिक विकास आणि पर्यावरणाच्या समस्या यांविषयी सर्वंकष विचार या धोरणामध्ये करायला हवा. खनिज तेलाचे दर विक्रमी पातळीपर्यंत वाढल्यानंतर, इराण-पाकिस्तान-भारत नैसर्गिक वायू पाइपलाइन आणि भारत-अमेरिका अणुकरार यांसारख्या मुद्द्यांवर जाहीर चर्चा होते. मात्र, ऊर्जा सुरक्षेच्या मुद्द्यावर यापेक्षा जास्त जनजागृती होण्याची गरज आहे. आगामी दशकांमध्ये देशाच्या आर्थिक विकासासाठी ऊर्जेची गरज अत्यावश्यक असून, त्यासाठी जनजागृतीही होत आहे. हीच संधी साधत देशाची गरज पूर्ण करणारे धोरण आखणे आवश्यक ठरणार आहे.

प्रकरण १२

अर्थविषयक मुत्सद्देगिरी

भारताच्या अर्थविषयक मुत्सद्देगिरीतील बदल

जगातील इतर देशांशी भारताचे असलेले परराष्ट्रीय धोरण हे फक्त आर्थिक आहे. यात शेजारी देश येत नाहीत. भारताने जेव्हा जागतिक स्तरावर भाग घ्यायचे ठरवले, तेव्हा त्यात पर्यावरण आणि भारताच्या स्वतःच्या विकासासाठी असणाऱ्या गरजा यांचा विचार होत होता व त्यातून उत्क्रांती घडायला लागली.

१९९१ सालापूर्वी भारताचा बाहेरच्या जगाशी जवळ जवळ संबंधच नव्हता. त्यामुळे भारताची भूमिका स्वतःला जपणे व सुरक्षित राहणे एवढीच होती. त्याचे कारण भारताचे अंतर्गत आर्थिक धोरण होय. त्यात आयात व परदेशी गुंतवणुकीवर निर्बंध होते. त्या वेळचा परदेशांशी झालेला व्यापार करार फक्त सोव्हिएत युनियन आणि पूर्व युरोपाशी होता. त्यातही फक्त कच्चा माल आणि अर्धवट तयार माल, एवढेच त्याचे स्वरूप होते. भारताच्या आर्थिक मुत्सद्देगिरीच्या टप्प्यात निर्यातीला प्राधान्य, सामान्य क्षेत्रांतर्गत येणाऱ्या संस्थांचे उत्पादन व द्विपक्षीय आणि बहुपक्षीय विकासाला प्राधान्य एवढेच होते. भारताने आपले पूर्ण लक्ष जी-७७ सारख्या संस्थांवर, ज्या दक्षिण-दक्षिण सहकार्यावर विसंबून होत्या, जेवढ्यावरच केंद्रित केले होते. पुढे याचाच लहान भाग म्हणजे जी-१५ होय. जनरल ॲग्रीमेंट ऑन टॅरिफ ॲन्ड ट्रेड (GATT) सारख्या बहु पक्षीय संस्थेत भारताला अगदी जुजबी भूमिका होती. त्यांच्या चौकटीत बसणारी ती असायलासुद्धा हवी होती.

१९९१ साली जेव्हा भारताने आपल्या आर्थिक धोरणात सुधारणा केली, तेव्हा इतर देशांना संदेश गेला की, आता भारतात बदल होताहेत. १९९० च्या सुमारास प्रत्यक्ष परकीय गुंतवणूक भारतात वळवण्यास प्राधान्य दिले; पण त्याची समस्या अंतर्गत विराधामुळे वाढली. 'बॉम्बे क्लब' नावाने ज्या भारतीय उद्योगपतींना ओळखले जात

होते, त्यांना स्वतःचे सुरक्षित स्थान डळमळीत होते आहे, असे वाटायला लागले. त्यामुळे परकीय गुंतवणुकीस त्यांचा विरोध होता. हा काळ भारताला बदल सहन करण्याचा होता. सोव्हिएत युनियनची सद्दी संपली होती. भारताला नवीन गुंतवणूक बाजारपेठ आणि तंत्रज्ञानाकरिता पश्चिमेकडच्या देशांकडे वळावे लागले. सोव्हिएत युनियनचे विभाजन झाल्यावर त्यातले देश जे जी-७७ व जी-१५ करता महत्त्वाचे होते, त्यांना उतरती कळा लागली. त्यांना नवीन सभासदांची संस्थेसाठी गरज होती. मग भारत 'आसियानचा बोलणारा हिस्सेदार झाला. त्याच सुमारास नवनवीन संस्था सुरू होत होत्या. त्यात इंडियन ओशन रिम असोसिएशन फॉर रिजनल को-ऑपरेशन (LOR–ARC) आणि बांगलादेश-भारत-म्यानमार-श्रीलंका-थायलंड इकॉनॉमिक कोऑपरेशन (BIMST–EC) आता या संस्थेचे नाव बदलले आहे. ते आहे बे ऑफ बेंगॉल इनिशिएटिव्ह फॉर मल्टी सेक्टोरल टेक्निकल अॅन्ड इकॉनॉमिक को-ऑपरेशन (BIMSTEC). याच वेळी भारताला एशिया पॅसिफिक इकॉनॉमिक को-ऑपरेशन (APEC) किंवा एशिया युरोप मीटींग (ASEM) या संस्थांचे सभासदत्व मिळाले नाही. १९८६-१९९४ साली उरुग्वेमध्ये बहुपक्षीय व्यापारावर चर्चा आयोजली असता, भारताने त्यात भाग घेतला; पण आपली बचावात्मक भूमिका सोडली नाही.

एकविसाव्या शतकातच भारताचे आर्थिक धोरण विकसित व्हायला लागले. उद्योगपतींना आत्मविश्वास आला. भारताने जागतिक अर्थकारणात भाग घ्यायला सुरुवात केली. भारताला आव्हानांपेक्षा संधी जास्त दिसायला लागल्यात. जागतिकीकरणाच्या प्रक्रियेला आता भारत टाळू शकत नव्हता. भारताच्या अंतर्गत बाबींत लायसेन्स राज संपत होते. आर्थिक सुधारणांच्या प्रक्रियेने वेग पकडला होता. आता अर्थकारण, सरकारची धोरणे, तसेच व्यापार आणि उद्योगांकडे पाहण्याचा नवा दृष्टिकोन या सगळ्यांचा एकत्रित परिणाम म्हणजे पायाभूत असणारे व न बदलता येणाऱ्या सुधारणा घडत होत्या. भारतीय कंपन्या जागतिक स्तरावर स्पर्धा करण्याइतपत पुढे गेल्या. भारतीयांची नवी पिढी जास्त महत्त्वाकांक्षी व आत्मविश्वासाने परिपूर्ण होत गेली. त्यांना परकीय चलनातील साठे उपलब्ध झालेत. त्यात खासगी व शासकीय क्षेत्रे होती. भारतीय उद्योगजगताने परदेशांतही गुंतवणुकीस सुरुवात केली. त्यातून प्रत्यक्ष परदेशी गुंतवणूक भारतात यायला लागली. त्यामुळे भारताचे परकीय मदतीवर विसंबणे कमी झाले. अंदाजपत्रकाला पाठिंबा मिळणे व आर्थिक वृद्धी दोन्ही गोष्टी एकाच वेळी साध्य झाल्यात. माहिती तंत्रज्ञानातील क्रांतीने भारताच्या निर्यात सेवेकरता नवे दरवाजे उघडले. भारताची अर्थव्यवस्था शेतीवर अवलंबून होती. तीत बदल घडून आता ती सेवा देण्यात पुढे आली. ज्या भारताचा विकास होत

गेला, तसा भारतीय मध्यमवर्गाची क्रयशक्ती वाढून परदेशी कंपन्यांना भारतासारखी मोठी बाजारपेठ उपलब्ध झाली. सगळी परिस्थिती बदलायला भारताची आर्थिक मुत्सद्देगिरीच कामी आली.

निर्यातीला महत्त्व देताना भारताच्या आर्थिक मुत्सद्देगिरीला आपला प्राधान्यक्रम बदलावा लागला. भारताला प्रत्यक्ष परकीय गुंतवणूक आपल्याकडे वळवायची असेल, तर शेतीच्या विकासाकरिता लागणारी पायाभूत सुविधा, भारताच्या वायदे बाजारात त्यांची गुंतवणूक, भारताने परदेशात सुलभरीत्या करायची गुंतवणूक, ज्यातून फायदा तर होईल पण गरज असणाऱ्या स्रोतांपर्यंत शिरकावही होईल असे धोरण ठेवायला हवे. कच्चा माल आणि तंत्रज्ञान, बहुपक्षीय आणि प्रांतिक व्यापारात भारताचे आर्थिक आणि व्यावसायिक स्वारस्य जपणे व वाढवणे, दुसऱ्या देशांवर आपला प्रभाव पाडून पर्यावरण राखत भारतीयांचा व्यवसाय कसा वाढेल ते पाहाणे, भारताच्या मोठ्या परराष्ट्रीय धोरणांना वेग कसा येईल व आपण लक्ष्यापर्यंत कसे पोहोचू, याचा विचार करताना भारताने परदेशात आपल्या तंत्रज्ञान व अर्थव्यवस्थेचे ज्ञान देऊन मदत करायला हवी. अर्थविषयक मुत्सद्देगिरी या क्षेत्राला आता काही नवीन पैलू मिळाले आहेत. त्यात ऊर्जेची सुरक्षा, ज्ञानाला संरक्षित ठेवायचे हक्क, पर्यावरण व बदलते वातावरण, हवामान यांचाही त्यात समावेश होतो. भारताच्या आर्थिक विकासात खासगी क्षेत्राचा वाढता सहभाग आहे. परदेशाशी व्यापार करायचा असल्यास खाजगी व शासकीय उद्योगांनी हातात हात घालून काम करायला हवे. म्हणजे भारताला उर्वरित जगाबरोबर व्यवसाय वाढवायचा आहे, असे दिसेल. अर्थविषयक मुत्सद्देगिरीचे मसुदे तयार करतानाही सहभागी करून घ्यायला हवे. तेव्हाच हवे ते परिणाम दिसतील.

अर्थविषयक मुत्सद्देगिरीत फक्त ठरलेल्या कार्यक्रमांचेच नव्हे, तर भारताला विक्री वाढवण्यासाठी समंजसपणा खूप महत्त्वाचा आहे. त्यावरच यश ठरेल. आतापर्यंत भारत म्हटले की, परकीय लोकांचा समज काही बाबतींत दृढ होता. भारत म्हणजे उष्ण प्रदेशच धूळ, गर्दी आणि गरिबी, गारुडी आणि हत्ती, धार्मिक आणि सांस्कृतिक विचार हा होता. यातून पूर्ण भारत समजत नाही. याच्याच बाजूला आजचा भारत आपली प्रतिमा तयार करतो आहे. हे काम १९९८ सालापासून सुरू झाले. त्यात आण्विक शस्त्रास्त्रांचे बळ, राजकीयदृष्ट्या सुदृढ व स्थिर भारत, तंत्रज्ञानात पुढे गेलेला भारत आणि आर्थिकदृष्ट्या सबळ, ज्याच्यावर १९९७ साली झालेल्या आशियातील आर्थिक आणीबाणीचा परिणाम झाला नाही. भारताने उच्च तंत्रज्ञान क्षेत्रात घेतलेली उडी जगाचे लक्ष वेधून घेते आहे. त्यात अणुशक्ती आणि अंतराळ क्षेत्र किंवा माहिती तंत्रज्ञान आणि जैव तंत्रज्ञान यांचा समावेश आहे. एक

काळ असा होता की, जगाला भारताची वाढती लोकसंख्या त्रासदायक वाटत होती; पण आज भारताचे मोठ्या प्रमाणात उपलब्ध असणारे कुशल कामगार व त्यांचे ज्ञान, तरुणांचे राहणे, वागणे, त्यातून भारताची प्रतिमा उजळली आहे. आता भारताकडे दीर्घकालीन भागीदार म्हणून पाहिले जाते. भारताची लोकशाही पद्धती, इथल्या संस्था, न्यायविषयक कार्यपद्धती आणि इंग्रजीचा सर्रास होणारा वापर त्यामुळे उद्योग व्यवसाय धंद्यासारख्या कोणत्याही क्षेत्राला हवी असणारी स्थिर, भरवशाची, दिलासा देणारी अशी चौकट आपोआप तयार होते व त्याचा फायदा भारताला मिळतो. भारताचा मनोरंजनाचा व्यवसायही नजरेत भरतो आहे. त्यातील कल्पकता, तरतरी देणारा आणि नावीन्यता पुरवणारा भाग लोकांना हवाहवासा वाटतो. जे भारतीय परदेशांत स्थायिक झाले आहेत, त्यांना त्यांची नवी ओळख व समंजसपणा आणि व्यवस्थापनातील कौशल्यच पुढे नेत आहे. भारत सरकार, खासगी उद्योगधंदे यांनी एकत्र येऊन व त्याला प्राधान्य देऊन भारताची प्रतिमा घासून पुसून चकचकीत केली आहे.

भारत आणि जागतिक व्यापार संघटना (WTO)

गेल्या काही वर्षांत भारताच्या आर्थिक मुत्सद्देगिरीला दोहा राऊंड ऑफ ट्रेड निगोसिएशन्स (दोहा डेव्हलपमेंट राऊंड), जो जागतिक व्यापार संघटनेच्या खाली येतो त्याच्यापासून धोका संभवत होता. या ठिकाणी जागतिक व्यापार संघटना व गॅट आधीची संस्था यांचे कार्य व महत्त्व समजून घेणे महत्त्वाचे आहे. १९३० सालातील मोठी मंदी व दुसऱ्या महायुद्धानंतर पश्चिमेच्या देशांनी गॅट (१९४८-१९४९) स्थापली होती. त्यांचा उद्देश व्यापाराला प्रोत्साहन द्यायचे व आर्थिक विकास साधायचा, हा होता. त्याकरिता कर आणि इतर निर्बंधही शिथिल करायची त्यांची तयारी होती. गॅट खाली जागतिक व्यापार मोस्ट-फेव्हर्ड-नेशन (MFN) च्या पायावर चालत होता. यात भाग घेण्याऱ्या सर्व देशांना एकसारखी आर्थिक मदत मिळत होती. त्यांना व्यावसायिक फायदेही सारखेच होते. त्यात करही आलाच. हे सगळे पश्चिमात्य देशांनीच ठरवले होते. यात सर्वांना जास्त फायदा झाला, ज्यांचे आर्थिक संबंध पश्चिमात्य राष्ट्रांशी होते. सोव्हिएत युनियन आणि चीन यांना कम्युनिस्ट देश म्हणून वगळले होते किंवा नुकतेच स्वतंत्र झाले होते. विकसनशील देशांना वस्त्रोद्योग व कृषी उत्पादनात रस होता. त्याच गोष्टी नेमक्या गॅटने परिघापासून दूर ठेवल्यात. जसजशी विकसनशील देशांची आर्थिक वाढ होत गेली, तसतसे पाश्चिमात्य देशांना मोठ्या बाजारपेठेत प्रवेश हवा होता. त्यात आपल्या कारागिरांनी

तयार केलेल्या मालाला उठाव हवा होता. १९७३-७९ साली टोकिओ राऊंड म्हणून झालेल्या व्यापारासंबंधी चर्चेतून त्यांनी या संबंधातील दोन सवलती मिळवल्या. त्यात 'परस्पर सहकार्य न करण्याचा' मुद्दा घातला गेला. यातून विकसनशील देशांना विकसित देशात माल निर्यात करताना कोणताही कर द्यावा लागणार नाही, हे स्पष्ट केले गेले. सर्वसामान्य योजनेंअंतर्गत (GSP) विकसनशील देशांना आपले उत्पादन विकसित देशांना पाठवताना त्याच्या किमती एम.एफ.एन.पेक्षा कमी असतील. उपकार केल्याप्रमाणे सरते शेवटी विकसनशील देशांनी आपले स्पर्धात्मक उत्पादन विकसित देशांना मर्यादित प्रमाणात ठेवण्याचे कबूल केले. १९७४ साली केलेल्या मल्टी फायबर अॅरेंजमेंट (MFA) कायद्यालाच पुढे अॅग्रीमेंट ऑन टेक्सटाइल्स अॅन्ड क्लोदिंग म्हणून ओळखला जाऊ लागला. ठरलेला प्रमाणित भाग विकसनशील देश विकसित देशांना पाठवू शकत होते. विकसित देशांनी कर न आकारणे या गोष्टीला महत्त्व देऊन आपले अंतर्गत कृषी उत्पादनाचे दर कमी ठेवण्याकरिता त्याचा वापर केला. यात त्यांनी कृषीक्षेत्रात स्पर्धात्मक निर्माण होणारे उत्पादन विकसनशील देशांना करून बाजी मारली.

भारत जरी गॅटचा पायाभूत सभासद असला, तरी टोकियो राऊंडने प्रत्यक्ष भूमिका बजावत प्रत्येकाची जागा दाखवून दिली. एम.एफ.एन.च्या तत्त्वांपासून दूर ठेवणारी भारताची मर्यादित सूची व सहकार्य न करण्याची सवलत यामुळे बाजारपेठेत उत्पादनांना शिरकाव करायला वाव मिळाला नाही. इतर विकसनशील देशांप्रमाणेच भारताला बहुपक्षीय व्यापार चर्चा आणि तडजोड करण्याचा अनुभव नव्हता. त्यामुळे जीएटीटीत असलेल्या अनुभवी सभासदांनी आखलेले नियमच भारताला पाळण्याशिवाय गत्यंतर नव्हते. १९८६-९४ साली जेव्हा उरुग्वे राऊंड सुरू झाला तेव्हा कुठे भारताने त्यात चर्चेकरता भाग घेतला. तरीही भारत अनुभवीच होता व प्रभावही पाडता आला नाही; पण या वेळी सरकार व जनता यांनी एकमेकांना नीट समजून घेतले होते. म्हणून भारताने दीर्घकालीन परिणाम साधणारी चर्चा केली. या चर्चेनंतर साडेसात वर्षांनी उरुग्वे राऊंड व्यापाराच्या शेवटच्या अंकाची सुरुवात झाली. त्यात एकूण साठ करार, पुरवण्या, मत आणि समजुती होत्या. एकूण पाचशे पन्नास पाने होती. १२३ देशांनी सह्या केल्या. हे सर्व मोरोक्कोमधील माराकेश इथे एप्रिल १९९४ मध्ये घडले. १९४७ सालच्या गॅट कराराने ठरवलेल्या पद्धतीत खूपच सुधारणा झाल्यात. परंपरागत असलेली आंतरराष्ट्रीय व्यापाराची व्याख्याही खूप बदलली आहे. आंतरराष्ट्रीय व्यापार म्हणजे फक्त परदेशाशी केलेली सामानाची देवघेव नसून, आता ती अंतर्गत धोरणातही घुसखोरी करत आहे. सोव्हिएत युनियनच्या विभाजनानंतर पश्चिमात्य देशांचा मनमानी करण्याकडे कल गेला. त्यामुळे त्यांचा आत्मविश्वास दुणावला.

१९९० सालाच्या मध्यापासून भारताच्या संदर्भात बोलायचे झाल्यास भारताकरिता उरुग्वे राऊंड चांगली संधी नव्हती. व्यापारविषयक गुंतवणूक उपाय (TRIMs), व्यापारविषयक बौद्धिक संपदा हक्क समिती (TRIPs), गॅट्स (GATs) आणि कृषीविषयक करार या सर्व करारांना चालू ठेवण्याकरिता भारताला नवनवीन क्षेत्रांत भाग घ्यावा लागला. त्यात परकीय गुंतवणूक, ज्ञानाची संपत्ती, सेवा आणि कृषी या सगळ्यात भारताची तयारी नव्हती, तरी त्याला सहभागी व्हावे लागले. भारताला यात काहीही पर्याय स्वीकारता येत नव्हता. ज्यांनी हे नियम केलेत, त्यांच्या म्हणण्याप्रमाणे सगळे सगळ्यातच भागीदार आहेत. त्यात विभागणी होऊ शकत नाही. म्हणजेच एकाधिकार नाही. त्यात काही फायदेपण होते. भारताला मोठी बाजारपेठ मिळाली. २००५ सालापर्यंत परराष्ट्र मंत्रालय बंद करण्याची मुभा होती. वाद थांबवण्याच्या समंजसपणाने नवीन जास्त चांगल्या पद्धतीने वादंग थांबवण्याचे योजले. शेवटच्या अंकातून वैधता सिद्ध करणारी चौकट आणि आर्थिक न्याय धोरणे, नियम आणि कायदे गेल्या १४ वर्षांत भारताने घालून दिले आहेत. उरुग्वेमध्ये गॅटच्या जागी जागतिक व्यापार संघटनेसारखी संस्था साकारावी आणि तिच्यावर चर्चेची आणि नवीन व्यापार करार लागू करण्याची जबाबदारी टाकावी. सगळ्या सभासद देशांचे जाव्यासंच्या करारांतर्गत वागणे अपेक्षित आहे, असे १ जानेवारी १९९५ ला ठरवण्यात आले.

जागतिक व्यापारी संघटनेच्या निर्मितीपासून प्रत्येक वर्षी त्यांच्यात अंतर्गत संघर्ष उत्पन्न होत आहेत. ते जास्तच टोकदारही होताहेत. हा वाद विकसित व विकसनशील देशांमध्ये आहे. उरुग्वे राऊंडमध्ये करारात नाना विषयांवर चर्चा करायला सांगितले आहे. त्यांना खरा रस विकसित देशांत आहे. उलटपक्षी, विकसनशील देशांना अर्धवट सोडलेले काम पूर्ण व्हावे, अशी इच्छा आहे. उरुग्वे राऊंडमध्ये विकसित देशांनी सोडलेले व वचनबद्ध असणारे कार्य पूर्ण करावे, अशी त्यांची अपेक्षा आहे. जागतिक व्यापार संघटनेची निर्मिती झाल्यापासून हा त्रास सुरू झाला आहे. पश्चिमात्त्य देशांना या क्षेत्रात कामगार वर्ग व पर्यावरण हेही घटक समाविष्ट करावेत म्हणून दबाव आणत आहेत. डिसेंबर १९९६ साली सिंगापूरला जेव्हा जागतिक व्यापार संघटनेची परिषद झाली, त्यात विकसनशील देशांनी कामगारांचा मुद्दा बाजूला ठेवायला भाग पाडले; पण पाश्चिमात्य देशांनी यशस्वीपणे नवीन चार मुद्दे मांडलेत. त्यात व्यापार आणि गुंतवणुकीतील संबंध, व्यापार आणि स्पर्धा धोरणावर चर्चा, सरकारने पारदर्शकता दाखवायला हवी, व्यापारातील सोयी वाढायला हव्यात. यालाच सिंगापूर मुद्दे म्हणतात. १९९८ साली जिनिव्हात जेव्हा दुसरी मिनिस्टेरियल कॉन्फरन्स झाली, तेव्हासुद्धा पाश्चिमात्य देशांनी दबाव आणण्याचा प्रयत्न केला;

पण त्यांच्या यादीत किंवा व्यापारावरच्या चर्चेतून तो पूर्वीसारखा पडला नाही. विकसनशील देशांच्या सरकार व आम जनतेत दोघांनाही जागृती आली. फक्त विकसनशील देशांतच नव्हे, तर विकसित देशातसुद्धा आणि एन.जी.ओ. (NGO) यांना वाटायला लागले की, जागतिकीकरणाचे फायदे फक्त एकतर्फी आहेत. नोव्हेंबर १९९९ साली सिएटला तिसरी मिनिस्टेरियल कॉन्फरन्स झाली. त्यापूर्वी जागतिक व्यापार संघटनेच्या विरोधातील लोकांनी मोठ्या प्रमाणात दडपण आणून निदर्शने करून विरोध दर्शविला. त्यामुळे ही परिषद नवीन सहस्रकासाठी काहीही ठरवण्याच्या आधीच गुंडाळावी लागली. यात त्यांना खरे तर व्यापारविषयक धोरणे व चर्चा करायची होती.

नोव्हेंबर २००१ साली दोहा (कतार) इथे जेव्हा चौथी मिनिस्टेरियल कॉन्फरन्स घ्यायची होती. ती मात्र पुरेशा बंदोबस्तात पार पडली. त्या वेळी जनतेची निदर्शने होणार नाहीत याची पूर्ण खातरजमा केली होती. या परिषदेवर ९/११ ची छाया होती. तशातही पाश्चिमात्य देशांनी आपले घोडे पुढे दामटले व नवीन व्यापार करार दोहा डेव्हलपमेंट अजेंडा नावाने दोहा येथे पूर्ण केला. या वेळी दोहा राऊंडच्या कार्यक्रमात बऱ्याच विकसनशील देशांनी आपल्याला स्वारस्य असणारे बरेच मुद्दे त्यात घालण्याचा प्रयत्न केला व त्यात ते यशस्वीही झालेत. विशेषतः उरुग्वे राऊंडमध्ये जे प्रश्न उपस्थित झाले होते, त्यांच्यावर तोडगा काढण्यात यश मिळाले. यामुळे त्यांना मानसिक यश मिळाले. या चर्चेच्या फेरीत त्यांना नाव मिळाले. विकासाच्या मुद्द्यांवर त्यांचे मतही विचारात घेतले गेले. दोहा फेरीत इतर महत्त्वाचे मुद्दे, ज्यांवर विचार झाला, ते होते कृषी, सेवा, बाजारपेठेत शिरकाव किंवा औद्योगिक उत्पादन आणि तयार माल, ज्यांना शेतीविषयक बाजारपेठेत प्रवेश, टी.आर.पी.त आणि चार सिंगापूर मुद्दे यांचा भरणा होता. दोहा येथे झालेल्या फेरीत भारताने खूप महत्त्वाची भूमिका पार पाडली. भारताच्या म्हणण्याप्रमाणे सिंगापूर मुद्दे हे मोघम असून, त्यातून विकसनशील देशांना दूर ठेवण्याचे सूचित केले होते व परत त्यांना त्याच मुद्द्यांकरता संघर्ष करावा लागतो. याकरिता १ जानेवारी २००५ ही तारीख ठरवून तोपर्यंत सर्व चर्चांची एक तालिका पूर्ण व्हावी, अशी अपेक्षा व्यक्त केली गेली.

कान्कुन (मेक्सिको) इथे सप्टेंबर २००३ साली झालेली पाचवी मिनिस्टेरियल परिषद जाव्यासंच्या इतिहासात वेगळे वळण देणारी ठरली. या वेळी विकसनशील देशांनी आपल्या अपेक्षा व स्वारस्य यांवर भर देऊन त्या ठामपणे मांडल्या. त्यात पाश्चिमात्य देशांची शिरजोरी ते आता चालवून घेणार नव्हते. कान्कुनला जाव्यासंत विभागणी होत असल्याचे स्पष्ट जाणवले; पण उत्तर-दक्षिण अशी ती नव्हती. कान्कुन परिषदेचे वैशिष्ट्य हे होते की, जी-३३ खाली सिंगापूर मुद्दे हवे असणारे

देश आले व जी-२० खाली ज्यांना कृषी उद्योगाला पुढे आणण्यात रस होता, ते होते यात भारताने नेतृत्व करण्याची भूमिका घेतली. त्यामुळे कान्कुनला विकसनशील देशांचा आवाज ऐकता आला. त्यांना त्यांच्या देशासाठी काय आवश्यक आहे, हेही ठरवता आले. कान्कुन परिषदेचे बारा वाजले. अगदी अनपेक्षितपणे, पण निश्चित प्रकारे सिंगापूर मुद्द्यांतील चार घटकांपैकी तीन सोडावेच लागले. फक्त व्यापारविषयक बाबी चर्चेत आल्या. जरी स्पष्टपणे म्हटले गेले नाही, तरी कान्कुन परिषदेत उप मुद्दा म्हणून अमेरिकेचे इराकमधील युद्ध हा विषयसुद्धा चर्चिला गेला. अमेरिकेचा वाढता एकाधिकार, उद्दामपणा अमेरिकेने दाखविलेली लष्करी ताकद, त्यांनी केलेली हिंसक निदर्शने या सगळ्यामुळे जगभरातील गरीब आणि दुर्बल देशांना आपण असाहाय्य आहोत, असे वाटत होते. यातूनच त्यांना आपली एकी व त्यातील सामर्थ्य प्रकट करावेसे वाटले. म्हणूनच त्यांनी जाव्यासंचा वापर करत आपल्याला लागू केलेले निर्बंध झुगारायचे यशस्वी प्रयत्न केलेत. कान्कुनमध्ये जगातील मुंग्यांनी एकत्रितपणे हत्तींना लोळवायचे ठरवले. कान्कुनमध्ये एक निश्चित नियम दुर्बलांसाठी आखला गेला. त्यात जगातील गरीब देशांचा समावेश होता. फार पूर्वी भारतीय समाजात दलितांना जशी वागणूक दिली जात होती, तद्वतच हे सर्व चालू होते. बाटलीतून निघालेले राक्षस (जिनी) परत बाटलीत घालता येतो, हे कान्कुनमध्ये सिद्ध झाले.

कान्कुन मिनिस्टेरियल परिषदेचा धुव्वा उडाला, तरी चर्चा चालूच होत्या. विकसनशील देशांच्या एकत्रीकरणामुळे ते तग धरून होते. वास्तविक पश्चिमात्य देश त्यांच्यावर सतत दबाव आणून, अपप्रचार करत होते. त्यातूनही ते तावून सुलाखून निघालेत. विकसित देशांना हे पाहून आश्चर्य तर वाटलेच. आता त्या देशांना नवी ताकद एकमेकांना चिकटून राहणे व ठामपणे आपले म्हणणे सांगणे या गोष्टी जमल्या होत्या. ज्या मुख्य समस्या होत्या, त्यावर कोणीच माघार घ्यायला तयार नव्हते. त्यामुळे त्याची मूळ सारिणी होती, त्याबरहुकूम काहीही घडत नव्हते. जागतिक व्यापार संघटनेच्या जनरल कौन्सिलने ऑगस्ट २००४ साली ही शेवटची मुदत म्हणून ठरवली. त्यांनी त्याला जुलैची चौकट म्हटले; पण हीच तारीख पुढे ढकलून डिसेंबर २००६ ठरली. हा निर्णय हाँगकाँगमध्ये डिसेंबर २००५ मध्ये झालेल्या सहाव्या मिनिस्टेरियल परिषदेत घेण्यात आला. जगातील सर्वांत मोठी आर्थिक आणि व्यापारी सत्ता म्हणून अमेरिकेच्या काँग्रेसने ही समयसारिणी लवकरात लवकर म्हणजे एक वर्षात पूर्ण करावी, असे सांगितले. त्यांना आशा होती की, हा करार २००६ साल संपायच्या आत पास केला जाईल; कारण अमेरिकन काँग्रेसला अमेरिकेच्या राष्ट्राध्यक्षांची वेगात हालचाल करण्याची कुवत माहीत होती. त्यातच

१ जुलै २००७ रोजी ट्रेड प्रमोशन अथॉरिटी (TPA) मुदत संपत होती. अमेरिकन काँग्रेसला जो नियम किंवा मसुदा पास होत नसला, तरी ते तसे करवून घेऊ शकणार होते. त्याकरिता त्यांना त्यात बदल किंवा पुरवणीची गरज नव्हती. जुलै २००६ साली चर्चा थांबली व हा एक प्रकारचा अडथळाच अमेरिकेकरिता तयार झाला. त्यामुळे ते अगदी व्याकूळ झालेत. अमेरिकेच्या राष्ट्राध्यक्षांची वेगाने काम करण्याची पद्धत/हक्क जो १ फेब्रुवारी २००७ रोजी संपणार होता, त्यापूर्वी त्यांना हे सर्व आटोपायचे होते. नवीन वेळ २००८ सालाच्या अंतापर्यंतचा आहे. छोटी मिनिस्टेरिअल बैठक, जी डायरेक्टर जनरल जाव्यासंने जिनिव्हात जुलै २००८ साली भरवली होती, ती एकाएकी संपली. या सगळ्या प्रकारात जी-२० ने केलेले प्रयत्न पण वाया गेले. नोव्हेंबर २००८ मध्ये वॉशिंग्टनला झालेली राज्यांचे प्रमुख व सरकार यांच्यात बोलणी होऊन एका करारापर्यंत पोचत असतानाच परत त्याला खीळ बसली व २००९ सालापर्यंत प्रश्न अधांतरितच राहिले.

जाव्यासंबरोबरच्या चर्चेत भारताने शेतीविषयक मुद्द्यात रस घेऊन त्याला तोंड दिले. जागतिक पातळीवर शेतीसंबंधी उत्पादने यात भारताचा सहभाग अगदी नगण्य आहे; पण भारतात ५५% लोक शेतीवर निर्भर आहेत. त्यातील कित्येकांना कोणत्याही प्रकारचे सुरक्षाकवच नाही. भारताचा शेतीकडे पाहण्याचा दृष्टिकोन आर्थिक नसून, शेकडो, हजारो, लाखो भारतीयांचा तो उदरनिर्वाहाचा व्यवसाय आहे. विकसित देशांची मागणी आहे की, भारताने आपली परंपरागत अवजारे सोडून परदेशातून म्हणजे श्रीमंत देशांतून अन्नधान्याची आयात अल्प दरात करावी. त्यांचा डोळा तर भारताच्या बाजारपेठेवर आहेच. जाव्यासंशी चर्चा करताना भारताची कृषीविषयक भूमिका तीन तत्त्वांवर आधारित आहे. त्यात अन्नसुरक्षा, पोटापाण्याचा प्रश्न सोडवण्याची कुवत आणि ग्रामीण विकासाच्या गरजा या होत. बऱ्याच जणांचे म्हणणे आहे की, भारताने शेतीकरिता प्रतिकारात्मक धोरण न ठेवता लवचीक धोरण अनुसरावे. त्यामुळे भारत दीर्घ मुदतीत महत्त्वाचा कृषी उत्पादनातील निर्यातदार बनेल. या प्रकारचा धोका भारतातील कोणतेही सरकार घेणार नाही. सध्या जगात चालू असलेली अन्नाची आणीबाणी भारताला पुढे जाऊ देत नाही. विशेषतः सध्याच्या विकासाकरिता तरी तसे होते आहे. या धोरणात बदल करणे सयुक्तिक ठरणार नाही. त्याने जागतिक बाजारपेठेत कृषी क्षेत्र उघडे पडेल. जुलै २००८ मधील बोलणी बारगळल्यावर विशेष सुरक्षा पद्धती वापरण्याचा मुद्दा पुढे आला; पण भारत याबाबतीत फार हळुवार आहे. भारताला आपल्या शेतीमालाचे भाव कोसळण्याची किंवा परदेशी वस्तूंची बाजारपेठ काबीज करण्याची भीती वाटते. त्यामुळे या पद्धतीपासून संरक्षण करणे भारताला जास्त महत्त्वाचे वाटते.

भारताने बिगर कृषी बाजारपेठ उपलब्धतेवरसुद्धा कडक धोरण अवलंबिले नाही. भारताचे स्वारस्य मर्यादित आहे. त्याच्या कर्तव्यात इतरांना कमी लेखणे किंवा भीती दाखविणे असे नाही. नवीन उद्योगधंदे, ज्या क्षेत्रातील उद्योगधंद्यात सामाजिक व आर्थिक दुर्बल घटक काम करतो. अशा संस्था, लहान उद्योग चालवणारे जे रोजगारीला बढावा देतात, ग्रामीण, अर्धशहरी आणि सहज पोहोचू न शकणाऱ्या भागात जे व्यवसाय सुरू करतात, अशा सगळ्यांना भारत आपल्या छत्राखाली घेतो. भारत असा देश आहे की, ज्याचे अर्धेअधिक उत्पन्न सकल राष्ट्रीय उत्पादनातून येते. त्यामुळे भारताकडून अशा सेवा मिळाव्यात म्हणून अधिकाधिक देश त्याची मागणी करताहेत. त्यामुळे भारताला सेवाक्षेत्र हे एक निर्यातीचे निश्चित स्थान बनले आहे. त्यात मोड-१ मध्ये सीमा भागातील लोकांची जा-ये असते. मोड-४ मध्ये नैसर्गिकरित्या जा-ये होत असते. भारताने दोहा विकास मसुद्यात अगदी स्पष्टपणे म्हटले आहे की आवश्यक सेवेत महत्त्वाकांक्षी स्वरूपात जरी गोष्टी घडल्या, तरी तो भाग त्या मसुद्यातील नियमात बसणारा असेल.

भारत सुरुवातीला गॅट/जागतिक व्यापार संघटनेत चाचपडत होता. तो आता हळूहळू स्थिरावत असून, चर्चेचा मुख्य घटक बनतो आहे. पूर्वी जाव्यासंतील सर्व महत्त्वाचे निर्णय क्वाड म्हणून कॅनडातील गट, युरोपियन कम्युनिटीज (इयूचे जाव्यासंमधील सध्याचे अधिकृत नाव हे आहे), जपान आणि अमेरिका हे घेत असत व त्याला बाकीच्या सभासदांची संमती आहेच, असे गृहीत धरले जाई. आज परिस्थिती बदलली आहे. जाव्यासंचा जो अंतर्गत गट स्थापला गेला आहे, त्यात भारताने स्वतःची जागा बनवली आहे. त्यात ऑस्ट्रेलिया, ब्राझील, चीन, युरोपियन कम्युनिटीज, जपान आणि अमेरिका हे देश येतात. याला नवा क्वाड म्हटले जाते. चार/पाच रस असणारे पक्ष (FIPS), द क्विंट (Quint) जी-६ किंवा जी- ७ हेसुद्धा सर्व महत्त्वाच्या बाबींवर विशेषतः शेतीवर लक्ष ठेवून आहेत. याचा सभासद म्हणून भारताला फक्त आपल्या फायद्याचे प्रश्न न सोडवता त्याला विकसनशील देशांचेही प्रश्न सोडवायचे आहेत. तीच त्याच्याकडून अपेक्षाही आहे.

विकसनशील देश ब्राझील आणि भारतासारख्या देशांवर इतके का अवलंबून आहेत, त्याला कारणेही आहेत. ते देश इतरांचेही मुद्दे मांडतात. जाव्यासंतील मुद्दे मांडताना जी भाषा वापरली जाते, ती गुंतागुंतीची, कायद्याला धरून व समजण्यास कठीण अशी आहे. त्यात 'निळा डब्बा', 'पिवळा डब्बा', 'हिरवा डब्बा' अगदी *अल्प पाठिंबा मिळणाऱ्या पाठिंब्यातून* काढलेले परिणाम/सरासरी 'स्विस पद्धत' याकरिता खूप तज्ज्ञ असणे व पूर्ण लक्ष देणे गरजेचे आहे. एकाच वेळी चर्चेत भाग घेणे, जिनिव्हा किंवा कुठेही चालू असलेल्या मोठ्या प्रमाणातील मुद्द्यांचा विचार करणे, असे सगळे चालू ठेवावे लागते. मोठे विकसित देशसुद्धा आवश्यक असणारे

पुरेसे तज्ज्ञ लोक त्यांच्याकडे नाहीत. त्यामुळे त्यांना हे समजणारे व हाताळणारे लोक हवे असतात. विकसित व विकसनशील देशांना त्यांचे प्रतिनिधित्व करणारे हवे असतात. भारतालासुद्धा अशी मंडळी मिळणे काही वेळा दुरापास्त होते. विकसित देश आपल्याबरोबर मोठ्या संख्येने वकील, तज्ज्ञ व चर्चा करणारे आणतात. भारत त्यांची बरोबरी करू शकत नाही. गेल्या काही वर्षात भारताने आपल्या ज्ञानाचा मेळ घालून चर्चा करतील, असा गट तयार केला आहे. त्यात सरकारमधील, खाजगी उद्योगपती, कायदेतज्ज्ञ, शिक्षणक्षेत्र व विचारवंतांचा भरणा आहे. भारताचा जाव्यासंशी असणाऱ्या संबंधांचा भारतावर दूरगामी परिणाम होतो आहे. हे जाणून भारताने अंतर्गत धोरणांकरतासुद्धा असे सल्लागार नेमले आहेत. ते व्यापार आणि उद्योग, राजकीय पक्ष आणि अ-शासकीय संस्था यांच्याबद्दल सल्ला देतात. जाव्यासंच्या नाना मुद्द्यांवर सरकारने लक्ष केंद्रित करणे गरजेचे आहे. त्याकरिता भारताला आपल्या परराष्ट्र धोरणात आवश्यक ते बदल आणणे गरजेचे आहे.

जाव्यासं जरी सर्वगुणसंपन्न संस्था नसली, तरी व्यापाराकरिता आवश्यक असणारी आहे. सध्या तिचे १५३ सभासद आहेत. तिने प्रचंड आर्थिक व राजकीय अडथळे पार केले आहेत. बऱ्याच देशांना तिचे सभासदत्व हवे आहे. त्यांना तिचे काटेकोर नियम आणि पारदर्शक बहुपक्षीय पद्धत ही सगळ्यांच्याच हिताची आहे, हे ते जाणून आहेत. जाव्यासंच्या बाहेर असणाऱ्या देशांना अक्षम आणि कटकटीची वाटणारी पद्धत नको आहे. त्यांना जाव्यासंचे महत्त्व कळले आहे. एकट्या दुकट्याने चर्चा करणे किती त्रासाचे आहे, हेही ते जाणून आहेत. प्रत्यक्षात बहुपक्षीय व्यापार पद्धतीने किती प्रगती साधली आहे, ते गेल्या सहा दशकांत दिसते आहे. त्यामुळे आंतरराष्ट्रीय व्यापारसुद्धा कित्येक पटीने वाढला आहे.

प्रांतिक व्यापाराची रचना

जाव्यासं जास्तीत जास्त देणारी चौकट असली, तरी ते फक्त एकच साधन आहे, असे नव्हे. गेल्या काही वर्षांत बहुपक्षीय व्यापार व्यवस्थेत बिघाड झाला, तरी प्रांतीय व्यापाराची रचना (RTAS), मुक्त व्यापाराचा करार (FTAS) किंवा आवडत्या व्यापाराचा करार (PTAS) हे सगळ्यांना आकर्षित करीत आहेत. हे लक्षात घेणे जरूर आहे की, जेव्हा १९४८ आणि १९९४ सालात गॅट अस्तित्वात होता, त्या वेळी १२४ प्रांतीय व्यापाराची रचना जाव्यासंखाली नोंद झालेल्या होत्या. १९९५ साली जाव्यासं अस्तित्वात आल्यानंतर आणखी २४० प्रांतीय व्यापार रचना आपला माल व सेवा देण्याकरिता नोंदवल्या गेल्या. अर्ध्या जगातील व्यापार प्रांतीय व्यापार रचनेद्वारा होतो. जाव्यासंच्या नियमांतर्गत प्रांव्यारना काही

अटींवर परवानगी मिळाली आहे. बहुपक्षीय प्रांतात जाव्यासंबरोबर स्पर्धा न करता परस्परांना पूरक होईल, असा व्यवहार करायला त्यांची ना नाही. प्रांव्यार नक्कीच सक्षम नाहीत. त्यांनी नेहमीच नियमांत तोडमोड केली आणि समस्याच निर्माण केल्यात. त्यांनी किंमत वाढीवर लक्ष न ठेवल्यामुळे दोन देशांमधल्या किंवा प्रांतातल्या लोकांना मुक्त व्यापार करार (FTAS) मधून फायदा न मिळता तिसऱ्यालाच लाभ मिळणे झाले. त्यात अतिशय महत्त्वाच्या बाबींच्या यादीत समावेश न करणे, करवसुलीच्या कामात ताप वाढवणे व व्यापाराकरिता नवनवीन दालने उघडण्यापेक्षा व्यापाराची दिशा बदलण्याबद्दल त्यांना नावाजले गेले. तरीही प्रांव्यार लोकप्रिय आहे. प्रत्यक्षात प्रांव्यारने देशातील गटांना चर्चा व एकूण आखणी करायला सांगितले. जे बहुपक्षीयांनाही जमले नाही, ते त्यांनी करून दाखविले. प्रांव्यारचा बहूपक्षीय व्यापार वाढवण्यातही मोठा सहभाग आहे. बऱ्याच देशांना प्रांव्यार म्हणजे बहुपक्षीय व्यापारात प्रांताला आणीबाणीपासून चावणारे कुंपण वाटते. आर्थिक संघटनेच्या सहा पायऱ्या आहेत. पहिली आव्याक नंतर मुव्याक, आयात करावरील संघटना, सर्वसामान्य बाजारपेठ, आर्थिक आणि वित्तीय संघ आणि पूर्ण आर्थिक एकात्मता या त्या होत. गेल्या दोन दशकांत त्यांनी मुख्य व्यापार करणाऱ्या देशांना तीन व्यापारी विभागांत विभागले आहे. उत्तर अमेरिकेतील मुक्त व्यापार करार (NAFTA), युरोपीय संघ (EV) आणि पूर्व आशियातील आसियान, चीन, जपान आणि दक्षिण कोरिया मिळून तिसरा भाग बनला आहे. भारत व दक्षिण आशिया या प्रकारात मोडत नाहीत.

यात भाग घेतल्यापासून भारताच्या सराउत वाढ झाली. भारत जगातील मुख्य व्यापार करणाऱ्या देशांत मोडत नाही. तरीही सामान व सेवा यात झालेल्या व्यापारामुळे १% वाढ निश्चित झाली आहे. भारत मोठा वेगाने वाढणारा, आर्थिकदृष्ट्या सबळ असूनसुद्धा व्यापाराच्या मुख्य प्रवाहापासून दूर राहू शकतो का? दीर्घ मुदतीचा विचार करता, भारताला भविष्यात काय घडू शकेल, याचा विचार करायला हवा. भारताने सरळ मार्ग अवलंबिला, तर त्यात मागे पडण्याचा धोका संभवतो किंवा इतर प्रमुख आर्थिक संघटनेच्या तुलनेत किंचित फायदा होऊ शकतो किंवा अगदी वाईट स्थिती उद्‌भवली, तर आर्थिक किंवा अनार्थिक कारणांस्तव बाहेर ठेवतील. एखादी कृती करायची म्हणूनदेखील आर्थिक कारणांवरून किंवा प्रांव्यारमधील विविध देशांबरोबर विशेषतः शेजाऱ्यांबरोबर चर्चा केली, या कारणास्तव ते बाहेर ठेवू शकतात. प्रांव्यारजवळ आता आर्थिक आणि व्यापाराला लागणारे घटक, कडक राजकीय धोरण आहे. तशातही प्रांव्यारवर भारताच्या शेजारी देशात अर्थकारणापेक्षा राजकारणाचाच पगडा जास्त आहे. भारत आणि इतर सार्कमधील देश यांनी दक्षिण आशिया मुक्त व्यापार क्षेत्र (SAFTA) असा करार केला आहे. भारत मुव्याकमध्ये

श्रीलंकेबरोबर व आव्याकमध्ये अफगाणिस्तान बरोबर आहे. भारताने बी.आय. एम.एस.टी.इ.सी. (BIMSTEC) खाली चौकटीतला करार केला आहे. आणि बँकॉक कराराखाली तो बांगलादेश, चीन दक्षिण कोरिया, श्रीलंका आणि लाओस या देशांबरोबर बांधला गेला आहे. बँकॉक कराराचे आताचे नाव आशिया पॅसिफिक व्यापार करार (APTA) आहे. भारताला पूर्वेकडच्या देशांशी प्रांव्याखाली जास्तीत जास्त जवळीक व व्यापार साधायचा आहे. २००५ सालापासून सिंगापूरबरोबर कॉम्प्रेहेन्सीव्ह इकॉनॉमिक को-ऑपरेशन ॲग्रीमेंट (CECA) हा करार केला आहे. भारताने सी.इ.सी.ए.च्या चौकटीतील करारांवर आसियानबरोबर सह्या केल्या आहेत. याच्याच अंतर्गत दोन्ही पक्षांना २००९ साली मुव्याकखाली सह्या करणे प्राप्त आहे. २००४ सालापासून थायलंडबरोबर मुव्याकखाली केलेला अर्ली हार्वेस्ट प्रोग्राम सुरू झाला आहे. जपान व दक्षिण कोरियाबरोबर कॉम्प्रेहेन्सिव्ह इकॉनॉमिक पार्टनरशिप ॲग्रीमेंट्स नावाने (CEPAS) भारताच्या एका नव्या कराराबद्दल चर्चा चालू आहेत. भारताच्या पश्चिमेकडे पाहता भारताने आर्थिक सहकार्याकरता चौकटीतला करार त्यावर सह्या केल्यात. त्यात गल्फ को-ऑपरेशन कौन्सिल (GCC) आणि आव्याकवर सही इस्राइलशी संबंध जोडण्यासाठी केली. आफ्रिकेत भारताचा जो कॉम्प्रेहेन्सीव्ह इकॉनॉमिक को-ऑपरेशन ॲन्ड पार्टनरशिप ॲग्रीमेंट आहे, तो मॉरिशसबरोबरचा आहे. आव्याकबरोबरचा दक्षिण आफ्रिका कस्टमस् युनियन किंवा SACU शी आहे (यात दक्षिण आफ्रिका, लेसोथो, स्वाझिलँड, बोटस्वाना आणि नामिबिया हे देश येतात.) लॅटिन अमेरिकेत भारताने पी.टी.ए.शी चिली आणि एम.इ.आर.सी.ओ.एस.यू.आर. (MERCOSUR) यात अर्जेंटिना, ब्राझील, पॅराग्वे, उरुग्वे हे देश येतात. या प्रांव्यारचा प्रभाव न ठरवताही भारताच्या प्रगती व आर्थिक सुधारणांवर पडला. या प्राव्यार लागू होण्यापासून उद्योगधंद्यातील काही क्षेत्रांत काळजी वाटण्यासारखी स्थिती निर्माण होऊ शकते. त्यांचा पूर्ण प्रभाव काही वर्षांनंतरच जाणवेल. पण तोपर्यंत भारताने आपली आर्थिक स्थिती उत्तम प्रकारे सुधारलेली असेल व जागतिक पातळीवरच्या कोणत्याही स्पर्धेला तो तोंड द्यायला समर्थ असेल, अशी आशा करायला हरकत नाही.

प्रमुख आर्थिक भागीदार

भारताला युरोपचे महत्त्व वाटायचे कारण म्हणजे तो अमूल्य आर्थिक भागीदार आहे. भारत-युरोपात परस्परांत आहे. युरोपियन देशांनी भारताला ऑफिशियल डेव्हलपमेंट असिस्टंस (ODA) खाली मोठा हिस्सा दिला आहे. भारताला गरज आहे, भांडवलाची, बाजारपेठेची आणि तंत्रज्ञानाची. यातूनच युरोपियन देशांशी भारताची

जवळीक साधली गेली. असे असूनसुद्धा भारताच्या परराष्ट्र धोरणात व्यापार आणि आर्थिक संबंधात युरोपचे वजन गेल्या काही वर्षांत कमी झाले आहे. तरीही युरोप भारताला तंत्रज्ञान पुरवण्याचा मुख्य स्रोत आहे. कदाचित जगात इतरत्र नसेल इतका शासकीय संबंध युरोप व भारतात आहे. युरोपीय संघ (EU) तसेच युरोपातील एकेक देश यांच्याशी भारताचे उच्चस्तरीय संबंध आहेत. यात मोठ्यांच्या भेटी व इतर प्रकाराने पत आदान प्रदान चालते. २००० सालापासून प्रत्येक भारत-युरोपीय संघादरम्यान परिषदा भरतात. त्या भारत व युरोपात आलटून पालटून असतात. या परिषदा म्हणजे दर वर्षी पार पाडायचा एक कार्यक्रम/विधी आहे. दोन्हींकडून सर्व कारभार ठीकच चालू असल्याची ती ग्वाही आहे. युरोपीय संघ मध्ये ट्रॉइका म्हणून वर्तमान, नुकताच घडलेला भूतकाळ, युरोपीय संघाचा भावी अध्यक्षाच्या निवडीचा विचार असा चालू आहे. युरोपातील देशांत एकमेकांशी उच्चस्तरीय चर्चा वरचेवर होतच असते. विशेषतः युनायटेड किंगडम (इंग्लंड), फ्रान्स आणि जर्मनी हे तीनही देश जी-८ चे सभासद असून, त्यांचा जागतिक स्तरावर मोठा प्रभाव पडतो आहे.

आर्थिक घटकांना प्राथमिकता देताना काही महत्त्वाचे राजकीय विचार मागे पडू देता कामा नये. युनायटेड किंगडम व फ्रान्स दोघेही संयुक्त राष्ट्रसंघाच्या सुरक्षा परिषदेतील कायम सभासद आहेत व दोन्ही देशांना आण्विक शस्त्रे बाळगणारे म्हणून ओळखले जाते. युरोपातील सर्वच देश अणुइंधन पुरवठादार संघटनेचे सभासद आहेत आणि बरेच देश क्षेपणास्त्र तंत्रज्ञान नियंत्रण व्यवस्थेचे सभासद आहेत. त्यातील काही देशांनी भारतातील फुटीरतावादी गटांना व त्यांच्या नेत्यांना आसरा दिला आहे. त्यामुळे भारताला युरोपियन देशांची मदत घेऊन त्यांच्या विरोधात कशी जुळणी करायची, ते ठरवायला हवे. ते त्यांना आर्थिक इतरही मदत करत आहेत. भारताच्या शेजारी देशांशी जास्त सलगी किंवा त्यांच्यावर प्रभाव पाडून ते भारताला सतत सतर्क राहण्याला भाग पाडत आहेत. ते भारताशी कोणत्याही बाबतीत स्पर्धा करू शकणार नाही. ती एक अशक्यप्राय गोष्ट समजायला हवी. युरोपातील जवळपास सर्वच सल्ले देणारे व लोकशाही आणि मानवाधिकारावर सतत बोलणारे आहेत. त्यावरूनच ते भारताला तंबी देत असतात. व्यापारासंदर्भातसुद्धा दडपण आणत असतात. इंग्लंड व फ्रान्ससारखे युरोपियन देश भारताला मोठ्या प्रमाणात लष्करी सामग्री आणि तंत्रज्ञान पुरवत असतात. भारताने युरोपीय संघाबरोबर, तसेच इंग्लड, फ्रान्स व जर्मनी बरोबर ही संधी देणाऱ्या भागीदारी प्रस्थापित केल्या आहेत; पण त्या काही खऱ्या नाहीत. भारत युरोपियन्स किंवा युरोपातील देशांना फारसे महत्त्व देत नाही. भारताच्या राजकारणावर किंवा सुरक्षेवर त्याचा काहीही परिणाम होणार

नाही. युरोपीय संघामधील देश, जे आपली मोठी ताकद किंवा ऊर्जा ज्या समस्यांवर खर्च करतात, त्यात भारत येत नाही; कारण भारत हा त्यांचा प्रमुख व्यापार क्षेत्रातील भागीदार नाही किंवा तो संयुक्त राष्ट्र परिषदेचा कायम सभासद नाही किंवा त्यांच्याशी भारताचा कोणत्याच प्रकारे आण्विक शस्त्रास्त्रांचा व्यापार होत नाही.

लॅटिन अमेरिकेशी संबंध ठेवायची इच्छा असली, तरी भौगोलिकदृष्ट्या तिथल्या देशात व भारतात प्रचंड अंतर आहे. आणि तो मुख्य अडथळा आहे. वास्तविक पाहता त्यांच्याकडे मोठ्या प्रमाणात शहरी व शिक्षित लोक आहेत. नैसर्गिक स्रोतात तो अग्रेसर आहे आणि त्या देशातील लोकांत भारत राजकीय दृष्टीने लोकप्रिय आहे. त्याच्या सदिच्छाही भारताच्या पाठीशी आहेत. त्याचा परिणाम म्हणजे भारताचे ब्राझीलशी असलेले द्विपक्षीय संबंध होत. ते भारत-ब्राझील-दक्षिण आफ्रिका यांच्या चौकटीत बसणारे आहेत. तसेच जाव्यासंकरताही आहेत. व्यापाराच्या व्यवस्थेकरता ते दक्षिण अमेरिका आणि चिली यांच्याशी संबंधित आहेत. यावरून लॅटिन अमेरिकेत भारतातील उद्योगधंद्यांची किती जाण आहे, हे दिसून येते.

भारताचा परकीय मदतीचा कार्यक्रम

भारताच्या परराष्ट्र धोरणाला सुरुवात केल्यापासून भारताचा मुख्य व महत्त्वाचा मुद्दा आहे की, विकसनशील राष्ट्रांना त्यांची आर्थिक स्थिती सुधारण्यासाठी मदत व सहकार्य करत राहायचे. भारताचे स्वातंत्र्य हा जिथे जिथे साम्राज्यवाद होता, तिथल्या लोकांना प्रोत्साहित करतो. त्यांना एक चिकित्सक नजरपण मिळाली आहे. भारताने इतर देशांना ज्यांना स्वातंत्र्य हवे होते, त्यांना ते मिळवण्यासाठी राजकीय, नैतिक आणि राजनैतिक पाठिंबा देऊन त्यांच्या संघर्षाला उत्तेजनच दिले. दक्षिण-दक्षिण सहकार्य हेच दर्शविते की, साम्राज्यवादाच्या विरोधात असणाऱ्या देशांना भारताने राजकीय पाठिंबा व आर्थिक पाठबळ दिले. भारतासारखा गरीब, पण विविध भागांत समृद्ध असणारा देश जेव्हा सगळ्याच क्षेत्रांत स्वातंत्र्यानंतर पुढे सरकतो, त्याचा प्रभाव इतरांवर पडल्याशिवाय राहत नाही. भारताने इतकी वर्षे पाश्चिमात्यांचे अनुकरण होत असणाऱ्या शासनाला आणि प्रगतीला फाटा देऊन पर्यायी व्यवस्था चालवून दाखविली. भारताच्या पाठिंब्याशिवाय आणि नेतृत्वाशिवाय नव्या जगात पुढे येण्यास, सामाजिक न्यायास प्राधान्य मिळते आणि त्यात वाढ होणे शक्य नव्हते.

भारताचा मोक्याच्या ठिकाणी असणारा शेजारी म्हणजे दक्षिण आशिया होय. जे देश भारतापेक्षा गरीब आहेत, त्यांना प्राधान्य देऊन त्यांच्या भागाचा विकास करणे हा मुख्य कार्यक्रम आहे. त्यात त्यांना सवलतीच्या दरात कर्ज देते, तसेच तांत्रिक

व आर्थिक मदत देण्यात येते. यातला मोठा हिस्सा पायाभूत सुविधांवर आणि त्या देशातील आर्थिक प्रगतीवर भारत खर्च करतो. शेजारी राष्ट्रांत विशेषतः भूतान, अफगाणिस्तान व नेपाळ येतात. जगभरातील इतरही विकसनशील राष्ट्रांना भारत मदत करतो.

शेजारी देशांपाठोपाठ आफ्रिका खंडातील देशांना भारताकडून तंत्रज्ञान व आर्थिक सहकार्य करण्यात येते. आफ्रिकेच्या विकासामध्ये भारताकडून मोठ्या प्रमाणात आर्थिक सहकार्य करण्यात येते. यामध्ये आफ्रिकेच्या विकासासाठी नव्या आर्थिक भागीदारीचा करार करण्यात आला असून, यासाठी २० कोटी डॉलरची मदत देण्यात आली आहे, तर पश्चिम आशियातील देशांच्या सहभागातून सुरू असणाऱ्या भारत-आशिया चळवळीच्या माध्यमातून तंत्रज्ञान-आर्थिक क्षेत्रासाठी ५० कोटी डॉलरची मदत देण्यात आली आहे. याशिवाय सुदान आणि अन्य काही देशांबरोबरील भारताचे द्विपक्षीय संबंधही दृढ आहेत. पूर्व आफ्रिका विकास बँक, पूर्व व दक्षिण आफ्रिका व्यापार व विकास बँक, पश्चिम आफ्रिका विकास बँक यांसारख्या विभागीय बँकांसाठीही भारताकडून लक्षणीयरीत्या मोठ्या प्रमाणामध्ये कर्ज देण्यात आले आहे. आफ्रिकेतील काही गरीब देशांना जागतिक बँकेच्या माध्यमातून भारताने कर्ज दिले असून, हे कर्ज नुकतेच माफही केले आहे. शिवाय, आफ्रिका आणि आशिया खंडातील ५० सर्वांत गरीब देशांच्या मालांना आयातशुल्क माफ करत, तेथील उद्योगाला चालना देण्याचा प्रयत्न भारताकडून करण्यात येत आहे. शिवाय, टेलिएज्युकेशन आणि टेलिमेडिसिनच्या माध्यमातून आफ्रिकेमध्ये ई-नेटवर्क उभारणीचा महत्त्वाकांक्षी प्रकल्प भारताने हाती घेतला आहे.

भारताने एकविसाव्या शतकाची सुरुवात झाल्यानंतर, विभागीय संघटनांच्या माध्यमातून आफ्रिकेतील देशांबरोबरील संबंध दृढ करण्यासाठी प्रयत्न सुरू केले आहेत. आफ्रिकन युनियनबरोबर पश्चिम आशियायी देशांची आर्थिक समिती (ईसीओडब्ल्यूएएस), पूर्व व दक्षिण आफ्रिकेतील देशांच्या सामाईक बाजारपेठेसाठीची व्यापार व विकास बँक (सीओएमईएसए), मध्य आशियातील देशांची आर्थिक क्षेत्रासाठीची संघटना (ईसीसीएएस), पूर्व आफ्रिका संघटना (ईएसी), दक्षिण आफ्रिका विकास संघटना (एसएडीसी), आंतरदेशीय आफ्रिका विकास संघटना (आयजीएडी) आणि अरब मघरिब युनियन (एएमयू) यांसारख्या संघटनांचा समावेश होतो. भारताने एप्रिल २००८ मध्ये भारत-आफ्रिका फोरम परिषद घेतली. यामध्ये आफ्रिकन युनियनचे सदस्य देश सहभागी झाले होते आणि आफ्रिकेच्या औद्योगिक विकासावर यामध्ये चर्चा करण्यात आली. या परिषदेला अल्जेरिया, बुरकिना फासो, डेमॉक्रॅटिक रिपब्लिक ऑफ कांगो, इजिप्त, इथिओपिआ, घाना, केनिया, लीबिया,

नायजेरिया, सेनेगल, दक्षिण आफ्रिका, टांझानिया, युगांडा आणि झांबिया या देशांचे परराष्ट्रमंत्री सहभागी झाले होते. आफ्रिकेतील देशांबरोबरील संबंधांविषयी भारताकडून सातत्याने प्रयत्न केले, तर त्यामध्ये निश्चित यश येऊ शकते. यासाठी या देशांमध्ये कौशल्यवान राजनैतिक अधिकाऱ्यांची नियुक्ती करावी लागेल, तसेच सातत्याने उच्चस्तरीय दौऱ्यांचे आयोजनही करावे लागेल.

चीनने आफ्रिकेचे स्रोत बळकवायला सुरुवात केल्यावर भारताचे आफ्रिकेकडे लक्ष गेले, असा काहींचा समज आहे. भारताला जगभरातून निरनिराळ्या प्रकारच्या स्रोतांची गरज आहे. अगदी आफ्रिकेकडूनसुद्धा जर आफ्रिकेची आर्थिक वाढ व्हायला हवी असेल, तर आफ्रिकेतील लोकांची पिळवणूक थांबवली पाहिजे. भारत आफ्रिकेतल्या देशांना मदत गेली पन्नास वर्षे तरी करत आहे. जेव्हा आफ्रिकेतील देश साम्राज्यवादाच्या विळख्यातून सुटले, तेव्हापासून हे काम चालू आहे. भारताने आफ्रिका आणि आशियातील देशांना मदत द्यायला सुरुवात केली, तेव्हा खरे तर भारतच परकीय मदतीवर अवलंबून होता. नवीन स्वतंत्र झालेल्या देशांना राजकीय स्वातंत्र्य मिळत असले, तरी त्यांना जगण्यासाठी/तग धरण्यासाठी त्यांची आर्थिक वाढ होणे व स्वायत्तता असणे गरजेचे असते. भारताने आफ्रिकेतील देशांना जेव्हा साम्राज्यवादाच्या विरोधात असलेल्या संघर्षात आणि वर्णभेदात पाठिंबा दिला, तो मनापासून असणाऱ्या सदिच्छेतून आणि विश्वासातून निर्माण झाला होता. तीच भावना आजही आफ्रिकेत कायम आहे. भारताने आफ्रिकेत सुरू केलेल्या प्रकल्पातून त्यांचे नैसर्गिक स्रोत वापरात आले. त्यातून रोजगार तयार झाला. तंत्रज्ञानाचे प्रशिक्षण, मानव संसाधन विकास घडवून आणणे, प्रशिक्षणासाठी नवीन संस्था सुरू करून, तसेच भारतातून आफ्रिकेला तज्ज्ञांची देवाण करून त्यांची आर्थिक वाढ व्हावी, या हेतूनेच भारताने हे सर्व केले. त्या देशातील लोकांनाही भारतीय तंत्रज्ञान आपल्या जवळचे वाटते. भारताने लघु आणि मध्यम उद्योगांत वाढ करून त्यांच्या आर्थिक प्रगतीला चालना दिली. ते त्यांना आवडणारे व पटणारे होते. भारताने आफ्रिकेतल्या देशांवर कोणतेही प्रकल्प लादले नाहीत. उलट त्यांना व त्यांच्या पर्यावरणाला साजेसे व झेपेतील असे प्रकल्प सुरू केले गेलेत. भारत आफ्रिकेला फक्त शासकीय मदत करत नाही, तर भारतीय खासगी क्षेत्रसुद्धा त्यात मोठ्या प्रमाणात गुंतले आहे. भारतीय कंपन्यांनी मोठ्या प्रमाणात तिथे विविध प्रकाराने गुंतवणूक केली आहे. त्यात वाहतूक, ऊर्जा उत्पादन, दूरसंचार केंद्रे स्थापणे आणि इतर क्षेत्रांतील पायाभूत विकास, फुलांची व धान्याची शेती वाढवणे हे सर्व प्रकार येतात.

आता विकसनशील देशांकरता सवलतीच्या दरातील उधारी या सगळ्यात समस्या निर्माण व्हायला लागल्या आहेत. आधी भारत सरकार सरळ परदेशी सरकारांना ती

सुविधा देत होते. भारतीय कंपन्या याचा दुरुपयोग करायला लागल्यात. ते त्यांच्या निर्यातीवर कमी भाव लावून असल्यामुळे त्याचा परिणाम सर्वसामान्य आर्थिक संबंधावर पडायला लागला. बरीच सरकारे कर्ज पूर्ण किंवा त्याचा काही भाग परत करायला असमर्थ होते, म्हणून भारताला ती माफ करावी लागत होती. काही वर्षांपूर्वीपासून भारताने आयात-निर्यात बँकांवर हे काम सोपवले. या प्रकारालाही काही समस्या व मर्यादा होत्या. भारतीय बँकांनी रिझर्व्ह बँक ऑफ इंडियाने घालून दिलेल्या नियमांतर्गतच व्यवहार करता येत होता. ते आपणहून एचआयपीसीज किंवा एलडीसीज या वर्गात मोडणाऱ्यांना ज्यांना खरेच कर्जाची गरज होती, पण कर्ज फेडण्याची क्षमता नव्हती, त्यांना ते उधारीने कर्ज देऊ शकत नव्हते. त्यांना इतर श्रीमंत बहुपक्षीय किंवा दाते यांच्याकडून पैसा येत नव्हता. तो त्यांना बाजारातून चढत्या भावाने मिळवावा लागत होता; जो घेणेकरी देशांना मान्य नव्हता. सरकारने या समस्येवर तोडगा काढण्याचा प्रयत्न केला. त्यात कर्ज न फेडणाऱ्यांचे कर्ज सरकारच्या हमीवर फेडले जाणार होते. यामुळे अंदाजपत्रकात बरीच तूट येणार होती. व सरकारने एका मर्यादेपेक्षा जास्त कर्ज फेडणार नाही, असे म्हटले. हे थांबण्याचे कारण भारताचे दातृत्व त्याच्या विरोधात जाणार होते. बहुपक्षीय संघटना आणि द्विपक्षीय दाते यांनी उभा केलेला पैसा वाटेल तसा वापरता येणार नव्हता. भारताने परदेशी मदतीवर अवलंबून न राहता स्वतःच आपले स्रोत वापरून पैसा उभा करावा व आपला विकास करावा, अशी एक विचारसरणी पुढे येत होती. या समस्या सोडविणे अशक्यप्राय नव्हते. जर भारताला या देशांना आर्थिक साहाय्य करायचे असेल, तर त्याने त्यांना सवलतीच्या दरात ते द्यावे व कर्ज घेणाऱ्या देशांनी आणखी कुठून तरी पैसा उभा करता येतो का ते पाहावे. यातील तळटीप म्हणजे राजकीय इच्छाशक्ती व प्राधान्यक्रम ठरवणे हे होय. जेव्हा भारताला मोक्याच्या जागांचे महत्त्व कळते, तेव्हा पैसा उभा करणे अशक्य नसते. उदाहरण द्यायचे झाल्यास भूताननेच अफगाणिस्तानला भरघोस मदत केलेली आहे.

परकीय देशांना जेव्हा तांत्रिक व आर्थिक सहकार्य द्यायचे असते, तेव्हा मोठा हिस्सा परराष्ट्र धोरणाच्या खात्यातून जातो. दीडशेहून अधिक देश भारताकडून मिळणाऱ्या तंत्रज्ञान व आर्थिक सहकार्याच्या (ITEC) कार्यक्रमातून फायदा मिळवतात. तसेच त्यांना कृषीविषयक शास्त्र व तंत्रज्ञान या क्षेत्रातील प्रशिक्षणाद्वारेही तो मिळतो. भारताचा परदेशाला मदत कार्यक्रम हा जगाला दाखवून देण्याचा एक प्रकार आहे. यात भारताचे तांत्रिक बळ आणि यश दिसते. भारताला रस असणारी क्षेत्रे म्हणजे राजकीय आणि आर्थिक यातून जगाला आपल्याकडे वळवता येते. त्यातून सदिच्छा, आर्थिक फायदा, भारताला स्वतःचा समभाग दाखविता आला.

तरीही भारत कुठेतरी कमी पडला. ती जागा होती मोक्याची. भारताला या क्षेत्रात स्वतःला पूर्ण तयार करता आले पाहिले. खरे तर परदेशाला मदत या कार्यक्रमात भारताला आपला शब्द व स्वतःतली ताकद ओळखता आली नाही/पुरेशी पडली नाही. भारताला त्याकरिता आणखी आर्थिक ताण सोसावा लागेल. तेव्हाच त्यांचा विकास होईल. मदत दिल्या जाणाऱ्या देशांच्या गरजा ओळखून भारताला त्यांना मदत करावी लागणार आहे. त्या वेळी प्रयत्नपूर्वक स्पर्धात्मक धोरण ठेवून व स्वतःची प्रगती करत त्या सगळ्याचा तरफेसारखा वापर करावा लागणार आहे. उशिरा का होईना, पण भारत सरकारने शेवटी स्वायत्त ओळख ठेवण्याकरिता इंडियन एजन्सी फॉर पार्टनरशिप अँन्ड डेव्हलपमेंट या गटाची स्थापना परराष्ट्र खात्याच्या हाताखाली केली. त्यांनी भारताच्या तंत्रज्ञानविषयक व आर्थिक मदतीच्या कार्यक्रमात मदत करायची असे ठरले. भारताला आपल्या परराष्ट्र धोरणात पुढे वाटचाल करत लक्ष्य गाठायचे असल्यास हे त्याला मदतच करेल, अशी आशा ठेवायला हरकत नाही. तसे झाले नाही व इतर धोरणांसारखे खालच्या थरातील शासकीय अधिकाऱ्यांच्या हातात गेले, तर पुन्हा ये रे माझ्या मागल्या होणार यात शंका नाही.

संस्था आणि प्रभाव

परराष्ट्र खात्याच्या अखत्यारीत फक्त आर्थिक राजनैतिकता येत नाही. त्या खात्याला इतर मंत्र्यांच्या हाताखालचा विभाग, त्यात केंद्र सरकार, राज्य सरकार आणि सर्वांत महत्त्वाचे खासगी व्यापार आणि उद्योगधंदे या सर्व प्रमुख क्षेत्रांचा त्यात समावेश आहे. परदेशात भारतीय संस्था आणि त्या चालवणारे, त्यात द्विपक्षीय व बहुपक्षीय ही येतात. जाव्यासंत भारताचे प्रतिनिधित्व करणारे, जागतिक बँक, आंतरराष्ट्रीय नाणेनिधी आणि ए.डी.बी. तसेच परदेशात काम करणाऱ्या भारतीय बँका, सरकारी क्षेत्रातील घटक आणि संस्था, ज्या निर्यातीला प्रोत्साहन देतात व परकीय गुंतवणूक आपल्याकडे वळवतात, अशा सगळ्यांना बरोबर घेऊन काम करायचे असते. तरीही परराष्ट्र खाते आर्थिक राजनैतिकतेत केंद्रस्थानी असते. या खात्याला सर्वांत महत्त्वाची भूमिका जपायची असते, ती म्हणजे यात येणाऱ्या सर्व घटकांना एकत्रित आणणे व त्यांच्याकडून परस्परांना सहकार्य घडेल असे काम करवून घेणे. परराष्ट्र खात्यातील अधिकारी मोठ्या प्रमाणात वाणिज्य आणि अर्थखात्याचा कारभार सांभाळतात. त्यांना इतर खात्यांतील आंतरराष्ट्रीय सहकार्य सांभाळताना त्यांचे आर्थिक व्यवहारही पाहावे लागतात. भारताला परराष्ट्राशी संबंध ठेवताना आर्थिक राजनैतिकतेचे महत्त्व कळल्यामुळे भारत सरकारने एक नवे पद १९७० च्या सुमारास

सुरू केले (सेक्रेटरी इकॉनॉमिक रिलेशन्स) आर्थिक संबंध पाहणारा सचिव. सर्व परराष्ट्रीय आर्थिक संबंधांना आणि परराष्ट्र खात्यातील व्यावसायिक आणि आर्थिक घडामोडी पाहणाऱ्या परदेशस्थ संस्था आणि पदांचा समन्वय राखायचे काम या सचिवाला करावे लागते. दुर्दैवाने यूपीए सरकारच्या काळात या पदाचे महत्त्व कमी करून बराच काळपर्यंत ते काम करू न शकणारे झाले. अशा प्रकारच्या घटना भारताला, तसेच परराष्ट्र खात्याला कमीपणा आणणाऱ्या ठरतात. त्यातून देशाची व त्या खात्याची कमजोरी लक्षात येते. त्यामुळे आर्थिक राजनैतिकताही ढासळते व या खात्याचा प्रभावही कमी होतो व तो जागतिक स्तरावर दिसून येतो.

या सर्व प्रकारात आता सरकारच्या निरनिराळ्या शाखा मन मानेल तसे काम करायला प्रवृत्त झाल्या आहेत. त्यांचे परदेशाशी सरळ संबंध ठेवणे चालू आहे. ते परराष्ट्र खात्याला विचारत पण नाहीत. वास्तविक या सगळ्या संदर्भात परराष्ट्र खातेच काय ते ठरवते. या गोष्टी घडण्यामागे जे वजनदार राजकारणी आहेत, त्यांचाच सहभाग आहे. यात वाणिज्य आणि उद्योग, अर्थ, तेल (पेट्रोलियम) व नैसर्गिक वायू यांचा समावेश होतो. प्रत्यक्षात या बाबींचा विचार परराष्ट्र खात्याचा मंत्री करतो. वास्तविक तो संसदीय समितीचा सभासद असतोच, असे नाही. त्यामुळे इतर खात्यांचे मंत्री, वरिष्ठ अधिकारी, परराष्ट्र खात्यातले आणि विविध मंत्री, जे अर्थकारणाशी संबंधित आहेत, तेच ठरवतात. भारताने या सर्व बाबींकडे जास्त लक्ष द्यायला हवे. त्याच्यातील समन्वय, जो आर्थिक राजनैतिकतेकरता फार गरजेचा आहे. याशिवाय यात सहभागी होणारे हिस्सेदारही महत्त्वाचे ठरतात. जर सरकारने जास्त किमतीचा माल घेतला व त्याला तडजोडीची तरफ ठरवली, तर जे अंतर्गत व्यावसायिक आहेत, त्यांना ते फायद्याचे ठरेल. त्यात परराष्ट्र खात्यात एकवाक्यता आणि समन्वय आहे, असे दिसून येईल. जेव्हा निरनिराळी खाती व्यक्तिगत कामे करतात, तेव्हा भारत देश म्हणून बरेच गमवतो. वाणिज्य मंत्रालय जेव्हा जाव्यासंची कामे आपल्या हातात घेते किंवा एफटीएशी चर्चा करतात, अर्थखाते परकीय मदत आपल्या ताब्यात घेतात किंवा दुसऱ्या देशांना द्यायचे उदारीकरण आपल्याकडे ठेवतात. पेट्रोलियम आणि नैसर्गिक वायू खाते कच्चे तेल आयात करण्याबाबत थेट तेल कंपन्यांशी बोलताना, एलएनजी करार आणि पाइपलाइन्समधून येणाऱ्या वायूंबद्दल निर्णय घेतात. नागरी हवाई वाहतुकीचे खाते विमान खरेदीसंबंधात बोलताना किंवा ओव्हरसीज इंडियन अफेअर्स खाते दुसऱ्या देशांशी कामगार करार करण्यात मग्न आहेत. हे सगळे अति महत्त्वाचे मुद्दे जे परराष्ट्र धोरणाशी निगडित आहेत, त्यांचा विचार उच्चस्तरीय व्हायला हवा. परराष्ट्र खात्याला विश्वासात न घेता असे करणे ठीक नव्हे. हे टाळता येण्यासारखे आहे. अशा बाबी आंतरराष्ट्रीय

स्तरावर यशस्वी किंवा मान्यता पावणाऱ्या नसतात. त्या लागू व्हाव्या, अशी इच्छा असली, तर त्यांचे पुढे सरकणे यात सुसूत्रता हवी. नाहीतर भारताचा प्राधान्यक्रम कशाला आहे, हे कळणार नाही व त्या मध्येच गुंडाळल्या जातील.

भारतात सरकारी क्षेत्रातील आर्थिक बळ आता खासगी क्षेत्राकडे झुकू लागले आहे, हे जाणवते आहे. भारतीय उद्योगपतींचा प्रभाव परराष्ट्र धोरणांवर बराच पडायला लागला आहे. पंतप्रधानांच्या परदेश भेटीवर त्यांच्यासोबत उद्योगपतींचा मोठा तांडा असतो. भारतीय उद्योगधंद्यात निरनिराळ्या संघटना कार्यरत आहेत. त्यात सीआयआय, फिक्की, एसोचेम या प्रमुख असून, त्या परराष्ट्र धोरणात मोठा वाटा उचलतात. सरकार यांची मदत परराष्ट्र धोरणात आर्थिक बाबींवर जरूर घेते. उदाहरणार्थ सीआयआयची वार्षिक भागीदारीची परिषद, आसियानबरोबर होणाऱ्या व्यवसाय परिषदा, त्याचप्रमाणे युरोपीय संघाबरोबरच्या सभा, भारत भेटीवर आलेले परदेशी नेते यांच्याबरोबरच्या बोलण्यात व्यापार उद्योगधंद्यांतील भारतीय नेत्यांबरोबर हे उद्योगपतीही सामील झालेले असतात. भारत-अमेरिका स्ट्रॅटेजिक डायलॉग यात अॅसपेन स्ट्रॅटेजी ग्रुप होता. भारत-सिंगापूर मुख्य कार्यकारी अधिकाऱ्यांच्या सभेत मोटारकारच्या शर्यतीत आसियान आणि सार्कबरोबर, आणि प्रवासी भारतीय दिवस या सगळ्यात ते सहभागी झालेले आहेत. त्यांची मते फार मोलाची असतात. भारताच्या परराष्ट्र धोरणात ते भारताचे आर्थिक स्वारस्य, त्यांच्याकडून काय व किती भर घातली जाणार याची माहिती, सल्ले, भविष्यातील निर्णय आणि तंत्रज्ञानातील कसब यांमुळे ते निर्णय घेऊ शकतात. या कडीतील दुसरा दुवा म्हणजे अनिवासी भारतीय आणि भारतीय वंशाचे लोक जे पाश्चिमात्य देशात स्थायिक झाले आहेत, त्यांचा उपयोग भारताच्या राजनैतिक प्रयत्नांना, विशेषतः आर्थिक बाजू बळकट करण्यासाठी होतो.

सगळ्याच देशांच्या परराष्ट्र धोरणात आर्थिक मुद्दे महत्त्वाचे असतात. विशेषतः जेव्हा बराच काळपर्यंत शांती प्रस्थापित झालेली असते. ऐतिहासिक काळापासून व्यापार हाच केंद्रबिंदू बनला आहे, जो देशादेशांची दारे एकमेकांकरता उघडतो. पूर्वीचे राजे-महाराजेसुद्धा व्यापार करण्याच्या निमित्ताने आपले साम्राज्य सुरक्षित ठेवत होते. त्यातूनच अर्थकारणही साधन होते. आजसुद्धा बऱ्याच देशांचे परराष्ट्र धोरण आर्थिक बळावर आधारित आहे. यात मालासाठी बाजारपेठ शोधणे, सेवा व कामगार पुरवणे/मिळवणे, कच्च्या मालाचे स्रोत शोधणे, आधुनिक तंत्रज्ञान आणि गुंतवणुकीस योग्य ठिकाणांचा शोध या गोष्टी येतात. पूर्वीची 'अर्था'ची व्याख्या म्हणजे व्यापार अशी होती. आजच्या व्याख्येची कक्षा रुंदावली आहे. त्यात अ-राजकीय सर्व बाबी येतात. तीच राजनैतिकता ठरते. आर्थिक राजनैतिकतेखाली

पर्यटन, प्रसारमाध्यमे, करमणूक, स्वास्थ्य आणि शिक्षण ही प्रमुख क्षेत्रे येतात. त्यातूनच आर्थिक वृद्धी होते. भारतानेसुद्धा अधिक लक्षपूर्वक इतर देशांशी आर्थिक संबंध वाढवायला हवेत, जे आजच्या जागतिकीकरणाच्या काळात महत्त्वाचे आहे. याचा अर्थ भारताने स्वतःच्या वागण्यावर समाधानी राहू नये व मूर्खासारखेही वागू नये. आर्थिक मूल्ये जपताना परंपरागत चालू असणारी परराष्ट्रीय धोरणे व त्यातील सुरक्षा याकडेही लक्ष पुरवायला हवे. दोन देशांमधील मोक्याच्या संबंधांत व्यापार आणि आर्थिक समन्वय महत्त्वाचा असतो. तोच त्याचा पाया असतो. त्यातून संबंध परस्परांवर अवलंबून असणे त्यातून दिलासा व विश्वास प्राप्त होतो. जनतेलाही त्या भरवशावर जगण्याचे बळ येते. भारताची आर्थिक राजनैतिकता यशस्वी व्हायला हवी असेल, तर भारतीय अधिकाऱ्यांना सरकारी व खासगी भागीदारी किती महत्त्वाची आहे, हे कळायला हवे. त्याकरिता लागणारा समन्वय, राष्ट्रीय प्रयत्न व त्यात सहभागी होणाऱ्यांशी जवळचे संबंध निर्माण होणे गरजेचे आहे.

प्रकरण १३

सुरक्षा आणि राजनय

देशा-देशांतील संबंधात लष्करी सामर्थ्य आणि राजनय

प्रत्येक सार्वभौम राज्याचे मुख्य अस्त्र आहे, ते लष्करी सामर्थ्य. त्यामुळे देशाचे रक्षण व बचाव अशी दोन्ही कामे होतात. त्यात देखील परकीय आक्रमणापासून सुरक्षा हे मुख्य कारण आहे. जर एखाद्या देशाचे लष्कर परावृत्त करू शकत नसेल, तर दुसऱ्या देशाला त्याच्यावर हल्ला करावासा वाटतो. लष्करी सामर्थ्य ही एक नाजूक बाब आहे. कधी कधी त्याचा प्रभाव दाखविण्याची ईर्षा होते, तर कधी आपले आंतरराष्ट्रीय स्तरावरचे स्थान पक्के करण्याकरिता वापरले जाते. ब्रिटिश नौदलाचे एक धोरण होते, आरमाराचा राजनय त्याचा त्यांनी यशस्वीपणे वापर करून सातासमुद्रापार आपले साम्राज्य वाढवले. आज अमेरिका सर्व जगात आपले लष्करी सामर्थ्य समुद्रावर आणि हवाई क्षेत्रातही दाखवत आहे व आपण महासत्ता असल्याचे भासवते आहे. त्यांना खात्री आहे की, आपण सगळ्या जगाचे रक्षण करू शकतो व करून दाखवू. अमेरिकेने रशियाला गंभीरपणे घेतले होते; कारण रशियाची लष्करी ताकद, जी अफाट होती व अमेरिकेचा पूर्णपणे नाश करू शकणारी होती. लष्करी सामर्थ्य ही एकच बाब महत्त्वाची नाही, पण ती अत्यावश्यक आहे. जपान आणि युरोप आर्थिक स्तरावर खूपच वरच्या क्रमांकावर आहेत; पण त्यांनी आपले लष्करी सामर्थ्य दाखविले नाही किंवा त्याला मोठे करून दाखवायची त्यांना इच्छापण नव्हती. उलटपक्षी चीनजवळ लष्करी सामर्थ्य होते आणि ते दाखविण्याची खुमखुमीपण होती. आता अमेरिकेला शांतपणे राहता येणार होते. चीनबरोबरचा मोठा व्यापार आणि अमेरिकेन डॉलर्सचे वर्चस्व दोन्हीही चीनच्या वाढत्या लष्करी बळाला आवर घालायला पुरसे होते.

कोणत्याही देशाचे धोरण ठरवताना लष्करी सामर्थ्यच एक कारण असू शकत नाही. ते पुरेसेही नाही व त्याने पूर्णत्वही येत नाही. आंतरराष्ट्रीय संबंधात राजकारणच निर्णय घेत असते; युद्ध नव्हे. युद्ध हे शेवटचे शस्त्र म्हणून वापरायला हवे. सरसेनापतींच्या हातात युद्धाची सूत्रे देणे म्हणजे गंभीर समस्या ओढवून घेण्यासारखे आहे, असे कुणीतरी म्हटले आहे व त्यात तथ्यही आहे. राजनैतिकता किंवा आंतरराष्ट्रीय संबंधांचे व्यवस्थापन हे फक्त चर्चेनेच होते. त्यामुळे परस्परांतील संबंध सुरळीत व निर्वेध चालू राहतात. जेव्हा चर्चा थांबते, तेव्हा युद्ध सुरू होते किंवा युद्ध परतवून लावण्याचे थांबते. कोणत्याही परिस्थितीत युद्ध अनियमित काळाकरिता चालू राहू शकत नाही. युद्धाचा शेवट राजकीय चर्चेत किंवा राज्याच्या राजनयनातच संपायला हवा. कित्येकदा, युद्ध सुरू असते. राजकीय चर्चापण चालू असतात. त्यात संघर्ष थांबवायचा किंवा शत्रूला नामोहरम कसे करता येईल, याचा प्रयत्न असतो. राजनैतिकता ही बहुतेक वेळा युद्धाच्या संदर्भात असते. युद्ध चालू असताना शांती कधी स्थापन होईल, याची वाट पाहिली जाते. त्यात दूतांकडून गुप्त खलित्यांची देवाण घेवाण होते.

लष्करी सामर्थ्य व राजनय या दोन्ही गोष्टींना यशस्वी करण्याकरिता दोन देशांनी एकत्रित काम करणे महत्त्वाचे आहे. भारताच्या स्वतःच्या अनुभवातून ही १-२ उदाहरणे दाखवता येतील व त्यातून हा मुद्दा जास्त चांगला पटवता येईल. ऑगस्ट १९७१ साली भारत-सोव्हिएत तहात काही न्याय्य गोष्टींचा उल्लेख होतो व त्याचा परिणाम डिसेंबर १९७१ साली बांगलादेश निर्मितीकरिता झाला व यशस्वी झाला. याउलट परिस्थिती जुलै १९७२ साली झालेल्या सिमला करारात झाली. दुर्दैवाने राजकीय चर्चा व अंदाज चुकले व युद्धाला तोंड फुटले. त्या वेळी जर सामोपचाराने शिमला करारांतर्गत चर्चा झाल्या असत्या, तर युद्धाची वेळच आली नसती. १९८७ साली श्रीलंकेत भारताने आपली फौज पाठवून निराळीच परिस्थिती निर्माण केली (IPKF) (शांतिसेना). त्या वेळी भारताला भलताच आत्मविश्वास होता आणि जेव्हा राजकीय आणि राजनयनाचा बोऱ्या वाजला, तेव्हा भारताची श्रीलंकेतली पतही गेली.

लष्करावर सतत राजनैतिक तंत्रज्ञानाचा पगडा असतो. जे राजनैतिकतेला फक्त युद्ध म्हणून समजतात, त्यांचे लक्ष्य जिंकणे हेच असते. या ध्येय गाठण्याच्या घाईत शत्रूला चुकवून हल्ला करणे, त्यात मुख्य शत्रू व त्याचे मित्रपक्ष असा भेद करणे, निरनिराळ्या हरकती करत शत्रूला चुकवत अनपेक्षित मारा करत, कधी माघार घेणे, कधी प्रचार, कधी खोटा आभास निर्माण करत प्रतिपक्षाला बुचकळ्यात पाडून आपले साध्य साधून घेतले जाते. काहींचे म्हणणे याच्या अगदी उलट आहे. त्यांना

वाटते खोट्या पद्धतीने जिंकण्यापेक्षा प्रामाणिकपणे व सत्याचा आश्रय घेऊन लढाई जिंकायला हवी. ती फसवणूक आणि युक्तीने जिंकण्यापेक्षा निश्चित हवा तो निर्णय देईल. याकरिता उदाहरण द्यायचे झाले, तर व्हर्सायच्या तहाचे (ट्रीटी ऑफ व्हर्साय) देता येईल. पहिल्या जागतिक युद्धानंतर जर्मनीच्या पराभवानंतर त्यांच्यावर हा तह थोपवला गेला. त्यातच दुसऱ्या जागतिक महायुद्धाची बीजे पेरली गेलीत. जर्मनी पूर्ण तयारीनिशी त्यात उतरला. हेच भारताने उदाहरण म्हणून १९७२ साली सिमला करारात वापरले. भारताने पाकिस्तानला पराभूत केले होते; पण उदारता दाखवून दिली. वास्तविक, प्रत्येक देशाने हवे ते परिणाम साधायचे असल्यास कोणत्या तंत्रज्ञानाला एकत्रित आणायला हवे, हे समजायला हवे.

भारताच्या पर्वकालातील संस्कृती

भारताच्या भौगोलिक रचनेमुळे आणि परिस्थितीमुळे भारताला आपल्या संस्कृती व परंपरा जपता आल्यात. ऐतिहासिक काळापासून भारत हा कधीच भांडखोर वृत्तीचा नव्हता. त्याला तसे व्हायचेही कारण नव्हते. भारतावर निसर्गाचा वरदहस्त होता. भरपूर पाणी, सूर्यप्रकाश आणि सुपीक जमीन याशिवाय दक्षिणेकडे समुद्र, उत्तरेकडे पर्वतराजी, पूर्वेकडे दाट जंगले आणि पश्चिमेकडे वाळवंट या सगळ्यांच्या मध्ये स्वयंपूर्ण, समाधानी, उच्च प्रकारचा सुसंस्कृतपणा असणारा भारत. त्याला कोणत्याच परकीय भूमीचा लोभ नव्हता; पण निसर्गाचा रोष तेवढा झेलावा लागत होता. त्याला मधून मधून वायव्येकडून होणारे हल्ले, जे निरनिराळ्या जाती-जमातींचे आणि सामान्यांकडून होणारा त्रास सहन करावा लागत होता. वायव्येकडून ग्रीक, हून, पर्शियन्स, तुर्की, अफगाण आणि मंगोल यांचा उपद्रव होत होता. परकीय आक्रमणापासून भारताला वाचवण्यासाठी जंगले होती. भारतीय लोकांचे तत्त्वज्ञान काही गोष्टींवर आधारित होते. त्यातून त्यांचा समंजसपणा, धोरण जाणवत होते. काही गोष्टींवर ठाम मत ठेवण्यापेक्षा इतरांना आपल्यात सामावून घेण्याकडे त्यांचा कल होता. त्यातूनच समृद्ध भारताचे दर्शन घडत होते. डोंगरमाथ्यावरून धोधो वाहणारा प्रवाह जेव्हा सपाटीवर येतो, तेव्हा शांत होतो. तसेच खैबरखिंडीतून येणारे आक्रमक डोंगर तुडवत बिहार व बंगालच्या गंगेने समृद्ध केलेल्या सुपीक भूमीत येत, तोपर्यंत ते थकून गेलेले असत. यातून राष्ट्रीय सुरक्षेला कसे वाचवावे, ही समस्या कमी होई. राजनय आणि राजनीती यांची समस्या भारतात निर्माण झाली, ती महत्त्वाकांक्षी राज्यकर्ते, राजे आणि महाराजे यांच्या हावरटपणामुळे. त्यांना आपल्या देशाच्या सीमा वाढवायच्या होत्या. त्यांनी परकीय आक्रमणाला कसे तोंड द्यायचे,

हे ठरवले नव्हते. त्यामुळे भारतातील सामान्यजनांचे रोजचे आर्थिक व सामाजिक जीवनच बदलून गेले.

अठराव्या शतकात जेव्हा युरोपियनांनी भारतावर कबजा करायचे ठरवले, तेव्हा तो भारताकरिता मोठाच हादरा होता. ऐतिहासिकदृष्ट्यासुद्धा भारत याकरिता तयार नव्हता. पूर्वी भारताने तोंड दिलेल्या समस्या आताच्या प्रश्नापेक्षा वेगळ्या होत्या. आता भारताला सुरक्षेचा प्रश्न भेडसावत होता. पहिले तर हा हल्ला जमिनीवरून नसून, समुद्राकडून होता. भारताच्या अनुभवात हे बसत नव्हते. भारताचे समुद्रमार्गे जे व्यवहार होते, ते व्यापारी होते. त्यात आजचा ओमान, पर्शियाचे आखात किंवा येमेन आणि लाल समुद्र किंवा पूर्व आफ्रिकेचा समुद्रकिनारा किंवा आग्नेय आशियाच्या बाजूची बेटे व इतर ठिकाणे ही सगळी शांततामय दृष्टीने व्यापार व संस्कृती जपणारे होते. दुसरे हा हल्ला वायव्येकडून न होता तो पूर्वेकडून झाला होता. त्यामुळे इतिहासात भारताचा पूर्वेकडील भाग हल्लेखोरांपासून दूर राहू शकत नाही हे सिद्ध झाले. भारताच्या वायव्येकडील व उत्तरेतील लोकांना आपल्या सुरक्षेकरता लढा द्यावा लागत होता व त्याची त्यांना सवय होती. हिंदुकुश पर्वतरांगेतून हे वरचेवर घडायचे. तसे पूर्वेकडील भागातल्या जनमानसात ती वृत्ती नव्हती. त्यांनी तसे अपेक्षितच केले नव्हते. त्यांना हा एक नवीनच अनुभव होता. त्यांना युरोपियनांचा हेतू समजला नाही व तो एक अकस्मात आश्चर्याचा धक्का होता. त्याचाच परिणाम म्हणजे भारतात वसाहतवादाला सुरुवात झाली. भारताचे बचावाचे धोरण व मनाची तयारी हे स्वातंत्र्यानंतरही बरीच वर्षे चालू होते. भारताने सुरक्षेकडे पुरेसे लक्ष दिले नाही. म्हणूनच चीनने १९५० साली तिबेटवर आक्रमण केले व नंतर १९६२ साली भारतावरही ते झाले. सुदैवाने आज भारतीय नेत्यांना जाण आली आहे. ती पण पुरेशी नाही. तरीही राष्ट्राच्या हिताच्या दृष्टीने लष्कराचे सामर्थ्य वाढवणे गरजेचे आहे, असे त्यांनाही वाटायला लागले आहे.

भारताच्या लष्करी सामर्थ्यासंदर्भात इतर देशांचे विचार बदलले आहेत. आता पाकिस्ताननेपण घमेंडखोर वृत्ती सोडली आहे. पूर्वी त्याला वाटायचे की, दहा भारतीय जवानांना एक पाकिस्तानी सैनिक पुरेसा आहे. चीनचा भारताच्या सैन्याबद्दलचा जो विचार होता, तोही भारताने आपली आण्विक शक्ती दाखवून दिल्यामुळे बदलला. अमेरिकेने भारताला गांभीर्याने घ्यायला सुरुवात केली; जेव्हा भारताने आपली अणुशक्तीची कमाल दाखवली. आंतरराष्ट्रीय संबंधात समजण्याची ताकद प्रत्यक्षापेक्षा मोठी असते. प्रत्येक देश दुसऱ्याशी व्यवहार करताना एक डोळा त्याच्या लष्करी सामर्थ्यावरच ठेवून करतो. आज भारताजवळ फक्त आण्विक शक्तीच नाही, तर भारताजवळ असणारी क्षेपणास्त्रे, उच्च तंत्रज्ञानाने विकसित केलेला उपग्रह, विमान वाहतूक करणारी नौका, पाणबुड्यांचा ताफा, मोठ्या

संख्येत असणारी युद्ध करणारी विमाने आणि हजारो, लाखो उत्तम प्रशिक्षित आणि देशासाठी प्रेरित झालेले वर्दीतले सैनिक हे सगळेच इतर देशांवर दबदबा निर्माण करू शकतात. भारतीय सैन्याचे लढाईतील कौशल्य, जे परकीय आक्रमणाच्या वेळी वापरले जाते व अंतर्गत बाबीत म्हणजे दहशतवादाचा बीमोड करणे हेही त्यांचेच काम आहे. याशिवाय अति उंचीवरच्या आणि जंगलातील युद्धकौशल्य, प्रशिक्षण, परदेशी लष्कराबरोबरचे सराव, शांतिसेनेसारख्या कार्यात सहभाग, दुर्घटना घडलेल्या ठिकाणी मदत करणे, हीदेखील भारतीय लष्कराची महत्त्वाची कामे आहेत. यातून भारतीय लष्कराला आदर मिळायला हवा. त्यांना प्रोत्साहित करून राजनय करता जागा बनवायला हवी.

यशस्वी राजनय सतत देशाचे हित व इतर महत्त्वाचे मुद्दे यात गुंतलेली असते. विशेषतः लष्करी सामर्थ्याचा सतत वापर केला जातो. लष्करी सामर्थ्याचा कोणता घटक अशा परिस्थितीत महत्त्वाचा असतो त्याची जाण असायला हवी. नवीन तंत्रज्ञान जुन्या तंत्रज्ञानाला मागे टाकत असले, तरी ते पूर्णपणे वगळले गेले नाही. भारताला जो परकीयांकडून त्रास होतो, तो सीमेवरूनच व त्यामुळे सीमा सुरक्षित राखणे, हे प्रधान कर्तव्य बनते. भारत आपले लष्कर व हवाईदल यांवर सतत भरवसा ठेवत असते आणि ते समजण्यासारखे आहे. हवाई ताकद जरी मानसिकरीत्या मोठे काम करत असली तरी पायदळावरच जमीन काबीज करण्याचे काम येते. आण्विक शस्त्रास्त्रें, क्षेपणास्त्रे, उपग्रह आणि माहिती तंत्रज्ञानातील जाळे यांनी युद्धनीतीला नवीन परिमाण दिले आहे. भारताने आपली समर्थता या क्षेत्रात सिद्ध करून दाखविली आहे. त्याचबरोबर भारताला रस असणारी क्षेत्रे दाखवून दिली आहेत व उठसूट आण्विक शस्त्रास्त्रे वापरायला इतर देशांनाही परावृत्त केले आहे. त्यामुळे भारताने २००८ साली एकाएकी इंटिग्रेटेड गाइडेड मिसाईल डेव्हलपमेंट प्रोग्राम का थांबवला, कळत नाही.

भारत आणि हिंदी महासागर

भारताने जी युद्धे लढली, त्यात नौदलाचा अगदी नगण्य वाटा होता. भारताने नौदलाचे सामर्थ्य पुरेसे ओळखले नाही. त्याला भरपूर कारणे आहेत. भारताच्या सैन्यदलाचा एक मुख्य घटक नौदल आहे, पण दुर्लक्षित आहे. नौदलाच्या कारवायांनी आम जनता त्रस्त होत होती. तसे भूदलाचे नाही. नौदलाची अंतर्गत ठाणीपण मर्यादित आहेत. परंपरागत भारताला सीमासुरक्षा राखताना जमिनीवरूनच युद्ध करावे लागले. त्यामुळे समुद्रमार्गे होणारा त्रास फारसा जाणवला नाही व तीच एक मानसिकता तयार झाली.

असे असले तरी हिंदी महासागर भारताच्या सुरक्षेच्या दृष्टीने फार महत्त्वाचा आहे. साम्राज्यवादाला सुरुवात हिंदी महासागरापासूनच झाली. या ठिकाणी बऱ्याच दशकांपूर्वी सरदार के. एम. पणिक्कर यांनी म्हटले होते, ते आठवते. त्यांनी हिंदी महासागर हा सामर्थ्याच्या बाबतीत निराळा असून, ते म्हणतात,

> अन्य देशांप्रमाणेच, हिंदी महासागर हे एक महत्त्वाचे सागरीय क्षेत्र आहे, जे भारताकरिताही आत्यंतिक महत्त्वाचे आहे. भारताची मोठी जैविक संपदा या भागात आहे; भारताचे स्वतंत्र स्थान या व्यापक पाणीसाठ्यावर अवलंबून आहे. हिंदी महासागर हा पूर्णपणे स्वतंत्र नसेल आणि त्याचे सागरी किनारे संरक्षित केलेले नसतील तर औद्योगिक विकास आणि स्थिर राजकीय यंत्रणा निर्माण करणे केवळ अशक्य आहे.

पणिक्करांचे म्हणणे आजसुद्धा खरे ठरते आहे. हिंदी महासागराची मोक्याची जागा आजसुद्धा कमकुवत किंवा छोटी ठरत नाही. हिंदी महासागराचे नावपण इंडिया (भारत) च्या जवळ किंवा भारताचे ज्याच्यावर राज्य आहे, असा जलधि. हिंदी महासागर हा केंद्रस्थानी आहे. त्यातून सुरक्षेला धोकापण निर्माण होऊ शकतो, तसेच व्यापाराच्या संधीही त्यातूनच प्राप्त होऊ शकतात. ज्या निरनिराळ्या दिशेला पसरू शकतात. हिंदी महासागर मेडिटेरॅनियम समुद्रासारखा आहे. त्याच्या बाजू बंदिस्त आहेत. त्याच्या भोवती सुसंस्कृतपणा वाढीला लागला आहे. गेली कित्येक शतके भारताची संस्कृती हिंदी महासागराच्या भोवतीच्या भागात कैक पटीने वाढली आहे. त्याचा प्रभाव इतर भागांवर पडतो. हिंदी महासागराच्या अवतीभवती असणारे प्रदेश, देश जसे पर्शियाचे आखात, आफ्रिका आणि आग्नेय आशिया यांनादेखील भारताकडून, त्याच्या संस्कृतीतून बरेच शिकावेसे वाटले. भारत स्वतंत्र झाल्यानंतर भारताचे लष्करी सामर्थ्य व आर्थिक घटकांना, भारताच्या नौदलाला द्यावे तेवढे महत्त्व दिले गेले नाही. समुद्रामार्गे कोणत्याच प्रकारचा जाणवणारा धोका नव्हता. त्यामुळे नौदलाला प्राधान्य दिले गेले नाही. भारताचा समुद्रमार्गे फारच थोडा व्यापार होता आणि मोजकीच बंदरे होती, ज्यांची काळजी घ्यायची होती. त्यामुळे नौदल भारतीय सशस्त्र सेनेचा एक छोटा भाग म्हणूनच राहिले.

आज परिस्थिती बदलली आहे. हिंदी महासागरातून तेलाचे साठे असणाऱ्या पर्शियाच्या आखातात ये-जा करणाऱ्या वाहतुकीवर भारताचे नियंत्रण आहे. आता हिंदी महासागर नवी ऊर्जा सुरक्षा आणि व्यापाराचा प्रमुख मार्ग झाला आहे. नैर्ऋत्य आशिया, ज्याला हिंदी महासागराचा उत्तर किनारा आणि पर्शियाचे आखात जोडले गेले आहे. शेजारीच मध्य आशिया आहे. शीतयुद्धाच्या काळात जशी स्थिती युरोपची

झाली होती, तशीच आता या भागाची आहे. हा भाग जगातील सर्वांत मोठा लष्करी तळ असल्याचे वाटते. पूर्वी याचा वापर आशिया आणि पूर्व आफ्रिकेत वसाहतवादाला सुरुवात करण्यापूर्वी एक मार्ग म्हणून होत होता. आता हिंदी महासागर युरेशियन भूमीवर सामर्थ्य दाखवण्याची समरभूमी झाली आहे; जसे इराक व अफगाणिस्तानात चालू आहे. ही जागा इस्लाम आणि पाश्चिमात्य देशांचा परस्परांविषयी कडवा प्रतिकार दाखविण्याची जागा झाली आहे. याच भागात दहशतवादही खूप फोफावला आहे. इथेच जगातली सर्वांत जास्त लोकसंख्या आहे व ती वेगात वाढते आहे. इथेच जगातील गती देणारी आर्थिक शक्ती आहे. या सगळ्या घटकांचा एकत्रित परिणाम म्हणून हिंदी महासागराला महत्त्व येते आहे. त्यात समकालीन आर्थिक व मोक्याच्या बाबी येतात. म्हणूनच भारतीय नेते वारंवार सांगत असतात की हिंदी महासागर आणि त्याच्या आसपासचा प्रदेश आमच्या शेजारी आहे. यात उत्तरेकडे पर्शियाचे आखात ते दक्षिणेकडे अंटार्टिका आणि केप ऑफ गुडहोपपासून आफ्रिकेचा पूर्व किनारा, पश्चिमेकडे मक्काची खाडी आणि पूर्वेकडे मलेशिया आणि इंडोनेशियाची बरीच बेटे ही सर्व भारताचे शेजारी ठरतात.

भारताचे सामुद्रिक धोरण काय आहे? जून २००७ साली कोलकाता इथे परराष्ट्रमंत्री प्रणव मुखर्जींनी भारताच्या समुद्रमार्गे होणाऱ्या हालचालींना वाचा फोडली. त्यात त्यांनी या प्रकारे विकास होणे किती आवश्यक आहे, यावर भर दिला. भारताच्या परराष्ट्र धोरणाला नौदलाची भूमिका किती व कशी पूरक आहे, हेही विशद केले. नौदल परराष्ट्र धोरणाला परिणामकारक व सर्वगुणसंपन्न असल्याचे त्यांनी दृष्टोपत्तीस आणले. इतकी वर्षे त्याकडे दुर्लक्ष झाले, तरी आता त्यात बदल करण्याची गरज आहे. ते म्हणाले,

> 'बऱ्याच शतकांपासून भारताचे या संबंधाकडे विशेष लक्ष गेले नाही किंवा पूर्णतः दुर्लक्ष झाले आहे (हा संबंध म्हणजे आंतरराष्ट्रीय संबंध व नौदलाबद्दलचे निर्णय). आता नवीन सहस्रकात आम्ही आमचे लक्ष जे अंतर्गत व भूमीवरच होते, ते आता तिथून काढून बाहेरच्या जगाकडे व समुद्राकडे वळवणार आहोत. जर देशाला पुन्हा प्रस्थापित व्हायचे असेल, तर या प्रकारचा दृष्टिकोन वापरणे खूप गरजेचे आहे. यात खंडावर सत्ता स्थापन करण्याचा मनोदय नसून, समुद्रावरची ताकद वाढवणे आणि एक दिवस जागतिक स्तरावर नाव कमवायचे, असे आहे. जेव्हा भारतातील अभिजन राज्यकर्ते समुद्रावरची सत्ता व सुरक्षा किती महत्त्वाची आहे हे विसरलीत, त्या वेळी प्राचीन आणि मध्ययुगात भारताचा व्यापारात असणारा वरचष्मा कमी झाला. समुद्रावरच्या सत्तेत कमी पडल्यामुळेच भारताच्या उपखंडात वसाहतवाद शिरला. त्यातूनच भारताचे स्वातंत्र्यही हिरावून घेतले गेले. हा काळ तब्बल

तीन शतकांचा होता. अशा प्रकारची चूक भारत पुन्हा करू शकत नाही. असे कठीण धडे इतिहासाने दिले आहेत. आता आधुनिक गणतंत्र भारतात होता कामा नये.

भारताने जो धडा घेतला, त्यात पश्चिमेच्या देशांनी समुद्राकडून येऊन भारत बळकावला हे कळले. युरोपपेक्षा अमेरिका आपले सामर्थ्य दाखवत पुन्हा दुसरा वास्को-द-गामा तयार होईल का? भारताने आपले धोरण असे आखायला हवे की, समुद्राकडून जे भारताचे शेजारी आहेत, त्यांच्यावर तरी आपला ताबा असायला हवा. यात अरबी समुद्र, बंगालचा उपसागर आणि हिंदी महासागराचा उत्तरेकडील भाग यांचा समावेश होतो. भारताला हिंदी महासागरात फक्त बचावात्मक धोरण राबवण्यात रस नाही. जर भारताला महासत्ता व्हायचे असेल, तर त्या दिशेने पावले टाकायला हवीत. व त्यातील एक टप्पा म्हणजे समुद्रावर जम बसवणे होय. दुसऱ्या कोणत्याही दिशेने जायचे म्हटले तर त्याला मर्यादा येतात. पश्चिमेकडे हिंसक पाकिस्तान व खळबळ उडवणारा अफगाणिस्तान आहेत. उत्तरेकडे चीनसारखा शत्रू व भौगोलिक अडथळा आहे, तो हिमालयाचा. पूर्वेला असहकार करण्यात पटाईत बांगलादेश आणि एकटा पडलेला म्यानमार आहे. जर भारताला या भागात आपला प्रभाव पाडायचा असेल तर आणि जागतिक पातळीवर यायचे असल्यास शेजाऱ्यांमध्ये वर्गीकरण करणे जरूर आहे व समुद्रमार्गेच हा विस्तार होऊ शकतो. नोव्हेंबर १९९४ मध्ये युनायटेड नेशन्स कन्व्हेंशन ऑन द लॉ ऑफ द सी (UNCLOS) म्हणून एक कायदा समुद्रमार्गे होणाऱ्या सर्व वाहतुकीवर लागू होणार होता. त्यामुळे भारतालासुद्धा आपल्या नौदलाचे सामर्थ्य वाढवायला भाग पडले. त्यातून एक वैध आंतरराष्ट्रीय नियम निघाला. २००४ च्या दर्यावर्दी प्रणालीत प्रतिबिंब उठले. तसेच ते २००६ च्या दर्यावर्दी मोक्याच्या संधीतही दिसून आल्या. नोव्हेंबर २००८ मध्ये मुंबईवर समुद्रातून येऊन दहशतवादींनी हल्ला केला, तेव्हा भारत खडबडून जागा झाला. इतकी वर्षे रेंगाळणारा, शंका उपस्थित करणारा व फारसे महत्त्व नसल्याचे दर्शवून टाळाटाळ होत असलेला समुद्र व त्याच्या आसपासच्या प्रदेशाला सुरक्षा देणारा नियम अमलात आला.

भारतीय नौदल व तटरक्षक दलाने आपले बचावाचे धोरण काही सोडले नाही. ही दोन्ही दले भारतीय लष्कराचे भाग असून, त्यांनी सदोदित सतर्क राहून देशाचे रक्षण करायला हवे. शेजारी देशांशी लष्करी सराव पण करायला हवा. भारताचा परदेशाशी असणारा वाढता व्यापार आणि एस.एल.ओ.सी.जची ऊर्जा यांनाही पूर्ण सुरक्षा मिळायला हवी. भारताचे मोठे व महत्त्वाचे स्रोत, जे एक्सहुसिव्हा इकॉनॉमिक झोन (EES) खाली येतात व सध्या त्यात २ दशलक्ष स्क्वेअर किलोमीटर्स क्षेत्रे येते;

पण एकदा सध्याचे २०० नॉटिकल माइल्सचे क्षेत्र ईईझेड अंतर्गत येते. ते वाढून २.५४ दशलक्ष होण्याची शक्यता आहे. हे क्षेत्र समुद्रकिनाऱ्यापासून समुद्रात आतल्या बाजूला जाते. त्यामुळे दूर समुद्रात असलेले नैसर्गिक तेल व वायूचे साठे, हिंदी महासागरात मध्यावर असलेल्या खाणींचे रक्षण, १,५०,००० स्क्वेअर किलोमीटर्स आत आहे. त्यांना सागरी (चाचे) चाच्यांपासून वाचवणे ही कामे त्यांना करावी लागतात. (सोमालियाच्या सागरी किनाऱ्यांपासून एडनच्या आखातात भारतीय युद्धनौका ठेवण्याचा भारताचा मानस आहे.) सागरी चाच्यांबरोबरच दहशतवादी विरुद्धही त्याचा वापर केला जाईल.

भारतातील नौदलाला परराष्ट्र धोरणातसुद्धा नवीन व महत्त्वाची भूमिका पार पाडायची आहे. आता सर्व जगात भारताचे स्थान काय आहे, ते कळले आहे. भारताच्या नौदलातील वाढती समर्थता त्यांना कळली आहे. १९९९ सालानंतर जेव्हा भारताने 'अॅलोन्ड्रा रेनबो'च्या अंतर्गत जपानी बोटीचे हरण झाले असता, भारताच्या तटरक्षक दलाने त्यांचा यशस्वीरीत्या बीमोड केला, तेव्हा जपानला भारताच्या नौदलाचे सामर्थ्य कळले. त्याचबरोबर जपानच्या ऊर्जेची सुरक्षाही भारतीय नौदल चांगल्या प्रकारे करू शकेल, यावर त्यांचा विश्वास बसला. नंतरच्या काही वर्षांत अशा काही घटना घडत गेल्या की, त्यामुळे भारताच्या नौदलाची प्रतिमा उज्ज्वलच होत गेली. उत्तर कोरियातून पाकिस्तान व लिबियाकरता बोटीने शस्त्रास्त्रे जात होती, ती मधे थांबवण्याचे काम भारतीय नौदलाने केले. त्यानंतर २००३ मध्ये भारताने मोझांबियामध्ये आफ्रिकन युनियन परिषदेच्या वेळीही सुरक्षा पुरवली होती. २००४-०५ मध्ये झालेल्या त्सुनामी हाहाकाराच्या वेळीही त्यांनी आपली समर्थता दाखविली होती. तसेच २००६ साली लेबनॅनमधून भारतीयांना सुखरूप आणले. भारतीय नौदलाचे वाढते सामर्थ्य त्यांनी हिंदी महासागरात स्वीकृत कार्य सक्षमरीत्या पूर्ण करून दाखविल्यामुळे ते साध्य झाले जगातल्या जी काही थोडी नौदले आहेत, त्यांच्यात भारतीय नौदलाची गणना होते. यात नौदलाजवळ असलेली हवाई ताकद आणि उत्तर हिंदी महासागरात भारताची असलेली मोक्याची जागा, ज्यामुळे एस.एल. ओ.सी.जच्या महत्त्वाच्या ठिकाणांवर लक्ष ठेवता येते.

हिंदी महासागराच्या परिघाच्या बाहेर असणाऱ्या देशांकडे भारत दुर्लक्ष करू शकत नाही. हिंदी महासागरात परदेशी नौदलाचे असणे हे आता नवीन नाही. ते तसेच राहणार. डिसेंबर १९७१ साली यूएन जनरल असेंब्लीने जरी हिंदी महासागर हा एक शांती क्षेत्र राहील, असे सांगितले, तरी ते तसे झालेले नाही. अमेरिकेचे नौदल पूर्ण सामर्थ्यानिशी पर्शियाच्या आखातात हजर आहे. हिंदी महासागरात त्यांनी कित्येक दशकांपासून दिएगो गार्सिआला ठेवून दिले आहे. त्यांनी आता

एक नवीन आफ्रिका कमांड (ASRICOM) ही स्थापले आहे. त्यातून भारताच्या व आसपासच्या परिसराची सुरक्षा धोक्यात आली आहे. हिंदी महासागरात नाटोचे असणे व भविष्यातील आपली भूमिका स्पष्ट न करणे याने भारताच्या काळजीत भरच पडली आहे. हिंदी महासागरातील रियुनियन व इतर बेटांवरच्या सत्तेमुळे फ्रान्स पण आपला अधिकार गाजवतो आहे. अमेरिका आणि नाटोचा असलेला वावर हिंदी महासागरात वाढण्याचा संभव आहे. तो पुढील काही वर्षांत होईल; पण तसे होणे हे आखातातील ऊर्जा, अफगाणिस्तान आणि इराकवर लक्ष ठेवता येण्याकरिताच आखलेले धोरण आहे. इराणसुद्धा त्यांना आणखी मजबूत बनवण्याकरिता पाठिंबाच देईल. चीनचे वाढते पाय रोवणेसुद्धा भारताची सुरक्षा धोक्यात आणू शकतात. चीन हिंदी महासागराच्या बाजूने त्याच्या नौदलाला नेमतो आहे. त्यात भारताचे अगदी जवळचे शेजारी त्यांचा वापर चीन एखाद्या 'मोत्याच्या माळे'सारखा करतो आहे. भारताची मुख्य काळजी म्हणजे परकीयांचे शेजारी राष्ट्रांजवळ सतत येणे. ते फक्त समुद्राकडूनच येत नाहीत; तर त्यांचा जमिनीवरूनसुद्धा येण्याचा इरादा स्पष्ट जाणवतो आहे. भारताला इतक्या विविध प्रकारे परकीयांचा विळखा पडतो आहे. त्यामुळे भारताने आपले नौदल व त्याचे सामर्थ्य वाढवणे खूप गरजेचे आहे. यात बचावाचे धोरण, तसेच शौर्याने लढण्याचे बळपण असणे आवश्यक आहे.

या सगळ्यांना सडेतोड उत्तर म्हणजे भारताने अंदमान आणि निकोबार बेटांवर तिन्ही सैन्य दलांची एकत्रित संघटना स्थापन केली. आता हे धोरण भारताने सातत्याने पुढे चालवायला हवे. त्यामुळे बंगालच्या उपसागरात आपले स्थान बळकट होईल व भारताच्या सुरक्षेकरता जरी बचावात्मक भूमिका घेतली, तरी भारतीय लष्कराच्या असण्याने इतर आसपास असणाऱ्यांवर एक प्रकारचा दबदबा निर्माण होईल. यामुळे एस.एल.ओ.सी.ज.वर व याबरोबर इतर सामर्थ्यवान सत्ता, ज्या सध्या हिंदी महासागरात आहेत, त्यांच्यावर पण एक प्रकारे दडपण आणता येईल. तिन्ही सैन्य दलांच्या संघटनेमुळे भारताला बंगालच्या उपसागरात व आसपासच्या प्रदेशात नौदलाचे सामर्थ्य दाखविता येते. हे सगळे करताना पूर्व आशियातील देश, ज्यांच्या सीमा हिंदी महासागराच्या पूर्वेकडे लागून आहेत, त्यांचा विचार होणे तितकेच महत्त्वाचे आहे. आग्नेय आशियातील देशांचाही भावनात्मक दृष्टीनं विचार व्हायला हवा. २००२ साली भारताने मलाक्काच्या खाडीतून जाताना अमेरिकेच्या उच्च किमतीच्या मालाकरिता सुरक्षा पुरवली होती व त्यांना विनात्रास पार करू दिले होते, तेव्हा मलेशियाला भारताचे हे कृत्य अजिबात आवडले नव्हते. मलाक्काच्या खाडीला सुरक्षित ठेवण्यासाठी मलेशिया व इंडोनेशिया अमेरिकेच्या विरोधात उभे ठाकले होते. त्याचे म्हणणे होते की, किनाऱ्याजवळच्या राज्यांनीच हा

प्रश्न हाताळायला हवा आणि भारताने या म्हणण्याला दुजोराच दिला होता. याशिवाय आणखी दोन घटक आहेत, ज्यांचा विचार व्हायला हवा. एक, आग्नेय आशियातील देश चीनच्या प्राधान्याला कमकुवत करण्यासाठी आणखी कोणी पर्याय आहे का, म्हणून शोध घेताहेत. दुसरे, त्यांना भीती वाटते की, आपण भारत-चीन यांच्या भांडणात भरडले जाऊ म्हणून.

सुदैवाने विश्वास वाढवणाऱ्या आणि सहकार्याच्या बऱ्याच चौकटी तयार आहेत. भारताने प्रायोजक म्हणून काम केलेले मिलान (MILAN) ही संस्था आसियान मधील देशांबरोबर दर दोन वर्षांनी भेटत असते. याशिवाय ऑस्ट्रेलिया, न्यूझीलंड, बांगलादेश आणि श्रीलंका यांच्याबरोबरही विचार विनिमय होत असतो. भारताचे आसियान प्रांतीय संस्था (ARF) आणि रिजनल कोऑपरेशन अॅग्रीमेंट ऑन कंबॅटिंग पायरसी अॅण्ड आर्म्ड रॉबरी (RECAAP) यांच्याबरोबर आशियातील समुद्रावरची चाचेगिरी थांबवण्याकरिता एकत्रित काम चालू आहे. याशिवाय काही चर्चा व बाबी ज्या नियोजित नाहीत, तरीसुद्धा व्हायला हव्यात म्हणून भारत करत असतो. त्यात ट्रॅक II वर चर्चा व शांग्रिला चर्चा या येतात. लंडनस्थित इंटरनॅशनल इन्स्टिट्यूट फॉर स्ट्रॅटेजिक स्टडीज (IISS) आणि कौन्सिल फॉर सिक्युरिटी को-ऑपरेशन इन द एशिया पॅसिफिक (CSCAP) यांनी त्या चर्चा घडवल्यात व त्यात भारताने भाग घेतला होता. भारताने या देशांशी ज्या द्विपक्षीय चर्चा केल्या, त्यामुळे त्या प्रांतांना एक प्रकारचा दिलासा मिळाला. भारत सिंगापूर, थायलंड व इंडोनेशियाशी वेळोवेळी नौदल, भूदल व हवाई दलांशी लष्करी अभ्यास आयोजित करत असतो. त्यामुळे त्यांना आपल्या समुद्राकडच्या सीमांचीपण नव्याने ओळख होते. हा भारताचा पूर्वेकडच्या देशांशी समुद्रमार्गे संबंध प्रस्थापित करण्याचा एक मार्ग आहे.

भारताचा नौदलातला म्हणण्यासारखा वरचष्मा पश्चिमेकडे नाही; पण तिकडेच धोका आणि आव्हाने जास्त आहेत. एकूणच अमेरिकेच्या नौदलाने आपली पकड या भागात चांगली पक्की केली आहे. अमेरिकेने मुद्दामच भारताला आखाती प्रदेशातल्या सुरक्षेबाबत दूर ठेवले आहे. त्यांची इच्छाच नाही की, भारताने या कुठल्याही चर्चेत किंवा प्रक्रियेत भाग घ्यावा. या कृतीत त्यांचा एक मुद्दा आहे, तो जाणवतो. भारत पॅसिफिक कमांड (PACOM) खाली येतो आणि पर्शियाचे आखात आणि पाकिस्तान मिळून सेंट्रल कमांड (CENTCOM) खाली येतात, जे की अमेरिकन नौदलाच्या देखरेखीखाली येतात. भारताला पर्शियाच्या आखाती प्रदेशात खूप स्वारस्य आहे. त्याची दोन कारणे आहेत. एक ऊर्जा आणि दुसरे त्या भागात राहणारे भारतीय होय. वास्तविक हे भारतीय सुरक्षेच्या दृष्टीने कोणतीही भूमिका पार पाडत नाहीत. अमेरिकेतील ९/११ च्या हल्ल्यामुळे त्यांनी एक एकत्रित

कृती गट (CTF150) तयार केला. या गटाने 'जगातील दहशतवादाविरुद्धचे युद्ध' जिंकायचे, अशी योजना होती. या एकत्रित कृती गटात त्यांनी नाटोचे सभासद असणाऱ्या पाश्चिमात्य देशांना, त्यात अमेरिका, युनायटेड किंगडम, जर्मनी, फ्रान्स आणि इटली हे देश होते. त्यात त्यांनी ऑस्ट्रेलिया, न्यूझीलंड व पाकिस्तानचापण समावेश केला. गंमत म्हणजे या भागाच्या सुरक्षेकरता परकीयांनी ताबा घ्यावा, ही होय. हिंदी महासागरात भारतसुद्धा पाश्चिमात्य देशांशी लष्करी सराव सतत करत असतो. त्यात विशेषतः अमेरिका, फ्रान्स व युनायटेड किंगडम आहेत. या सरावातून प्रत्यक्ष काय फायदा भारताला होतो ते मात्र अजून गुलदस्त्यात आहे.

अमेरिकेचा सागरावरचा दबदबा जगजाहीर आहे. तो हिंदी महासागरावरही कायम राहणार, हे निश्चित. भारताने आपली धोरणे व योजना अगदी स्पष्ट करायला हव्यात. हिंदी महासागर भागात अमेरिकेला मनमानी करू न देण्याकरिता भारताने भविष्याकरिता एक नीटनेटकी स्पष्ट भूमिका दाखवायला हवी. जगभरातील सर्व नौदल एकत्र केले तरी अमेरिकेशी त्याची तुलना होऊ शकत नाही. १९९२ सालापासून भारताचे अमेरिकेत नौदलाबरोबरचे मलबार सराव भारत अमेरिकेला गुंतवून ठेवतो, असे म्हणायला हरकत नाही. त्याच वेळी भारताने काळजीपूर्वक अमेरिकेचे दीर्घ मुदतीचे जे भारताचे अवलोकन केले आहे, त्याचापण विचार व्हायला हवा. बऱ्याच प्रश्नांची उत्तरे मिळवायची आहेत. १९७१ साली अमेरिकेने आपले जहाज यू.एस. एस. एंटरप्राईज बंगालच्या उपसागरात उभे करून भारतावर दडपण आणण्याचा प्रयत्न केला होता. दिएगो गार्लियाहून अमेरिकेच्या विमानांनी भारताच्या माहिती विभागावर टेहळणी केली होती, त्याचे काय? पाकिस्तानची सध्याची अमेरिकेच्या आवडत्या स्थानात असण्याची पुढेही चालू राहण्याची शक्यता असली, तर भारताने काय योजले आहे? १९८७ साली भारत-श्रीलंका करारावर सह्या झाल्या होत्या. तसेच परत घडेल का? हा करार करण्यामागे एक उद्देश होता. अमेरिकेचा रेडिओ व्हॉईस ऑफ अमेरिका त्याने आपले प्रक्षेपण केंद्र उत्तर श्रीलंका आणि कदाचित त्रिंकोमाली बंदरात लावून अमेरिकेला बातम्या पुरवण्याचे काम करत होता. ते आज किती सयुक्तिक आहे? इतिहासाची पाने चाळताना हे लक्षात येते की, अमेरिकेत सतत हिंदी महासागराबाबत आपले वर्चस्व भारतावर दाखवायला कधीही कमी केले नाही. भारताला त्याच्या बरोबरीत यायला अजून अवकाश आहे. तसे झाले तर अमेरिकेचे सामर्थ्य भारत मान्य करणार का? भारताने भविष्याचा नीट विचार करून आखणी केली तर एक दोन दशकात भारत ८-९ टक्केप्रमाणे दरवर्षी प्रगती करेल; तर अमेरिकेला भारताची भीती वाटण्याची शक्यता नाकारता येत नाही. आज चीनने जे स्थान मिळवले, आहे ते भारताला मिळवायला हवे. भारताने आपल्या

मोक्याच्या धोरणात/त्या संदर्भात बदल केला आहे का? आता भारताला श्रीलंकेचे बहुदेशीय परराष्ट्र धोरण व त्यात लष्कराचा सहभाग चालतो आहे त्याचे काय कारण असावे?

भारताने आपली समर्थता ओळखावी आणि त्याअनुसार त्यात बदल करायला शिकावे. आज परस्परांच्या स्वारस्यांना जपणे हे महत्त्वाचे आहे. दीर्घ मुदतीच्या योगायोगावर अवलंबून राहायला नको. जेव्हा दोन देशांत मतभिन्नता असते, तेव्हा त्यांनी परस्परांवर सुरक्षेकरता अवलंबून असणे, हे जास्त महत्त्वाचे आहे का? अमेरिका कशी भारताची सुरक्षा वाढवण्यात रस घेऊ शकते? भारताला अमेरिकेबद्दल कोणतेच किल्मिश न ठेवता राहता येईल. तसे अमेरिकापण भारताबद्दल कोणताही आकस न ठेवता राहू शकेल का? कदाचित आणखी काही वर्षांत भारतच हिंदी महासागरावर प्रभुत्व असणारा देश होईल. भारताजवळ आण्विक शक्ती आहे. युनायटेड नेशन्स कन्व्हेंशन ऑन द लॉ ऑफ द सी (UNCLOS) ने तयार केलेल्या नियमांना अमेरिकेच्या सर्वोच्च नियामक मंडळाने (Senate) अजून आपली संमती दर्शवली नाही. त्यामुळे त्यांच्याकडून येणारे संदेश खळबळ माजवतात. ते नियम भारताला लागू आहेत, पण अमेरिकेला नाही. अमेरिका स्वतः समुद्रावरती मार्गदर्शन करताना त्यांचे पालन करत नाही.

भारताला रशियाची वृत्ती विचारात घ्यायला हवी. भारताने आपली नौदलाची ताकद वाढवण्याकरिता रशिया/सोव्हिएतची मदत मोठ्या प्रमाणात घेतली होती, हे विसरता कामा नये. भारत अजूनही रशियावर सुटे भाग आणि देखभालीकरता अवलंबून आहे. आण्विक पाणबुड्या आणि विमान वाहतूक नौकेकरता भारत त्यांच्यावर अवलंबून असताना हे घणाघात सोसण्याचे सामर्थ्यही असायला हवे. सध्या अमेरिका व रशियात असलेले शत्रुत्व विसरता येत नाही. त्यामुळे भारत अमेरिकेत चालू असलेले नौदलामधील योजना व सहकार्य रशियाला आवडायचे नाही व त्यामुळे उगीचच ताण वाढण्याची शक्यता आहे. २००३ सालापासून भारत-रशिया यांच्यात वरचेवर नौदलाकरिता सराव, शिक्षण होते आहे.

हिंदी महासागरातील आपली भूमिका स्पष्ट करण्याकरिता भारताने फेब्रुवारी २००८ साली इंडियन ओशन नेव्हल सिम्पोझियम (IONS) नावाने एक परिषद भरवली होती. त्यात भारताने आपली भूमिका ठामपणे मांडायचा प्रयत्न केला. त्यात सागरी किनाऱ्याशी संपर्क असणाऱ्या तीस देशांशी आपले नौदलाचे सरसेनापती पाठवून भाग घेतला. आय.ओ.एन.एस.चे मुख्य ध्येय होते, सगळ्यांशी चर्चा करून जे सागरी सुरक्षेकरता आवश्यक मुद्दे आहेत, ते समजून घेऊन त्यावर उपाययोजना करायची. ही योजना आखताना प्रत्येक देशाला आपल्याकडून काय देता येईल,

त्याचा विचार विनिमय करणे, प्रत्येकाच्या क्षमतेप्रमाणे माहितीचे आदान-प्रदान करणे, एकत्रित सहकार्याची एक चौकट तयार करणे हे होय. हे सर्व असले, तरी भारताला अंतर्गत काम अजून बरेच करायचे आहे. त्यात स्रोताचे विभाजन करणे, भारतात अनेक पैलू असणारे नाविक दल आहे. त्यांच्या संस्थेत सहकार्य आणणे, त्या संस्था एकमेकांवर अवलंबून आहेत, हे त्यांच्या निदर्शनास आणणे. अणुशक्ती ऊर्जा अनुसंधान आणि अंतरिक्ष अनुसंधानच्या धर्तीवर एक सागरी अनुसंधान नेमायचा भारताचा विचार आहे. त्यातून परस्पर सहकार्य व सागरी संबंधातील अनेक व अगणित प्रश्न सुटण्यास मदत मिळेल.

परराष्ट्र धोरण आणि लष्करी धोरण

भारताचे परदेशांशी असलेले लष्करी संबंधच भारताचे परराष्ट्र धोरण व लष्करी धोरण किती सुधारलेत, हे दाखविते. त्यांचे आता आंतरराष्ट्रीय संबंध जवळचे झाले आहेत. कोणत्याही द्विपक्षीय संबंधांना एकत्रित आणणारा दुवा म्हणजे परराष्ट्र लष्करी सहकार्य होय. त्याचा पायाच मुळी विश्वास, दिलासा आणि सहकार्यात भागीदार असणाऱ्यांमधील समज हा होय. याशिवाय मोक्याच्या बाबींना साध्य करणे हेपण त्यात आलेच. त्यातून चांगले राजकीय संबंध प्रतिबिंबित होतात व तो प्रवाह पुढेही चालूच राहतो. हा प्रवाह उलट होऊ शकत नाही. लष्करी साहचर्यात प्रशिक्षण, लष्करी आयुधांची खरेदी-विक्री, एकत्रित करायचे सराव शिबिर किंवा एकत्र केलेल्या हालचाली/घडामोडी यांना प्राधान्य द्यायला हवे. या एकेकट्याने करायच्या बाबी नव्हेत. तसे झाले तर परराष्ट्र धोरणात त्या देशाबद्दलचा विश्वास गमावला जाईल. भारताचे बऱ्याच काळापासून रशियाशी लष्करी संबंध आहेत. तसे ते पाकिस्तान किंवा चीनशी नाहीत. या दोन प्रकारच्या घटनांमध्येसुद्धा बरेच लहान लहान घटक आहेत. बऱ्याच दशकांपासून भारत व अमेरिका एकमेकांकडे साशंक व काळजीयुक्त नजरेने पाहत होते. आता लष्करी संबंध झपाट्याने बदलत आहेत. आज तरी भारताला यावर राजकीय एकमत नाहीत, तरीही ऑगस्ट २००८ साली बहुराष्ट्रीय हवाई सरावाला यूपीए सरकारने परवानगी दिली होती. त्या वेळी 'रेड फ्लग' म्हणून सराव झाला. त्यात अमेरिका व त्याचे मित्रराष्ट्र यांनी भाग घेतला होता. ही संधी भारत तेव्हा सोडायला तयार नव्हता. भारताकरिता एक महत्त्वाचा वादाचा मुद्दा आहे. भारत रशियावर लष्करी सामग्री, योजना आणि इतर अनेक बाबींत अवलंबून आहे. असे असताना त्यांना सोडून अमेरिकेच्या मागे पळण्यात काय अर्थ आहे? अमेरिका तर आपले लष्करी तंत्रज्ञान, आयुधे व ते चालवण्याचे

प्रशिक्षणही भारताला द्यायला तयार नाही. अशा परिस्थितीत आज वास्तविक पाहता भारत लष्करी सामग्री खरेदी करणारा सर्वांत मोठा ग्राहक आहे. त्यामुळे त्याने या परिस्थितीचा तरफेसारखा वापर करायला हवा. त्यात भारताला किंमतही कमी पडायला हवी व त्याबरोबरचे इतर फायदे किंवा सवलतीसुद्धा मिळायला हव्यात.

हे जरी परराष्ट्र धोरण असले, तरी त्यात लष्करी संबंध फार महत्त्वाचे आहेत, हे ध्यानात ठेवायला हवे. द्विपक्षीय चर्चेत लष्करी राजनैतिकता सिमेंटचे काम करते; कारण सुरक्षेसारखे नाजूक, पण अतिमहत्त्वाचे विषय हाताळायचे असतात. काही बाबतीत त्या आर्थिक संबंधाकरिताही पूरक असतात. उदा. भारताचे आसियानमधील देशांबरोबर सुरुवातीला आर्थिक संबंध प्रस्थापित करायला योजना आखल्यात. गेल्या पाच वर्षांत मात्र सुरक्षाघटक अग्रस्थानी येत गेला व त्यामुळे भारताचे आसियान बरोबरचे संबंधही सुधारले गेलेत. दुसऱ्या बाबतीत रशिया जो भारताच्या सुरक्षेच्या मुद्द्यांत अग्रभागी आहे, तो द्विपक्षीय संबंधांना सुधारण्याकरिता फार महत्त्वाचा व मोलाचा सहभाग देतो. तिसरे उदाहरण आहे इस्राइलचे. इथे भारत मोठ्या प्रमाणात इस्राइलवर लष्करी सामग्रीकरता अवलंबून आहे; पण त्या बदल्यात भारताला प्रचंड दडपणाखाली राहावे लागते. त्यात त्यांची मागणी भारताने पॅलेस्टाईनसारखे राजकीय मुद्दे सोडावेत; जी आज इस्राइलची डोकेदुखी झाली आहे.

भारताचे सुरक्षा धोरण व परराष्ट्र धोरण हे आपापसांत बांधले गेले आहेत. 'सुरक्षा' आणि 'राजनैतिकता' या एकाच नाण्याच्या दोन बाजू आहेत. दोघांचेही लक्ष्य एकच आहे. भारताच्या एकतेची सुरक्षा, प्रांतीय एकता, परकीय त्रासापासून भारताचे सार्वभौमत्व अबाधित ठेवणे हीच कामे दोघांनाही करावी लागतात; पण त्यांची साधने वेगवेगळी आहेत. राजनैतिकता यशस्वी करायची असेल, तर भारताचे परराष्ट्र धोरण ठरवणाऱ्यांनी भारताच्या लष्कराचे सामर्थ्य व क्षमता लक्षात घेऊन सल्लागारांना नेमायला हवे. सल्लागारांची विचार करण्याची दिशा तशी हवी. लष्कर हा शेवटचा पर्याय मानायचे काम नाही. काही देशांत प्रत्यक्ष किंवा अप्रत्यक्षरीत्या राजकीय सत्तेची उलथापालथ करण्याकरिता त्याचा वापर होतो. भारताच्या स्वारस्याला जपण्यासाठी लष्कर व परराष्ट्र धोरण यांचे सहकार्य उत्तम हवे व त्यांच्यात नेहमीच चर्चा व्हायला हवी. त्यातूनच उत्तम निकाल हाती येतील. यासाठी भारताचा पूर्ण प्रयत्न राजनैतिकता लष्करी बळाची मदत घेत पुढे जाईल, असाच असायला हवा.

प्रकरण १४

परंपरा आणि संस्था

भारताची संस्कृती जरी जुनी असली, तरी देश मात्र नवीनच आहे. भारत वसाहतवादाखाली असतानाच भारत आधुनिक देश कसा बनेल, याची बीजे पेरली गेलीत. हाही एक विरोधाभासच आहे. मॅकॉलेने शैक्षणिक सुधारणा करताना भारताचे अभिजन, जे त्यांच्याच श्रीमंत संस्कृतीच्या वारशापासून दूर राहिलेत व काहीही मिळवू शकले नाहीत, त्यांनाच हाताशी धरून ब्रिटिश साम्राज्याची इमानी जनता म्हणून पुढे आणले. मॅकॉलेने अपेक्षा केली नसेल, इतकी यशस्वी ही योजना झाली. भारतीयांमध्ये देशभक्तीची ज्योत जागवण्याचे काम यातून पूर्ण झाले. वास्तविक तसा मानस नसणार. भारतातले शिक्षित अभिजन, जे पाश्चिमात्य साच्यातून बाहेर पडत होते, त्यांना नवनवीन कल्पनादेखील सुचत होत्या. एकोणिसाव्या शतकाच्या उत्तरार्धात आणि विसाव्या शतकाच्या पूर्वार्धात युरोप देशवादी, साम्यवादी आणि समाजवादी विचारात भरडून निघत होता. त्यातूनच भारतीय प्रेरणा घेत होते. त्याच सुमारास जर्मनी व इटलीत फॅसिस्ट प्रवृत्तीला ऊत आला होता व त्यावरूनसुद्धा भारतीय धडा शिकत होते.

नेहरू आणि गांधींचा प्रभाव

भारताचे पहिले पंतप्रधान आणि परराष्ट्रमंत्री जवाहरलाल नेहरू यांचा भारताचे परराष्ट्र धोरण आखण्यात मोठा हात होता. नेहरूंना इतिहास आणि परराष्ट्र धोरणासंबंधींच्या बाबींची जाण खूपच होती. त्यांची तुलना त्या काळच्या त्यांच्या पिढीच्या इतर नेत्यांशी होऊच शकत नाही. त्यांचे स्वतःचे शिक्षण, जे पश्चिमात्य देशात झाले ते आणि त्यांचे युरोपियन राजकीय चळवळी व त्यातील प्रवाहांचा त्यांच्या

विचारसरणीवर खूप प्रभाव होता. त्यांचे पश्चिमात्य देशांशी असलेले व्यक्तिगत संबंधही त्यांच्या जडणघडणीकरता महत्त्वाचे ठरतात. त्यामुळे परराष्ट्र खात्याची धुरा सांभाळायला त्यांना कठीण गेले नाही. भारत स्वतंत्र होण्याच्या आधीपासून त्यांना परराष्ट्र धोरणाचे महत्त्व कळले होते. त्यामुळे त्यांच्या विचारांनी व दूरदृष्टीने स्वतंत्र भारताला एक नवीन आयाम मिळाले. भारत स्वतंत्र झाल्यानंतर भारताला त्यांच्या कल्पनेची व प्रात्यक्षिकांची मोठी देणगी मिळाली. भारताच्या अडचणीच्या वेळी त्यांचे मार्गदर्शन व मदत स्वतंत्र भारताला सतत मिळत गेली.

नेहरूबरोबर महात्मा गांधींचे विचार व तत्त्वज्ञानसुद्धा देशाच्या उपयोगी पडणारे होते; पण त्यांना म्हणावा तसा प्रतिसाद मिळाला नाही. भारताच्या परराष्ट्र धोरणावर त्यांचाही तितकाच प्रभाव पडला आहे. गांधींच्या तत्त्वज्ञानात अहिंसेला महत्त्व दिले गेले. त्यात प्रत्येक व्यक्तीच्या, तसेच देशाच्या चारित्र्याला प्राधान्य दिलेले गेले आहे. *सत्याग्रह* किंवा सत्यासाठी लढा, माणुसकी किंवा कणव आणि न्याय यांवर त्यांचा भर होता. गांधींच्या विचारावर भारतीय पवित्र ग्रंथ रामायण, महाभारत व बुद्धाच्या शिकवणीचा पगडा होता. त्यात चारित्र्य, नीतिमत्ता आणि तत्त्वज्ञानातील आज्ञा त्यांनी आचरणात आणण्याचा प्रयत्न केला. संकल्पना आणि वैचारिक स्तरावर पाहता, भारताचा स्वातंत्र्यलढा फक्त इंग्रजांकडून भारताला स्वातंत्र्य मिळवणे एवढ्या एका कामासाठी नव्हता; तर तो जगातील वसाहतवाद्यांच्या चळवळीच्या विरोधात होता. हा आंतरराष्ट्रीय दृष्टिकोन, जो भारताच्या चळवळीला दिला गेला, तो गांधींनी स्वतः दक्षिण आफ्रिकेत असताना पाहिलेल्या वर्णभेदातून आला होता. त्यामुळे सर्व काँग्रेस नेत्यांना भारताची स्वतःची स्वातंत्र्याची चळवळ ही जगभरातील दुर्बल लोकांना वसाहतवाद्यांच्या तावडीतून सोडवण्यासाठी वापरायचे हत्यार वाटले, यात नवल नाही.

भारताच्या परराष्ट्र धोरणात फक्त भारताचाच विचार केलेला नसून, आशिया आणि आफ्रिकेतील वसाहतींचाही विचार त्यात केलेला दिसतो आणि यात आश्चर्य वाटण्यासारखे काही नाही. भारताच्या स्वातंत्र्यानंतरच्या पहिल्या काही दशकांत भारताच्या परराष्ट्र धोरणाबद्दल काही गोष्टी स्पष्ट केल्या गेल्यात. त्यात बंधनमुक्त किंवा स्वतंत्र परराष्ट्र धोरण चालवण्याचा हक्क व ती चालवण्याचे मुद्दे हे गुणांवर अवलंबून राहतील, हे सांगितले गेले. नीती, राजनैतिक आणि आर्थिक पाठिंबा कोणाला देणार, हे स्पष्ट केले. त्यात वसाहतवाद, वर्णद्वेष, वर्णभेद आणि कोणत्याही प्रकारचा भेद दर्शवणारी घटना, अहिंसा, आण्विक शस्त्रास्त्रे न वापरणे व आंतरराष्ट्रीय स्तरावर भारत यांचा शांतिदूत किंवा कैवारी असेल. जगातील अनेक मुद्दे नैतिकतेने व धैर्याने सोडवल्यामुळे भारताचे कौतुक करणारे अनेक देश निघालेत. विकसनशील

देशांचे पुढारीपण भारताला बहाल केले गेले. त्या सगळ्याचा प्रभाव जागतिक स्तरावर खूप मोठा होता. तो प्रत्यक्ष आर्थिक आणि राजकीय सामर्थ्यापेक्षाही मोठा होता. त्याच वेळी भारताने जी नैतिकता स्वीकारून स्वतःची छबी महत्त्वपूर्ण आणि बरोबर आहे, हे जगाला दाखवत असताना पश्चिमात्य देशांना ते अजिबात आवडले नाही.

आंतरराष्ट्रीय संदर्भात भारताच्या परराष्ट्र धोरणाला भारताने देशाकरिता व्यापक स्वरूप देऊन काम करण्याची गरज आहे. भारतातील वसाहतवाद संपल्यानंतर भारत एकटा एकत्र, सार्वभौम आणि स्वतंत्र राज्य म्हणून राहू शकला असता का? वसाहतवाद व वर्णभेदाच्या विरोधात होणाऱ्या चळवळीत बरेच स्वतंत्र देश मोठ्या संख्येने पुढे आलेत आणि भारताला त्याच्या स्वातंत्र्यासाठी त्यांनी पाठिंबाच दिला. अभिमान व अस्मिता हे गुण गांधींनी लोकांमध्ये जागृत केले. त्यामुळे भारताला स्वतःच्या बळावर उभे राहण्याचे नैतिक धैर्य मिळाले. त्यातूनच स्वतंत्र विचारांची परराष्ट्र नीती तयार झाली नाही; तर भारतसुद्धा शीतयुद्धात दडपणाखाली येऊन लोटला गेला असता. याचा परिणाम भारतावर चांगलाच झाला. हा घटक भारताच्या परराष्ट्र धोरणात गेली साठ वर्षे आहे. हे ठाम मत आता इतके रुजले व पसरले आहे की, आता भारताला कोणतेही सरकार आले, तरी या धोरणात बदल करण्याचे धाडस करणार नाही.

भारत स्वतंत्र झाल्यानंतर पहिली सतरा वर्षे जवाहरलाल नेहरूंनी परराष्ट्र धोरण आखताना ज्या संस्था आणि परंपरांना जोपासले व पुढे नेले, त्यामुळे आणखी एक महत्त्वाची बाब म्हणजे त्यांनी भारतीय राजनैतिकांच्या एका संपूर्ण पिढीला प्रशिक्षित व प्रोत्साहित केले. त्यांनी तयार केलेल्या परराष्ट्र धोरणाचा विसाव्या शतकाच्या उरलेल्या वर्षांतही खूप फायदा झाला. नेहरूंच्या नेतृत्वात भारत जगात ताठ मानेने जगला. भारताचा आवाज नेहमी आंतरराष्ट्रीय मेळाव्यात ऐकला गेला. भारताने आपल्या राजनैतिक परंपरेत बहुपक्षीय राजनीती चालू ठेवली. त्याची प्रभा मोठी होती. त्यात द्विपक्षीय राजनैतिकता कुठल्या कुठे हरवली. भारतीय राजनीतीज्ञसुद्धा या कामात तरबेज झालेत. त्यांनी तडजोड करण्याचे तंत्र दाखविले. राष्ट्राचे स्वारस्य जपण्यात त्यांनी त्याचाच वापर केला. न आपले मत राखून ठेवणे किंवा पुढे सरकवणे कसे? राजनीतिज्ञांनी आपले सगळे लक्ष उत्तम योजना आखण्यावर केंद्रित केले. हे सर्व कागदापुरते होते. त्यांनी ते चर्चा करून प्रत्यक्षात उतरवण्याकरिता नव्हते केले.

नेहरूंची परराष्ट्र धोरणाची पद्धत त्यांनी स्वतः आपल्याकरिता तयार केली होती. ते पूर्णपणे परराष्ट्र खात्याचे मंत्री म्हणूनच जगत होते. त्या खात्यातील कोणत्याही अधिकाऱ्याशी ते स्वतःच बोलत असत. त्यांनी सेक्रेटरी जनरल म्हणून

एक नवीन व निराळे पद निर्माण केले. संपूर्ण कॅबिनेटने (सगळे मंत्री एकत्रित) कधीच एकत्रितपणे त्यांच्यावर किंवा त्यांच्या परराष्ट्र खात्यावर प्रभाव पाडण्याचा प्रयत्न केला नाही. फक्त एक मंत्री होते, कृष्णमेनन. ते संरक्षण मंत्री हाते. त्यांनी नेहरूंचा बराच त्रासदायक वाटा उचलला होता. त्यात ते परराष्ट्र, तसेच संरक्षणासंबंधीच्या योजना/धोरणांना मार्गदर्शन करत होते. भारताचे परराष्ट्र खाते व त्याची सेवा हे अगदी नवीन होते. म्हणून कुठलाच राजदूत प्रशिक्षित किंवा अनुभवी नव्हता. त्यामुळे त्यांच्याकडून नेहरूंना काही सल्ला मिळू शकेल, अशी शक्यता नव्हती. नेहरूंचे राजकीय सामंजस्य खूप विस्तारित होते; पण त्यांचा त्याकडे बघण्याचा दृष्टिकोन मनमोकळा नव्हता, तर त्यात हडेलहप्पी होती. त्यांची भाषणे किंवा लिखाण, यात संसदेत केलेली भाषणे, मुख्यमंत्र्यांना पाठवलेली पत्रे, त्यांनी परदेशवारीत केलेली वक्तव्ये आणि परदेशी पाहुणे भारत भेटीवर आले असतानाच्या चर्चा या सगळ्यांचा समावेश आहे. त्यांची भाषणे लांबलचक व कंटाळवाणी होती. त्यात शहाणपण आणि तत्त्वज्ञान यांची सरमिसळ होती. ते विषयांपासून दूर भरकटले जात. कधी कधी ते वास्तवापासून दूर जात व त्यात मूर्खपणाच दिसून येई. भगतसिंग, वीर सावरकर आणि सुभाषचंद्र बोस किंवा सरदार पटेल यांच्यासारख्या सुधारकांवर गांधींच्या भारताचा आणि नेहरूंच्या नेतृत्वाखालील परराष्ट्र धोरणाचा बराच प्रभाव पडलेला आहे. खऱ्या राजकारणाची छाया यावर पडलेली दिसते.

परराष्ट्र धोरणात व्यक्तिगत वाटा असणे, ही नेहरूंची खासियत होती. नेहरूंचे व्यक्तिशः सबंध परदेशातल्या नेत्यांशी खूप जवळचे, चांगले व कामाचे होते, यात शंका नाही; पण यामुळे त्यांचे पुरेसे लक्ष या संस्थांच्या विकासाकडे गेले नाही किंवा परराष्ट्र धोरणात काय बदल केले, तर ते या संस्थांना फायदेशीर ठरतील, ते नेहरूंना कळलेच नाही. त्यांच्यानंतर सर्व परराष्ट्रमंत्र्यांनी त्यांच्या पावलावर पाऊल टाकत व्यक्तिशः परराष्ट्र धोरण चालवण्याचे ठरवले. आजपर्यंत भारतीय नेते स्वतःच्याच कल्पनाविलासात गुंग आहेत. त्यांना वाटते की, परराष्ट्र धोरणाचे यश हे फक्त आपल्या व्यक्तिगत संबंधांमुळेच झाले आणि ते परदेशी नेत्यांच्या बरोबर मजेत वेळ घालवतात.

नेहरूंनंतरची उत्क्रांती

भारताच्या परराष्ट्र धोरणात व त्या संदर्भातील संस्थांत प्रगती करण्याजोगे काही घडायच्या आतच पंतप्रधान लालबहादूर शास्त्री निवर्तले. त्यांचा कार्यकाल अत्यल्प ठरला. इंदिरा गांधींनी आपल्या वडिलांप्रमाणेच संकुचित दृष्टिकोनातून सांभाळले.

परराष्ट्र धोरणातील कमकुवत बाबी त्यांनी शंका घेण्यायोग्य असल्याचे वर्तवून दूर ठेवल्या. त्यांचा कल हा दोन घटनांवर आधारित आहे. एक १९७१ सालची बांगलादेशातली आणीबाणी आणि त्यांना नागरी सेवेबद्दल असणारे स्वारस्य ह्या होत. त्यांच्या काळातच पंतप्रधानांचे कार्यालय म्हणजे एक महत्त्वपूर्ण स्थान ठरले. परराष्ट्र धोरणाबाबत त्यांनी आपले काम त्यांचे मुख्य सचिव पी. एन. हकसर यांच्यामार्फत केले. ते मुळात भारतीय परराष्ट्र सेवेत (IFS) होते. ते आणि डी. पी. धर हे नवीन स्थापन झालेल्या सामर्थ्यवान पॉलिसी प्लॅनिंग कमिशन, जे परराष्ट्र धोरणांतर्गत येते, त्याचे अध्यक्ष होते. त्यांनी परराष्ट्र खात्याच्या मंत्र्यांना बाजूला सारून बांगलादेशाच्या युद्धात व सोव्हिएत युनियनबरोबरचे संबंध स्वतःच पाहत होते. १९७२ सालच्या सिमला करारात भारताला हा व्यक्तिगत केलेला प्रयोग फार महागात पडला. येथे इंदिरा गांधींनी तज्ज्ञांचा सल्ला न घेता, आपल्या जवळच्या सल्लागारांचा सल्ला व मनात येईल ते ठरवून कार्य उरकल्यामुळे पाकिस्तानचे पंतप्रधान झुल्फिकार अली भुट्टो यांच्याशी असमाधानकारक करार करावा लागला. यानंतर अध्यक्ष पॉलिसी, प्लॅनिंग कमिटी बरखास्त करावी लागली. इंदिरा गांधींनी दुसऱ्या वेळी जेव्हा पंतप्रधानपद भूषवले, त्या वेळी ते अध्यक्षपद जी. पार्थसारथीसारख्या प्रामाणिक माणसाला मिळाले.

राजीव गांधीसुद्धा प्रभुत्व गाजवणारे पंतप्रधान ठरले. परराष्ट्र धोरणांबाबत ते त्या संदर्भातील संस्था किंवा निष्णात लोकांवर अवलंबून न राहता आपल्याच कार्यालयातील अधिकाऱ्यांवर विसंबून राहत असत. त्यांच्या काळात तर पंतप्रधानांचे कार्यालय हे काहीही कारण नसताना खूप सामर्थ्यवान बनले. तेथील मध्यम स्तरावरचे अधिकारीसुद्धा आपला दरारा दाखवू लागले. त्या काळात शासकीय अधिकाऱ्यांची उतरंड सगळ्यांनाच जाणवत होती. कधी कधी राजीव गांधी स्वतः परराष्ट्र खात्याचा कारभार पाहत होते. जेव्हा ते नसतील, तेव्हा जो पाहत असेल, त्याने त्या कारभारात ढवळाढवळ केलेली त्यांना खपत नव्हती. म्हणजेच त्यांनी एक चौकट घालून दिली होती. त्यामुळे परराष्ट्र खात्याची भूमिका आणि महत्त्व कमालीचे कमी झाले : पण ही अधिकाऱ्यांच्या श्रेणीची उतरंड मात्र कायम राहिली. राजीव गांधींच्या कारकिर्दीत त्यांनी मोठी ढवळाढवळ केली. ती माहिती व प्रसारण खात्याच्या सचिवांना परराष्ट्र धोरण ठरवण्याच्या जागी नियुक्त केले, ज्यांना त्या खात्याची अजिबात माहिती नव्हती. त्यापेक्षाही वाईट म्हणजे त्यांनी १९८७ साली परराष्ट्र सचिवांना डच्चू दिला. त्याचे परिणाम भारत दीर्घकाळ भोगत राहिला.

सोनिया गांधी यूपीएच्या अध्यक्षा, त्यांनीसुद्धा नेहरू-गांधी वारसा पुढे चालवला. त्या परराष्ट्र धोरण व्यक्तिगत स्तरावर ठेवून, त्याप्रमाणे निर्णय घेत होत्या. नेहरू-गांधी घराण्याचा परवलीचा शब्द म्हणजे 'इमानदारी'. नेहरूंच्या काळात जगातील

वेगवेगळ्या राजधानीत भारतीय राजदूत नेमायचे होते, ज्यांना राजकीय आणि इतर बराच अभ्यास असायला हवा होता. त्या काळी अनुभवी, गुणी असे वरिष्ठ अधिकारी नव्हते. नेहरूंना आहे त्यातून निवडणे प्राप्त होते व ते त्यांनी केले, हे समजू शकते; पण त्यानंतरचे सगळेच पंतप्रधान अगदी इंदिरा गांधी व राजीव गांधी सुद्धा यांनी सगळ्या महत्त्वाच्या ठिकाणी राजदूत नेमताना लायक माणसाची नेमणूक केली, पण यूपीए सरकारच्या काळात मात्र आपल्या माणसांना पुढे करणे व कालिमा असणाऱ्यांना पाठीशी घालणे, अशी कामे झालीत.

धोरण ठरवताना वापरायची चौकट आणि त्यावर पडणारे प्रभाव

प्रत्येक देशात परराष्ट्र धोरण ठरवताना एक अडचण येते. जो देशाचा/सरकारचा मुख्य असतो, आपल्या देशात पंतप्रधान, त्याने परराष्ट्र धोरणातील प्रत्येक बाबीत मनापासून रस घेणे व समस्या असल्या तर सोडवणे, हे अत्यंत गरजेचे आहे. जागतिक स्तरावर आता भारताला एक स्थान प्राप्त झाले आहे. त्यामुळे आंतरराष्ट्रीय स्तरावर पंतप्रधान काय करू शकतो, हे सगळे पाहताहेत. त्यामुळे पंतप्रधान व परराष्ट्र खात्याच्या मंत्र्याचे संबंध खूप नाजूक बनतात. जर परराष्ट्रमंत्री राजकारणात पंतप्रधानांपेक्षा तुल्यबळ असले, तर मामला आणखी गंभीर बनतो. काहीही असले तरी पंतप्रधानच अधिक अनुभवी आणि रस घेणारा असाच लागतो. शेवटी तोच परराष्ट्र खात्याच्या मंत्र्याला किती वेळ द्यायचा आणि किती स्वातंत्र्य द्यायचे, हे ठरवतो.

भारतात ज्या ज्या वेळेस नेहरू-गांधी कुटुंबासह किंवा/शिवाय काँग्रेस पक्षाचे पंतप्रधान आलेत, तेव्हा त्यांनी परराष्ट्र खाते आपल्या हातात ठेवून निर्णय घेण्याचा अधिकार स्वतःकडे ठेवला. तसा प्रकार काँग्रेस पक्षाव्यतिरिक्त जे पंतप्रधान झालेत, त्यांनी केला नाही. १९९० च्या सुमारास पी. व्ही. नरसिंहराव पंतप्रधान होते. त्यांनी परराष्ट्र खात्याला एक निश्चित दिशा दिली. ते स्वतः आधी परराष्ट्र खात्याचे मंत्री म्हणून कार्यरत होते. पंतप्रधान मनमोहन सिंगसारख्या माणसाला, ज्याला पूर्वानुभवपण नाही व परराष्ट्र धोरणात रसही नाही, ते कसे धोरणांबद्दल ठामपणे बोलू शकतात? त्यामुळेच त्यांच्याबद्दलचे प्रतिकूल मत तयार झाले. यावरून त्यांचा विचार स्पष्ट होतो. त्यांनी फक्त एकाच मार्गावर लक्ष ठेवले; ते म्हणजे भारत-अमेरिका आण्विक करार व्हावा. त्यांच्या या एका विचारामुळे ते किती हेकेखोर होते, हे दिसते. या एका कराराकरिता त्यांनी परराष्ट्र खाते पूर्ण वर्षभर आपल्याकडे ठेवले. त्यात त्यांनी आपले

सरकारसुद्धा पणाला लावले. वरिष्ठ आणि अनुभवी मंत्री प्रणव मुखर्जींना या पदाचा भार सांभाळायला सांगितल्यावरसुद्धा पंतप्रधान मनमोहन सिंगांनी अमेरिकेबाबतचे निर्णय घेणे कायम आपल्या हातात ठेवले. यूपीए सरकारने नवा नियम बनवून त्यात सरकारमध्ये सहभागी नसलेल्या लोकांचा प्रभाव, मत आणि निर्णय घेण्याचा पायंडा पाडला. त्यात यूपीएच्या अध्यक्षा आणि डावे व समाजवादी पक्ष यांचा समावेश आहे; कारण सरकार त्यांच्या पाठिंब्यावर तग धरून आहे.

उलटपक्षी काँग्रेसेतर पंतप्रधानांनी परराष्ट्र खात्याच्या मंत्र्यांना थोडी सूट दिली होती. मोरारजी देसाई पंतप्रधान असताना अटलबिहारी वाजपेयी खूप सक्षम परराष्ट्र मंत्री होते. तसेच व्ही. पी. सिंग आणि एच. डी. देवेगौडा यांच्या सरकारच्या काळात आर. के. गुजराल यांनी परराष्ट्र खाते उत्तमरीत्या सांभाळले. अटलबिहारी वाजपेयी पंतप्रधान असताना त्यांना सर्व खाचाखोचा माहीत होत्या आणि परराष्ट्रमंत्र्यांकडून कशाची अपेक्षा करायची, याची जाणीवही होती. त्यांनी परराष्ट्र खात्याचे मंत्री म्हणून जसवंत सिंग व यशवंत सिन्हा यांना बरीच मोकळीक दिली होती.

पंतप्रधानांना आपल्या कार्यालयातून सगळ्या महत्त्वाच्या संस्थांची सूत्रे हलवायची असतात व त्यावर नियंत्रण ठेवायचे असते. राजीव गांधींच्या काळापासून पंतप्रधानांच्या कार्यालयाच्या कक्षा रुंदावल्या आहेत. त्यात त्या कार्यालयाचा प्रत्यक्ष सहभाग परराष्ट्र धोरणे ठरवताना होतो. १९९८ सालानंतर राष्ट्रीय सुरक्षा सल्लागार (NSA), ज्याला पंतप्रधानांपर्यंत पोचायचा मज्जाव नाही, ते पंतप्रधानांच्या कार्यालयातील परराष्ट्र खात्याच्या सर्वच घटकांवर/मुद्द्यांवर देखरेख करतात. त्या सल्लागाराने बरीच खाती आपल्या ताब्यात घेतली असून त्यांचे कामाबाबतीतले परस्पर संबंध तोच ठरवतो. यात संरक्षण, गृह, अंतरिक्ष, आण्विक, ऊर्जा, तसेच बऱ्याच गुप्तवार्तांची माहिती पुरवणाऱ्या संस्था यांचा समावेश आहे. सध्या दोन उपराष्ट्रीय सुरक्षा सल्लागार, पंतप्रधानांच्या कार्यालयातील दोन परराष्ट्र सेवेतील अधिकारी आणि पूर्ण वेळ काम करणारी राष्ट्रीय सुरक्षा समितीचे सचिवालय हे सगळे त्यांना मदत करतात. या प्रकारे राष्ट्रीय सुरक्षा सल्लागार परराष्ट्र धोरणांच्या बाबतीत फार महत्त्वाची व सक्षम भूमिका पार पाडतो. त्याकरिता त्याला परराष्ट्र खात्याबद्दल अनुभव किंवा जाण असण्याची आवश्यकता नाही. कोणतीही अडचण निर्माण न होता काही गोष्टी व्हायलाच हव्या असतात. त्याकरिता शासनाचे काही नियम आहेत. त्यात परदेशातून येणाऱ्या मोठ्या पाहुण्यांबरोबर चर्चा, जनतेत वावरणे, संसद आणि राजकीय काम व त्यावरील उत्तरे हातात असणे हे एका बाजूला, तर दुसरीकडे अणुशक्ती, अंतरिक्ष आणि गुप्तवार्तासंबंधी माहिती असणे या गोष्टी येतात. यातल्या अनेक बाबी फक्त पंतप्रधानांनाच माहीत असतात. परराष्ट्र खात्याच्या मंत्र्यांपेक्षा राष्ट्रीय सुरक्षा सल्लागारांचा राष्ट्रीय धोरण

बनवण्यात मोठा वाटा असतो. ते तयार करणे, त्यावर लक्ष ठेवणे व जास्तीत जास्त वेळ देणे व गुप्तता राखणे, हे त्यांचे काम आहे. त्यांना इथे एक फायदा मिळतो की, या सल्लागारांना संसद किंवा जनता कोणत्याही प्रकारे प्रश्न विचारू शकत नाही. त्यांना फक्त त्यांच्या राजकीय वरिष्ठांनाच उत्तरे द्यायची असतात. त्यामुळे राष्ट्रीय सुरक्षा सल्लागार व परराष्ट्र खात्याचा मंत्री यांच्यात एक सतत संघर्ष असतो. ती भांडणे कधी कधी उघडपण होतात. हे राष्ट्रीय सुरक्षा सल्लागाराचे (NSA) पद १९९८ मध्ये सुरू झाले.

पंतप्रधान किंवा परराष्ट्र धोरण ठरवणारे मंत्री यांनाच रोजच्या रोज परराष्ट्र धोरणाची काळजी करण्याचे कारण आहे. भारतीय राजकारणाचा पाया अशा काही संस्थांवर टिकवला आहे की, त्यात परराष्ट्र धोरणसुद्धा इच्छेनुरूप बदलता येत नाही. या दोन्ही गोष्टी सरकार आणि संसदेमार्फतच होतात. सरकारातसुद्धा मोठी व महत्त्वाची परराष्ट्र धोरणे ठरवताना पूर्ण मंत्रिमंडळ व त्यांच्या निरनिराळ्या कमिटी विचार विनिमय करतात. परराष्ट्र धोरणासंबंधी विचार करताना सर्वांत मुख्य व महत्त्वाची सुरक्षेकरता असणारी संसद कमिटीच शेवटचा निर्णय घेते. या कमिटीवर मुख्य म्हणून पंतप्रधान असतात. इतर सभासद म्हणून गृहमंत्री, संरक्षणमंत्री, परराष्ट्र खात्याचे मंत्री, अर्थमंत्री व राष्ट्रीय सुरक्षा सल्लागार असतात. प्रत्येक निर्णय एकमताने होत असतो; पण जर पंतप्रधानांना काही बदल हवेसे वाटत असेल तर ते तसे करू शकतात. ज्या बाबींवर विस्तृत विचार किंवा चर्चा हवी असेल, तेथे राजकीय स्तरावरील मंत्रिमंडळाशी ती होते किंवा संपूर्ण मंत्रिमंडळाचाही सल्ला घेण्याकरिता ती त्यांच्या पुढे ठेवली जाते. जर मुद्दा फारच गुंतागुंतीचा असेल, तर पंतप्रधान एक छोटा गट स्थापून किंवा कमिटी बनवून किंवा मंत्र्यांचा गट बनवून त्या मुद्द्यावर खोलवर चर्चा होते. मग सुरक्षेची मंत्रिमंडळ किंवा राजकारणावरचे मंत्रिमंडळ यांच्याकडे निर्णय घेण्याकरिता पाठवला जातो. अर्थकारणावरची कॅबिनेट कमिटी किंवा जाव्यासंवरची कमिटी मुद्दाम आर्थिक पेच घालून परराष्ट्र धोरणात अडथळा आणतात. परराष्ट्र खात्याचे मंत्री या कॅबिनेट कमिटीचे सभासद असतातच, असे नाही. २००५ सालापासून निर्णय घ्यायला वेग यावा म्हणून आणि अडथळा आणणाऱ्या मुद्द्यांना डावलून (विशेषतः एफटीए आणि जाव्यासंशी चर्चा करून) भारताचे परदेशाशी आर्थिक संबंध चांगले राहावेत म्हणून भारत सरकारने एक व्यापार आणि आर्थिक संबंधांची कमिटी (TERC) स्थापन केली. त्याचे सभासदत्व मुख्य खात्यांच्या मंत्र्यांना दिले गेले. त्यात परराष्ट्र खाते, अर्थ, व्यापार आणि उद्योग प्लॅनिंग कमिशनचे उपाध्यक्ष, इकॉनॉमिक ॲडव्हायझरी कौन्सिलचे अध्यक्ष, नॅशनल मॅन्युफॅक्चरिंग कॉम्पिटिटिव्हनेस कॉन्सिलचे अध्यक्ष यांचा समावेश आहे.

प्रत्येक मंत्री छोट्या गटांच्या, कुणाच्या गैरहजेरीतसुद्धा सभा घेऊ शकतो. मंत्रिमंडळातील इतर सहकारी किंवा दुसऱ्या खात्यातील वरिष्ठ अधिकारीसुद्धा चर्चेत भाग घेऊ शकतात. उदाहरण, संरक्षणमंत्री आठवड्यांतून किंवा पंधरवड्यातून एकदा मीटींग घेऊ शकतो. त्यात कॅबिनेट सेक्रेटरी, राष्ट्रीय सुरक्षा सल्लागार, सैन्यातील भूदल, नौदल व वायुदलाचे सरसेनापती, संरक्षण मंत्रालयाच्या निरनिराळ्या खात्यातील सचिव, तसेच परराष्ट्र खात्याचा सचिव आणि गृहखात्याचा सचिव यात सहभागी होतात. शासकीय अधिकाऱ्यांच्या स्तरावर विविध खात्यांच्या सचिवांना कॅबिनेट सचिव मीटींगकरता बोलवू शकतात व निरनिराळ्या मुद्द्यांवर चर्चा होते. यातून प्रत्येक मंत्र्यांच्या खात्यांना त्यांच्या संदर्भातील सर्व माहिती गोळा करता येते व वेळेवर ती मंत्र्यांपर्यंत पोचवता येते. राष्ट्रीय सुरक्षा सल्लागार किंवा पंतप्रधानांचे प्रिन्सिपल सेक्रेटरीसुद्धा मीटींग बोलवू शकतात. पंतप्रधानांना एखाद्या मुद्द्यासंदर्भात काही खास माहिती हवी असल्यास ती त्यांना देता येते. परराष्ट्र खात्याच्या धोरणांबद्दल सगळ्यात प्रमुख सचिवांना काळजी असते. त्यात परराष्ट्र खाते, गृह संरक्षण, व्यापार आणि अर्थ, गुप्तवार्ता देणारी संस्था, रिसर्च ॲण्ड ॲनालिसिस विंग सुरक्षा हे काही मुद्दे समजावून घेण्यासाठी साध्या मीटींग भरवतात. ही सगळी कार्यपद्धती खूप महत्त्वाची आणि आवश्यक आहे. कोणतेही निर्णय एखादा मंत्री, पंतप्रधान किंवा मंत्रिमंडळ घेण्यापूर्वी या सगळ्या खात्यात एक सूर असायला हवा.

परराष्ट्र धोरणावर लक्ष ठेवण्याकरिता संसदेची एक अंतर्गत व्यवस्था आहे. तिचे काम काही फार समाधानकारक नाही. परराष्ट्र खात्याकरिता संसदेची एक स्टँडिंग कमिटी आहे. त्यात निरनिराळ्या पक्षांच्या खासदारांना एकत्रित आणले आहे. ते वर्षातून दोनदा किंवा तीनदा भेटतात व परराष्ट्र सचिवाला त्याच्या खात्यातील अधिकारी मदत करतात व या सभासदांनी विचारलेल्या सर्व प्रश्नांना उत्तरे दिली जातात. ते प्रश्न परराष्ट्र धोरणासंबंधीच असतात. त्यातून परराष्ट्र खाते कसे काम करते, ते समजते. ही स्टँडिंग कमिटी परराष्ट्र खात्याचे अंदाजपत्रकसुद्धा बारकाईने निरखते. या कमिटीच्या शिवाय आणखी एक कमिटी आहे. कन्सलटेटिव्ह कमिटी ऑफ पार्लमेंट म्हणून तिच्यात परराष्ट्र खात्याच्या मंत्र्यांना आपल्या मंत्रालयातील कनिष्ठ मंत्री व वरिष्ठ शासकीय अधिकारी यांच्या मदतीने सर्व प्रश्नांची उत्तरे द्यावी लागतात. संसदेच्या खासदारांनी परराष्ट्र खात्याच्या धोरणांबद्दल काय मते बनवली व त्यांचे निरीक्षण काय आहे, हे सगळे पाहिले जाते. नेहमीसारखे आधी एक मुद्दा चर्चेला येतो. त्यावर खोलवर विचार होतो; पण सभासदांनी काही बाबींवरून प्रश्न उपस्थित करायचा असेल, तर ते तसे करू शकतात. लोकसभेत

किंवा राज्यसभेत सभासदांना एखादा मुद्दा यावासा वाटत असेल, तर तेही ते करू शकतात. महत्त्वाच्या मुद्द्यावर सरकार थोडक्यात आपली भूमिका मांडू शकते. दीर्घ चर्चा हवी असेल, तर (मतदानाशिवाय) आधी परवानगी घेणे, लक्षवेधी सूचना, शून्य प्रहरातील प्रश्न असे अनेक पर्याय आहेत. काही दशकांपूर्वी परराष्ट्र धोरणाबद्दल संसदेतील सभासदांना जे वाटायचे, ते आता दुर्दैवाने तसे न वाटणारेच सभासद जास्त आहेत. त्यामुळे त्या बाबतीत संसदेची स्थिती खालावते आहे. वास्तविक पाहता परराष्ट्र धोरणांवर सरकार बऱ्याच अंशी चालत असते.

ज्या लोकशाहीत संसदेवर सरकारची व्यवस्था अवलंबून असते, जसे भारतात आहे, तिथे सरकारने एकदा परदेशांशी सह्या करून करार किंवा तह केलेत, तर त्यावर संसदेला काही म्हणता किंवा करता येत नाही. अशा प्रकारे काम करणे फक्त ज्या पक्षाला लोकसभेत पूर्ण बहुमत आहे, त्यांनाच ते करता येते. त्यांना संपूर्ण सभासदांचा पाठिंबा असतो. सर्वच निर्णयांकरता, अगदी परराष्ट्र खात्याच्या धोरणांकरतासुद्धा नुकतेच भारत-अमेरिका आण्विक करार झाला असताना काँग्रेसला बाहेरून पाठिंबा देणारे डावे पक्ष व विरोधक भारतीय जनता पक्ष यांनी हा मुद्दा उठवला. त्यांचे म्हणणे होते की, देशाला दीर्घ मुदतीकरिता ज्याचे परिणाम भोगावे लागतील, अशा धोरणांना तुम्ही वेगात बदलू शकत नाही. त्याकरिता संसदेची संमती व चाचपणी होणे अगदी महत्त्वाचे आहे. जेव्हा अनेक पक्षांचे मिळून सरकार बनते तेव्हा असे करणेच योग्य ठरते. यावरून भारतात एकी नसल्याचे स्पष्ट होते व त्याचे प्रतिबिंब परराष्ट्र धोरणावर पडल्याशिवाय राहत नाही.

भारताने ब्रिटिशांचीच संसदेची व कार्य करण्याची पद्धत अवलंबली असल्याने भारताच्या लोकशाहीवरपण त्यांच्याच कार्यपद्धतीचा पगडा आहे. वेळोवेळी कार्यरत असलेली पद्धत प्रामुख्याने परराष्ट्र धोरण या क्षेत्रात दिसते. घटनेप्रमाणे सर्व पक्षांची मिळून बनलेली कमिटी या प्रकारची कठीण परिस्थिती हाताळेल. त्यात राष्ट्राच्या एकमताचा मुद्दा येत नाही. २००३ साली भारताने जेव्हा आपली सैन्यदले इराकला पाठवण्याचा मुद्दा उठला, तेव्हा त्या वेळचे पंतप्रधान वाजपेयी यांनी तो यशस्वीपणे हाताळला. त्या वेळी अमेरिकेकडून व स्वतःच्या पक्षाकडूनही त्यांच्यावर खूप दबाव आला; पण त्यांनी स्पष्टपणे ते होणार नाही, असे सांगितले. त्यात त्यांच्या पक्षाचा तसेच देशाचा फायदा होता. त्यांनी देशहितच पाहिले. त्यांनी ताबडतोब सर्व पक्षांची मिळून जॉइंट पार्लमेंटरी कमिटी बनवली. कोणत्याही कठीण परिस्थितीत मागच्या घटनेचा आढावा घेत त्यांनी खूप समंजसपणा दाखवून परिस्थिती चिघळण्याची सोयच ठेवली नाही. यूपीए सरकारने २००६ मध्ये अशाच पद्धतीने सार्क परिषद

पुढे ढकलण्याचा प्रयत्न केला. इराणच्या आण्विक कार्यक्रमावर आय.ए.ई.ए.त मत नोंदवणे, तसेच भारत-अमेरिका आण्विक करार यासारख्या मोठ्या विवादित व विभाजन करणाऱ्या मुद्द्यावर भारत अडून बसला. यात भारताला स्वतःचे परराष्ट्र धोरण ठरवायचे होते. त्याला कोणत्याही प्रकारची विस्तृत राजकीय एकता ठेवायची नव्हती.

अशा प्रकारे विचार करणे म्हणजे नवीन समस्या तयार करणे होय. नेहरूंच्या वेळेपासून परराष्ट्र धोरण ठरवले जात आहे. काँग्रेस पक्षाला केंद्र सरकार आणि बऱ्याच राज्य सरकारांनी आश्वासन दिले की, जो काही निर्णय केंद्र सरकार घेईल, त्यातील परराष्ट्र धोरणात काहीही बदल केले जाणार नाहीत. आज काँग्रेसला पाठिंबा देणारे बहुतेक पक्ष हे प्रांतीय असल्यामुळे त्यांचा प्रभाव त्या एक किंवा दोन राज्यांच्या पलीकडे पडू शकत नाही. ती राज्ये परराष्ट्र धोरणासंदर्भात रस घेत नाही व त्यांची देशाच्या संदर्भातील त्या खात्याचे महत्त्वही कळत नाही. अशीच प्रवृत्ती एन.डी.ए. सरकारची होती. त्यात भारतीय जनता पार्टी व इतर अनेक प्रांतीय पक्षांचे एकत्रीकरण होते. या प्रकारच्या संघटित सरकारमध्ये काँग्रेस पक्ष काय किंवा भारतीय जनता पक्ष काय, जो त्या सरकारमध्ये मोठा व मुख्य पक्ष होता, तो परराष्ट्र खात्याचा कारभार आणखी कोणत्याही पक्षाकडे जाऊ देत नव्हता. त्यांना तो आपल्याच हातात ठेवायचा होता. अशा प्रकारची पद्धत फार काळ चालू शकणार नाही. त्याकरिता नवीन कार्यपद्धती उपयोगात आणणे गरजेचे आहे. जर परराष्ट्र खाते दुसऱ्या लहान पक्षाच्या हातात दिले, तर त्याला त्याचे महत्व कळेल व तो त्या संदर्भात आपल्या प्रांतीय पक्षाला पुढे आणू शकेल. प्रांतीय पक्षाच्या परराष्ट्र धोरणासंदर्भातील कक्षा रुंदावतील.

बरीच परराष्ट्र धोरणे ठरवताना आणि त्यांच्या परिणामांवर राज्य सरकारचा प्रभाव पडतो. ते त्यात नेहमी दुजाभाव दाखवितात. विशेषतः जे शेजारी देश आहेत ज्यांच्या सीमा त्यांच्या राज्याला लागून आहेत, त्या देशांच्याबाबत तर तो प्रकर्षाने जाणवतो. उदाहरणार्थ पश्चिम बंगालचे तेव्हाचे मुख्यमंत्री जेव्हा भारत आणि बांगलादेश गंगेचे पाणी एकत्रित वापरू शकतील व तसा करार करायला हवा असे म्हणाले, तेव्हा त्या करारावर सह्या झाल्यात. भारताची श्रीलंकेबरोबरची धोरणे अजूनही अडखळत चालली आहेत. तामिळनाडूचे जवळ जवळ सगळेच राजकारणी एकमताने श्रीलंकेच्या सरकारला एलटीटीईविरुद्ध कारवाई करायला आपल्या लष्कराला पाठवू नये, असे म्हणतात. भारताचा म्यानमारकडे पाहण्याचा दृष्टिकोन ईशान्येकडच्या राज्यांचा विकास व सुरक्षेवर भर देऊनच होतो. सिक्किम व अरुणाचल प्रदेश या राज्यांना भारत-चीन संबंधात रस आहे. भारताचे पाकिस्तानबरोबरचे धोरण

ठरवताना जम्मू आणि काश्मिर व पंजाब राज्ये आपला विचार मांडतात. थोडक्यात, भारतातील राज्येच परराष्ट्रीय धोरण ठरवताना खूपच महत्त्वाची भूमिका पार पाडतात. त्यामुळे त्यांना नवी दिल्लीतील सरकाराइतके प्राधान्य हवे आहे. गेल्या काही वर्षांत परराष्ट्र खात्याने बऱ्याच राज्यांच्या राजधानीत आपली कार्यालये उघडली आहेत. त्याला कारणही सबळ आहे. त्या कार्यालयातून पब्लिक डिप्लोमसी डिव्हिजन म्हणून कार्यक्रम सुरू केला आहे. यातून त्या त्या राज्यांशी चांगला संपर्क राहील.

परराष्ट्र खात्याचे मंत्रालय (MEA)

केंद्र सरकारात परराष्ट्र खाते खूप महत्त्वाची संस्था आहे. याच खात्यातून भारताचे परराष्ट्र धोरण ठरत असते. याचा प्रशासकीय कारभार पाहणारा मुख्य हा भारतीय परराष्ट्र सेवा (IFS) चा प्रमुख आहे आणि तोच सरकारचा परराष्ट्रीय धोरणासंबंधींचा सल्लागारही आहे. त्यालाच परराष्ट्र सचिव म्हणतात. त्याचे पद, सत्ता आणि प्रभाव दर्शवते. त्याला खूप मान असतो. जनमानसातही दबदबा असतो. वास्तविक परराष्ट्र सचिव फक्त परराष्ट्र खात्याच्या मंत्र्यांनाच अहवाल देत असतो. बऱ्याच परराष्ट्र सचिवांना कामानिमित्त वरचेवर व प्रत्यक्ष संबंध पंतप्रधानांशी येतो. खरे तर पंतप्रधान परराष्ट्र सचिवाच्या मार्फत आपली धोरणे नीट व पूर्ण होतात की नाही, हे पाहतात. परदेशात भारताने जी कार्ये हातात घेतली आहेत ती व त्या जागेवर काम करणारे पदाधिकारी यांच्या बद्दलची सर्व माहिती याच परराष्ट्र सचिवांकडून पंतप्रधानांना मिळत असते. म्हणूनच सचिव स्तरावरच्या सर्व पदांमध्ये परराष्ट्र सचिव सर्वांत वरच्या क्रमांकावर आहे व पंतप्रधानसुद्धा त्यात स्वारस्य दाखवितात.

या सगळ्या पार्श्वभूमीवर परराष्ट्र सचिव या पदाला राजकीय महत्त्व यायला लागले आहे, यात आश्चर्य वाटण्यासारखे काही नाही. गेल्या तीन दशकांपासून हे पद विवादाच्या भोवऱ्यात सतत अडकत असते. तीन परराष्ट्र सचिवांना त्यांचा कार्यकाल संपायच्या आधीच त्यांच्या स्थानापासून दूर केले गेले. सहा जणांना कामाकरिता कालमर्यादा वाढवून दिली गेली. सरकारी संस्थांमध्ये आणि सेवेमध्ये साधारणपणे एक नियम आहे; पण परराष्ट्र सचिव या पदासाठी ते सगळे नियम बाजूला ठेवून म्हणजे इतर वरिष्ठ किंवा लायक लोकांना बाजूला सारून एखाद्याची या पदासाठी निवड होते. अशा प्रकारची वागणूक जवळ जवळ सगळ्या सरकारांनी दिली आहे व परराष्ट्र सचिव निवडला आहे. विशेषतः सध्याचे यूपीए सरकार यांनी तर या गोष्टीला गांभीर्याने घेतले नाही व सर्व सीमा भेदून परराष्ट्र खात्याची घडी विस्कटून टाकली. त्यांनी त्या खात्यातील एकता व संलग्नता पार मोडीत

काढली. परराष्ट्र सचिवाकडून या खात्याला निःपक्षपाती, प्रामाणिक आणि न्याय्य व्यक्ती प्रशासक म्हणून असावा, अशी अपेक्षा आहे; पण समस्या ही आहे की, परराष्ट्र सचिव जर राजकारण्यांच्या हातातले बाहुले/गुलाम बनला, तर तो आपली नैतिकता, इच्छाशक्ती सर्वच हरवतो.

या परराष्ट्र सचिवाची भूमिका इतकी मोठी आहे की, त्यात बऱ्याच उणिवा जाणवतात. परराष्ट्र खात्याचा कारभार व पसारा खूप मोठा आहे. त्यात अनेक संस्था, त्यांची अगणित कामे, त्याची जबाबदारी अशा सगळ्या गोष्टी येतात. परदेशात भारत काम करत असलेल्या संस्था किंवा जागा १६० पेक्षा जास्त आहेत. याच्या एकूण कार्यपद्धतीची सुरुवात कोणत्याही व्यावसायिक प्रकारे झाली नाही. त्यामुळे या संपूर्ण पसाऱ्याला आटोक्यात ठेवणे हे दुष्कर झाले आहे. कोणताही निर्णय अगदी वरच्या स्तरावर एकत्रित किंवा एकमताने घेतला जात नाही, तर तो व्यक्तिगत स्तरावरच राहतो. बरेच परराष्ट्र सचिव एका माणसाचे काम असल्यासारखे वागतात. त्यांनी वास्तविक संगीत नियोजकासारखे वागायला हवे. स्वतःला जे वाटले, तसे वागणारे आहेत. त्यांनी खरे तर सर्वांना एकत्र घेऊन निर्णय घ्यायला हवा. परराष्ट्र खात्याच्या धोरणात कशाला व किती महत्त्व द्यायचे, हे त्यांनी व्यक्तिगत पातळीवरच ठरवले. बऱ्याचदा परराष्ट्र सचिवांनी महत्त्वाचे देश किंवा क्षेत्रे सोडून नवीन तयार केली किंवा त्यांना नवीन नावे देऊन कामे केली. असलेली जबाबदारी न स्वीकारता वेड्यासारखे त्याचे विभाजन केले. जग म्हणजे पृथ्वीचा गोळा, त्यांना स्विस चीझसारखे वाटले. हवे तिथे लचका तोडा. परराष्ट्र सचिवांच्या अशा वेड्या वागण्यामुळे फ्रान्स व इंग्लंडसारखे देश, जे यूएन सिक्युरिटी कौन्सिलचे कायम सभासद आहेत, त्यांच्याशी व जर्मनी किंवा युरोपीय संघ, जे कायम सभासद नाहीत, त्यांच्याशी वागण्यात जो फरक व्हायला हवा, तो राहत नाही. दोन्ही दगडींवर पाय ठेवणारे परराष्ट्र सचिव धडपडले. त्यांना प्रत्यक्ष काम करण्यावर पुरेसे लक्ष देता आले नाही किंवा परराष्ट्र खात्याच्या अखत्यारीत असणारी जबाबदारी, देखरेख व सहकार्य यांतदेखील ते पुरे पडले नाहीत.

परराष्ट्र सचिवाशिवाय त्याच खात्यात आणखी दोन किंवा तीन सचिव आहेत. त्यांनाही स्वतंत्र कारभार सोपवला आहे. त्यात त्यांनी आपली जबाबदारी पार पाडून अहवाल परराष्ट्र सचिवाला न देता सरळ परराष्ट्र खात्याच्या मंत्र्याकडे देता येतो. या सचिवांचे पद जबाबदारीचे व मानाचे आहे. हे सचिव परराष्ट्र खात्याच्या धोरणांना, त्यातील मुद्द्यांना खूप महत्त्व देतात. तेच परदेशातील सरकारांमधील वरिष्ठ अधिकाऱ्यांशी चर्चा करतात व मध्यस्थाचे कामही करतात. ते फॉरिन सर्व्हिस बोर्ड आणि द डिपार्टमेंटल प्रमोशन कमिटीचे सभासद असून, त्यांच्यावर वरच्या

स्तरांवर अधिकाऱ्यांच्या नेमणूका करणे, त्याच्या पदोन्नतीची जबाबदारीही लादली गेली आहे. सगळेच परराष्ट्र सेवेतील अधिकारी ग्रेड-१ चे असले, तरी त्यांचा विचार परराष्ट्र खात्यातील सचिव म्हणून होतोच, असे नाही. साधारणपणे परराष्ट्र खात्यामध्ये सचिव म्हणून काम करायला मिळणे, ही फार मोठी गोष्ट आहे. परराष्ट्र सचिव म्हणून पद मिळण्याची ही पहिली पायरी म्हणून समजायला हरकत नाही: पण दुर्दैवाने गेल्या काही वर्षात ज्या पद्धतीने परराष्ट्र सचिवाची नेमणूक होते आहे, त्यामुळे त्या पदाची किंमत कमी होत चालली आहे. त्यामुळेच परराष्ट्र खात्यातील परराष्ट्र सेवेतील अधिकाऱ्यांना महत्त्वाच्या वकिलातीत राजदूत म्हणून जाणे हे जास्त आवडते. त्यांना सचिव किंवा उपसचिव/सहाय्यक-सचिव म्हणून मुख्यालयात राहण्यापेक्षा ते जास्त बरे वाटते. ही बाब भारताकरिता निश्चितच चांगली नाही. भारतासारखा देश ज्याचे जगातील कितीतरी देशांशी नाना प्रकारचे संबंध आहेत आणि त्यात भारताचा सहभाग आहे. भारताला संयुक्त राष्ट्रांच्या सुरक्षा परिषदेचे कायम सभासदत्व हवे असताना भारतातील परराष्ट्र खात्यात बनाव होणे, ही भारताच्या दृष्टीने अतिशय गंभीर बाब बनू शकते.

एकानंतर एक येणाऱ्या परराष्ट्र सचिवांना स्तरावरती सतत होणाऱ्या हानीला तोंड द्यावे लागत होते. त्यांची जबाबदारीही वाढत होती. परराष्ट्र खात्यातील सचिव व अतिरिक्त सचिव यांना सरकार सारखे बदलत होते. त्यांच्या पदातही वेळोवेळी बदल होत होता. मुख्यालयात काम करणाऱ्या अधिकाऱ्यांना महत्त्वाची पदे देऊन त्यांनाही अडचणीत आणत होते. मन मानेल तसा कारभार चालू होता. ज्याला अनुभव नाही अशा अधिकाऱ्याला एखाद्या विभागाचा प्रमुख बनवणे अगदी संयुक्तिक नव्हते. दुर्दैवाने बऱ्याचदा काही उपसचिवांना आणि सचिवांना, तसेच अतिरिक्त सचिवांना परराष्ट्र खात्यात तात्पुरती जागा दिली जाई व जबाबदारीही अगदी गौण असायची. १९९० च्या सुरुवातीला भारत सरकारच्या इतर धोरणांच्या अगदी विपरीत निर्णय परराष्ट्र खात्यात घेतला गेला. परराष्ट्र खात्याच्या मंत्र्याने अतिरिक्त सचिव व उपसचिव यांच्याबद्दलचे सगळे निर्णय घेण्याची क्षमता आपल्या हातात ठेवली. त्यासाठी अपॉइंटमेंट्स कमिटी ऑफ द कॅबिनेटची परवानगीची गरज उपस्थित न होऊ देण्याचे धोरण अवलंबिले. अशा वागण्यामुळे परराष्ट्र खात्याची घडी विस्कटली. त्या संस्थेने अवलंबिलेले हे उलटे वागणे त्याने निराशा वाढली, कार्य न करण्याची प्रवृत्ती वाढली.

दुसऱ्या मोठ्या देशातील परराष्ट्र खाते व त्यांची कार्यालये यांना चालवणारी किंवा त्यांच्याकरता योजना आखणारी अशी काहीही निराळी व्यवस्था नाही. त्यामुळे त्यांचे रोजचे कामकाज आणि आधी ठरवलेल्या बाबी या सगळ्या गोष्टी

दीर्घ मुदतीकरिता असतात. त्यामुळे त्यांचे विचार व एकत्रित उपाय योजणे यामुळे त्यांच्या परराष्ट्र धोरणात सगळ्या क्षेत्रातील, प्रांतातील काम करणाऱ्यांना एकत्र येऊन एक निश्चित ध्येय ते गाठू शकतात. आपल्याकडे परराष्ट्र खात्याने स्वतःची अशी एक पद्धत सुरू केली आहे. त्यामुळे सगळे एकानंतर एक परराष्ट्र खात्याचे मंत्री आणि परराष्ट्र सचिव यांनी कोणतेही ठोस काम केले नाही. त्यामुळेच ते उत्तम अशी पॉलिसी प्लॅनिंग डिव्हिजन अशी संघटना बनवू शकले नाहीत. त्याच वेळी आपल्याकडे मुबलक असणारी मानवशक्ती वाया घालवली. त्यांना एकतर आळशी केले किंवा ज्या क्षेत्राला विशेष महत्त्व नव्हते, तिथे ती वापरून वाया घालवली. ऐतिहासिक आणि अनुसंधान विभागसुद्धा हळूहळू गंजत जाऊन विस्मृतीत गेला. दुःखाने असे म्हणावे लागते की, स्वातंत्र्यानंतर साठ वर्षे झालीत, तरी भारताला परराष्ट्र खात्याच्या धोरणांकरता, त्याच्या योजना आखणीकरता काहीही चौकट तयार करता आली नाही. त्यामुळे ते धोरण पूर्णतः राजकारणी आणि शासकीय अधिकाऱ्यांच्या हातात असून, त्यांचा मन मानेल तसा कारभार चालू आहे. ज्यांच्या हातात सत्ता आहे, त्यांचे स्वतःचे पूर्वग्रह आहेत. त्यामुळे देशाचे हित व त्यासंबंधी तज्ज्ञांकडून धोरण आखून न घेता, ते आपलेच घोडे पुढे दामटताहेत.

परराष्ट्र खात्याचा मुळातच पाया चुकीचा आहे. त्यांचे काम करणारा मुख्यालयातील सेवकवर्ग अगदी तुटपुंजा आहे. त्यामुळे मुख्यालयात व परदेशातील इतर संस्थांचा व्याप सांभाळायला पुरेसे लोक नाहीत. सरकारला शेवटी या गोष्टींची जाणीव झाली आणि परदेशातील संस्था व पदांत वाढ करण्याचा निर्णय परराष्ट्र खात्याने घेतला. आंतरराष्ट्रीय जगतात भारताची छबी आणि जबाबदारी दोन्हीही नीट ठेवण्याकरिता ते सरकारला करावेच लागले. तरीही नजीकच्या भविष्यात समस्या या उद्‌भवणारच आहेत. अधिकाऱ्यांना प्रशिक्षण आणि वरच्या स्तरावर भरती केल्यानंतर काही वर्षांनंतरच परिणाम दिसायला लागतील. तशातच समतोल राखण्यासाठी बरेच अधिकारी लवकर निवृत्ती घेत आहेत. त्यांना सरकारी कामाऐवजी खासगी क्षेत्रे खुणावत आहेत किंवा त्यांना जागतिक संघटनांबद्दल आत्मीयता वाटते आहे. भारत सरकारचेपण वागणे चांगल्या व्यवस्थापनाच्या विरोधात जाऊन काम करायचे अशी स्वाभाविक स्थिती आहे. एक तर जरूर असणारी पदे राजकीय कारस्थानात कमी करणे व दुसरे शासकीय अधिकाऱ्यांचा अंतर्गत हस्तक्षेप.

वाईट याचेच वाटते की, परराष्ट्र खात्याच्या हातात, जे अगदी थोडे स्रोत आहेत, त्यांचापण पूर्ण उपयोग करून घेतला नाही. परराष्ट्र खात्याची वृत्ती फक्त दिलेले काम पूर्ण करण्याकडे आहे. जगभरात मुख्यालयात कार्य होणारी क्षेत्रे व परदेशातील कार्यालये यांची सरासरी १:२ आहे; पण भारतातल्या परराष्ट्र खात्यात मात्र ती १:३

ते १:४ अशी आहेत. भारताच्या मुख्यालयात पुरेशी माणसेच नाहीत. त्यामुळे सर्व घटकांची प्रक्रिया, त्याचे परीक्षण आणि सतत येणारी माहिती यांच्यात एकवाक्यता होत नाही. बाहेरच्या देशात असणाऱ्या संस्था किंवा पद यांच्याकडून माहिती प्रसारणासारख्या माध्यमातून सतत त्यांचा मारा होत असतो. आजचे युग त्याचेच आहे. त्यातूनच वेगाने संकलन व्हायला हवे. आजची दळणवळण साधने आणि एकाच वेळी अनेक ठिकाणची माहिती मिळते, याबद्दल इंटरनेट व इलेक्ट्रॉनिक प्रसारमाध्यमांचे आभार मानायला हवेत. परदेशात स्थित असणाऱ्या सेवाभावी केंद्रांना आता आपल्या प्रगतीचा अहवाल वरचेवर द्यावा लागत नाही. यामुळे या मिशन्स मधून सेवक वर्ग कमी करून त्यांना मुख्यालयात पाठवायला हवे; पण प्रत्यक्षात याच्या उलट स्थिती आहे. मानव संसाधन व्यवस्थापन जास्त लक्ष इथे कामाला ठेवण्यात येणाऱ्या सेवक वर्गाकडे देते आहे. वास्तविक त्यांनी अधिकाऱ्यांची पदे मुख्यालयात भरताहेत की नाही, हे पाहणे गरजेचे आहे. परराष्ट्र खात्याचे मंत्री आणि परराष्ट्र सचिव मात्र बिनाअडथळ्याची आणि आर्थिक पाठिंब्याची मजा लुटताहेत. आता परदेशात एखाद्या पदाबद्दलची पवित्रता राहिली नाही. दुसरा सचिव सल्लागाराची जागा घेऊ शकतो. तिसऱ्या दर्जाच्या अधिकारी पहिल्या दर्जाच्या अधिकाऱ्याची जागा मिशनची प्रमुख म्हणून घेऊ शकतो. याच्या उलटपण घडू शकते. अशा प्रकारची वृत्ती शिष्टसंमत आचार दाखविते.

परदेशामध्ये विविध संस्था पदांवरती अधिकाऱ्यांच्या नेमणुका करताना निश्चितच पश्चिमात्यांना झुकते माप दिले जाते. राजदूत आणि वकिलातीतील कित्येक पदे आफ्रिका, लॅटिन अमेरिका आणि काही अंशी आशियातील काही देशात ती रिक्त राहतात. इतकेच नव्हे, तर परराष्ट्र खात्यांतर्गत येणारी क्षेत्रेही यातून सुटली नाहीत. कमी सेवक वर्गामुळे व्यापार, आर्थिक व कार्यालयीन काम म्हणावे तसे वेगाने होत नाही. तिसऱ्या जगाकरिता भारताकडे वरिष्ठ राजदूत म्हणून कोणीही नाही. भारताच्या परराष्ट्र धोरणात ज्यांना कमी महत्त्व आहे, अशा युरोपियन छोट्या देशांतसुद्धा भारताने आपली कार्यालये उघडली आहेत. त्यामुळे जिथे गरज आहे, तिथे कमी सेवकवर्ग असल्यामुळे कामे होत नाहीत. आफ्रिका आणि लॅटिन अमेरिकेसारख्या जागी जिथे बरेच भारतीय आहेत व खासगी क्षेत्रातील कंपन्यांनी चांगली गुंतवणूक केली आहे, तिथे परराष्ट्र खात्याला लक्ष द्यायला वेळ नाही. या सर्व देशात भारतीय राजदूतांनी अंतर्गत विकास आणि संबंधांवर लक्ष केंद्रित करायला हवे. बऱ्याचदा त्या त्या देशातील मोठे राजकारणी भारताच्या स्वारस्याबद्दल आपुलकी आहे, असे दाखवून सुरक्षा देत आहोत, असे भासवतात; पण ते अनपेक्षित राजकीय उलाढालींना तोंड द्यायची तयारी करत असतात.

परराष्ट्र खाते हे नेहमीच सरकारचे मुख्य क्षेत्र राहणार, यात शंका नाही. त्यामुळे परराष्ट्र धोरणांसंबंधाच्या पद्धती व राजनैतिकता यांची तत्काळ पाहणी व्हावी, असे वाटते.

इतर संस्था आणि त्यांच्या कार्यपद्धती

परराष्ट्र धोरणातील मुद्दे गुंतागुंतीचे होत चालले आहेत. त्यातच अंतर्गत शाखापण दूरवर पसरत चालल्या आहेत. सध्याची जी परंपरागत वापरात असणारी परराष्ट्र धोरणे आहे, ती आता जुनी होत आहेत. त्यामुळे त्याची जी चौकट आहे, ती आता मोडायला हवी. भारताच्या परराष्ट्र धोरणाला आता राष्ट्राचे हित समजून, त्यात सुधारणा व्हायला हव्यात. त्यात येणाऱ्या संस्था आणि मानव संसाधनांचा एकत्रित उपयोग व्हायला हवा. सरकारातसुद्धा परराष्ट्र खाते सोडून बरीच मंत्रालये व विभाग परराष्ट्र खात्याचे मुद्दे हाताळत असतात. त्यात संरक्षण, अर्थ व्यापार, परदेशातील भारतीय कारभार, जलस्रोत आणि पेट्रोलियम व नैसर्गिक वायू इ. खाती सतत परराष्ट्र धोरणात लुडबुड करत असतात. या सगळ्यांना परराष्ट्र खात्यापासून दूर ठेवण्यासाठी काही संघटना स्थापणे गरजेचे आहे. त्यामुळे सरकार, इतर मंत्री व निरनिराळे विभाग अशा सगळ्यांमध्ये साहचर्य आणणेही तितकेच आवश्यक आहे.

सध्या तरी अशी सक्षम कार्यपद्धती नाही. धोरण ठरवणारे तज्ज्ञ आणि सरकारच्या बाहेर राहून सल्ला देणारे विशेषज्ज्ञ तेही भारतात नाहीत. ही फार दुःखदायक घटना आहे. सध्या भारतापुढे बरेच गुंतागुंतीचे आणि प्राधान्याने पाहावे, असे प्रश्न आहेत. सरकारजवळची स्रोतेसुद्धा पुरेशी नाहीत. काही वर्षांपूर्वी नॅशनल सिक्युरिटी ॲडव्हायझरी बोर्ड या एकाच संस्थेचे संघटन झाले आहे. त्याची वैचारिक बैठक विस्तृत आहे व त्यातील सभासदसुद्धा अभिजन व प्रतिष्ठित आहेत. अजून तरी या सभासदांनी सांगितलेल्या गोष्टी सरकारने अंगीकारल्या नाहीत. त्यामुळे त्यांचे सल्ले कितपत भारताच्या उपयोगी पडताहेत, हे कळायला मार्ग नाही. त्यांनी आण्विक तत्त्वांची रूपरेषा बनवली. तेच त्यांचे आजवरचे मुख्य काम होते. त्यानंतर त्याचे महत्त्व कमी झाले. मग सरकारने राष्ट्रीय सुरक्षा सल्लागार कमिटी स्वतःसाठी व आपल्या आवडत्या निवृत्त अधिकाऱ्यांसाठी शैक्षणिक आणि वृत्तसंकलनाचे काम करणाऱ्यांसाठी वापरायला सुरुवात केली. वास्तविक पाहता, या शिष्यवृत्ती व तज्ज्ञांचे सल्ले परराष्ट्र धोरणाशी संबंधित प्रशासकीय अधिकारी व इतर यांच्यासाठी त्या होत्या. त्यांनी स्वीकारलेल्या दुसऱ्या कार्यपद्धतीत तात्पुरत्या प्रमाणात त्यांनी एक गट स्थापन केला. त्यात निरनिराळ्या क्षेत्रातील तज्ज्ञ व प्रसिद्ध व्यक्ती होत्या.

त्यांनी व देशातील इतर काही तत्सम लोक यांनी मिळून एक योजना आखली. काही पंतप्रधान परराष्ट्र खात्याचे मंत्री या सल्लागारांवर किंवा विशेष दूतांवर काही खास मुद्द्यांसाठी अवलंबून राहायला लागले. परराष्ट्र खाते व संरक्षण खाते अशा तज्ज्ञांचा सल्ला काही विशिष्ट वेळी घेतात. त्यात त्यांचे सल्ले, धोरणे ठरवताना उपयोगी पडू शकतात. या सल्लागारांत विद्यापीठातील तज्ज्ञ, तसेच वैयक्तिक हुशार मंडळींचा समावेश असतो. ही दोन्ही खाती त्यांचा सल्ला गरज पडेल तसा घेतात; पण त्यांना कायमचे नियुक्त केलेले नाही. थोडेबहुत तज्ज्ञ लोक आहेत; पण जास्त करून त्यांचा उपयोग न घेता थोड्या ज्ञानावर पुढे आलेल्यांचाच उपयोग करून घेतला जातो. त्यातून कोणत्याच क्षेत्राची म्हणावी तशी वाढ होत नाही. एक किंवा दोन मोजकी उदाहरणे आहेत, जिथे त्याचा फायदा झाला. खासगी क्षेत्रात असा पाठिंबा त्यांना नकोच आहे. विद्यापीठातदेखील म्हणावे तसे प्रोत्साहन परकीय भाषा किंवा आंतरराष्ट्रीय घडामोडींना दिले जात नाही. भारतातल्या जवळपास सगळ्याच योजना/धोरणे नवी दिल्लीत ठरतात. काही लक्षणीय काम देशाच्या इतर भागातही घडते. तिथे शिकणारे विद्यार्थी व अनुसंधानात गुंतलेल्यांना दिल्लीत भाग घेता येत नाही, याचे वाईट वाटते. आजच्या घडीला त्वरित हालचाली करून इलेक्ट्रॉनिक माध्यमाचा वापर करून देशातील निरनिराळ्या भागातील तसेच वेगवेगळ्या क्षेत्रांत काम करणाऱ्यांना एकत्र आणणे आवश्यक आहे.

भारत जगातील महासत्ता होण्याची वाट पाहतो आहे; पण त्याकरिता लागणारी साधने, संस्था, आधुनिक कार्यपद्धती व पराराष्ट्र धोरण ठरवणे व ते लागू करणे हे येते. जी कार्यपद्धती देशाचे अंतर्गत प्रश्न व समस्या सोडवू शकत नाही किंवा सत्याकडे डोळेझाक करते, ते अर्थपूर्ण राजनैतिक धोरण कसे ठरवणार? भारताची मोठी लोकसंख्या ही एक तरफ आहे व त्याचा वापर व्हायला हवा. त्यातून एकजुटी, सहकार्याचे व राजनैतिक वातावरण तयार करता यायला हवे. सरकारला त्याचे सध्याचे धोरण/वृत्ती सोडायला हवी. सरकारला सगळे समजणे व तहान लागल्यावर विहीर खोदायची, असली वृत्ती सोडायला हवी. सध्या सहकार्य न देण्याचे ठरवल्यामुळे हे सर्व प्रश्न उपस्थित होत आहेत. सरकारला आपले परराष्ट्र धोरण मुळातच बदलायला हवे आणि त्यात खूप सुधारणा करायला हवी. असे झाले तरच भारत येत्या काही वर्षांत आंतरराष्ट्रीय स्तरावर आपले नाव काढेल.

प्रकरण १५

भारताला असलेली निवडीची मुभा

शीतयुद्धानंतर आणि बदलत्या जागतिक पर्यावरणामुळे भारताच्या परराष्ट्र धोरणात नवीन विचार येताहेत, असे म्हणण्याची पद्धत पडली आहे. शीतयुद्धात अमेरिका यशस्वी झाला म्हणून भारताला ते मान्य करायला हवे. रशिया पूर्णपणे संपला. चीन मात्र नेहमीसारखाच आपला हिंसक शेजारी म्हणूनच राहणार. सोव्हिएत युनियनचा पाडाव ही बाब जगात एकाला महासत्ता बनवणारी आहे आणि भारताला ते मान्य करावेच लागेल. जरी त्यात चुका भरपूर आहेत, तरीही भारताला थांबता यायचे नाही. भारत जेव्हा आपली भूमिका बंधमुक्त आहे म्हणून म्हणतो, त्या वेळी तो काहीतरी लपवतो आहे, असे वाटते. भारताचे बंधमुक्त असणे, हे फक्त त्याच्या स्वतंत्र परराष्ट्र धोरणाबाबतच आहे, हे विसरून चालणार नाही. वास्तविक अशा प्रकारचा विचार भारताचा दीड शतकापूर्वी होता. आता जागतिक स्तरावरच्या समीकरणात ते बसत नाही. त्या वेळी अमेरिका एकटाच जगावर अधिराज्य गाजवत होता. त्यानंतर अमेरिकेला उतरती कळा लागली, याचा विचार इथे होत नाही. त्यानंतर रशिया आपले सामर्थ्य दाखवत पुढे सरकत होता. त्या वेळी अमेरिकेला रशियात आपला शत्रू दडलेला आहे, हे दिसायला लागले. त्याच वेळी इतर देश जे आपला प्रभाव पाडू शकत होते, तेपण या शर्यतीत आहेत हे अमेरिकेला जाणवायला लागले. त्यातच भारतही होता. पन्नास वर्षांपूर्वीच्या तुलनेत आता भारतपण बलशाली झाला आहे. त्यामुळे बाहेरून भारतावर येणारे दबाव आता भारत परतवू लागला आहे. अशा प्रकारची भारतीयांनी केलेली विधाने भारत आत्मविश्वास गमावतो आहे, असे सूचित करतात.

अशा प्रकारचे वाद कोणत्याही प्रकारे मोक्याच्या संधी उपलब्ध करून देत नाही. भारताची अमेरिकेशी होणारी वाढती घसट जागतिक संबंधांचा समतोल बिघडवणारी

असू शकते. यामुळे भारत रशिया व चीन दोन्ही देशांशी संबंध मात्र बिघडवून ठेवेल. त्यातून भारताला दीर्घकालीन फायदा होणार नाही, हे निश्चित. चीनची प्रतिक्रिया खूप सावध आहे. त्यांनी शंका आणि अविश्वास दूर ठेवायला सुरुवात केली आहे. म्हणजेच त्यांना भारताशी मैत्री करायची आहे. चीन भारताचा शेजारी आहे. त्यामुळे भारताने तो सतत हिंसकच राहील, अशी धारणा सोडायला हवी. तसेच थोडे शांतचित्ताने काम केल्यास रशियाशीही भारताचे संबंध सुधारू शकतात, हे दिसायला लागले आहे. भारताने आपले व रशियाचे इतक्या वर्षांचे संबंध बिघडू न देण्याची काळजी घ्यायला हवी. त्यात विश्वास फार महत्त्वाचा घटक आहे. आजच्या गुंतागुंतीच्या आणि सतत बदलणाऱ्या भौगोलिक आणि राजकीय परिस्थितीत भारताने समंजसपणे काम करून आपले परराष्ट्र धोरण ठरवायला हवे. त्यात लवचीकता हवी आणि आपले स्वतंत्र परराष्ट्र धोरण आखता यायला हवे. देशातली जनता सतत त्यावर लक्ष ठेवून आहे, हे विसरता कामा नये. जनतेच्या मताचा आदर व्हायलाच हवा.

भारत एका चमत्कारिक कात्रीत अडकला आहे. सध्या चालू असलेली बदलती आंतरराष्ट्रीय वृत्ती, जिच्यावर पश्चिमात्य देशांचा पगडा आहे, यात विशेषतः अमेरिका येते, तिकडे झुकायचे, की बहुध्रुवीय जगातील एक ध्रुव बनायचे? जागतिक स्तरावर स्वतंत्र म्हणून भूमिका घ्यायची, की दुसऱ्या दर्जावर समाधान मानायचे? एकविसाव्या शतकात भारत एक महासत्ता बनेल, ते स्वतःच्या बळावर; ना की राजकारण्यांच्या इच्छाशक्तीवर किंवा इतरांना हवेसे वाटते म्हणून नाही. आंतरराष्ट्रीय स्तरावरील कोणत्याही बाबतीत कुठलाही देश आपली सत्ता दुसऱ्या देशासाठी मनापासून सोडणार नाही. सत्ता ही बळकावयाची असते; ती दिली जात नाही. भारताला शक्तिशाली बनायचे असल्यास, सध्या अस्तित्वात असलेल्या सत्ता कमकुवत व्हायला हव्यात. हीच आजची जगातली रीत आहे. पाश्चिमात्यांच्या सामर्थ्याने कळस गाठला आहे. अमेरिका कदाचित दोन-तीन दशके ती सत्ता भोगू शकेल. सत्तेच्या विभागणीसाठी आज कित्येक वर्षांचा संघर्ष चालू आहे. त्यात जगातील मुख्य संस्था संयुक्त राष्ट्रे, जाव्यासं आणि जागतिक नाणेनिधी यादेखील भांडताहेत. यातून भारताने धडा घ्यायला हवा आणि संयुक्त राष्ट्रांच्या सुरक्षा परिषदेचे कायम सभासदत्व मिळवण्यासाठी झालेले अयशस्वी प्रयत्नसुद्धा सोडता कामा नये आणि यू. एन. सेक्रेटरी जनरल हे पद मिळवण्याचाही प्रयत्न व्हायला हवा. यावरून एक गोष्ट स्पष्ट होते की, भारत अजून आपला लढा द्यायला समर्थ झालेला नाही. त्याने या जागतिक संस्थांत चंचुप्रवेश करणे फार महत्त्वाचे आहे. भारताने कमी महत्त्वाच्या संस्थांत कमी हक्क व फायदे मिळवत नुसते नावापुरते सभासद राहणे म्हणजे आपण सामर्थ्यवान आहोत, असे दिसते का?

ब्रिटिश पंतप्रधान लॉर्ड पाल्मरस्टनने या संदर्भात दीड शतकांपूर्वी बोलताना म्हटले होते की, ज्या देशांना कायमचे मित्र किंवा शत्रू नसतात, त्यांना फक्त कायमचे स्वारस्य असते. भारत-अमेरिका संबंधांना जनमानसात सतत सांगणे यातील धोका ओळखून भारताने आपल्या संबंधात बदल करत राहणे चांगले व काळजी घ्यायला हवी. भारत-अमेरिका संबंधांना सतत मर्यादा आहेत आणि त्या राहतील. अशा संबंधांत अमेरिकेला किती महत्त्व द्यायचे, हे ठरवायला हवे. अमेरिकेला स्वतःचा स्वार्थ आहे, तसाच तो भारतालाही आहे. अमेरिकेला जर भारताने सामर्थ्यवान बनावे असे वाटत असेल तर त्यांनी आधी स्वतःकडे पाहायला हवे, न की भारताकडे. अमेरिकेतील नेते जेव्हा म्हणतात, एकविसाव्या शतकात भारत महासत्ता होईल आणि आम्ही त्यांना त्याकरिता मदत करतो आहे. हे म्हणणेच हास्यास्पद आहे. त्यावर भारताने विश्वास ठेवू नये. फुकटात काहीच मिळत नाही. अमेरिकेच्या अटींवर काम करायला भारत खूपच मोठा देश आहे. दोन्ही देशांना एकत्र आणायला बऱ्याच लहान घटकांचा पर्याय आहे. त्यामुळे मोठ्या बाबी मागे पडू शकतात. अमेरिकेने जरी म्हटले आहे, तरी काही गुंतागुंतीच्या बाबतींत अजूनही त्यांची भूमिका स्पष्ट होत नाही. उदाहरणार्थ भारताचे जवळचे शेजारी पर्शियाचे आखात इथे ते नक्की कसे वागणार, ते कळत नाही. भारताचे धोरण/योजनाकर्ते यांना अमेरिकेकडून कसा त्रास होईल, हे कळते आहे. त्यांचा वरचष्मा राहिला, तर चीनने जे केले, तेच घडण्याची दाट शंका आहे. म्हणूनच अमेरिकेला सर्व पर्याय खुले ठेवायचे आहेत. त्यातलाच एक म्हणजे पाकिस्तानचा वापर भारताविरुद्ध करून भारतावर दडपण आणणे.

जरी भारत-अमेरिका संबंधात कोणत्याही प्रकारची बाधा येणार नाही असा प्रयत्न भारत करत असला, तरी राजकारणातील आव्हाने स्वीकारत भारताला महासत्ता व्हायचे आहे. त्यामुळे परस्पर सहकार्य व मोक्याच्या संधी साधून अमेरिकेवरही दडपण आणण्याचा प्रयत्न करायला हवा. या बाबतीत भारताला जास्त विचार करायला हवा. त्यातील प्रमुख भारताने अमेरिकेकडून शस्त्रास्त्रे घेणे बंद करायला हवे; कारण पाकिस्तानला ते विकताहेत व पाकिस्तान ती शस्त्रे भारताविरुद्धच वापरतो आहे. हे कळत असताना त्यांना कशा प्रकारे धडा शिकवता येईल, हे पाहणे गरजेचे आहे. याशिवाय मादक द्रव्यांचा उपयोग करणाऱ्या देशांवर दबाव आणणे, भारताच्या बाहेर डॉलर्सवरचे वर्चस्व दूर करणे/मार्ग बदलणे. भारतातून अमेरिकेत जाणाऱ्या गुणवंतांना रोखण्यासाठी धोरणात सुधारणा/बदल करणे, हेसुद्धा भारताकडून व्हायला हवे.

भारताने आपले परराष्ट्र धोरण खुले ठेवायला हवे. भारताने आण्विक शक्ती दाखविल्यापासून भारत स्वायत्त होतो आहे आणि स्वबळावर पुढे येऊ शकतो,

याची जाणीव सगळ्यांना झाली आहे. इतर कोणत्याही बाबींपेक्षा अमेरिका व चीनला भारताचा वचक तेव्हाच बसला, जेव्हा भारताने आपली अणुशक्ती प्रदर्शित केली. त्यातूनच त्यांनी भारताकडे जास्त लक्ष द्यायला व काकू करायला सुरुवात केली. असे असतानासुद्धा भारत अणुशक्तीचा प्रयोग फक्त शांततेकरता करावा हेच परत परत सांगतो आहे. भारताने म्हटल्याप्रमाणे तो आण्विक शस्त्रास्त्रे वापरत नाही. १९९८ साली अणुचाचणी झाली, तेव्हापासूनच भारत हे म्हणत आला आहे. भारतीय वैज्ञानिकांना आपल्या प्रयोगाची खात्री आहे. ती पूर्णपणे देशी आहेत. आता पुन्हा त्यांची चाचणी घ्यायची गरज नाही. राजकीय व लष्करी नेत्यांनाही तसेच वाटत असावे. दुसऱ्याने वापरली, तर भारतसुद्धा वापरेल. तशी क्षमता त्याच्या जवळ आहे. आण्विक शस्त्रे युद्धात वापरणे काही शहाणपणाचे नाही; पण ती एखाद्या देशाजवळ आहेत एवढीच गोष्ट देशाच्या राजकीय आणि मानसिकतेवर अंकुश ठेवण्याचे काम करते. समस्या ही आहे, की जर दुसऱ्या देशांनी भारताची आण्विक शक्ती किती आहे, हे समजण्यात चूक केली, तर ती त्यांची चूक भारताच्या अंगलट येऊ शकते. भारताची अणुक्षमता पडताळून पाहण्यासाठी जर त्यांनी आपली अण्वस्त्रे वापरली व भारताने त्यांना प्रत्युत्तर दिले, तर संहार किती विनाशकारी होईल. भविष्यात भारतालापण अणुपरीक्षा करण्याची इच्छा होऊ शकते किंवा जास्तीची वाढ करावीशी वाटू शकते. त्यामुळे भारताने आंअऊस आणि अणुइंधन पुरवठादार गटाबरोबर जो करार केला आहे, तोच मुळी सुरक्षा बाळगण्याचा करार आहे. त्यावरून भारताला पश्चात्तापाची वेळ येईल; कारण भारतावर कायदेशीर जे अणुशक्तीबाबतचे नियम लादले आहेत, त्यातून भारताला अण्वस्त्रे कार्यक्रम आयोजता येणार नाही. भारत-अमेरिकेतील जो अणुशक्ती करार झाला आहे व सह्या झाल्या आहेत, त्यातून भारताला कोणत्याही संधीपासून वंचित ठेवले जाणार आहे.

राजकीयदृष्ट्या भारताने आपले स्वातंत्र्य राखले आहे. काहीही निर्णय घ्यायला तो स्वतंत्र असल्याचे दाखविले आहे. बऱ्याच घटकांचा पाया भारताच्या संस्कृतीत अतिसुसंस्कृतपणात आहे. त्यातूनच अभिमान व स्वत्व जपले गेले आहे. भारताने पूर्वी यश मिळालेल्या गोष्टी, त्याच्या यशस्वितेचे विविध पैलू, स्वतंत्र देश असल्याचे त्याने दाखविलेले धैर्य या गोष्टी जगात भारत आपले स्थान बनवू शकला. भारत मोठा देश, अभिमानी आणि वसाहतवाद्यांच्या परंपरेतील उच्च स्थानी असणारा, असा असताना तो कोणत्याही सत्तेच्या मागून चालणारा राहणार नाही. भारत-अमेरिका अणुशक्ती करारावर जेव्हा वेळोवेळी भारतात चर्चा झाल्यात, त्यातून हे सिद्ध झाले आहे. यूपीए सरकारने अमेरिकेच्या नाटकी सुरक्षेला कसा प्रतिसाद दिला, याचे आश्चर्य व काळजी वाटते आहे. भारताची परराष्ट्र धोरणावरची कमकुवत

योजना, हे एक कारण असू शकते. त्यामुळेच चीनने सीमेवर कडक धोरण आखून भारताशी चर्चा सुरू केल्यात. त्यांनी पाकिस्तानवर आणलेला दबावपण कारण असू शकते. भारतावर अमेरिकाच उत्तम असल्याचे सतत बिंबवणे या सगळ्या प्रकारातून त्यांना हवा तो आशय गोळा करता आला. विकसनशील देशांना भारताबद्दल शंका तयार करून त्यांचे मन कलुषित करणे, यात जर भारताला संयुक्त राष्ट्रांच्या सुरक्षा परिषदेचे कायम सभासदत्व मिळाले, तरी भारताची इच्छा आणि सामर्थ्य विकसनशील देशांकरता तो वापरणार नाही, असे सतत भासवते.

या अपप्रचाराच्या अगदी विपरीत घडत गेले. भारतात तशी सभा नाही. भारताने सतत वसाहतवाद्यांविरुद्ध व वर्णभेदाविरुद्ध संघर्ष केला. भारताने पश्चिमात्य गोटात जाणेही पसंत केले नाही. भारताने अप्रक किंवा सी.टी.बी.टी.वर सह्या केल्या नाहीत. आंतरराष्ट्रीय संबंधात भारताला दीर्घकालीन बदल हवे होते. पश्चिमात्य देशांना भारताने सध्याच्या जागतिक पद्धतीत महत्त्वाची भूमिका पार पाडावी अशी अपेक्षा असणे साहजिक आहे; कारण त्यात त्यांचा वरचष्मा राहणार, हे निश्चित आहे. सध्या अस्तित्वात असलेल्या पद्धतीत भारताने पडण्याचे कारण नाही. जोपर्यंत भारताला त्यात सामावून घेण्याची प्रक्रिया होत नाही, तोपर्यंत भारताने त्यात न पडणे चांगले. भारत संयुक्त राष्ट्र सुरक्षा परिषदेचा कायम सभासद नाही. आण्विक शक्ती असणाऱ्या इतर पाच देशांप्रमाणे भारताला आण्विक शस्त्रास्त्रे असली, तरी ती सत्ता उपभोगता येत नाही. अप्रकखाली चाललेल्या भारत-अमेरिका चर्चेत भारताला जाणूनबुजून बाहेर ठेवण्यात येते आहे. अणुइंधन पुरवठादार गटाकडून लादलेल्या नियमांखाली भारत अणुशक्तीसंदर्भातील तंत्रज्ञानातसुद्धा स्वातंत्र्य उपभोगू शकत नाही. जागतिक नाणेनिधी (CIMF) आणि जागतिक बँक यांच्या बाबतीतही त्याची भूमिका अगदी गौण आहे. भारताला महासत्ता बनण्याची जी महत्त्वाकांक्षा आहे, ती दीर्घकालीन आव्हान निर्माण करते आहे. पाश्चिमात्य देशातील औद्योगिकीकरण जागतिक स्तरावर ते आपल्या हातात ठेवू इच्छितात. भारताला स्वतःला तयार करायचे आहे की, या गोष्टी नाकारता यायला हव्यात. तसेच या आव्हानांना प्रतिसाद देता यायला पाहिजे. त्यातून आजचे जे 'श्रीमंत' देश आहेत, त्यांनासुद्धा त्यामुळे धक्का बसेल. कोणत्याही सत्तेची वाढ किंवा हानी ही सद्यःस्थितीतील सहकार्य न घेतल्यामुळे होते, असे इतिहास सांगतो. भारताने सध्याच्या स्थितीचा पूर्ण फायदा करून घ्यायला हवा. आज सगळ्यात जगाचे लक्ष भारतावर केंद्रित झाले आहे व तोच येत्या काही वर्षांत महासत्ता होणार, अशी त्यांची अपेक्षा आहे. त्यासाठी भारताने ही संधी न गमावता जागतिक स्तरावर आर्थिक, राजकीय, लष्करी आणि तंत्रज्ञानविषयक सर्वच क्षेत्रात नाव कमावण्याचे प्रयत्न करायला हवेत.

भारत फक्त स्वतःच्या सामर्थ्यावर जागतिक स्तरावर वर येऊ शकत नाही. त्याला इतरांबरोबर काम करणे, त्यांची मदत घेणे आवश्यक आहे. त्या इतर देशांनाही बहुध्रुवीय स्थिती हवी आहे. जागतिक स्तरावर जी-८ मधील देश आपले स्वारस्य जोपासण्यात गुंतले आहेत. त्यातही ०-५ मधील देश चीन, भारत, दक्षिण आफ्रिका, ब्राझील आणि मेक्सिको हे देश सातत्याने जी-८ च्या शिखर परिषदांना बोलावले जातात; कारण त्यांच्या राजकीय, आर्थिक आणि लष्करी बळाला ते टाळू शकत नाहीत. भारत, ब्राझील व दक्षिण आफ्रिका (IBSA) या गटांमुळे व रशिया, भारत, चीन (RIC) या त्रिपक्षीय चौकटीचा ०-५ ला फायदाच मिळाला आहे व ती बळकट व्हायलाही मदत झाली आहे. युरेशियन जगतात भौगोलिक व राजकीयदृष्ट्या भारत, चीन व रशिया हे तीन देश अमेरिकेशिवाय आहेत. त्यांचे एकत्रित असणे हे जागतिक महासत्तेत समतोल राखते. इराण जो भारत व अटलांटिक महासागराच्या मध्ये येतो, त्याकडेही दुर्लक्ष करून चालणार नाही. त्यांनी आपली प्रांतीय सत्ता आणि सुरक्षा पूर्णपणे आपल्या ताब्यात ठेवली आहे व तो देश पाश्चिमात्य देशांवर त्याकरिता अजिबात अवलंबून नाही. या सगळ्या देशांची एकत्रित ताकद अमेरिकेला जागतिक वर्चस्व गाजवण्यापासून दूर ठेवते आहे. त्यात त्यांचे भौगोलिक भूप्रदेश, राहणे व जगण्याची पद्धत, राजकीय इच्छाशक्ती या सर्वांचा वाटा आहे. जरी रशिया- भारत-चीन (RIC) यांनी प्रत्येक घटना कितीही गांभीर्याने घेतली, तरी बहुध्रुवीय जगतात त्यांची मोक्याची जागा/एकी नाही. मुद्द्यांवर आधारित एकीकरणावरच आहे हे निश्चित. खऱ्या मोक्याच्या संधी मिळवायच्या असल्या, तर सगळ्या देशांना मनापासून प्रयत्न करायला हवेत. ते अजून तरी सुरू झालेले नाहीत. तसे होण्याचीही सुतराम शक्यता नाही; कारण या तिन्ही देशांना अमेरिकेशी चांगलेच संबंध हवे आहेत.

अमेरिकासुद्धा हे पूर्ण जाणून आहे. त्यामुळे त्यांचा प्रयत्न या तिघांना शक्यतोवर दूरदूर ठेवण्याचाच आहे. म्हणजे ते एकेकटे अमेरिकेच्या बाजूला झुकू शकतील. त्यामुळे अमेरिकेला भारत हा महत्त्वाचा झुकणारा देश वाटतो. आणि भारतही ती भूमिका उत्तम प्रकारे पार पाडतो आहे. तरीही भारताने आपले पाय जमिनीवरच ठेवायला हवेत. जॉर्जियानंतरच्या काळात रशियाने वर येण्याचा प्रयत्न करून मुख्य स्थानी येत असल्याचे दर्शविले. त्यामुळे अमेरिकेला आपले विचार बदलून चीनशी सहकार्य करायचे ठरवले. त्यामुळे त्यांची आर्थिक घडी नीट बसली व रशियापण समाधानी राहिला. जागतिक स्तरावर अमेरिका-चीन असे संबंध किंवा द्विपक्षाधिकार तयार होऊन भारत-रशिया संबंधांवर त्याचा परिणाम होईल, अशी शक्यता आहे का?

भारताच्या परराष्ट्र धोरणांवर सतत दडपण आणणारा आणि त्रासदायक ठरणारा, निरनिराळी आव्हाने देणारा चीन हा भारताचा शेजारी आहे. भारताला त्याचा सामना बऱ्याचदा बऱ्याच स्तरांवर करायचा आहे. बहुध्रुवीय जगाची बांधणी करताना त्याच्या सहकार्यासाठी बराच कठोर प्रयत्न करावा लागेल. आशियात प्रभाव आणि नेतृत्व राखण्यासाठी तो भारताचा दीर्घकालीन प्रतिस्पर्धी राहणार, हे निश्चित. याशिवाय तो असा शेजारी आहे, की सतत खुसपट काढत राहणार आणि भारताची भूमी स्वतःची म्हणून बळकावण्यासाठी पुढे सरसावणार. त्यातच भर म्हणजे भारताने दलाई लामा व बऱ्याच तिबेटी लोकांना भारतात आश्रय दिला आहे. त्याबद्दल तो साशंक, चीन-भारत सीमावाद चिघळतो आहे.

भारताने चीनशी संबंध वाढवताना बऱ्याच गोष्टी लक्षात ठेवून त्या मिळवण्याचा प्रयत्न करायला हवा. भारताने जरा कमी अविश्वास दाखवायला हवा. परस्परांवर आपण अवलंबून आहोत, हे दाखवून द्यायला हवे. सीमेवर शांती राखायची असल्याने चर्चा करून, समंजसपणे हे प्रश्न हाताळायला हवेत. परस्परांना फायदेशीर असणाऱ्या आर्थिक बाबींवर लक्ष द्यायला हवे. उदाहरणार्थ युरेशियन ऊर्जा मार्ग. दुसऱ्याला न दुखवता, विश्वास वाढवून हा प्रश्न हाताळायला हवा. भारताने इतर कोणती क्षेत्रे आहेत, याचा विचार करून बहुध्रुवीय जगाला पाठिंबा कसा मिळेल, हे त्यांच्याकडून पाहायला हवे. अर्थात, हे एका विशिष्ट स्थानापर्यंत योग्य राहील. भारताचा चीनशी असलेला वाढता व्यापार भारताच्या सुरक्षेबद्दल थोडी काळजी निर्माण करणारा आहे. म्हणूनच भारताला चीनशी संबंध ठेवताना आपल्या मोक्याच्या जागा म्हणजे देशाशी सुरक्षा कायम ठेवूनच बोलणी करायला हवीत. चीनचे धोरण आहे, भारताला दक्षिण आशियात कोंडीत पकडायचे. त्यामुळे चीन व पाकिस्तानच्या सीमेवर सतत त्याला गुंतवून ठेवण्यात त्यांना रस आहे. भारताला त्यांचा हा डाव हाणून पाडायला हवा. त्यात दक्षिण आशियातील इतर शेजारी देशांची मदत घ्यावी लागली तरी ती घ्यावी. या बाबतीत भारत आणि अमेरिका समविचारी ठरतात. भारताच्या लष्कराच्या दृष्टीने भारताला विचारपूर्वक योजना आखायला हवी. त्यात चीनवर कोणत्यातरी प्रकारे दबाव आला पाहिजे. त्यातूनच भारताला आपला कार्यभाग उरकता येईल. भारताने वेगात आपली क्षेपणास्त्र समर्थता सिद्ध करायला हवी. त्यातून चीनच्या दाट लोकवस्तीच्या जागांपर्यंत जाता येईल व नौदल सामर्थ्यवान झाले, तर त्यांच्या व्यापारात खीळ घालता येईल. सध्याचे भारताचे जे मिळमळीत धोरण आहे, ते बदलून चीनशी मुकाबला करायला हवा.

भारताला चीनच्या धाकात राहण्याचे कारण नाही. आज चीन भारतापेक्षा लष्करीदृष्ट्या आणि आर्थिक स्तरावर वरचढ असला, तरी दीर्घ मुदतीत भारतही

तिथपर्यंत पोहचू शकेल. भारताच्या हातात जरी तिबेटचा पत्ता असला तरी तो आज म्हणावा तितका महत्त्वाचा ठरत नाही; पण भारताने त्याचा कौशल्याने वापर करायला हवा. भारताला प्रांतीय तसेच जागतिक स्तरावर जर मोठी भूमिका सादर करायची असेल, तर त्याने वेळ आल्यास चीनविरुद्ध कडक धोरणच नव्हे, तर चीनचे विभाजन झाले तरी चालेल, अशी वृत्ती ठेवायला हवी; पण भारताने जे करायचे ते लवकर, कल्पक आणि देशाचे हित लक्षात ठेवून करायला हवे. भारताचे इतर मोक्याच्या संधी शोधण्याकडे लक्ष हवे. भारताने सतत चीनवर लक्ष केंद्रित करायला हवे आणि आपण ते करतो आहोत, हे त्यालाही स्पष्टपणे कळू दे. ही दुसरी राजनैतिक चाल खूप महत्त्वाची ठरेल.

जागतिक स्तरावर भारत जी खेळी खेळणार आहे, ती कदाचित महत्त्वाची ठरणार नाही; पण भारताला आपल्या शेजाऱ्यांशी कसे वागावे/संबंध ठेवावे, हे तरी साध्य होईल. जर भारताचे जे जवळचे शेजारी आहेत, त्यांच्याशी चांगले संबंध प्रस्थापित झाले, तर भारत प्रांतात व जगात स्वतंत्र 'ध्रुवा'चे स्थान प्राप्त करेल व त्याचा प्रभावही पडेल. भारत नैसर्गिक क्षेत्रात प्रभाव पाडण्यात अग्रेसर असल्याशिवाय महासत्ता बनू शकत नाही. तो प्रांत म्हणजे दक्षिण आशिया होय. भारताला या भागातील देशांशी संघटित प्रयत्नांनी चांगले संबंध प्रस्थापित करायला हवे. चीनच्या अस्तित्वामुळे पडलेले अंतर भरून काढायला हवे. ही दरी जरी पूर्ण बंद करता आली नाही, तरी कमी करायला हवी. त्यामुळे दक्षिण आशियातल्या शेजाऱ्यांशी द्विपक्षीय किंवा प्रांतीय चौकटीत राहून ते काम करायला हवे. भारत जसजसा समृद्ध होईल व विकास पावेल, तसे त्याने आपल्या शेजाऱ्यांनाही आपल्याबरोबर घ्यायला हवे. नाही तर आपली आर्थिक प्रगती जिवंत राहणार नाही. भारताचे ध्येय आपल्या शेजाऱ्यांशी जास्तीत जास्त आर्थिक संबंध ठेवणे, हे असायला पाहिजे. त्यामुळे राजकीय काहीही घडामोडी घडत राहिल्या, तरीही हे आर्थिक संबंध विस्कटणार नाहीत. परस्परांवर आर्थिकदृष्ट्या अवलंबून राहणे हे आर्थिक विकासाचे लक्षण आहे. त्यामुळे शेजाऱ्यांनाही भारताच्या सुरक्षेबद्दल काळजी वाटायला लागेल आणि ते या बाबतीत सहकार्य द्यायला लागतील. याच्याशिवाय दक्षिण आशियात शांतता आणि स्थिरता राखणे कठीण होईल. त्याच वेळी भारताला ज्या सत्ता सतत त्रास देतात, त्यांच्यावर सुरक्षेची हानी ते करणार नाही, म्हणून सतत लक्ष ठेवायला हवे. हेच त्रास देणारे देश भारत आणि त्याचे शेजारी यांच्यात फूट पाडण्याचे काम करताहेत. बाहेरच्या सत्तेच्या हातात दक्षिण आशियासंबंधीची भूमिका आणि प्रभाव जाऊ देता कामा नये. ती भारताची फार मोठी चूक होईल. परकीय सत्तेला दक्षिण आशियात स्वारस्य उत्पन्न होण्याचे प्रमुख कारण भारताशी संबंध तयार करायचे

आहेत, हे भारताने विसरून चालणार नाही. त्यांचे स्वारस्य आपले काही बिघडू शकणार नाही, अशा भ्रमात भारताने राहायला नको. भारताच्या परराष्ट्र धोरणात सर्वांत मुख्य बाब म्हणजे आपल्या शेजाऱ्यांशी सहकार्याचे व समंजसपणाचे संबंध हवेत. भारताला हे संबंध खूप काळजीपूर्वक हाताळायला हवेत. त्यात शेजारी देशांच्या भावना, त्यांच्या महत्त्वाकांक्षा आणि हित हे जपायला हवे. भारत स्वतःला फक्त दक्षिण आशियाचा नैसर्गिक नेता म्हणवू शकत नाही. दक्षिण आशियातील दुसरे देशही तसे म्हणायला हवेत. चांगले उदाहरण देऊन भारताने ही नेतृत्वाची माळ आपल्या गळ्यात पाडून घ्यायला हवी. ती मिळवण्याकरिता भारताला काहीतरी भव्यदिव्य करून दाखवायला हवे. वाढत्या आव्हानांना आणि विपरीत परिस्थितीला यशस्वीपणे तोंड देता आले पाहिजे. सध्या हे संबंध कितीही वाईट असले, तरी भारताने चर्चेकरता दारे खुली ठेवायला हवीत. शेजाऱ्यांना कशात रस आहे, ते पाहून न चिडता या गोष्टी हाताळायच्या आहेत. अशा प्रकारचे वागणेच भारताच्या शेजाऱ्यांचा मान आणि कौतुक भारताप्रती वाढवेल. भारताला समजायला हवे की, त्या काही गोष्टी शेजाऱ्यांना आवडत नाहीत. भारताची शेजाऱ्यांना भीती वाटते; पण ती पुरेशी नाही. भारत बलाढ्य आणि सक्षम आहे, हे भारत अजूनतरी नीटपणे दाखवू शकलेला नाही. त्यात रस्ते आणि इतर पायाभूत गोष्टी येतात. भारताच्या कस्टम्स आणि इमिग्रेशन विभागातील अधिकारी व कर्मचारी वर्गदेखील परदेशातील ऑफिसच्या पासंगाला पुरत नाहीत. या बाबीत सुधारणा होणे गरजेचे आहे.

भारताच्या शेजाऱ्यांना जरी दिसत असले, तरी मोठ्या मनाचा, दयाळू वगैरे असणे आपल्या जागी ठीक आहे; पण तरीही भारताने स्पष्ट व निःसंदिग्ध शब्दांत आपले लक्ष्य काय आहे, ते सांगितले पाहिजे. देशाच्या हिताच्या बाबतीत काही गोष्टी चर्चा न करता येण्यासारख्या आहेत. तसेच भारत सुरक्षेबद्दल कोणतीही तडजोड करायला तयार नाही, हेही स्पष्ट व्हायला हवे. भारताला आपली सुरक्षा जपणे, हा पहिला हक्क आहे आणि त्याकरिता आवश्यक ते सहकार्य शेजारी देशांनी करायला हवे. त्यात दहशतवादाशी मुकाबला, अतिरेक्यांना आश्रय न देणे, त्यांच्या क्षेत्रातून/जमिनीवरून भारतविरोधी कारवाया करणाऱ्यांना तसे करण्यापासून रोखणे इ. गोष्टी येतात. हा भारताचा पाया असेल. दुर्दैवाने भारताच्या शेजारी राष्ट्रांना भारत कमकुवत आहे, असे वाटते. भारताचे नाक/कान पिरगळला तर कुणालाही शिक्षा होणार नाही, याची त्यांना खात्री वाटते. भारताने आपल्या शेजाऱ्यांना दाखवून द्यायला हवे की, भारताला कशात स्वारस्य आहे व ते जपण्याचे भानपण आहे. त्यामुळे त्या शेजाऱ्यांनी भारताचा मान राखावा. तसे ते वागले नाहीत, तर भारताने आपल्याजवळची धोरणे तरफेसारखी वापरायला हवीत. ती जर कमी पडत असतील,

तर नवीन योजना आखून त्यांचा वापर पाकिस्तानच्या विरोधात व गरज पडल्यास बांगलादेशाच्या बाबतीतही करावा.

भारताच्या शेजारी राष्ट्रांत लोकशाहीचा मुद्दा काळजीपूर्वक वापरायला हवा. सर्वसाधारणपणे शेजारील देशांत लोकशाही नसणे व भारताचे अनुकरण करणे, हे त्यांना अशक्य झाले आहे. याचे मुख्य कारण तेथील राजकीय लोक जे मन मानेल तसे वागतात व त्यांना त्यांच्या जनतेलाही उत्तरे द्यायची नसतात. त्यामुळे ते जरी भारताविरोधात हिंसक बनले नाहीत, तरी ते स्वतःला या सगळ्या गोष्टींपासून दूर ठेवतात. त्यामुळे त्यांच्या मानसिकतेत बदल करणे व एका विशिष्ट स्तरापर्यंत त्यांना आणणे या गोष्टी कठीण आहेत. भारत त्या शेजारी देशांच्या अंतर्गत घडामोडीत दखल देत नाही व येणाऱ्या कोणत्याही सरकारबरोबर चर्चा करायला तयार आहे. असे असले, तरी भारतावर शेजारी देशांतील सरकारचा परिणाम होतोच आहे. भारताच्या सुरक्षेच्या दृष्टीने भारत सरकारला शेजारी देशातील सरकारपासून स्वतःला अलिप्त ठेवता येत नाही. त्याला तेथील मुख्य राजकारण्यांशी संबंध ठेवावाच लागतो. आज भारताचे शेजारी लोकशाहीच पायाभूत मुद्दा समजून वागताहेत. भारताने त्यांच्या या विचारांना/वागण्याला प्रोत्साहन द्यायला हवे. त्यांनी सरकारप्रणीत धोरणे न ठरवता लोकांच्या परस्परांतील संबंधांना महत्त्व द्यायला हवे. भारताच्या शेजारी राष्ट्रांत जर त्यांच्या सत्तेवर लोकांच्या भावनांचे प्रतिबिंब पडले, तर ते भारतविरोधी धोरणे सोडणार आहेत काय!

भारताने सर्वांत जवळची शेजारी राष्ट्रे व त्यांचे संबंध विचारात घेतल्यानंतर दुसऱ्या वर्तुळात पूर्व आणि पश्चिमेकडचे देश येतात. भारताचे 'पूर्वेकडे पाहा' हे परराष्ट्र धोरण दीर्घ मुदतीकरिता गुंतागुंतीच्या घडामोडींचा परामर्श घ्यायला खूपच मोक्याचे ठरले. पूर्व आशिया शिखर (EAS) परिषदेत भारताचे सभासदत्व मानसिक, राजकीय आणि संधी उपलब्ध करून देणारे ठरले. त्यामुळे भारत व पूर्व आशियातील दरीवर पूल बांधण्याचे काम झाले आहे. चीन जरी सारखा कामात व्यत्यय आणत असला, तरी भारताने आशियातील देशांशी आपले संबंध कायम राखले आहेत. विशेषतः जपानबरोबरचे संबंध आशियातील प्रांतिक विकासाकरिता वापरले जातात. दक्षिण आशियातील शेजाऱ्यांशी जसे नवनवे कार्यक्रम आखून संबंध वाढवलेत, तसेच संपूर्ण आशियातील मोठ्या प्रमाणातील आशियाई देशांशी एकता राखण्यासाठीपण करावे लागतील. दक्षिण आशियातील देशांशी जसा व्यवहार होतो, तसा पूर्व आशियातील देशात नाही, हे निश्चित. त्यांची एकी, विकास या गोष्टी, विशेषतः बांगलादेशासारख्या राष्ट्राबरोबर करणे कठीण होतात. जर पूर्व आशिया शिखर (EAS) ने पुरेशी चौकट आशियातील समाजबांधणीसाठी तयार केली, तर आशिया नव्या रूपात जगापुढे येऊ

शकतो. त्यात वृद्धी आणि प्रभावाचे ध्रुवीकरण होऊ शकते. त्यातून आशियाच्या अंतर्गत आणि जगातील बाबींचे समीकरण बदलून जाईल. आशियातील प्रांतिक रचनेकरता काय योग्य, याची पडताळणी केली गेली आहे. त्यात भारताला सहभागी करूनच घ्यावे लागेल. एकविसाव्या शतकात भारताशिवाय 'आशिया' असूच शकत नाही. यात भारताची महत्त्वाची भूमिका आहे व साध्य गाठण्यासाठी त्यांना भारताची मदत घ्यावीच लागेल. भारतीय संस्कृती आणि 'मवाळ' धोरणपण पूर्वेकडच्या शेजाऱ्यांवर बराच प्रभाव पाडणारे आहे. भारताला आपल्या सांस्कृतिक वारशाचा पद्धतशीर वापर करावा लागेल. आग्नेय आणि पूर्व आशियात त्याचा तरफेप्रमाणे उपयोग होईल. या सांस्कृतिक वारशात बौद्ध धम्म, आपले सिनेजगत (बॉलिवूड) किंवा भरतनाट्यम अशा कोणत्याही गोष्टी भरपूर फळ देऊ शकतील.

आतापर्यंत भारताने आपले सगळे लक्ष फक्त पश्चिम आशिया आणि पर्शियन आखातावर केंद्रित केले होते. तेथून येणारे तेल व भारतीय कामगारांकरता उत्तम कुरण म्हणूनच तिकडे पाहिले जात होते. अरब राष्ट्रांत भारताकरिता खूप सदिच्छा आहे. जरी भारत आता या क्षेत्राला मोठ्या गुंतवणुकीचे स्रोत म्हणून पाहत असला तरी आता त्याने आपल्या हालचाली वेगात वाढवल्या पाहिजेत आणि त्यांचे भांडवल कोणत्या कारणास्तव वापरणार, हे पण निश्चित करायला हवे. अरब राष्ट्रांनी जर भारतात दीर्घकालीन व मोठी गुंतवणूक केली, तर ती भारताच्या फायद्याची ठरणार आहे. पर्शियाच्या आखाती भागात खूप भारतीय कायमस्वरूपी स्थायिक झाले आहेत. त्यांचा या बाबतीत कसा उपयोग करून घेता येईल, याचाही विचार व्हायला हवा. या भागाचा दीर्घ मुदतीच्या संदर्भात विचार करताना तेथील गुंतागुंत 'आवश्यक, तरीही चंचल असणारे प्रश्न भारताच्या दाराशी येऊन उभे ठाकले आहेत. अशात भारत कोणावरही अवलंबून राहू शकत नाही. त्यालाच त्याचे प्रश्न सोडवायचे आहेत. भारताने द्विपक्षीय वार्तालाप या पर्शियन आखातातील देशांशी त्वरित करायला हवा. त्यातून सुरक्षित मार्ग निघू शकेल. इराणशीही चर्चा होणे गरजेचे आहे. पूर्वी होती त्यापेक्षा आता भारताची क्षमता वाढली आहे. त्यामुळे पर्शियाच्या आखातातील अरबी देश इराण, इस्त्राईल किंवा अमेरिका यांच्याशी राजनैतिक संबंध वाढवणे किंवा टिकवणे तितके कठीण नाही. आखातातून तेल व वायूचा सर्वांत मोठा ग्राहक भारतच आहे. त्याचे लष्करी सामर्थ्य, देशातील जवळपास पन्नास लाख भारतीय तिथे राहताहेत. त्यामुळे त्यांना उदाहरण घालून देण्याकरिता भारताने पर्याय शोधायला हवेत व त्याचे नेतृत्वही करायला हवे.

भारताने आपले जास्त लक्ष हिंदी महासागराकडे द्यायला हवे. त्याचा नीट अभ्यास करून, काळजीपूर्वक तपासून, तिथे कायमचा तळ देऊन बसलेले परदेशी

लष्कर व नौदल व त्यांचा आपल्या शेजाऱ्यांवर होणारा परिणाम हे सर्व पाहायला हवे. इथे भारतासमोर कळीचा मुद्दा आहे. भारताला जर महासत्ता व्हायचे असेल, तर त्याला उत्तर हिंदी महासागरात तरी शेजाऱ्यांवर समुद्राकडून संपूर्ण ताबा मिळवता येणार आहे का? तो एकटा किंवा इतर सत्तेच्या सहकार्याने तसे करू शकेल का? २००४ साली झालेल्या त्सुनामी प्रलयात भारताने जी तात्पुरती मदत केली, ती समजण्यासारखी आहे. भारताची अचानक अमेरिकेबरोबर वाढलेली मैत्री आणि आशियातील देशांबरोबरचे संबंध याने २००७ साली भारतीय सरकारची नको तितकी डोकेदुखी वाढली. जपान व ऑस्ट्रेलियातील नवीन नेत्यांचे विचार बदलले. बहुपक्षीय नाविक चाचण्यासुद्धा ठप्प झाल्यात. त्यातून चीनवर दबाव आला व तो भविष्याकरिता फायद्याचा होता. भारताचे बलाढ्य नौदलाकडून हिंदी महासागरात चीनच्या सागरातील सुरक्षेला भेदण्याचे मंत्र ठेवता आले. काही प्रमाणात त्यांचे असलेले वर्चस्व कमी झाले. त्यात जमिनीवर, हवेत आणि अंतरिक्षातसुद्धा ते जाणवले. या सगळ्या प्रकरणातून एक धडा घेता येतो की, आता भारताने आपले स्वतंत्र समुद्री धोरण योजले. त्यात काही निवडक देशांचे सहकार्य व मदत घेऊन आशियासाठी ते वापरावे.

अफगाणिस्तानसकट मध्य आशिया भारताच्या सुरक्षेच्या दृष्टीने सतत त्रासदायक ठरला आहे. उत्तरेकडे सुरक्षेकरता हिमालय भारताच्या भौगोलिक व राजकीय दृष्टीने कधीच कामाचा नव्हता व नाही. शतकानुशतके भारतावर मध्य आशियातूनच आक्रमण होत होते. फार पूर्वीचा काळ जरी पाहिला नाही, तरी विसाव्या शतकापासून पाहता भारताच्या सुरक्षेकरता मध्य आशिया मोक्याचा आणि महत्त्वाचा आहे. जेव्हा जेव्हा भारताने आपली हिमालयाकडून येणारी महत्त्वाची मोक्याची जागा सोडली, तेव्हा तेव्हा भारताला त्रास भोगावा लागला. मग १९४७-४८ मधील पाकिस्तानच्या विरोधातील बाब असू दे. तेव्हा पाकिस्तानने जम्मू-काश्मिरमध्ये शिरकाव केला. १९५०च्या सुरुवातीला जेव्हा नेपाळकरता भारताने आपला प्रभाव वापरायचा ठरवले, तेव्हा भारताच्या सुरक्षेवर खूप प्रश्न उठले. चीनला तिबेटमध्ये घुसू न देणे किंवा त्यापासून त्यांना परावृत्त करू न शकल्यामुळे आता चीन आपला शेजारी बनला आहे. किंवा अगदी अलीकडचे १९९९ मध्ये पाकिस्तानचे कारगिलमध्ये घुसणे, ही त्याची ठळक उदाहरणे आहेत. सिक्कीम व भूतानच्या प्रश्नावर भारताने ठाम व स्पष्टपणे निर्णय घेण्यामुळे भारताची सुरक्षा कायम राहिली. सुरक्षेच्या दृष्टीने भारताला आपले प्रभुत्व सिद्ध करायचे असल्यास हिमालयातून येणाऱ्या मार्गांवर काही प्रमाणात तरी ताबा असायलाच हवा. याला काही जण 'नकाराचे सुरक्षा धोरण' म्हणू शकतील. कोणत्याही मोठ्या सत्ता अगदी भारतसुद्धा इतरांच्या सत्ता

किंवा प्रभावाखाली येऊ शकत नाही. त्यासाठी भारतालाच स्वतःचा बचाव करायला हवा. त्याकरिता वापरावयाची युक्ती व विचार हेसुद्धा भारताचे असायला हवे. हाच युरेशियातील 'मोठा डाव/खेळ' आहे. त्यासाठी भारताला पाकिस्तान बरोबर अफगाणिस्तानात कायमची शांती व स्थिरता येण्यासाठी काहीतरी योजना आखावी लागेल.

भारताची धोरणे बनवणाऱ्यांना आता पश्चिमेच्या पलीकडे पाहायला हवे. तसेच पाकिस्तान व चीनसारख्या त्रासदायक शेजाऱ्यांपासून सुटका होण्यासाठी जगात एक जागा बनवावी लागेल. भारताने नेहमीच परंपरागत बंधमुक्त देशाचे नेतृत्व केले. त्यामुळे पाश्चिमात्यांनी त्याचा 'तिसरे जग' म्हणून उपहास केला : पण भारताने सतत विकसनशील देशांचाच विचार केला. या प्रकारे उपहासाने उल्लेख करायचे काम फक्त श्रीमंत व सत्ता असणाऱ्या देशांचे काम होते. त्यातून त्यांना इतर देश किती क्षुद्र आहेत, हे दाखवून द्यायचे होते. पश्चिमात्यांना या गरीब देशांबद्दल वाटणारी तुच्छता ते दर्शवून देत होते. ते त्यांना ना घरचे, ना दारचे समजत होते. ते पाश्चिमात्य नव्हते, म्हणजे 'प्रथम जगतातले' नव्हते. त्यामुळे ते त्यांची तत्त्वे पाळत नव्हते किंवा त्यांच्या संस्थांना मानत नव्हते. ते साम्यवादी गोटाचेपण नव्हते, ज्यांना 'दुसऱ्या जगता'चे म्हटले जात. हे जग स्पर्धात्मक होते व पाश्चिमात्यांच्या अगदी विरुद्ध होते. त्यामुळे उरलेले गरीब देश बेपर्वाईने एकत्रित करून दूर लोटले गेले आणि पाश्चिमात्यांनी त्यांना 'तिसरे जग' असे संबोधिले. यात येणारे देश एकेकटे त्यांच्याशी भांडू शकत नव्हते. ते खूप कमकुवत होते. त्यामुळे हा प्रकार बंद करण्याची ताकद त्यांच्यात नव्हती. म्हणून भारत पुढे सरसावला. त्याचा आकार आणि जगातील स्थान यामुळे त्या कमजोर देशांचे राजकीय नेतृत्व भारताच्या पदरात पडले. यात यश मिळणे मर्यादित व थोड्या काळाकरिता असते; पण अशा गरीब देशांना स्वाभिमान, आत्मसन्मान मिळणे हे खूप महत्त्वाचे असते. या प्रकारच्या सन्मानाने मिळणाऱ्या वारशामुळे 'तिसऱ्या जगातील' देशांना आवाज उठवण्याचे धैर्य झाले. एकविसाव्या शतकात जागतिकीकरणात त्यांना आपली ताकद तरफ म्हणून वापरता आली.

भारत 'तिसऱ्या जगाचा' नैसर्गिक दावेदार आहे. भारतातील जास्त लोक/भारताचा मोठा भाग हाच मुळी 'तिसऱ्या जगात' मोडतो. जर भारताला संयुक्त राष्ट्रांच्या सुरक्षा परिषदेमध्ये कायम सभासदत्व हवे असल्यास सध्या कायम सभासद असणाऱ्या पी-५ला भारताने ते मिळवावे, असे वाटते आहे, असे नाही. तर तिसऱ्या जगातील देशांना त्यांचे स्वारस्य जपण्यात भारतच त्यांची मदत करेल, हे माहीत असल्यामुळे तेच भारताने कायम सभासदत्व मिळवावे म्हणून प्रयत्नशील आहेत. भारताचा वेगवेगळ्या क्षेत्रांतील विकास आंतरराष्ट्रीय स्तरावर प्रभाव पाडतो

आहे. असेही काही देश आहेत की, जे स्वतंत्रपणे जागतिक स्तरावर लढू शकत नाहीत; पण मोठ्या देशाच्या मागे जाऊ शकतात. जाव्यासंच्या संवादात ही बाब उघड झाली आहे. म्हणूनच भारत त्यांचे नेतृत्व करेल. भारताला आपली मोक्याची आर्थिक ध्येये ऊर्जा आणि इतर गोष्टी प्रगतीकरिता हवी आहेत. त्याला पाठिंबा व सदिच्छा याच देशांकडून मिळणार, हे निश्चित. भारत या सगळ्या गोष्टींकडे दुर्लक्ष करू शकत नाही. पूर्वी झाले, तसे आता होणार नाही. गरीब देश, त्यात भारताचे जवळचे शेजारी पण येतात. भारताला त्यांचाही विचार करायला हवा.

प्रकरण १६

भारताचा उदय होतो आहे का?

आजपासून काही दशकांच्या आत भारताचा उदय निश्चित आहे, असे जगातील कित्येक देशांना वाटते आहे. पाच वर्षांपूर्वी ऑक्टोबर २००३ साली गोल्डन सॅशज् म्हणून जगातली सर्वांत पुढारलेली, बँकिंगमध्ये अग्रेसर असणारी, गुंतवणूक, सुरक्षित ठेवींचे व्यवस्थापन करणारी ही कंपनी आहे. तिने एक ब्रिक्स रिपोर्ट तयार करून जगात एकच खळबळ माजवून दिली होती. त्यांच्या मते, येत्या काही दशकात ब्राझील, रशिया, भारत व चीनची आर्थिक वाढ होऊन त्यांचे महत्त्व वाढेल. त्यात त्यांनी म्हटले होते की, दीर्घ मुदतीत भारताची वृद्धी/प्रगती चीनपेक्षा सरस ठरेल. त्यांच्या भाकिताप्रमाणे २०५० सालापर्यंत भारताचे राहणीमान, दर्जा आणि खासगी क्षेत्रात वेगाने होणारी वाढ यांमुळे भारत जगात आर्थिकदृष्ट्या तिसऱ्या क्रमांकावर येईल. गोल्डन सॅशच्या २००७ च्या रिपोर्टप्रमाणे भारताचा सकल राष्ट्रीय उत्पादन (GDP) २००७ आणि २०२० मध्ये अमेरिकेच्या डॉलर्सच्या तुलनेत दरडोई चौपट होईल आणि २००३ सालापर्यंत भारताची आर्थिक स्थिती अमेरिकेच्या आर्थिक स्थितीपेक्षा मोठी राहील. मार्च २००६ साली प्राईस वॉटर हाउस कूपर्स या जगातील स्थित मोठ्या व्यावसायिक सेवा देणाऱ्या कंपनीने एक रिपोर्ट प्रसिद्ध केला. त्यात 'ई-७' म्हणून जो गट पुढे येईल, तो जगात कसा राहील, याचे स्पष्टीकरण दिले आहे. ब्रिक मधील चार देशांच्या व्यतिरिक्त आणखी देश मेक्सिको, इंडोनेशिया आणि तुर्कस्तान हेही त्यात सामावले जातील. दोन वर्षांनंतर त्यांनी या अहवालाची एक सुधारित आवृत्ती काढली, ती मार्च २००८ साली. प्राईस वॉटर हाऊस कूपर्स यांचा भारत व चीनबद्दलचा आशावाद वाढलेला दिसतो. २०५० सालापर्यंत भारताचे अर्थकारण जगात तिसऱ्या क्रमांकावर राहील. तेव्हा भारताचे सराउ अमेरिकेच्या ९०% राहील, असे प्राईस वॉटर हाऊस कूपर्स यांचे म्हणणे आहे. ते पुढे म्हणतात,

हे प्रमाण चीनपेक्षा २/३ जास्त राहील आणि जपान, जर्मनी, युनायटेड किंगडम, फ्रान्स, इटली, कॅनडा आणि स्पेन या देशांच्या एकत्रित सराउइतके मोठे राहील.

येत्या काही दशकात जगाच्या मंचावरचा भारत एक प्रमुख कर्ता राहील, असे फक्त जगातील प्रभावी बँका आणि सल्लागार संस्थाच म्हणत आहेत, असे नाही. जाव्यासंशी चर्चा करताना भारताने घेतलेली मध्यवर्ती भूमिका आणि एकविसाव्या शतकात जितक्या संस्था किंवा गट तयार होत आहेत, त्यात भारत प्रामुख्याने आहेच. जसे ०-५, एससीओ ईएएस ब्रिक आणि चीन, भारत, ब्राझील, दक्षिण आफ्रिका (CHIBSA) हे होत. जगाला भारत या विषयाला धरूनच चालतो आहे, हे जाणवायला लागले आहे. आर्थिक आणीबाणी जसजशी कमी होते आहे तसतसे जगाला जाणवत चालले आहे की, भारताजवळच प्रभावी निर्णयक्षमता आहे. त्यामुळे भारतानेच जगाचे प्रश्न सोडवायला पुढे यावे, अशी त्यांची इच्छा आहे. आता भारतीयांचा आत्मविश्वास वाढायला हवा. आता जग भारताच्या मागे येत राहील आणि भारत जगाच्या मागे जाणार नाही.

जगाचा हा आशावाद आणि अपेक्षा पाहून भारत आनंदला आणि न थकता पुढे जाण्यास सरसावला. भारतीय अधिकाऱ्यांबद्दल भारतातील मोठ्या कंपन्या आणि गुप्त बाबतीतले काही विभाग यांनी जरा अतिरेकच केला आणि 'चकाकणारा' किंवा 'अविश्वसनीय' असे भारताचे वर्णन करायला सुरुवात केली. मोठ्या प्रमाणातील शहरी अभिजन व नागरिक गर्विष्ठपणे हा मुद्दा मांडायला लागलेत. त्यात त्यांना देशाचा हक्क दिसत होता. त्यांनी भारत 'पहिल्या जगतात' प्रवेशला, असे समजून तिसऱ्या जगताला सोडायचे ठरवले. हे खरे आहे की, भारताने खूप मोठा पल्ला गाठला आहे. भारताची जमेची बाजू म्हणजे त्याचा भौगोलिक आकारच आशियातील त्याचे स्थान हे होय. त्याचा उपयोग तरफेसारखा कधी करायचा, हे समजायला हवे. भारताची वाढती लोकसंख्या हा प्रश्न आहे. जगात इतर देशांत तरुणांची संख्या वाढते आहे व त्याचा फायदा त्या देशांना होत आहे. आपल्याकडचे त्यांचे राहणे, वागणे हे अगदी निराळे आहे. इतर देशांचा पाया विज्ञान आणि तंत्रज्ञानावर आधारित आहे. नावीन्यतेचा वापर अंगीकार करणारा समाज, आर्थिक वाढीत सतत होणारी वाढ, लोकशाहीची मूळे परंपरागत रुजली आहेत. धर्मनिरपेक्ष नागरी जीवन, कायदे कानूनचा काटेकोर वापर, यामुळे येणारा काटकपणा आणि सामाजिक आणि राजकीय अस्थैर्याच्या विरोधातदेखील घेतली जाणारी काळजी अशी अनेक कारणे आहेत जी भारतात वापरली जात नाहीत. म्हणूनच भारताला 'सौम्य सत्ता' नाव पडले आहे.

जरी भारताजवळ महासत्तेसाठी लागणारे बरेच घटक असले, तरी भारताचा मोठा भाग अजूनही अविकसित आहे. देशातील अभिजनांना ग्रीन कार्डचा हव्यास

आहे. बरेच भारतीय फक्त रेशन कार्डवरच समाधान मानणारे आहेत. भारताच्या परराष्ट्र धोरणाला आकार देणाऱ्यांनी इथली वस्तुस्थिती कधी विसरता कामा नये. भारताचे पाय मागे खेचण्याचे काम बरेच घटक करत आहेत. यात ऊर्जास्रोताची चणचण, ताज्या पाण्याची वानवा, अन्नाची कमी, वाढते प्रदूषण व पर्यावरणाची हानी, वाढती गरिबी, विकासातील असमानता, त्यामुळे प्रांताप्रांतात तयार होणारी दरी, लोकसंख्येचा मोठा भाग विकासापासून वंचित आहे. समाजातील वाढते तणाव, कमकुवत व मन मानेल तसे वागणारे नेतृत्व, राज्यकर्ते व जनता यांच्यात वाढणारा अविश्वास, आतपर्यंत मुरलेला भ्रष्टाचार, पायाभूत कामात कमतरता, साधारणतः बेजबाबदार शासकीय अधिकारी, अशिक्षित व शिक्षणाचा घसरता आलेख, अप्रचलित कायदे आणि त्यांची चौकट, गुणवत्तेपेक्षा राजकारण चालवून होत असलेले नुकसान, त्यात सरकारी काम करणाऱ्यासाठी हुशार व गुणवंत येत नाही. म्हणूनच लष्करी अधिकारी, नागरी प्रशासक, डॉक्टर्स, शिक्षक, वैज्ञानिक व तंत्रज्ञानातले तज्ज्ञ हे अभावाने मिळतात. जर भारताला जगात प्रभावशाली म्हणून यायचे असेल, तर त्याने हे सगळे दुबळे करणारे घटक झटकून टाकायला हवेत. याकरिता कडक व कठोर धोरण राबवणारे नेतृत्व हवे. त्यालाच जनताही पाठिंबा देईल. अशा धोरणांची गरज आहे.

जनतेशी संबंध

जगातील बहुतेक देशांत जे घडते किंवा आहे, तसेच भारतातही आहे. भारतीयांचा सर्वसाधारणपणे अस समज आहे की, परराष्ट्र धोरण व त्या बाबतीतली माहिती फक्त काही लोकांपुरतीच मर्यादित असावी. त्यामुळे आम जनता त्या भानगडीत पडतही नाही आणि त्याचा संबंध आपल्याशी व आपल्या हिताशी जोडला आहे, हे त्यांच्या खिजगणतीत नाही. अशा संवेदना असणे समजू शकते. पूर्वी परराष्ट्र धोरण फक्त अभिजनांकरता असल्यासारखे होते; पण आता एकविसाव्या शतकात जागतिकीकरण, माहिती, दळणवळणाच्या तंत्रज्ञानातील क्रांती या सगळ्यांमुळे भारताच्या परराष्ट्र धोरणात आव्हाने आली आहेत व त्यामुळे ते जास्त गुंतागुंतीचे आणि कठीण होते आहे. इतर घटकांत भारताची आर्थिक प्रगती फार महत्त्वाची आहे. व्यापार आणि इतर आर्थिक व्यवहार आता उच्च स्तरावर होतात. त्यात भांडवल व कामगारांचे आंतरराष्ट्रीय सीमेवरती देवाण-घेवाण होणे, ही फार महत्त्वाची बाब आहे. खासगी क्षेत्राला मिळालेले आर्थिक स्वातंत्र्यसुद्धा परराष्ट्र धोरणावर प्रभाव पाडत आहे. आज भारतीयांची विशेषतः तरुणांची संख्या वाढते

आहे. त्यात विद्यार्थी, व्यावसायिक आणि उद्योगपती येतात. ही मंडळी जगात रस घेऊन स्वतःला जगाचेच नागरिक म्हणवून घेतात. आता ही मंडळी (व इतरही) परराष्ट्र धोरणात व त्यातील मुद्द्यांवर रस घेऊन भाग घेऊ लागली आहेत. त्यामुळे आता त्यावर चर्चा होऊन जास्त सहभाग मिळतो आहे.

राजनैतिक वातावरण आता बंद दरवाजामागे होऊ शकत नाही. ते क्षेत्र आता फक्त राजदूत व अधिकाऱ्यांकरता सीमित राहिले नाही. परराष्ट्र धोरण ठरवताना सरकार नेहमीच केंद्रस्थानी राहील; पण तेच एकटे राहणार नाही. सरकारला आता सगळ्यांना एकत्र घेऊन काम करायचे आहे. त्यात निरनिराळ्या संस्था, संघटना आणि रस घेणारे गट हेही आहेत. सरकारचे काम सगळ्यांना एकसुरात बांधणे, हे आहे. परराष्ट्र धोरणात सर्वांत प्रथम मुद्दा म्हणजे एक-दुसऱ्याला समजून घेणे व एकत्रित पाठिंबा देणे होय. यात राजकारणी, मोठ्या कंपन्यांचे नेते, बातमीदार, शैक्षणिक आणि बुद्धिवादी क्षेत्रातील मान्यवर हे येतात. भारताचे राष्ट्रीय धोरण हे देशाच्या हिताच्या चौकटीत बसायला हवे. त्यात गरिबी हटाव, आर्थिक विकास आणि जनतेचे कल्याण या बाबी येतात. भारतासारख्या लोकशाही असणाऱ्या देशात सरकारच्या धोरणांना समजणे व त्यांना पाठिंबा देणे हे व्हायला हवे. परराष्ट्र धोरणांमुळे जनतेच्या आयुष्यात फरक पडतो आहे, हे त्यांना जाणवायला हवे. भारतातील कित्येक राज्यांची परकीय देशांशी जमिनीवरून किंवा सागरी किनाऱ्याकडून सीमा जुळलेली आहे. त्यांच्या विकासात त्या देशांमुळे गुंतागुंत तयार होते. त्यामुळे राज्य सरकारांचा परदेशांशी व्यवहार करण्याचे प्रमाण वाढते. महत्त्वाच्या मुद्द्यांना हाताळताना जरी ते अंतर्गत असले तरी, परदेशांशी शेजारी म्हणून नीट संबंध राखायचे असतात. अशा वेळी केंद्र सरकार व राज्य सरकारे यांच्यात सहकार्य हवे.

अंतर्गत प्रश्न व प्राधान्यक्रम यांमुळे परराष्ट्र धोरणाकरिता आखाव्या लागणाऱ्या योजनांचा गुंता वाढतो आहे. देशातील मुख्य राजकीय पक्ष परंपरागत चालणारी धोरणे टिकवून ठेवू शकत नाही. आज भारतात असणारे संमिश्र सरकार काही गोष्टी होऊ देत नाही. आता यापुढे भारतावर अशीच परिस्थिती राहणार, हे सत्य स्वीकारायला हवे. छोटे प्रांतीय पक्षसुद्धा परराष्ट्र धोरणासारख्या मोठ्या बाबींवर आपले मत नोंदवताना दिसतात. दुर्दैवाने हे छोटे स्थानिक पक्ष फक्त स्वतःचे स्थानिक प्रश्न थोड्या काळाकरिता सोडवू शकतात. ते परराष्ट्र धोरणासारख्या मोठ्या व महत्त्वाच्या संदर्भात काम करू शकत नाही.

याशिवाय परराष्ट्र धोरणावर आणखी प्रभाव पाडणारा एक गट आहे. त्यात अनिवासी भारतीय (NRIS) आणि परदेशात स्थायिक असलेले भारतीय हे येतात. पाश्चिमात्य देशांत कायमचे राहणाऱ्या भारतीयांची संख्या वाढते आहे. विशेषतः

इंग्लंड व अमेरिकेत राहणाऱ्यांचे प्रमाण वाढते आहे. त्यांचे चांगले भक्कम संबंध उद्योगपतींशी व राजकारणी लोकांशी आहेत. ते बऱ्याचदा राजकारण्यांना त्यांच्या पक्षासाठी पैसाही देतात. हे अनिवासी भारतीय आणि परदेशात स्थायिक असलेले भारतीय ते राहत असलेल्या देशांशी पुलाचे काम करतात. त्यामुळे भारताच्या आर्थिक आणि सांस्कृतिक सहकार्यावर त्यांचा चांगला पगडा आहे. खलिस्तानसारख्या चळवळींमधून हे अनिवासी भारतीय सुरक्षेच्या समस्या उद्भवून ठेवतात. अमेरिका-भारत आण्विक कराराबाबत या अनिवासी भारतीय व परदेशात स्थायिक असलेल्या भारतीय मंडळींनी महत्त्वाची भूमिका निभावली. त्यांनी अमेरिकेच्या काँग्रेसचा पाठिंबा भारताकरिता मिळवून दिला. अशा प्रकारची कामे मिळवायची असल्यास प्रवासी भारतीय दिवस यासारखे वार्षिक संमलने भरवावी लागतात. त्यातून काहीही निष्पन्न निघत नाही. वास्तविक एखादे ध्येय ठरवून त्याप्रमाणे बळ एकवटायचे असते. त्यातून भारताकरिता सेतू बांधता यायला हवेत. ते सेतू कसब, हुशारी आणि भारत काही स्रोत जागे करून सक्षमता, समर्थता निर्माण करायला हवी.

शिवाय, भारताला आपल्या वृत्ती व धोरणातील बदल करायला हवेत. श्रीलंका, फिजी आणि मलेशियासारख्या देशात जे भारतीय कित्येक दशकांपासून स्थायिक झाले आहेत तेथील परदेशात स्थायिक असलेल्या भारतीयांबद्दलही विचार व्हायला हवा. त्या देशांत जर आणीबाणी निर्माण झाली की, तिथल्या भारतीयांबद्दल कणव वाटते. पण काही केले जात नाही. भारत व त्या देशात कोणत्याही प्रकारे संबंध बिघडू न देता भारतीयांची घालमेल दूर झाली पाहिजे. आखातात काम करणारे कामगार सतत या प्रकारात मोडतात. परदेशात स्थायिक झालेल्या भारतीयांत त्यांची संख्या मोठी आहे. सतत दुर्लक्षित भारताने नेहमी सतर्क असणे गरजेचे आहे. त्यांच्या गरजा व त्यांचे कल्याण भारतानेच पाहायला पाहिजे. भारत फक्त श्रीमंत बांधवांचीच नड भागवतो व इतरांकडे दुर्लक्ष करतो, असे कोणत्याही परदेशस्थ भारतीयाला वाटता कामा नये.

लोकशाही असणाऱ्या देशात प्रसारमाध्यमे परराष्ट्र धोरणात महत्त्वाचा भाग आहेत. ते सरकारचे वरचेवर वापरले जाणारे मूल्यवान माध्यम आहे. त्यांचा वापर परीक्षणाकरिता होतो, जनतेचा पाठिंबा मिळवून देण्यासाठी होतो. उदाहरणार्थ भारत-अमेरिका आण्विक करार किंवा परदेशी सरकारशी मागच्या दाराने संबंध स्थापित करणे यासाठी होऊ शकतो. याचा फायदा संपादक, वृत्तवार्ताहर आणि समालोचक यांना होतो; मग ते छापील माध्यम असो किंवा इलेक्ट्रॉनिक माध्यम असो, त्यांना राजनैतिक बातम्यांसंबंधी भूमिका पार पाडायची संधी मिळते. यातूनच

त्यांना एक सत्ताही हातात येते. त्यांचे दूरपर्यंत पोचणारे प्रभाव या माध्यमांना जबाबदारी घेणे व स्वतंत्र पद्धतीने विचार करणे या गोष्टी करायला भाग पाडते. कधी कधी बातमीदार आणि वृत्त संकलन करणारा यांना आपण एकाएकी तज्ज्ञ झालोत, असे वाटते. त्यातून ते वृत्त वाचणाऱ्या किंवा पाहणाऱ्यांना चुकीचा संदेश देतात. त्यांच्या स्वतःच्या मतांमुळे पाहणाऱ्यांचे मत पूर्वग्रहदूषित होऊ शकते. चोवीस तास बातमी देणाऱ्या वाहिन्या सरकारला दबावाखाली ठेवत असतात. त्यांना ताबडतोब उत्तरे हवी असतात. याचा परिणाम म्हणजे काहीही न मिळणारी धोरणे जाहीर होतात आणि निर्णय तडकाफडकी घेतले जातात. जिथे विचारपूर्वक योजना व्हायला हवी, तिथे अशा प्रकारे वागणे रास्त ठरत नाही. उदाहरणार्थ, डिसेंबर १९९९ मध्ये इंडियन एअरलाइन्सचे विमान कंदाहारला जाताना हवाईचाच्यांनी अपहरण केले होते. त्यातील प्रवाशांच्या सुटकेसाठी अट्टल अतिरेक्यांना भारतीय तुरुंगातून सोडण्यात आले होते. प्रसारमाध्यमांना अशा प्रकारे जबाबदारी दाखवून द्यायची, हे सरकारवर अवलंबून असते. भारताच्या परराष्ट्र धोरणाला जर आपले लक्ष्य गाठायचे असल्यास ते काम सरकारने नीट करायला हवे.

परराष्ट्र खात्याच्या मंत्रालयातून एक नवी टूम निघाली, 'जनतेची राजनैतिकता' ही योजना कागदावर जरी उत्तम वाटत असली, तरी प्रत्यक्षात ती लागू करणे कठीण आहे. जिथे जनतेची राजनैतिकता हवी होती, ते क्षेत्र होते भारत–अमेरिका अणुशक्ती करार. दुर्दैवाने एक डझनापेक्षा कमी लोकांनी हा प्रश्न हाताळला. सरकारनेपण काही प्रयत्न केला नाही. त्यामुळे देशात कोणत्याही प्रकारे एकी झाली नाही. ना राजकीय पक्षांची, ना नागरी समाजाची. उलट सरकारने माध्यमांची मदत घेऊन असे जनमत तयार केले की, या सर्व गोष्टीला सगळ्यांचा पाठिंबा होता. प्रत्यक्षात कुणाचाच नव्हता. उलटपक्षी २००४ साली भारत–आसियान कार रॅली ठरवण्यात आली. ती स्पर्धा गुवाहाटी (आसाम) पासून सुरू होऊन बाटम (इंडोनेशिया) ला संपणार होती. त्यात म्यानमार, थायलंड, लाओस, व्हिएतनाम, कंबोडिया, मलेशिया आणि सिंगापूरमधून ती जाणार होती. हे एक उत्तम उदाहरण ठरले. या स्पर्धेत भारताने सर्व लहान खेडी वापरलीत व भारताची प्रतिमा आसियानमध्ये उज्ज्वल झाली. देशातसुद्धा या रॅलीचा परिणाम चांगलाच झाला. ईशान्य भारतातील लोकांना ही कल्पना खूप आवडली. त्यांनी तो सणासारखा दिवस साजरा केला. त्यामुळे त्यांच्या प्रदेशाशी पूर्वेला जोडले गेले, जे परंपरेने आधीच जोडलेले आहेत. त्या वेळी सुरक्षेचा प्रश्न बाजूला ठेवून कोणत्याही प्रकारे शंका उपस्थित न करता त्यांना तिथल्या लोकांना एक प्रकारचे सर्वसाधारण जीवन जगता आले. या प्रकारची कृती कोणत्याही परराष्ट्र धोरणाला यशस्वी करायचे असल्यास करायला हवी.

खूप मौल्यवान, पण कमी वापरात असणारी राजनैतिकतेकरता उपयोगी असणारी जमेची बाजू म्हणजे भारताची संस्कृती. कोणत्याही व्यक्तीचे व्यक्तिमत्त्व व विचार त्याच्या सांस्कृतिक परंपरेशी निगडित असतात. दुसऱ्या व्यक्तीशी संबंध ठेवताना त्याच्या संस्कृतीला आधी समजायला हवे. त्याला मान द्या आणि मग तो आपोआप खुलत जाईल. शतकानुशतके भारतीय संस्कृती, धर्म आणि तत्त्वज्ञानाने लाखो लोकांना आपल्याकडे आकर्षून घेतले आहे. म्हणूनच भारताला 'सांस्कृतिक व धार्मिक महासत्ता' म्हणतात. भारतीय परंपरागत संस्कृती हे एकच लक्षण नाही. ते साऱ्या जगाला आपल्याकडे ओढते आहे. समकालीन भारतीय खाद्य संस्कृती, फॅशन्स (पेहराव) आणि सिनेमे हेही आजच्या युगातील चुंबक आहे. ते जास्तीत जास्त लोकांना आपल्याकडे खेचते आहे. भारतात बौद्ध धम्माचे लोक जरी कमी असले, तरी त्या धम्माची सुरुवात भारतातून झाली. त्यामुळे भारताला बुद्धभूमी मानले जाते. त्यावरून भारताला आपले पर्यटन क्षेत्र वाढवायला मदत होते. विशेषतः बौद्ध धम्मीय देशातून येणारे परदेशी पाहुणे होत. नालंदा विद्यापीठ पुन्हा सुरू करण्यामागे हाच हेतू आहे. त्यामुळे दक्षिण, आग्नेय आणि पूर्व आशियातील देशातील लोकांचा परस्पर संबंध येईल. हे धोरण खूप काळजीपूर्वक हाताळायला हवे; जेणेकरून ज्या देशांकरता हा उद्योग रचला, त्यांना तो संदेश जायला हवा. सांस्कृतिक रणनीती चतुराईने व समजून वापरली गेली, तर त्याची फळे निश्चितच मिळतात.

पुढचा मार्ग

१९व्या शतकात तसेच एकविसाव्या शतकातील भांडवलशाही यांनी खूपच असमाधान पसरवले. त्यात मुळात असणारे गौण मुद्दे वाढीस लागले व हवी ती वाढ कशातच झाली नाही. भांडवलशाहीतील चुकीच्या गोष्टींमुळे आधुनिक काळात समाजवादाला चलती आली. तीच विसाव्या शतकाकरिता व्याख्या ठरली. जगात समाजवादावरचे व साम्यवादावरचे प्रयोग बरेच झालेत; पण परिणाम काहीच नाही. असे असूनसुद्धा आज जगभरात लाखो, करोडो लोक समाजवादालाच महत्त्व देत आहेत. पूर्वी कधीही घडला नाही, असा अभूतपूर्व प्रकार जगात घडायला लागला. खासगी कंपन्यांना कर्जातून बाहेर काढण्याचे काम सरकारांनी सुरू केले. सरकारसुद्धा हे राष्ट्रहिताचे व स्थैर्य देणारे आहे, असे ठासून सांगायला लागले. अमेरिकन स्वप्न हे अमेरिकनांनाच पूर्ण करता येत नव्हते, तर उर्वरित जगाचा प्रश्नच येत नव्हता. त्याच वेळी हुकूमशाही सरकारबद्दलही आशावाद दाखविता येत नव्हता. सध्याच्या जगात जे वादळी वातावरण तयार होते आहे, त्यात शांती, स्थैर्य आणि एकसूर येण्याची

आशा आहे. आधीच सगळे नैसर्गिक स्रोत संपवलेत. आता जागतिक अन्यायकारक राजकीय आणि आर्थिक स्थैर्य संपवण्याकरिता एका चांगल्या पर्यायाची गरज आहे. त्यातून विकास व्हायला हवा. जगातील दुबळ्या, गरीब आणि काहीही नसणाऱ्या लाखो, करोडो लोकांचे जगणे सुसह्य करील, अशा सत्तेची गरज आहे. यापैकी भारत काय करू शकेल?

भारताने आपले परराष्ट्र धोरण ठरवताना सतत जगाचा विचार करून तशी आखणी करायला हवी. व्यवहारचतुर असणारे देश त्यांची परराष्ट्र धोरणे ठरवताना भारताने सुचवलेल्या गोष्टी थट्टेवारी नेतात आणि ते भारताला झुलवत ठेवतात. त्यामुळे जागतिक बाबींवर भारत कोणतीच प्रतिक्रिया दर्शवू शकत नाही. त्यांना वाटते की, सत्ता ही बंदुकीवरच अवलंबून आहे. एका टीकाकाराने तर असेही म्हटले की, अहिंसा हे अस्त्र शरणागतीसाठी वापरता येते. नीतिमत्ता टाळता येणारी गोष्ट नव्हे. ती सर्व धर्मांचा गाभा आहे आणि माणसाचे व्यक्तिमत्त्वही त्यातूनच घडत असते. राजकारणात आणि आंतरराष्ट्रीय बाबीत त्याचा वापर मानसिक दबाव आणायचे हत्यार म्हणून होतो. जगभरातील राजकारणी, अगदी भारतातलेसुद्धा याच मुद्द्यावर वाद घालत असतात. एखाद्याला आपल्या बाजूने घ्यायचे असेल, त्याला वश करायचे असेल किंवा न्यायाची बाजू दाखवायची असेल, तरी याचा वापर होतो. चारित्र्याचा खोटा आव आणून वैध बाबींना निरंकुश करणे हे होय.

पन्नास वर्षांपूर्वी दुर्बल भारताचा आवाज बुलंद होता. चारित्र्याच्या पायावर भारताचे विचार होते म्हणून परराष्ट्र धोरणात भारताला सक्षम राहता आले. तेव्हा भारताला नेता समजले जाई. महात्मा गांधींच्या नीती आणि चारित्र्याच्या दृष्टिकोनामुळे जे कोणत्याही भारतीयाला जमले नाही, असे काम त्यांनी परदेशात करून शांततेचा संदेश दिला. आज दुर्दैवाने मात्र भारत फक्त एखाद्या देशाच्या किंवा गटाच्या मागून जाणारा ठरतो आहे. सत्यतेपेक्षाही समजण्याची कुवत मोठी असते. भारत दुय्यम म्हणून राहिला, तर कधीच वरच्या क्रमांकावर पोचू शकत नाही. नेतृत्व म्हणजे फक्त आर्थिक आणि लष्करी सामर्थ्य दाखविले नाही, तर निरनिराळ्या कल्पना दाखवून, लढवून ते सिद्ध करायचे असते. जगातील हिंसा वाढली आहे का? त्याच्यापुढे लाखो लोकांचे जीवन कठीण आणि दयनीय झाले आहे का? सरतेशेवटी जगाची सदसद्विवेकबुद्धी जागृत होऊन हिंसा, अत्याचाराविरुद्ध लढण्याची गरज निर्माण होणार आहे का? या बाबतीत भारताची भूमिका काय व कशी असावी? बराक ओबामा, जे स्वतःला महात्मा गांधींचे चाहते म्हणवतात, ते सध्याचे अमेरिकेचे राष्ट्राध्यक्ष आहेत. त्यांनी अमेरिकेच्या परराष्ट्र धोरणात पायाभूत बदल करण्याची आशा व्यक्त केली आहे. आता नवीन

भारत सरकार व ओबामा प्रशासनातील काही विचारात या संदर्भात बदल होईल का? या मुद्द्यांवर भारताने चिंतन करायची वेळ आली आहे.

भारताला गतकाळापासून काही धडे घेता येतील, तसेच त्यापासून स्फूर्तीही मिळेल. प्राचीन काळात भारताला खूप विकसित राजनीती आणि राजनैतिकता माहीत होती. कौटिल्याच्या *अर्थशास्त्रात*, जो त्याने प्रबंध लिहिला आहे, त्यात परराष्ट्र धोरणावर त्याने सहा उपाय सांगितले आहेत. परराष्ट्र धोरण (*सद्गुण्य*)– (*अ*) शांतीचे धोरण (*समाधी*); (*आ*) संघर्षाचे धोरण (*विग्रह*); (*इ*) गप्प बसण्याचे धोरण (*आसन*); (*ई*) लढाईला निघणे (*यान*); (*उ*) दुसऱ्याकडून संरक्षण घेणे (*संचय*); (*ऊ*) दोन धोरणे एकाच वेळी वापरणे. त्यात एकाशी शांती वार्तालाप चालू ठेवणे व दुसऱ्याच्या विरोधात लढणे हे येते (*द्विधीभाव*). या सगळ्यांचा वेळोवेळी उपयोग करत गेले, तर परराष्ट्र धोरण ठरवायला मदतच होईल. या सहा धोरणांशिवाय कौटिल्याने चार तंत्रेही सुचवली आहेत. (*चतुर उपाय*) ती आहेत (*अ*) *साम* किंवा मैत्रीचा वापर, दबावतंत्र, सौहादद्र चर्चा किंवा कारणे; (*आ*) *दान* किंवा भेटवस्तू देणे, सवलती देणे किंवा तडजोड करणे; (*इ*) *भेद* किंवा बेबनाव, मतभेद आणि विभाजन करण्याकरिता प्रचार व इतर उद्योग करणे; (*ई*) *दंड* किंवा बळजबरी करणे. जेव्हा सगळे फसते, तेव्हा याचा वापर करणे. हे धडे भारताच्या राज्यकारभारात खूप महत्त्वाचे ठरतात. एका सहस्रकापेक्षा जास्त काळ भारत उच्च सुधारित आणि उत्तम चालणारे राष्ट्र होते. असे असूनसुद्धा सुरक्षितता आणि पैसा याने स्वतःवरचा फाजील विश्वास, समाधान व उद्धट दिसून येते. त्यातूनच भारताचा विकास खुंटला. आक्रमण करणाऱ्यांना भारत बळी पडला. त्यातील तग धरण्याची शक्ती संपली. त्याचा आत्मविश्वास गमावला.

जेव्हा भारताने १९४७ साली स्वातंत्र्य मिळवले, तेव्हा पंतप्रधान नेहरू म्हणाले होते की, ही प्रारब्धाबरोबरची भेट आहे. आता ते आणखी स्पष्ट झाले आहे. आता भारताचे प्रारब्धाबरोबरचे संबंध निर्दोष झालेत का? ते निश्चित होतील. जर भारतीय राज्यकर्त्यांनी व लोकांनी मनावर घेऊन बदल घडवला, तर ते शक्य आहे. आता '*चलता है*' किंवा 'कामचलाऊ वृत्ती' सोडायला हवी. महासत्ता बनायचे असल्यास तसे भारताला वागायला हवे. भारताची राजनैतिकता काळजीपूर्वक, विचारपूर्वक असायला हवी. त्याला राष्ट्राचे हितच सांभाळायचे आहे. चारित्र्य आणि नीतिमत्ता यात घोटाळे निर्माण होणार नाहीत, हे पाहायला हवे. भारताने आपले स्वतंत्र परराष्ट्र धोरणे आखायला हवीत. ती पुढची काही दशके चालायलापण हवीत. त्यातून भारताने स्वतःची अपेक्षा पूर्ण तर करायलाच हवी; पण जगालाही ते पटवून द्यायचे आहे, हे ध्यानात हवे. गेल्या दशकात भारत ज्यापासून दूर गेला, त्या त्याने पुन्हा

मिळवल्या पाहिजेत. याकरिता कोणताही जवळचा किंवा सोपा मार्ग नाही. आणखी कुणाच्या खांद्यावर आपली जबाबदारी टाकणे हेदेखील त्रासदायक ठरेल. भारताची स्रोते आणि तुलनात्मक फायदा यांचे मूल्यांकन करून एक निश्चित स्पष्ट व ठळकपणे दिसणारी योजना आखायला हवी. याकरता वापरण्यात आलेल्या युक्ती-प्रयुक्तींचा सतत अभ्यास करून व त्यात सुधारणा करत राहणे गरजेचे आहे. भारताला आपल्या प्रारब्धावर विश्वास हवा. त्यापुढे सरकवण्याकरिता शांत डोक्याने विचार करून त्या कामाचा कक्षा ठरतील, ते पाहायला हवे. आपले कार्य सिद्ध करण्याची महत्त्वाकांक्षा हवी व त्यानुसार पायाभूत संस्था हव्यात, तसेच जनतेचा पाठिंबा हवा. या प्रकारे काम झाले, तर भारत पुढे येईल. जागतिक स्तरावर सक्षम, समृद्ध आणि प्रभाव पाडणारा भारत व्हावा, अशी इच्छा असल्यास वरील गोष्टी एकत्रित व्हायला हव्या, तरच भारत महासत्ता बनेल.

संदर्भग्रंथ सूची

Books

Aiyar, Pallavi. 2008. *Smoke and Mirrors: An Experience of China*. New Delhi: Fourth Estate.

Ansari, Hamid. 2008. *Travelling through Confl ict: Essays on the Politics of West Asia*. New Delhi: Pearson Longman.

Arpi, Claude. 1999. *The Fate of Tibet: When Big Insects Eat Small Insects*. New Delhi: Har-Anand Publications.

Bakshi, Jyotsna. 1999. *Russia and India: From Ideology to Geopolitics, 1947–1998*. Delhi: Dev Publication.

_______. 2004. *Russia–China Relations: Relevance for India*. Delhi: Shipra Publications, 2004.

Banerjee, Dipankar (ed.). 2002. *South Asian Security: Futures*. Colombo: Regional Centre for Strategic Studies.

Banerjee, Dipankar and N. Manoharan. 2008. *SAARC: Towards Greater Connectivity*. New Delhi: Konrad Adenauer Stiftung.

Bhagwati, Jagdish. 2004. *In Defense of Globalization*. New Delhi: Oxford University Press.

Bhandare, Namita (ed.). 2007. *India: The Next Global Superpower?* New Delhi: Roli Books.

Bhaumik, T.K. (ed.). 2003. *Doha Development Agenda: A Global View*. New Delhi: Penguin Enterprise.

Bose, Sugata and Ayesha Jalal. 1998. *Modern South Asia: History, Culture, Political Economy*. New Delhi: Oxford University Press.

Brzezinski, Zbigniew. 1997. *The Grand Chessboard: American Primacy and its Geostrategic Imperatives*. New York: Basic Books.

_______. 2004. *The Choice: Global Domination or Global Leadership*. New York: Basic Books.

Chellaney, Brahma. 2006. *Asian Juggernaut: The Rise of China, India and Japan. New Delhi:* HarperCollins.

Cohen, Stephen P. 2001. *India: Emerging Power*. New Delhi: Oxford University Press.

Dasgupta, C. 2002. *War and Diplomacy in Kashmir, 1947–48.* New Delhi: Sage Publications.

Dash, P.L. (ed.). 2008. *Emerging Asia in Focus: Issues and Problems.* Delhi: Academic Excellence.

Devare, Sudhir. 2006. *India and Southeast Asia: Towards Security Convergence.* Singapore: Institute of Southeast Asian Studies.

Dixit, J.N. 1996. *My South Block Years.* New Delhi: UBS Publishers' Distributors.

_______. 2002. *India–Pakistan in War & Peace.* New Delhi: Books Today.

_______. 2003. *External Affairs: Cross-Border Relations.* New Delhi: Roli Books.

_______. 2003. *India's Foreign Policy 1947–2003.* New Delhi: Picus Books.

Dutt, V.P. 2007. *India's Foreign Policy since Independence.* New Delhi: National Book Trust.

Emmott, Bill. 2008. *Rivals: How the Power Struggle Between China, India and Japan will Shape Our Next Decade.* London: Allen Lane.

Foreign Service Institute. 1998. *Indian Foreign Policy: Agenda for the 21st Century (2 vol.).* Delhi: Konark Publishers.

_______. 2007. *Indian Foreign Policy: Challenges and Opportunities.* New Delhi: Academic Foundation.

Friedman, Thomas L. 2000. *The Lexus and the Olive Tree.* New York: Anchor Books.

_______. 2005. *The World is Flat: A Brief History of the Globalized World in the 21st Century.* London: Allen Lane.

_______. 2008. *Hot, Flat and Crowded: Why the World Needs a Green Revolution and How We can Renew Our Global Future.* London: Allen Lane Penguin.

Fukuyama, Francis. 1992. *The End of History and the Last Man.* London: Penguin Books.

Gharekhan, Chinmaya R. 2006. *The Horseshoe Table: An Inside View of the UN Security Council.* New Delhi: Pearson Longman.

Gordon, Sandy. 1995. *India's Rise to Power in the Twentieth Century and Beyond.* London: Macmillan Press.

Guha, Ramachandra. 2007. *India after Gandhi: The History of the World's Largest Democracy.* New Delhi: Picador.

Gundevia, Y.D. 1984. *Outside the Archives.* Hyderabad: Sangam Books.

Gupta, Sisir. 1966. *Kashmir: A Study in India–Pakistan Relations.* Bombay:Asia Publishing House.

Guruswamy, Mohan and Zorawar Daulet Singh, 2009. *India China Relations: The Border Issue and Beyond.* New Delhi: Viva Books.

Heimsath, Charles H. and Surjit Mansingh. 1971. *A Diplomatic History of Modern India.* Calcutta: Allied Publishers.

Huntington, Samuel P. 1996. *The Clash of Civilizations and the Remaking of World Order*. New Delhi: Penguin Viking.

Joshi, Nirmala (ed.). 2003. *Central Asia: The Great Game Replayed: An Indian Perspective*. Delhi: New Century Publications.

Kagan, Robert. 2008. *The Return of History and the End of Dreams*. London: Atlantic Books.

Kalam, A.P.J. Abdul. 1998. India 2020: *A Vision for the New Millennium*. New Delhi: Viking Penguin.

Kaplan, Robert D. 2000. *The Coming Anarchy: Shattering the Dreams of the Post Cold War*. New York: Vintage Books.

Kapur, Ashok, Y.K. Malik, H.A. Gould and A.G. Rubinoff (eds). 2002. *India and the United States in a Changing World*. New Delhi: Sage Publications.

Kargil Review Committee Report, The. 2000. *From Surprise to Reckoning*. New Delhi: Sage Publications.

Kaul, T.N. 1979. *Diplomacy in Peace and War*. Ghaziabad: Vikas.

______. 2000. *A Diplomat's Diary (1947–1999): China, India and USA (The Tantalising Triangle)*. New Delhi: Macmillan.

Kennedy, Paul. 1989. *The Rise and Fall of the Great Powers*. London: Fontana Press.

______. 1994. *Preparing for the Twenty-First Century*, London: Fontana Press.

Khanna, Tarun. 2007. *Billions of Entrepreneurs: How China and India are Shaping their Futures – and Yours*. New Delhi: Viking Penguin.

Khosla, I.P. (ed.). 2005. *Energy and Diplomacy*. Delhi: Konark Publishers.

Kumar, Nagesh, K. Kesavapany and Yao Chaocheng (eds). 2008. *Asia's New Regionalism and Global Role: Agenda for the East Asia Summit*. New Delhi: Research and Information System for Developing Countries (RIS).

Kux, Dennis. 1993. *India and the US: Estranged Democracies*. Washington D.C.: National Defense University Press.

Lall, Marie (ed.) 2009. *The Geopolitics of Energy in South Asia*. Singapore: Institute of Southeast Asian Studies.

Levy, Adrian and Catherine Scott-Clark. 2007. *Deception: Pakistan, the US and the Global Nuclear Weapons Conspiracy. London:* Atlantic Books.

Lok Sabha Secretariat. 1959. *Foreign Policy of India: Texts of Documents 1947–59*. New Delhi: Lok Sabha Secretariat.

Mahbubani, Kishore. 2008. *The New Asian Hemisphere: The Irresistible Shift of Global Power to the East*. New York: PublicAffairs.

Mahmud Ali, S. 1999. *Cold War in the High Himalayas: The USA, China and South Asia in the 1950s*. Richmond, Surrey (UK): Curzon.

Muni, S.D. 2008. *IDSA Asian Strategic Review 2007*. New Delhi: Academic Foundation.

Nehru, Jawaharlal. 1961. *India's Foreign Policy: Selected Speeches, September 1946–April 1961.* New Delhi: Publications Division, Ministry of Information and Broadcasting, Government of India.

Nicholson, Sir Harold. 1969. *Diplomacy. London:* Oxford University Press.

Nilekani, Nandan. 2008. *Imagining India: Ideas for the New Century.* New Delhi: Allen Lane Penguin.

Panagariya, Arvind. 2008. *India: The Emerging Giant.* New Delhi: Oxford University Press.

Pandey, Nishchal N. 2008. *India's North-Eastern Region: Insurgency, Economic Development and Linkages with South-East Asia.* New Delhi: Manohar Publishers.

Panikkar, K.M. 1956. *The Principles and Practice of Diplomacy.* Bombay: Asia Publishing House.

_______. 1967. *Asia and Western Dominance: A Survey of the Vasco da Gama Epoch of Asian History 1498–1945.* London: Allen & Unwin.

Pradhan, R.D. 2008. *Dragon's Shadow Over Arunachal: A Challenge to India's Polity.* New Delhi: Rupa & Co.

Prasad, Bimal. 1973. *Indo-Soviet Relations: 1947–1972.* New Delhi: Allied Publishers.

Raghavan, V.R. and Karl Fischer. 2005. *Security Dimensions of India and Southeast Asia.* New Delhi: Tata McGraw Hill.

Raghavan, V. R. and W. Lawrence S. Prabhakar (eds). 2008. *Maritime Security in the Indian Ocean Region: Critical Issues in Debate.* New Delhi: Tata McGraw-Hill.

Raja Mohan, C. 2003. *Crossing the Rubicon: The Shaping of India's New Foreign Policy.* New Delhi: Viking Penguin.

_______. 2006. *Impossible Allies: Nuclear India, US and the Global Order.* New Delhi: India Research Press.

Ramesh, Jairam. 2005. *Making Sense of Chindia: Refl ections on China and India.* New Delhi: India Research Press.

Rana, Kishan S. 2000. *Inside Diplomacy.* New Delhi: Manas Publications.

_______. 2005. *The 21st Century Ambassador: Plenipotentiary to Chief Executive.* New Delhi: Oxford University Press.

Ranganathan, C.V. and Vinod C. Khanna. 2000. *India and China: The Way Ahead After "Mao's India War".* New Delhi: Har-Anand Publications.

Rao, V. Nagendra and Mohammad Monir Alam. 2005. *Central Asia: Present Challenges and Future Prospects.* New Delhi: Knowledge World.

Rasgotra, Maharajakrishna (ed.). 2007. *The New Asian Power Dynamic.* New Delhi: Sage Publications.

Rumley, Dennis and Sanjay Chaturvedi (eds). 2004. *Geopolitical Orientations: Regionalism and Security in the Indian Ocean.* New Delhi: South Asian Publishers.

Sahai, Paramjit S. (ed.) 2008. *India-Eurasia: The Way Ahead.* Chandigarh: Centre for Research in Rural and Industrial Development.

Santhanam, K., K. Baizakova and R. Dwivedi (eds). 2007. *India–Kazakhstan Perspectives: Regional and International Interactions.* New Delhi: Anamaya Publishers.

Santhanam, K. and Srikanth Kondapalli. 2004. *Asian Security and China, 2000–2010.* Delhi: Shipra Publications.

Santhanam K. and Bulat K. Sultanov. 2006. *India–Kazakhstan Relations: Enhancing the Partnership.* New Delhi: Anamaya Publishers.

Santhanam K. and Ramakant Dwivedi. 2007. *India–Tajikistan Cooperation: Perspectives and Prospects.* New Delhi: Anamaya Publishers.

Saradgi, Iqbal Ahmed, S. K. Sahni and R. N. Srivastava (eds). 2007. *SAARC – The Road Ahead.* New Dehi: Foundation for Peace and Sustainable Development.

Sarila, Narendra Singh. 2005. *The Shadow of the Great Game: The Untold Story of India's Partition.* New Delhi: HarperCollins.

Schofi eld, Victoria. 1997. *Kashmir in the Crossfi re.* New Delhi: Viva Books.

Sen, Amartya. 2005. *The Argumentative Indian: Writings on Indian History, Culture and Identity.* London: Allen Lane.

Sengupta, Anita. 2005. *Russia, China and Multilateralism in Central Asia.* Delhi: Shipra Publications.

Shams-ud-Din. 2001. *India and Russia: Towards Strategic Partnership.* New Delhi: Lancer's Books.

Shourie, Arun. 2008. *Are We Deceiving Ourselves Again? Lessons the Chinese Taught Nehru but Which We Refuse to Learn.* New Delhi: Rupa & Co.

Singh, Anita Inder. 1987. *The Origins of the Partition of India, 1936–1947.* New Delhi: Oxford University Press.

Singh, Jaswant and S.P. Bhatia. 2008. *Confl ict & Diplomacy: US and the Birth of Bangladesh, Pakistan Divides.* New Delhi: Rupa & Co.

Sobhan, Rehman. 1999. *Transforming Eastern South Asia: Building Growth Zones for Economic Cooperation.* Dhaka: University Press.

______. 2000. *Rediscovering the Southern Silk Route: Integrating Asia's Transport Infrastructure.* Dhaka: University Press.

Stiglitz, Joseph. 2002. *Globalization and its Discontents.* New Delhi: Penguin Books.

Swamy, Subramanian. 2001. *India's China Perspective.* Delhi: Konark Publishers.

Talbott, Strobe. 2004. *Engaging India: Diplomacy, Democracy and the Bomb.* New Delhi: Penguin Viking.

Tellis, Ashley. 2007. 'What should We Expect from India as a Strategic Partner?', in H. Sokolski (ed.). *Gauging US–Indian Strategic Cooperation.* Carlisle, Pennsylvania: Strategic Studies Institute, US Army War College.

Verghese, B.G. 2001. *Reorienting India: The New Geo-politics of Asia*. Delhi: Konark Publishers.

______. 2007. *A J&K Primer: From Myth to Reality*. New Delhi: India Research Press. Vohra, N.N. (ed.). 1999. *Culture, Society and Politics in Central Asia and India*. Delhi: Shipra Publications.

______. (ed.). 2001. *Culture, Democracy and Development in South Asia*. Delhi: Shipra Publications.

______. (ed.). 2003. *History, Culture and Society in India and West Asia*. Delhi: Shipra Publications.

Zachary, G. Pascal. 2000. *The Global Me: Why Nations will Succeed or Fail in the Next Generation*. St. Leonards, New South Wales (Australia): Allen & Unwin.

Zakaria, Fareed. 2008. *The Post–American World*. New York: W.W. Norton & Company.

Journals

Agni: Studies in International Strategic Issues, Journal of the Forum for Strategic and Security Studies.

Himalayan and Central Asian Studies, Journal of Himalayan Research and Cultural Foundation.

Indian Foreign Affairs Journal, A Quarterly of the Association of Indian Diplomats. *Journal of Indian Ocean Studies,* Tri-Annual Publication of the Society for Indian Ocean Studies.

Strategic Analysis, Bimonthly journal of the IDSA.

U.S.I. Journal, The Journal of the United Service Institution of India.

Internet Resources

www.carnegieendowment.org – Carnegie Endowment for International Peace

www.cprindia.org – Centre for Policy Research

www.southasiamonitor.org – Contemporary Studies Society

www.idsa.in – Institute for Defence Studies and Analyses

www.ipcs.org – Institute of Peace and Confl ict Studies

www.isas.nus.edu.sg – Institute of South Asian Studies, Singapore

www.crisisgroup.org – International Crisis Group

www.meaindia.nic.in – Ministry of External Affairs, India

www.observerindia.com – Observer Research Foundation

www.ris.org.in – Research and Information System for Developing Countries

www.southasiaanalysis.org – South Asia Analysis Group

http:planningcommission.nic.in/reports/genrep/repintengy.pdf – Planning Commission

लेखक परिचय

राजीव सीकरी यांनी राजनयिक अधिकारी म्हणून भारताच्या परराष्ट्र सेवेमध्ये ३६ वर्षांहून अधिक काळ आपली कारकीर्द गाजवली आहे. परराष्ट्र व्यवहार मंत्रालयातून सन २००६ साली ते सचिव पदावरून निवृत्त झाले आहेत. या पदावर काम करत असताना त्यांच्याकडे पूर्व आशिया, आसिआन देश, प्रशांत प्रक्षेत्र, अरब जग, इस्राइल, इराण आणि मध्य आशिया यांच्या समवेत असलेल्या भारताच्या परराष्ट्र संबंधांची एकंदरीत जबाबदारी देण्यात आली होती. तत्पूर्वी ते आर्थिक संबंधांचे विशेष सचिव असताना, परकीय अर्थविषयक संबंधांची देखरेख करत असत. यामध्ये भारताच्या परराष्ट्रातील तांत्रिक आणि आर्थिक सहकार्याने होणाऱ्या कार्यक्रमांचा समावेश होता. ते काही काळ कझाकस्तानमध्ये भारताचे राजदूत म्हणूनही कार्यरत होते. भारताच्या परराष्ट्र व्यवहार मंत्रालयातील पश्चिमी युरोप, सोव्हिएत युनियन तसेच पूर्व युरोप या देशांचे परस्पर व्यवहार पाहणाऱ्या विभागाचे प्रमुख पदही त्यांनी भूषविले आहे. याव्यतिरिक्त त्यांनी पॅरिस मोहिमेचे उपप्रमुख, मॉस्को येथे राजकीय वकील, न्यूयॉर्क येथे उपमहाधिवक्ता आणि उद्योगव्यवसाय महाधिवक्ता, तसेच काठमांडू येथे प्रथम राजकीय सचिव म्हणून काम पाहिले आहे. सध्या स्वतंत्र धोरणात्मक सल्लागार म्हणून कार्यरत असलेले राजीव सीकरी हे, शैक्षणिक आणि संशोधनात्मक कार्यात व्यस्त आहेत. भारताच्या परराष्ट्र धोरणविषयक प्रश्नांवर ते विपुल लेखन आणि व्याख्याने देत आहेत.